நிலவில் மலர்ந்த முல்லை
தன் வரலாற்றுக் கட்டுரைகள்

நிலவில் மலர்ந்த முல்லை
உ.வே. சாமிநாதையர் (1855 – 1942)
பதிப்பாசிரியர்: ப. சரவணன்

'ஐயர் பதிப்பு' என்று கொண்டாடத்தக்க அளவில் ஆகச் சிறந்த பதிப்பாசிரியராகத் தன்னை நிலைநிறுத்திக் கொண்ட உ.வே. சாமிநாதையர் எழுத்தாளராகவும் ஆராய்ச்சியாளராகவும் விளங்கினார் என்பதற்குச் சான்றாவன அவர்தம் கட்டுரைகள். மனித மனத்தின் அடியில் படிந்து கிடக்கும் இயல்புகளில் ஒன்றித் திளைத்து வெளிப்படுத்தும் அவரின் சுவையான உரையாடல்கள் எவர் ஒருவரும் கொண்டாடக் கூடியவை. உணர்ச்சிப் போக்கும் உரையாடல் போக்கும் கலந்த நாடகத் தன்மையுடன் கூடிய விவரிப்பு நடையை அவரது எழுத்துக்களில் காணலாம். நேரிடையாகத் தெளிவான மொழியில் எவ்வித அலங்காரமுமின்றி இக்கட்டுரைகள் எழுதப்பட்டுள்ளன. அவர் காலச்சூழலையும் வரலாற்றுப் பின்புலத்தையும் அறிய முடிவதோடு இன்றும் வாசிப்புத்தன்மை கொண்டு வசீகரிப்பன இக்கட்டுரைகள். 1901இல் *சுதேசமித்திரனில்* தொடங்கிப் பின்பு *தென்னிந்திய வர்த்தமானி, கலைமகள், ஆனந்த விகடன், தினமணி, தாருல் இஸ்லாம்* எனப் பல்வேறு பத்திரிகைகளில் கிளை பரப்பியது அவரது எழுத்தாற்றல். வெகுசன ஊடகம் சார்ந்தும் வெற்றி பெற்ற கட்டுரைகள் இவை.

சாமிநாதம் (2015) என்னும் நூலின் மூலமாக உ.வே.சா.வின் முன்னுரைகளை முழுவதுமாகத் தொகுத்துப் பதிப்பித்த ப.சரவணன் தற்போது அவரது கட்டுரைகளின் மூலத்தைத் தேடிச் சென்று ஒருசேரத் தொகுத்து அவற்றைப் பொருண்மை அடிப்படையில் பகுத்துச் செம்பதிப்பாக ஆக்கியுள்ளார். தமிழ்ச் சமூக வரலாறு தொடர்பான ஆவணப்படுத்துதலில் குறிப்பிடத்தக்க பங்களிப்பை நிகழ்த்திவரும் சரவணன் 'திருப்பூர் தமிழ்ச்சங்க விருது', 'தமிழ்ப்பரிதி விருது', 'தமிழ்நிதி விருது', 'சுந்தர ராமசாமி விருது' ஆகியவற்றைப் பெற்றவர். தற்போது சென்னை மாநகராட்சி பள்ளி ஒன்றில் முதுநிலைத் தமிழாசிரியராகப் பணியாற்றி வருகிறார்.

ப. சரவணனின் பிற நூல்கள்

எழுதியவை

- அருட்பா x மருட்பா (2001)
- கானல்வரி ஒரு கேள்விக்குறி (2004)
- வாழையடி வாழையென . . . (2009)
- நவீன நோக்கில் வள்ளலார் (2010)

பதிப்பித்தவை

- ஔவையார் கவிதைக் களஞ்சியம் (2001)
- மயிலை சீனி. வேங்கடசாமி ஆய்வுக் கட்டுரைகள் (6 தொகுதிகள்) (2001)
- நாலடியார் (1892) (2004)
- மநு முறைகண்ட வாசகம் (1854) (2005)
- வேங்கடம் முதல் குமரி வரை (2009)
- அருட்பா மருட்பா: கண்டனத் திரட்டு (2010)
- கமலாம்பாள் சரித்திரம் (2011)
- சாமிநாதம்: உ.வே.சா. முன்னுரைகள் (2014)
- உ.வே.சா. கட்டுரைகள் (பொருண்மை அடிப்படையில் 5 தொகுதிகள்) (2016)
- தாமோதரம்: சி.வை.தா. பதிப்புரைகள் (2017)
- என் சரித்திரம் (2017)

உரையெழுதியவை

- வேமன நீதி வெண்பா (1892) (2008)
- சிலப்பதிகாரம் (2008)
- கலிங்கத்துப் பரணி (2013)
- தமிழ்விடு தூது (2016)

உ.வே. சாமிநாதையர்

நிலவில் மலர்ந்த முல்லை
தன்வரலாற்றுக் கட்டுரைகள்

பதிப்பாசிரியர்
ப. சரவணன்

காலச்சுவடு பதிப்பகம்

அன்பார்ந்த வாசகருக்கு,

வணக்கம்.

காலச்சுவடு நூலை வாங்கியமைக்கு நன்றி.

நூலின் உள்ளடக்கம், உருவாக்கம், அட்டைப்படம் இன்ன பிற அம்சங்கள் பற்றிய உங்கள் கருத்துகளையும் ஆலோசனைகளையும் காலச்சுவடு வரவேற்கிறது. தகவல், எழுத்து, வாக்கியப் பிழைகள் தென்பட்டால் கட்டாயம் தெரிவித்து உதவுங்கள். நூல் தயாரிப்பில் கடும் குறைபாடு இருப்பின் மாற்றுப் பிரதி உங்களுக்குக் கிடைக்கக் காலச்சுவடு ஏற்பாடு செய்யும்.

மின்னஞ்சல்: publisher@kalachuvadu.com

காலச்சுவடு நாகர்கோவில் தலைமையகத்துக்கும் கடிதம் அனுப்பலாம்.

தங்கள்
எஸ்.ஆர். சுந்தரம் (கண்ணன்)
பதிப்பாளர் — நிர்வாக இயக்குநர்

நிலவில் மலர்ந்த முல்லை ◆ தன்வரலாற்றுக் கட்டுரைகள் ◆ ஆசிரியர்: உ.வே.சா. ◆ பதிப்பாசிரியர்: ப. சரவணன் ◆ © நூலமைப்பு: ப. சரவணன் ◆ முதல் பதிப்பு: மே 2016, ஐந்தாம் பதிப்பு: ஜூலை 2023 ◆ வெளியீடு: காலச்சுவடு பப்ளிகேஷன்ஸ் (பி) லிட்., 669 கே.பி. சாலை, நாகர்கோவில் 629001

nilavil malarnta mullai ◆ Autobiographical Articles ◆ Author: u.ve.saa. ◆ Edited by: P. Saravanan ◆ © Compilation, editorial formate and arrangement: P. Saravanan ◆ Language: Tamil ◆ First Edition: May 2016, Fifth Edition: July 2023 ◆ Size: Demy 1x8 ◆ Paper: 18.6 kg maplitho ◆ Pages: 384

Published by Kalachuvadu Publications Pvt. Ltd., 669 K.P. Road, Nagercoil 629001, India ◆ Phone: 91-4652-278525 ◆ e-mail: publications @kalachuvadu.com ◆ Printed at Clicto Print, Jaleel Towers, 42 KB Dasan Road, Teynampet Chennai 600018

ISBN: 978-93-5244-025-2

07/2023/S.No. 701, kcp 4573, 18.6 (5) uss

மேலகரம் **ஸ்ரீலஸ்ரீ சுப்பிரமணிய தேசிகர்**
அவர்களுக்கு

உ.வே.சா (1855–1942)

செம்பரிதி ஒளிபெற்றான்; பைந்நறவு
சுவைபெற்றுத் திகழ்ந்தது; ஆங்கண்
உம்பர்எலாம் இறவாமை பெற்றனர்என்று
எவரேகொல் உவத்தல் செய்வார்?
கும்பமுனி எனத்தோன்றும் சாமிநா
தப்புலவன் குறைவுஇல் சீர்த்தி
பம்பல்உறப் பெற்றனன்ஏல், இதற்குஎன்கொல்
பேர் உவகை படைக்கின்றீரே?

அன்னியர்கள், தமிழ்ச்செவ்வி அறியாதார்
இன்று எம்மை ஆள்வோரேனும்,
பன்னியசீர் மஹாமஹோ பாத்தியா
யப்பதவி பரிவின் ஈந்து,
பொன்நிலவு குடந்தைநகர்ச் சாமிநா
தன்தனக்குப் புகழ் செய்வாரேல்,
முன்இவன் அப்பாண்டியர்நாள் இருந்திருப்பின்
இவன் பெருமை மொழியல்ஆமோ?

'நிதிஅறியோம், இவ்வுலகத்து ஒருகோடி
இன்பவகை நித்தம் துய்க்கும்
கதிஅறியோம்' என்றுமனம் வருந்தற்க;
குடந்தைநகர்க் கலைஞர் கோவே!
பொதியமலைப் பிறந்தமொழி வாழ்வுஅறியும்
காலம்எலாம் புலவோர் வாயில்
துதிஅறிவாய், அவர்நெஞ்சின் வாழ்த்துஅறிவாய்,
இறப்பின்றித் துலங்குவாயே.

– **சுப்பிரமணிய பாரதி**

பொருளடக்கம்

முன்னுரை — 13
அணிந்துரை: உதிராத மலர்கள் — 21
 - ஆ.இரா. வேங்கடாசலபதி

(I) தன்வரலாறு

1. ஏழையின் தமிழன்பு — 51
2. சிறந்த குருபக்தி — 57
3. தருக்கடங்கின எழுத்தாளர் — 64
4. தர்ம சங்கடம் — 68
5. அழைத்த காரணம் — 72
6. ஆவலும் அதிர்ஷ்டமும் — 77
7. 'அப்படிச் சொல்லலாமா?' — 82
8. 'ஸ்வாமி இருக்கிறார்' — 88
9. திருடனைப் பிடித்த விநோதம் — 91
10. 'அந்தத் தொடிசு' — 96
11. 'அடுத்த குறள்' — 101
12. ஆத்திரத்திற்கு ஏற்ற தண்டனை — 108
13. தடைப்பட்டு நிறைவேறிய கல்யாணம் — 113
14. பெற்ற மனம் — 120
15. பழைய மேஜை — 124
16. மாணாக்கர் விளையாட்டுக்கள் — 130
17. வில்லைச் சேவகன் — 161

18. மன்னார்சாமி	166
19. என்னுடைய ஞாபகங்கள்	171
20. எனது நோக்கம்	183
21. தமிழ்மகள் திருநாள் (சதாபிஷேக ஏற்புரை)	186

(II) சுவடி தேடியது

22. நிலவில் மலர்ந்த முல்லை	191
23. திருமலைராயன் பட்டினத்தில் ஏடு தேடியது	200
24. இன்னும் அறியேன்!	209
25. மணிமேகலையும் மும்மணியும்	215
26. 'பய்ய ஜீவன்'	222
27. உதிர்ந்த மலர்கள்	230
28. கும்மாயம்	245
29. படக்காட்சி	249
30. கடல் கடந்துவந்த தமிழ்	255
31. மாவிந்த புராணம்	267
32. செண்டலங்காரர்	272
33. 'இடையன் எறிந்த மரம்'	277
34. கள்ளனும் புலியும்	282

(III) ஊர்

35. திருமலைராயன் பட்டணம்	291
36. திருவிடைமருதூர் வசந்த மகோற்சவம்	298
37. சில ஊர்களைப் பற்றிய குறிப்புக்கள்	300
38. கும்பகோணம்	307
39. உடையார்பாளையம்	318
40. அரியிலூர்	345
41. வெங்கனூர் கோயிற்சிற்பம்	365
42. கல்யாணப் படித்துறை	372
43. அன்னம் படைத்த வயல்	378

முன்னுரை

> ஐயர் அவர்கள் பழந்தமிழை உலகிற்கு உதவிய பெருமையோடு புதுத்தமிழ் நடைக்கும் வழிகாட்டிய பெருமையினையும் படைத்தவர்கள். சிந்தாமணி எழுதிய அவரது திருக்கரம் சிறுகதையும் எழுது கிறது. அன்று தமிழுக்கு இலக்கணம் அருளிய அகஸ்தியர் இன்று தமிழுக்குப் புது இலக்கியத்தைத் தந்தருளுவதைக் கண்கூடாகக் காண்கிறோம்.
>
> (சில்பஸ்ரீ, Vol. I, 1939, ப.199)

பத்தொன்பதாம் நூற்றாண்டின் நடுக்கூறில் பிறந்து இருபதாம் நூற்றாண்டின் நடுக்கூறுவரை வாழ்ந்து மறைந்த மகாமகோபாத்தியாய தாக்ஷிணாத்ய கலாநிதி டாக்டர் உ.வே. சாமிநாதையர் (1855 – 1942), தலைசிறந்த பதிப்பாசிரியர் மட்டுமல்லர்; படைப்பாசிரியரும் ஆவார். ஆறுமுக நாவலர், இராமலிங்க அடிகள், சி.வை. தாமோதரம் பிள்ளை முதலிய அக்காலத்திய உரைநடையாசிரியர்களின் வரிசையில் உ.வே.சா. அவர்களுக்குத் தனியிடம் உண்டு. கடுநடையைப் பிரயோகித்து மற்றவர்கள் எழுதிவந்த அக்காலத்திலேயே எளிய நடையையும், சிறுசிறு வாக்கியப் பகுதிகளாக அமைக்கும் முறையையும் தாம் எழுதத் தொடங்கிய போதிருந்தே அவர் கைக்கொண்டிருக்கிறார். அத்துடன் எடுத்துக் கொண்ட விடயத்தை விளக்கமுறையில் கூறுதல் அவரது உரைநடையை இன்னும் எளிமை ஆக்கியிருக்கிறது எனலாம். அவரது பதிப்பு முன்னுரைகளை ஒருசேரப் பார்க்கும்போது இது உறுதிப்படுகிறது.

மணிமேகலைப் பதிப்பில் விரிவாக எழுதப்பட்டு, பின்னர் தனிநூலாக வெளிவந்த பௌத்தத் தத்துவத்தை விளக்கும் 'பௌத்த மும்மணிகள்' அவரது உரைநடை துலங்கியதற்கு உதாரணம் என்பார் பெருமாள்முருகன். அவரது பதிப்பு முறையும் விளக்கங்களை நோக்கிச் செல்வதாக அமைந்த காரணத்தால், அவரின் உரைநடை மேலும்மேலும் எளிமைப்பட்டு வெகுசனத் தன்மை கொண்டதாக மாற்றம் பெற்றது என்கிறார் அவர்.

சீவகசிந்தாமணியை முதன்முதலில் பதிப்பிக்கும்போது நச்சினார்க்கினியரின் தெளிவற்ற உரையினால் தாம் பட்ட துன்பத்தைத் தம்முடைய எழுத்துக்களில் விவரித்திருக்கிறார் உ.வே.சா. சிந்தாமணி உரையில் நச்சினார்க்கினியர் விளக்கமாக எதையும் கூறாமல் "என்றார் பிறரும்" என்று போகிறபோக்கில் சொல்லிவிட்டுச் செல்வார். 'ஏக்கழுத்தம்' – அதாவது கழுத்தை மேலே உயர்த்துதல் – என்பதன் பொருளைக்கூடப் பின்னாளில் சிறுபஞ்சமூலத்திலும் நீதிநெறி விளக்கத்திலும் கண்டறிந்ததை 'என் சரித்திர'த்தில் காணலாம். நூல் பெயரைக் குறிப்பிடும்போது ஆசிரியர் பெயரைக் குறிப்பிடாமலும், ஆசிரியர் பெயரைக் குறிப்பிடும்போது நூல் பெயரைக் குறிப்பிடாமலும் பெரும்பாலும் எழுதிச் செல்வது நச்சினார்க்கினியரது வழக்கம். அதனால் பதிப்பித்தலில் தாம் பட்ட துன்பங்களை உணர்ந்த உ.வே.சா., அத்தகு துன்பங்களைப் பிறர் அடையக்கூடாது என்பதாலேயே தம்முடைய பதிப்புமுறையை விளக்கங்களை நோக்கி நகர்த்தினார். விளக்கத்தை நோக்கிச் செல்லும் நடை எளிமைப்பட்டு நிற்பதில் வியப்பில்லைதானே!

~~

1901முதல் வெகுசன இதழ்களில் உ.வே.சா.வின் படைப்புகள் வெளிவரத் தொடங்கிவிட்டன என்றாலும் 1927வரை அங்கொன்றும் இங்கொன்றுமாகவே அவரது கட்டுரைகள் வெளிவந்திருந்தன. அதன் பிறகுதான் பரவலாக அவரது கட்டுரைகள் அனைத்து இதழ்களிலும் தொடர்ந்து வெளிவரலாயின. ஆண்டு மலர், தீபாவளி மலர் முதலியவற்றில் வெளிவந்த கட்டுரைகள் ஒருபுறம்; ஆங்காங்கே நிகழ்த்திய உரைகள்வழி உருப்பெற்றவை மற்றொரு புறம் என்றிருக்க மாதந்தோறும் அவரது படைப்புகளைத் தாங்கிவந்த பத்திரிகைகளும் அக்காலத்தில் இருந்தன. குறிப்பாக 1932இல் தொடங்கப்பட்ட கலைமகளில் – தொடக்கத்திய ஓரிரு இதழ்கள் நீங்கலாக – அவரது படைப்புகள் மாதந்தோறும் வெளிவந்திருப்பது கண்கூடு.

1901இல் சுதேசமித்திரனில் தொடங்கித் தென்னிந்திய வர்த்தமானி, செந்தமிழ், விவேகபோதினி, கலைமகள், சிவநேசன், தனவணிகன், தாருல் இஸ்லாம், ஆடல் பாடல், ஆனந்த விகடன்,

ஜெயபாரதி, ஜோதி, தினமணி, ஹனுமான், மணிக்கொடி, சில்பஸ்ரீ, சக்தி, ஆனந்த போதினி என அக்காலத்து இதழ்களில் 160க்கும் மேற்பட்ட கட்டுரைகள் வெளிவந்துள்ளன. (இது ஒரு உத்தேசமான கணக்கு மட்டுமே.) அத்துடன் அய்மென் ஷண்முகானந்தா திங்கள் மலர், கௌமார குருகுலக் கல்விப் பிரசுரம், ஸ்ரீ சாரதா ஸ்திரீகள் சங்க வெள்ளி ஜூபிலி வெளியீடு, பிரிசிடென்ஸி காலேஜ் நூற்றாண்டு மலர், கொழும்பு–இராமநாதன் கல்லூரி வெள்ளி விழா மலர், செய்யுள் வாசகத் திரட்டு (பாகம் 2) என்னும் பாடத்திட்டத் தொகுப்பு நூல் ஆகியவற்றில் வந்துள்ள கட்டுரைகளையும் ஒருங்கே திரட்டிப் பார்க்கும்போது மொத்தம் 175 கட்டுரைகள் காணக்கிடைக்கின்றன.

இப்படி வெளிவந்த கட்டுரைகளில் சில அவரது காலத்திலேயே நல்லுரைக் கோவை, நான் கண்டதும் கேட்டதும், புதியதும் பழையதும், நினைவு மஞ்சரி எனக் குறுநூல்களாக வெளிவந்தன. (நினைவு மஞ்சரி இரண்டாம் பாகம் அவரது மறைவிற்குப் பின் வெளிவந்தது.) வித்துவான் தியாகராச செட்டியார், கோபாலகிருஷ்ண பாரதியார், கனம் கிருஷ்ணையர், மகா வைத்தியநாதையர் ஆகியயோரைப் பற்றி அவர் எழுதிப் பின்னர் தனி நூலாக வெளிவந்த தொடர் கட்டுரைகளையும் இவற்றுடன் சேர்த்துக்கொள்ளலாம். ஆனால் இவையெல்லாம் பொருண்மை அடிப்படையில் அமைந்தனவல்ல என்பது குறிப்பிடத்தக்கது.

இப்போதுதான் முதல்முறையாக உ.வே.சா.வின் கட்டுரைகள் அனைத்தும் பொருண்மை அடிப்படையில் பதிப்பிக்கப்படுகின்றன. அவை: இலக்கியம், செவிவழி, தன் வரலாறு, வாழ்க்கைவரலாறு, இசைவாணர் என ஐந்து பிரிவுகளில் அடங்கும். உட்பிரிவுகள் சிலவும் உண்டு.

பிரபலமானவர்களின் கட்டுரைகள் தங்களது பத்திரிகைகளில்/ மலர்களில் இடம்பெற வேண்டும் என்னும் நோக்கத்தில், பிரசுரமான பழைய படைப்புகளையே மீண்டும் பிரசுரித்தல் அக்காலத்திய வழக்கங்களில் ஒன்று. இந்த அடிப்படையில் உ.வே. சா.வின் கட்டுரைகளில் சில, ஒருமுறைக்கு மேல் வெவ்வேறு இதழ்களில் வெளிவந்துள்ளன. சங்கராபரணம் நரசையர் பற்றி *விவேகபோதினியிலும் (1916)*, உடையார்பாளையம் கட்டுரையில் இடம்பெறும் கோழிமங்கலம் இராமா சாஸ்திரிகள் பற்றிச் *சுதந்திரச் சங்குவிலும் (1933)*, வித்துவான் தியாகராச செட்டியார் பற்றிக் ‘கரந்தை வெள்ளிவிழா மல’ரிலும் *(1938)* மீண்டும் பிரசுரிக்கப்பட்டிருப்பதை இதற்குக் காட்டாகக் கூறலாம். அத்தகையவற்றின் முதல் பிரசுரப் பிரதி மட்டுமே இங்கு எடுத்துக்கொள்ளப்பட்டுள்ளது.

அத்துடன் புதிதாகச் சில கட்டுரைகளும் இத்தொகுப்புகளில் சேர்க்கப்பட்டுள்ளன. அவற்றுள் தன்வரலாறு, வாழ்க்கை வரலாறு தொடர்பான கட்டுரைகள் சிலவே. பெரும்பாலும் இலக்கியம் சார்ந்த கட்டுரைகளே அதிகம். குறிப்பாக 1937இல் வெளிவந்த 'செய்யுள் வாசகத் திரட்டு' என்னும் பாடநூலில் உள்ள பன்னிரண்டு கட்டுரைகளில் எட்டுக் கட்டுரைகள் தற்போது முதன்முறையாக இத்தொகுப்பில் இடம்பெறுகின்றன. நான்கு கட்டுரைகள் ஏலவே *கலைமகளிலும் சுதேசமித்திரனிலும்* வெளிவந்து பின்னர் 'நல்லுரைக் கோவை'யில் இடம்பெற்றுள்ளன. 'செய்யுள் வாசகத் திரட்டு' ஆர். விசுவநாத ஐயருடன் இணைந்து உ.வே.சா. வெளியிட்ட ஒரு தொகுப்பு நூல். ஆனால் இதில் உள்ள கட்டுரைகள் அனைத்தும் உ.வே.சா. எழுதியவையே என்பதில் ஐயமில்லை. 1919இல் பணியிலிருந்து ஓய்வுபெற்ற உ.வே.சா.வுக்கு அப்போது மாநிலக் கல்லூரியில் பணியாற்றிக் கொண்டிருந்த விசுவநாத ஐயர் பொருளுதவி நோக்கில் இத்தொகுப்பு நூலுக்கு உதவியிருக்கிறார் எனக் கருத இடமுண்டு. பணியிலிருக்கும் ஒருவரது படைப்பைப் பாடத்திட்டத்தில் உடனடியாகச் சேர்ப்பதற்குரிய இலகுவான சூழல் அன்றைய கல்விப்புலத்தில் நிலவியது என்பர். எனவேதான் விசுவநாத ஐயருடனான இந்த இணையாசிரிய வேலை! முன்பு பூண்டி அரங்கநாத முதலியாரும் உ.வே.சா.வுக்குப் பொருளுதவி செய்யும்பொருட்டுச் சீவகசிந்தாமணியின் சில காதைகளை மாணவர்களுக்காக எழுதத் தூண்டியதும் இங்கு நினைவுகூரத் தக்கது. அது நடைபெறாமல் போனது வேறு கதை.

உ.வே.சா. தம்முடைய வாழ்நாளில் ஒரேயொரு முறை எழுதிய புத்தக மதிப்புரை (கே.ஜி. சேஷையரின் 'சங்ககாலத்துச் சேர மன்னர்கள்'), மதுரை தமிழ்ச் சங்கத்தைப் பற்றிய குறிப்பு முதலிய முக்கியமான பதிவுகளும் இந்த இலக்கியப் பகுப்பில் உண்டு.

~~

உ.வே.சா.வின் உரைநடைப் படைப்புகளைத் தற்போது மகாமகோபாத்தியாய டாக்டர் உ.வே. சாமிநாதையர் நூல் நிலையம் மீளச்சுச் செய்து வருகின்றது. ஆனால் உ.வே.சா. வெளியிட்ட பதிப்புக்களுக்கும் மீளச்சு நூல்களுக்குமான இடைவெளி அதிகம். உதாரணமாகப் 'புதியதும் பழையதும்' என்னும் நூலில் உள்ள இருபது கட்டுரைகளிலும் உள்ள மாறுபாடுகளை வாசகர்கள் ஒப்பிட்டுக் கண்டுகொள்ளலாம். அதே போல 'நான் கண்டதும் கேட்டதும்' நூலில் உள்ள 'மானங்காத்த மைந்தர்' கட்டுரையில் வரும் 'தேரோடும் வீதியெலாம்' என்னும் செய்யுளுக்கான பொருளை உ.வே.சா.

அடிக்குறிப்பாகத் தந்திருப்பார். "இந்தப் பொருள் என்னுடைய ஆசிரியர் மகாவித்துவான் ஸ்ரீ மீனாட்சிசுந்தரம் பிள்ளையவர்களால் முன்பு தெரியவந்தது" என்னும் அந்த உயிர்ப்பான அடிக்குறிப்பில் ஒரு வரி விடுபட்டுக் குழப்பப்பட்டிருப்பதை என்னென்பது? இவையெல்லாம் பானைச் சோற்றுக்குப் பருக்கைச் சான்றுகள்.

வரிகள் விடுபடல், உ.வே.சா. கூறாததைச் சேர்த்தல், நடையை மாற்றுதல் எனப் பல்வேறு அவலங்கள் அந்த மீளச்சுப்பதிப்பில் அரங்கேறியுள்ளன. பிழைபட்ட அந்தப் பதிப்புகளே தொடர்ந்து இன்றுவரை வெளியிடப்பட்டும் வருகின்றன. இவையெல்லாம் களையப்பட்ட அவரது கட்டுரைகள் தற்போதுதான் செம்மையான நூலாகப் பதிப்பிக்கப்படுகிறது. 'இந்த மாற்றத்தினால் என்ன பயன் விளைந்துவிடப் போகிறது' என்ற முணுமுணுப்பும் காதில் விழாமல் இல்லை. எந்த நிலையிலும் 'பாடத்தை' மாற்றாத ஒருவரின் எழுத்தை நாமும் மாற்றாமல் பதிப்பித்தோம் என்னும் மனநிறைவுக்கு ஈடாக வேறென்ன கைம்மாறு கருத வேண்டியுள்ளது!

~~

பொருண்மை அடிப்படையில் வகைதொகை செய்யப் பட்ட இத்தொகுப்பு நூல்களில் இடம்பெறும் கட்டுரைகள் வேண்டும் அளவுக்குக் காலவரிசையிலும் பதிப்பிக்கப்பட் டுள்ளன. பத்திரிகையில் வெளிவந்த காலமுறை இதற்காகப் பின்பற்றப்பட்டுள்ளது; நூல் வெளிவந்த காலம் கணக்கில் கொள்ளப்படவில்லை. அத்துடன் கட்டுரைகளின் வெளியீட்டு விவரம் அந்தந்தக் கட்டுரைகளின் இறுதியில் தரப்பட்டுள்ளது. ஆண்டில் ஐயமிருப்பின் அது அடைப்புக்குறிக்குள் இடப்பெற் றுள்ளது. கிடைக்கப் பெறாத ஒருசில கட்டுரைகளின் வெளியீட்டு விவரத்தைக் கண்டறியும் தொடர் முயற்சியும் நடந்தவண்ணம் உள்ளது.

எல்லாவற்றிற்கும் மேலாகக் கட்டுரைகளில் ஏராளமான படங்கள் – உ.வே.சா. முன்பே சேர்த்திருக்கும் இருபது படங்களுடன் – புதிதாகக் கண்டறிந்து உரிய இடத்தில் சேர்க்கப்பட்டுள்ளன. உ.வே.சா.வின் 'என் சரித்திர'த்தில்கூட இடம்பெறாத (நான் கூறுவது *1940*இல் ஆனந்த விகடனில் வெளிவந்த தொடரையும், *1950*இல் வெளிவந்த முதல் பதிப்பையும்.) ஹிருதாலய மருதப்ப தேவர், ராஜராஜேஸ்வர சேதுபதி, சவராயலு நாயக்கர், ஜூலியன் வின்ஸோன், மேலகரம் சுப்பிரமணிய தேசிகரின் அரிய புகைப்படம் முதலியவற்றை இத்தொகுப்புகளில் அதாவது தன் வரலாற்று/வாழ்க்கை வரலாற்றுத் தொகுப்புகளில் காணலாம். பிற தொகுப்புகளிலும் சில புதிய படங்கள் சேர்க்கப்பட்டுள்ளன. இவற்றோடு கட்டுரைகள் பத்திரிகைகளில் வெளிவந்தபோது வரையப்பட்ட ஓரிரு கோட்டோவியங்களும் தொகுப்பில் உண்டு.

பொருண்மை அடிப்படையில் வழங்கப்பட்டுள்ள இந்த ஐந்து தொகுதிகளிலும் ஒரே அணிந்துரையும் ஒரே முன்னுரையும் இடம்பெற்றிருப்பதை வாசகர்கள் தவறாகக் கருதிவிடக் கூடாது. ஐந்து தொகுதிகளையும் ஒருசேர வாங்கும் வாசகர் இதைத் தேவையற்றது என்று கருதக்கூடும். எனினும் தனக்குப் பிடித்த ஏதேனும் ஒரு தொகுதியை மட்டும் வாங்கும் வாசகருக்கும் பயனுடையதாக இருக்க வேண்டும் என்னும் நோக்கத்தின் காரணமாக இது தவிர்க்க இயலாததாகிவிட்டது. இத்தகு பெரும்பணியில் இம்மாதிரியான சிறு அசௌகரியத்தைப் பொருட்படுத்தாது பொறுத்தருளுமாறு வாசகர்களை வேண்டுகிறேன்.

~~

கடந்த ஆண்டு உ.வே.சா.வின் முன்னுரைகளை எல்லாம் திரட்டிச் ‘சாமிநாதம்’ *(2015)* என்னும் பென்னம்பெரிய நூலைக் காலச்சுவடு வாயிலாக வெளியிட்டபோதே கட்டுரைகளையும் ஒருசேரத் தொகுத்து வெளியிட வேண்டும் என என்னைப் பணித்தவர் அண்ணன் ஆ. இரா. வேங்கடாசலபதி அவர்கள். இந்த நூல் இவ்வளவு செப்பமாக வெளிவருவதற்கு அவரே வித்து. இதற்கு அவர் அளித்துள்ள அணிந்துரை நான் பெற்ற பேறு.

கட்டுரைகளைப் பொருண்மை அடிப்படையில் பிரித் தறிந்ததைச் சரியாக மேற்பார்த்துத் தந்தவர் சென்னை, மாநிலக் கல்லூரித் தமிழ் இணைப் பேராசிரியர் பெ.முருகன். உ.வே.சா.வின் படைப்புகள் வெளிவருவது குறித்த அவரது கனவை மேலும் ஒருவகையில் நான் நிறைவேற்றியிருப்பதாகக் கருதுகிறேன். “உ.வே.சா.வின் கட்டுரைகள் சில, தொகுப்புகளில் வெளிவராமல் விடுபட்டிருக்க வாய்ப்புண்டு என்னும் கோணத்தில் நாம் தேடவேண்டும்” என்று அவர் சொல்லிய சொல்லே புதிய கட்டுரைகளை நான் கண்டறிய ஏதுவாயிற்று.

நூலினுள் இடம்பெறும் பல படங்கள் பல்வேறு இடங்களி லிருந்து நான் திரட்டியவை. அவற்றை அனுப்பி உதவியவர் களுக்கெல்லாம் நன்றிகூறக் கடமைப்பட்டிருக்கிறேன்.

மேலகரம் ஸ்ரீலஸ்ரீ சுப்பிரமணிய தேசிகரின் அரிய புகைப்படத்தை நான் கேட்டவுடனேயே அனுப்பியுதவியவர் தவத்திரு ஊரன் அடிகளார் அவர்கள்.

ஊற்றுமலை ஜமீந்தார் ஹிருதாலய மருதப்ப தேவரின் படத்தைப் பாவூர்சத்திரம் ‘தமிழன் ஸ்டூடியோ’ சு. இராஜேந்திரன் அவர்கள் வாயிலாகப் படமெடுத்து அவரது வாரிசுகளில் ஒருவரான

எஸ்.எம். பாபுராஜா (எ) மருதப்பப் பாண்டியர் அவர்களிடமிருந்து பெற்று உதவியவர் பேராசிரியர் ஆ. திருநீலகண்டன் அவர்கள்.

இதேபோலப் பாண்டித்துரை தேவரின் தந்தையார் பொன்னுசாமி தேவரின் படத்தையும், சிறுவயல் அரண்மனை ஜமீந்தார் முத்துராமலிங்க தேவரின் படத்தையும் சிவகங்கையி லிருந்து அனுப்பியவர் திரு. இரா. தங்கமுனியாண்டி. இதற்குரிய ஏற்பாட்டைச் செய்தவர் நண்பர் க. சுப்புராஜ.

மதுரை தமிழ்ச் சங்கப் புகைப்படங்கள் சிலவற்றைக் கொடுத்தவர் டாக்டர் ந. இராஜேந்திரன். மேலும், பர்னல் அவர்களின் புகைப்படத்தைத் தஞ்சாவூரிலிருந்து ஆய்வாளர் சே. முனியசாமி மூலம் அனுப்ப ஏற்பாடு செய்தவரும் இவரே. 'செந்தமிழ்' இதழ்களிலிருந்து சில கட்டுரைகளை மதுரையிலிருந்து படியெடுத்து அனுப்பியவர் பொ. இராஜா. அவரது உதவி சொல்லி மாளாது.

சவராயலு நாயகர் பற்றிய ஆய்வு நூலையும் படத்தையும் தனது மகன் மூலமாக அனுப்பியுதவியவர் பேராசிரியர் ஆ. சுசித்ரா அவர்கள். இதற்காகப் பரிந்துரைத்தவர் 'பில்க்' பேராசிரியர் இரா. சம்பத் அவர்கள்.

உ.வே.சா.வின் பாரீஸ் நண்பர் ஜூலியன் வின்ஸோன் புகைப்படத்தைப் பகிர்ந்து கொண்டவர் புதுவை பிரஞ்சு நிறுவனம் எம். கண்ணன் அவர்கள்.

உ.வே.சா.வின் புதிய கட்டுரைகளைக் கண்டறிவதில் எனக்கு உதவியவர் உ.வே.சா. நூலகத்தில் பணிபுரிந்த திரு. எஸ். சாய்ராமன் அவர்கள். இதில் மேலும் உதவியவர் நூலகர் திருமதி சுப்புலெட்சுமி.

நூல் ஒப்பீட்டுப் பணியில் பெரிதும் ஒத்துழைப்பு நல்கியவர் எனது ஒருசாலை ஆசிரியை த. கவிதா.

நூல் முழுவதையும் ஒருசேரப் படித்துப் பார்த்ததோடு மெய்ப்புத் திருத்தத்திலும் எனக்கு உதவியவர்கள் திருமதி சித்ரா பாலசுப்ரமணியம், அ. அபிராமி ஆகியோர்.

தொகுப்பில் அமைந்துள்ள படங்கள் அனைத்தையும் அச்சுக்கேற்பச் சீர்செய்தவர் அ.ச.ஜோ. அலாய்சியஸ் தேவதாஸ் அவர்கள். அட்டைப் படத்தை உயிர்ப்புடன் வடிவமைத்திருப்பவர் ஓவியர் மணிவண்ணன் அவர்கள்.

இந்தக் கட்டுரைத் தொகுப்புகள் வெளிவருவதில் ஏற்பட்ட சங்கடங்களைக் களைந்து நூலை வெளிக்கொணர்ந்திருப்பவர் 'காலச்சுவடு' கண்ணன் அவர்கள்.

நூல் வெளிவருவதற்கு முன்பாகவே அதுகுறித்த செய்தியை *தி ஹிந்து* ஆங்கில நாளேட்டில் வெளியிட்டு வாசகர்களின் எதிர்பார்ப்பைத் தூண்டியவர் திரு. ப. கோலப்பன் அவர்கள்.

என்னுடைய இலக்கியப் பணியை அருகிருந்து அரவணைப்போராய் இன்றும் தொடர்பவர்கள் அய்யா ‘இலக்கிய வீதி’ இனியவன் அவர்களும், நண்பர் துரை. இலக்குமிபதி அவர்களும் ஆவர்.

உ.வே.சா.வின் முதல் பதிப்புக்களை ஒப்புநோக்குவதிலும் அவர்தம் எழுத்துக்கள் வெளிவந்த பழைய இதழ்களைப் பார்வையிடுவதிலும் எனக்குப் பெரிதும் உதவியவை ரோஜா முத்தையா ஆராய்ச்சி நூலகம், உ.வே. சாமிநாதையர் நூலகம், மறைமலையடிகள் நூல்நிலையம் ஆகியவை.

பல்வேறு நிலைகளில் இந்நூலாக்கத்திற்கு உதவியவர்கள் பேராசிரியர் கி. சுப்பிரமணியன் (ஐ.கே.எஸ்), பேராசிரியர் மா.சு. அண்ணாமலை, பேராசிரியர் இரா. இராமன்; டாக்டர் இரா. பன்னிருகை வடிவேலன், கவிஞர் ரவி சுப்பிரமணியன், ஆ. அறிவழகன், ஆய்வாளர் கண்ணதாசன், ‘காவல் கோட்டம்’ சு. வெங்கடேசன்.

என்னுடைய லௌகிக விடயங்களைச் சரிவரப் பார்த்து அனுசரிக்கும் என் மனைவி தேவி, மகன் இரவிவர்மன் ஆகியோர்.

செம்மையான முறையில் இந்நூலை அச்சுக்கோத்திருப்பவர் திருமதி பா. கலா முருகன் மற்றும் காலச்சுவடு ஊழியர்கள். இறுதி வடிவமைப்பைச் செய்திருப்பவர் நண்பர் கீழ்வேளூர் பா. இராமநாதன்.

அனைவருக்கும் நன்றியும் அன்பும்.

மகாவித்துவான் மீனாட்சிசுந்தரம் பிள்ளையவர்களின் மறைவுக்குப் பிறகும்கூட உ.வே.சா. அவர்களை ‘மடத்துப் பிள்ளை’யாகவே வைத்துப் பாதுகாத்தவர் திருவாவடுதுறை ஆதீனகர்த்தராக விளங்கிய பதினாறாம் பட்டம் மேலகரம் ஸ்ரீலஸ்ரீ சுப்பிரமணிய தேசிகர் அவர்கள். ‘பிள்ளையவர்கள் இல்லாத குறையைத் தேசிகரின் அபய வார்த்தைகளே போக்கின’ என்பது உ.வே.சா.வின் வாக்குமூலம். உ.வே.சா.வுக்கு ஆசிரியராகவும் அடுத்த நிலையில் அமைந்த அவருக்கு இத்தொகுதிகளைக் காணிக்கையாக்குவதில் பெருமகிழ்ச்சியடைகிறேன்.

சரன்

‘கவிப்பொழில்’
17/33 சி, திரு.வி.க. 4ஆம் தெரு
வில்லிவாக்கம்
சென்னை 600 0049
பேசி 9941278810
psharanvarma@gmail.com

உதிராத மலர்கள்

ஆ. இரா. வேங்கடாசலபதி

(உ.வே. சாமிநாத) அய்யரவர்கள் தமிழ் இலக்கியத்தின் மெய்க்காப்பாளர் மட்டுமல்ல; பழைய சம்பிரதாயங்கள், பழைய மனப்பான்மைகள் இவற்றின் பிரதிநிதி. அரசியல் நிலைமையாலும் மற்றும் இதர சந்தர்ப்ப விசேஷங்களாலும் வேகத்தை அடிப்படையாகக் கொண்ட நாகரிகப் போக்கின் தன்மை பெற்ற தீவிர மனப்பான்மை கொண்டவர்களுக்குப் பொறுமையும் ஸ்ரீ அய்யரவர்களுக்கு அவகாசமும் இணைவது துர்லபம். ஆனால் இச்சிறு கோவைகளான 'நினைவுச் சாளரங்கள்' இவ்விருவர்களிடையிலும் ஒரு தொடர்பை ஏற்படுத்த ஒரு சிறந்த சாதனமாகும் . . .

– புதுமைப்பித்தன்[1]

,

*1855*இல் உ.வே. சாமிநாதையர் பிறந்தபொழுது தமிழகத்தில் இரயில் வண்டிகள் ஓடத் தொடங்கியிருக்கவில்லை. இருப்புப் பாதையிலேயே பெரிதும் பயணம் செய்து தமிழகமெங்கும் பழந்தமிழ்

---

1. உ.வே.சா.வின் 'நல்லுரைக் கோவை' நூல் மதிப்புரை, *தினமணி*, 19 ஜூலை 1937. 'அன்னை இட்ட தீ' (பதிப்பு: ஆ. இரா. வேங்கடாசலபதி), காலச்சுவடு பதிப்பகம், 1998, ப. 140.

ஏடுகளைத் தேடிய உ.வே.சா., ஜப்பானிய விமானக் குண்டுத் தாக்குதலுக்கு அஞ்சி, சென்னை நகரைப் பலரும் காலி செய்து சென்றபொழுது, திருக்கழுக்குன்றத்திற்குக் குடிபெயர்ந்து 1942இல் மறைந்தார். 'முதல் விடுதலைப் போர்' எனப்படும் 1857ஆம் ஆண்டின் எழுச்சி அவர் பிறந்த இரண்டாண்டுகளுக்குப் பிறகே நிகழ்ந்தது. கிழக்கிந்தியக் கம்பெனி ஆட்சியில் பிறந்த உ.வே.சா. காலமானபொழுது இந்தியா விடுதலை பெறுவது முடிவாகிவிட்டிருந்தது. இரயிலறியாத காலம் முதல் விமானத் தாக்குதல் சாதாரணப் போர் நடவடிக்கையாக மாறிவிட்ட காலம் வரை ஒரு நெடுங்காலத்தை உ.வே.சா. நேராகப் பார்த்தறிந்தார். பத்தொன்பது, இருபது என இரண்டு நூற்றாண்டுகளின் செம்பாகமும் அவருடைய வாழ்வோடு ஒட்டி அமைந்திருந்தது.

எல்லிஸ் முதல் புதுமைப்பித்தன் வரை தமிழுக்குத் தொண்டு செய்வோரை விரைவில் கவர்ந்துசென்ற 'அறனில் கூற்ற'த்திட மிருந்து நல்லூழாக உ.வே.சா.வை மட்டும் தமிழன்னை எப்படியோ காத்துவிட்டாள்.

எண்பத்தேழு ஆண்டுகள் நிறைவாழ்வு வாழ்ந்த உ.வே.சா., மகாவித்துவான் மீனாட்சிசுந்தரம் பிள்ளையிடம் பழமுறைப்படி தமிழ்க் கல்வி கற்று, திருவாவடுதுறை மடத்தில் மாணவராகவும் பின்பு ஆசிரியராகவும் அமர்ந்து, மேற்கத்தியக் கல்விமுறையில் அமைந்த கும்பகோணம் மற்றும் மாநிலக் கல்லூரிகளில் அரசு பணியாற்றினார். பழந்தமிழ் நூல்களைத் தேடித்தேடிப் பதிப்பிப்பதையே ஒரே நோக்கமாகக் கொண்டு, வேறு திசை திரும்பாமல் முழுமூச்சாகப் பணியாற்றினார். தமிழ்ப் பதிப்பியலின் முன்னோடியான சி.வை.தாமோதரம் பிள்ளை 1901இல் மறைந்து, 1920களின் இறுதியில் ச. வையாபுரிப் பிள்ளை பதிப்பாசிரியராக மலரத் தொடங்கும்வரை இத்துறையில் உ.வே.சா.வுடன் போட்டி யிடுவாரில்லை.

உ.வே.சா.வின் அரும்பணிக்கு உரிய அங்கீகாரம் இயல்பாக வாய்த்தது. வடமொழி அறிஞர்களுக்கு மட்டுமே பெரிதும் வழங்கப்பட்ட 'மகாமகோபாத்யாய' (பெரும்பேராசிரியர்) பட்டத்தைத் 'தமிழ்ச் செவ்வியறியாத' ஆங்கிலேயரிடமிருந்து தமிழ் மட்டுமே அறிந்த உ.வே.சா. பெற்றார். (இப்பட்டம் பெற்ற மற்றொரு தமிழறிஞரான பண்டிதமணி மு. கதிரேசன் செட்டியார் வடமொழியிலும் வல்லவர்.) இதனால் பாரதியின் வாழ்த்தும் கிடைத்தது. (இதன் சிறப்பை உ.வே.சா. உணர்ந்திருந்தாரா என்பது வேறு.)

சென்னைப் பல்கலைக்கழகம் அவருக்கு மதிப்புறு டாக்டர் பட்டத்தை 1932இல் வழங்கியது. சென்னைப் பல்கலைக்கழகத்தில்

தமிழில் முதல் பிஎச்.டி. பட்டம் பெற்றவர் பி.சா. சுப்பிரமணிய சாஸ்திரி. தமிழில் இலக்கணக் கோட்பாடுகளின் வரலாறும் சமஸ்கிருத இலக்கண நூல்களுடனான அவற்றின் தொடர்பும் என்ற பொருளில் எழுதிய ஆய்வேட்டுக்கு 1930இல் இப்பட்டம் அவருக்குக் கிடைத்தது. யாப்பியல் பற்றி ஆய்வேடு எழுதி டாக்டர் பட்டத்தை அ. சிதம்பரநாதன் செட்டியார் அண்ணாமலைப் பல்கலைக்கழகத்தில் பெற்றது 1940ஆம் ஆண்டளவில்தான். இந்த ஆய்வேடுகளெல்லாம் ஆங்கிலத்தில் எழுதப்பட்டவை. (1970கள் வரையும்கூடத் தமிழில் பிஎச்.டி. பட்டம் பெறுவதற்கு ஆங்கிலத்தில்தான் ஆய்வேடு அமைய வேண்டியிருந்தது.) அவ்வகையில் உ.வே. சாமிநாதையருக்கு வழங்கப்பட்ட டாக்டர் பட்டம் தனிஒருவருக்குக் கிடைத்த அங்கீகாரமாக அல்லாமல் தமிழுக்கே கிடைத்த அங்கீகாரமாகும்.

அரசாங்கப் பட்டங்கள் ஒருபுறமிருக்க, காஞ்சி மடம் உ.வே.சா.வுக்கு 'தாக்ஷிணாத்ய கலாநிதி' (தென்கலைவாணர்) என்ற பட்டம் வழங்கியது. காந்தியடிகளின் தலைமையில் உரையாற்றிய பெருமையும் இவருக்கு உண்டு. 1919இல் சென்னைக்கு வந்திருந்தபொழுது இரவீந்திரநாத தாகூர் இவரை நேரில் வந்து சந்தித்தார். அவருடைய எண்பதாண்டு நிறைவு தமிழகத்தில் மட்டுமல்லாமல் இந்தியாவின் பிற பகுதிகளிலும், பர்மா, இலங்கை முதலான வெளிநாடுகளிலும்கூடச் சிறப்புறக் கொண்டாடப்பட்டதோடு, ஓர் அரிய மலரும் வெளியிடப்பட்டது. அவர் மறைந்த பிறகு கடலைப் பார்த்தவாறு மாநிலக் கல்லூரி வளாகத்தில் அவருடைய உருவச் சிலையும் அமைக்கப்பட்டது.

நிறைவாழ்வு வாழ்ந்து, தமிழுக்கு அளப்பரிய தொண்டாற்றிய உ.வே.சா.வுக்கு, ஒரு தமிழறிஞர் இன்றளவும் நினைத்தும் பார்க்க முடியாத அனைத்துப் பெருமைகளும் அவர் வாழ்நாளிலேயே அடையும் அரிய பேறு வாய்த்தது. எவரின் ஆற்றலையும் முழு மலர்ச்சி பெறவிடாத தமிழ்ச் சூழலில் உ.வே.சா. என்னும் ஆளுமையின் விகசிப்பு எவ்வளவு அரிதானது என்று சொல்ல வேண்டியதில்லை.

f

அரிய தமிழ் நூல்களைத் தேடியெடுத்துச் செம்மையாகப் பதிப்பித்த உ.வே.சா. எழுதிய 'என் சரித்திரம்' நூலுக்கு நவீனத் தமிழில் ஒரு தனி இடம் உண்டு. மணிமேகலைப் பதிப்பு வெளியான 1898ஆம் ஆண்டுவரையான நிகழ்ச்சிகளோடு இடைநிற்கும் இந்த நிறைவுபெறாத தன்வரலாறு தவிர, இரண்டாயிரம் பக்கங்களுக்கு மேற்பட்ட சுயசரிதைத்

தன்மையிலான நூற்றைம்பதுக்கு மேற்பட்ட கட்டுரைகளையும் ஐந்து முழு அளவிலான வாழ்க்கை வரலாறுகளையும் உ.வே.சா. எழுதினார். நவீனத் தமிழ்ச் சமூகத்தின் உருவாக்கத்தைப் புரிந்துகொள்ள உ.வே.சா.வின் இத்தன்மையிலான எழுத்துகள் மிக முக்கியமான சான்றாதாரங்கள் என்பதில் இரண்டு கருத்துகள் இருக்க முடியாது. கணிசமான அளவுக்கு இந்த வகையான, சுயசரிதைத் தன்மையிலமைந்த கட்டுரைகள் எழுதுவதற்கு உ.வே.சா.வின் நீண்ட வாழ்நாள் அனுபவங்களும் அவருக்குக் கிடைத்த சமகால அங்கீகாரமும் முக்கியக் காரணிகளாகும். இக்கட்டுரைகள் அவர் காலத்திலேயே பெரும்பாலும் தொகுத்தும் வெளியிடப்பட்டன. ஒரு தொகுப்புக்கான கட்டுரைகள் சேர்ந்த உடனேயே அவை நூலாக்கம் பெற்றன. 'நான் கண்டதும் கேட்டதும்', 'புதியதும் பழையதும்', 'நல்லுரைக் கோவை', 'நினைவு மஞ்சரி' என்ற அவற்றின் தலைப்புகளே அவை எந்தப் பொருண்மை அடிப்படையிலும் தொகுக்கப்படவில்லை என்பதைக் காட்டிவிடும். அவர் மறைந்த பிறகும் அவை அப்படியே மறுஅச்சிடப்பட்டுவந்தன.

அவை பொருள் ஒழுங்கில், காலவரிசை பற்றிய ஓர்மையுடன் வகைதொகைப்படுத்தப்பட்டு வெளிவர வேண்டும் என்ற தமிழன்பர்களின் நெடுநாள் கனவு ப. சரவணனின் முயற்சியால் இன்று ஈடேறியிருக்கிறது. இலக்கியம், மொழி, தன்வரலாறு, சுவடி தேடியது, ஊர், சான்றோர், இசைவாணர், வரலாறுகள், தனிப்பாடல், மாந்தர் என்று பொருத்தமான பிரிவுகளில் நூற்றுஎழுபத்தைந்து கட்டுரைகள் இந்நூலில் அடங்கியுள்ளன. உ.வே.சா.வின் கட்டுரைகளைக் காத்திரமாக மதிப்பிடுவதற்கு இதன்மூலம் வழிசமைந்துள்ளது என்பதில் தடையில்லை. 'என் சரித்திரம்', 'ஸ்ரீ மீனாட்சிசுந்தரம் பிள்ளையவர்கள் சரித்திரம்' நீங்கலான பிற அனைத்துக் கட்டுரைகளும் இதில் அடங்கிவிட்டன என்று சொல்லலாம்.

உ.வே.சா.வின் உரைநடை நூல்களில் முதலிடம் பெறுபவை அவர் எழுதிய வாழ்க்கை வரலாறுகளே. 1933–34இல் இரு பகுதி களாக அவர் எழுதி வெளியிட்ட 'ஸ்ரீ மீனாட்சிசுந்தரம் பிள்ளை யவர்கள் சரித்திரம்' பத்தொன்பதாம் நூற்றாண்டின் இலக்கியச் சூழல் பற்றிய மிக விரிவான பதிவாகும். மேலைமுறையிலான கல்வி கால்கொள்வதற்கு முன்பான தமிழ்க் கல்வி, சைவ மடங்களின் நிலை, இலக்கிய உற்பத்திக்கும் புரவலர்களுக்குமான உறவு, மரபுவழிப் புலவர்களின் உருவாக்கமும் செயல்பாடும், இலக்கிய வகைமைகள் முதலானவற்றைப் புரிந்துகொள்வதற்கான அரிய ஆவணம் இது.

புலவர்கள் பற்றிய நம்பகமான வரலாறுகள் இல்லை என்பதை உணர்ந்து, அந்த ஓர்மையோடு தம் ஆசிரியரின் வரலாற்றைப் பயபக்தியுடன் உ.வே.சா. எழுதியிருக்கிறார். நாற்பதாண்டுகளுக்கு மேற்பட்ட தேடலின் விளைவான நூல் இது. 'நான் அறிந்தன போக வேறு செய்திகள் கிடைக்கலாமென எண்ணிப் பிள்ளையவர்களோடு பழகிய பலர்பாற் சென்று சென்று விசாரித்தேன்; இவருடைய கடிதங்கள், தனிப்பாடல்கள், நூல்கள் முதலியன கிடைக்குமென்று அறிந்த இடங்களுக் கெல்லாம் சென்றுசென்று தேடினேன்...' என்று அவர் கூறியிருப்பதற்கிணங்க, இவ்வரலாற்றில் பல கடிதங்களும் தனிச் செய்யுள்களும் சிறப்புப் பாயிரங்களும் இருப்பதைக் காணலாம். தாம் இத்தகைய வரலாறு ஒன்று எழுத இருப்பதை **1900, 1931** ஆகிய ஆண்டுகளில் இருமுறை *சுதேசமித்திரன்* நாளிதழில் விளம்பரம் செய்து அவர் தகவல்களை வேண்டியிருக்கிறார். கிடைத்ததைப் பதிவுசெய்ததோடு, கிடைக்காததையும் அவர் பதிவுசெய்திருப்பது முக்கியமானது.

> இவர் காலத்தில் படம் எடுக்கும் கருவிகள் இருந்தும் இவரோடு பழகியவர்களுள் ஒருவரேனும் இவருடைய படத்தை எடுத்துவைக்க முயலாதது வருத்தத்தை விளைவிக்கிறது... இக்கவிச் சக்ரவர்த்தியினுடைய பூத உடம்பின் படம் இல்லையே என்னும் வருத்தம் இருந்தாலும் இவருடைய புகழுடம்பின் படமாக நூல்களும் செய்யுட்கள் முதலியனவும் இருக் கின்றன வென்றெண்ணி ஒருவகையாக ஆறுதல் அடைகின்றேன்.[2]

இச்செய்தியை, இவ்வரலாற்றின் இரண்டாம் பாகத்திலும் உ.வே.சா. குறித்திருக்கிறார். (இப்பொழுது உலவும் மீனாட்சி சுந்தரம் பிள்ளையின் படம் எப்படிக் கிடைத்தது என்பது தனியே ஆராய்வதற்குரியது. படங்களைச் சேகரிப்பதில் உ.வே.சா. காட்டிய ஆர்வம் ப. சரவணனையும் தொற்றிக் கொண்டுள்ளது; பழையதும் புதியதுமாகச் சற்றொப்ப நூறு படங்களை இவர் இந்நூலில் திரட்டியுள்ளார்.) நூலாகவே திட்டமிட்டு எழுதிய இச்சரித்திரத் திலும்கூடத் தன்னளவில் முழுமையான கட்டுரைகளாகக் கருதத்தகும் பகுதிகள் உள்ளன. 'தருக்கடங்கின எழுத்தாளர்' போன்ற பகுதியை அவர் தனியாகவும் வெளியிட்டிருக்கிறார்.

நூலாகவே எழுதி வெளியிட்ட மீனாட்சிசுந்தரம் பிள்ளை வரலாறு தவிர, உ.வே.சா.வின் மற்றொரு ஆசிரியர் எனத்தக்க தியாகராச செட்டியாரின் வரலாற்றையும், கனம் கிருஷ்ணையர்,

---

2. உ.வே. சாமிநாதையர், ஸ்ரீ மீனாட்சிசுந்தரம் பிள்ளையவர்கள் சரித்திரம், சென்னை, 1933, ப. xix.

கோபாலகிருஷ்ண பாரதியார், மகாவைத்தியநாதையர் ஆகிய இசை விற்பன்னர்களின் வரலாற்றையும் *கலைமகளில்* தொடராக எழுதிப் பின்பு தனி நூல்களாகவும் வெளியிட்டார். இவ்வாறு தனி வாழ்க்கை வரலாற்று நூல்களாக எழுதியதோடு, தமக்குத் தொடர்புடைய பல பெருமக்களின் வரலாற்றையும் கட்டுரை வடிவில் எழுதினார். பூண்டி அரங்கநாத முதலியார், சேஷையா சாஸ்திரி, பொன்னம்பலம் இராமநாதன், வி. கிருஷ்ணசாமி ஐயர், மணி ஐயர் (எஸ். சுப்பிரமணிய ஐயர்), வேங்கடராம பாகவதர், அனந்தராம ஐயர், பெரிய வைத்தியநாதையர் ஆகியோர் பற்றிய கட்டுரைகள் இத்தகையவை.

இவர்களில் பலருடைய வரலாற்றை உ.வே.சா. எழுதியிரா விட்டால் அவர்களைப் பற்றி எந்தத் தகவலுமே தெரியாமல் போயிருக்கும் என்பது கவனத்தில் கொள்ள வேண்டிய உண்மை. கோபாலகிருஷ்ண பாரதி, தியாகராச செட்டியார் முதலானோர் பற்றி இவர் எழுதவில்லை என்றால் அவர்களைப் பற்றித் தமிழுலகம் ஒன்றுமே அறியாமல்போயிருக்கும். இக்காரணம் பற்றியே 'என் சரித்திரம்' எழுதுவதினும் வித்துவான் தியாகராச செட்டியார் வரலாற்றை எழுதுவதில் தம் இறுதிநாளில் உ.வே.சா. முனைப்பு காட்டியிருக்கிறார். சேலம் இராமசாமி முதலியார் பற்றி அவர் எழுதாமல் போனது எவ்வளவு பெரிய இழப்பு என்பதை இன்று உணர முடிகிறது. பூண்டி அரங்கநாத முதலியார், சேஷையா சாஸ்திரி, பொன்னம்பலம் இராமநாதன், வி. கிருஷ்ணசாமி ஐயர், மணி ஐயர் முதலானோர் பற்றி ஆங்கிலத்தில் நூல்கள் உண்டென்றாலும் அவர்களின் தமிழ் சார்ந்த பங்களிப்புகள் பற்றி அவற்றில் அதிகம் இல்லை.

மேலும், குமரகுருபரர், சிவஞான முனிவர், முத்துசாமி தீக்ஷிதர் போன்ற அவர் காலத்துக்கு முந்திய பெருமக்களைப் பற்றிய வழக்காறுகளையும் உ.வே.சா. தொகுத்து எழுதியிருக் கிறார். இன்றைக்கு இரண்டேகால் நூற்றாண்டுக்கும் மேற்பட்டவ ரான சிவஞான முனிவர் இவர் காலத்திற்கு இரண்டு மூன்று தலைமுறைகளே முன்னவர் என்பதைக் கருதும்போது செவிவழிச் செய்திகள் கூடுதல் நம்பகத்தன்மை உடையவை எனக் கொள்ள இடமுண்டு. 'எங்கள் பாவம் எங்கள் பாவம் எங்கள் பாவம் ஈசனே' என்னும் பாடல் எழுந்த கதை அக்கால மடங்கள் பற்றிய அரிய, சுவையான பதிவாகும்.

'இசையில் அதிகப் பழக்கம் வைத்துக்கொண்டால் இலக்கண இலக்கியத்தில் தீவிரமாகப் புத்தி செல்லாது' என்று மீனாட்சிசுந்தரம் பிள்ளை அறிவுறுத்தியவுடன் கோபால கிருஷ்ண பாரதியிடம் இசை பயின்றுவந்ததை உ.வே.சா. கைவிட்டாரெனினும், அவர் வாழ்நாள் முழுவதும் இசை

ஈடுபாடு அவரை விடவில்லை. அவர் எழுத்து நெடுகவும் இசையின் அதிர்வுகளைக் கேட்கலாம். மாணவர்களுக்குப் பயிற்றுவிக்கும்பொழுது செய்யுள்களை இசையுடன் பாடி வகுப்பெடுக்கும் வழக்கம் அவருக்கு இருந்துள்ளது. இசை சார்ந்த உருவகங்கள் அவர் கட்டுரைகளில் இறைந்துகிடக்கின்றன. மொழி அமைதியையும் சுருதி சுத்தத்தையும் இணைத்துக்காட்டும் *'எது தமிழ்?'* கட்டுரை இங்கு நினைக்கத்தக்கது. கர்நாடக இசையாகக் கட்டமைக்கப்படுவதற்கு முன்பு தமிழகத்தில் சாஸ்திரிய சங்கீதம் பற்றிய விரிவான பதிவுகளை உ.வே. சாமிநாதையரிடம் அன்றி வேறு யாரிடமும் காணவியலும் என்று சொல்ல முடியாது.

பலப்பல தலபுராணங்களைப் பாடியவரிடம் பாடம் பயின்ற உ.வே.சா. பல்வேறு ஊர்களைப் பற்றி எழுதிய கட்டுரைகளும் சுவையானவை. புராணம் சார்ந்த தலச்சிறப்புகளோடு வேறு பல செய்திகளையும் தொகுத்துச் சொல்வது ஊர்கள் பற்றிய உ.வே.சா. கட்டுரைகளின் பாங்காகும். இந்த வகையில் அரியிலூர், உடையார்பாளையம், திருமலைராயன்பட்டினம், கும்பகோணம், பெரும்புலியூர் ஆகியவற்றின் பதிவுகள் அமைந்திருக்கின்றன.

பெர்லினில் தமிழறிஞராக விளங்கிய டாக்டர் ஹ. பைதான் என்பவருக்கு உ.வே.சா.வின் எழுத்தைப் படித்ததும் கும்பகோணம் ஞாபகம் வந்திருக்கிறது.[3] உ.வே.சா.வுக்கு பெர்லினிலிருந்து அவர் எழுதிய கடிதம் (25–8–1939) சுவையானது. (இந்தக் கடிதம் ஜூலியன் வின்சோன் பற்றிய 'கடல் கடந்து வந்த தமிழ்' கட்டுரையோடு ஒத்து எண்ணத்தக்கது.)

> *கலைமகள்* என்னும் சஞ்சிகையின் ஒரு சந்தாதார் நான். வாசிக்கையில் எப்பொழுதும் நீங்கள் எழுதியிருக்கிற உரைகளை முதலிலே எதிர்பார்த்திருக்கிறேன். அதினால் எனக்கு அளவிறந்த சந்தோஷம் உண்டாகும். உங்கள் பெயரைப் பார்த்தால் கும்பகோணம் காவேரி பச்சையுள்ள கரை[யி]ன் படம் என் கண்ணுக்கு முன் தோன்றுகிறது. ... ரெயில்வேய் ஸ்டேஷன் அப்புறமிருக்கிற 'கழுதைத் தோப்பு' என்று சொல்லப்பட்ட இடம் எனக்கு 'அஷ்ரமாக' இருந்தது (நான் அந்தக் காலத்தில் கலியாணமில்லாத துறவி). ஜெர்மன் மிஷனில் கிறிஸ்தவகுரு வேலை செய்தவன். காலிட்ஜில் திருவிழா கொண்டாடப்பட்டபோது நானும் வரவழைக்கப்பட்டுச் சில சமயங்களில் அங்கே போயிருந்தேன். ...நீங்கள்

---

3. இக்கட்டுரையில் சுட்டப்படும் கடிதங்கள் அனைத்தும் சென்னை உ.வே. சாமிநாதையர் நூல்நிலையத்தில் பேணப்பட்டுவரும் கடிதக் கருவூலத்தில் பார்வையிடப்பட்டவை.

கும்பகோணத்தில் இருக்கிற சமணர்களைப் பற்றி எழுதின உரை எனக்கு அதிக சிரிப்பு உண்டாக்கினது. சமணர்களிலும் ஒருவர் எனக்கு முகம் தெரிந்தவர்; அவர் கர்ணம் (surveyor). நான் மகாமகம் குளத்தின் சமீபத்தில் ஒரு பள்ளிக்கூடத்தை ஸ்தாபித்தப்போது அவரோடு பழகினேன்; வெகு யோக்கியன். அந்தக் காலத்தில் நான் கும்பகோணம் என்னும் மொழியின் மர்மமான அர்த்தத்தையும் தெரியவந்தேன். மாயவரம் பிள்ளை என்னும் ஒரு போக்கிரிப் பிள்ளையும் (பெயர்போனவன்) ஒரு பிராமணக் கிழவனும் எனக்கு இவ்விஷயத்தில் குருவாக விளங்கினார், தக்ஷிணமும் சம்பளமும் இன்றி! பார்ப்பான் எனிடத்தில் 50 ரூ வாங்கிச் செய்ய வேண்டியவைச் செய்யாமல் மறைந்து அருளினார், பலவிதமான வாத்தியங்கள் முழங்காமலும் பூ சொரியாமலும் மறைந்துவிட்டருளினாரே! அப்போது தெரிய வந்துவிட்டது எனக்கு கும்பகோணம் என்னும் மொழியின் அர்த்தம்! ஆயினும் இது ஹாஸ்யமாக மட்டும் சொல்லுகிறேன். Peccator intra muros et extra! எந்த ஊரிலும் போல் கும்பகோணத்திலும் நல்லவரும் உண்டு, நல்லவரோடுக் கெட்டவரும் கலந்திருக்கிறார்கள். அது நிற்க!

செவிவழிச் செய்திகளின்மூலம் தம் ஆய்வுகளுக்குத் தகவல்கள் திரட்டியவர் உ.வே.சா. கர்ண பரம்பரையாக (செவிவழியாக) வழங்கிவந்த கதைகளையும் உ.வே.சா. சுவைபட விவரிக்கிறார். 'பொன் காத்த கிழவி', 'அன்னம் படைத்த வயல்', 'மல்லரை வென்ற மாங்குடியார்', 'அம்பலப்புளி' போன்றவை இத்தன்மையானவை. சுவையான கதைப் போக்குடையவையாக இருக்கும் இந்த விவரிப்புகளைப் போலவே தம்முடைய வாழ்வில் நிகழ்ந்தவற்றையும் உ.வே.சா. கட்டுரைப்படுத்தியிருக்கிறார். 'அழைத்த காரணம்', 'அப்படிச் சொல்லலாமா?' முதலான கட்டுரைகள் இதற்கு எடுத்துக்காட்டுகள். 'இருந்தமிழே உன்னால் இருந்தேன்; இமையோர் விருந்தமிழ்தம் என்றாலும் வேண்டேன்' என்ற விழுமிய வரிகளைக் கொண்ட 'தமிழ் விடு தூது' நூலின் ஓலைப்பிரதி எப்படிக் கிடைத்தது என்று உ.வே.சா. விவரிக்கும் 'இன்னும் அறியேன்' கட்டுரை இத்தகைய விவரிப்புக்குச் சிறந்த உதாரணம். முற்காலத்துத் தனிப்பாடல்கள் சில எழுந்த சூழலை விவரிக்கும் முகமாகவும் இருபது கட்டுரைகளுக்கு மேல் அமைந்துள்ளன. 'நெருப்பு வட்டமான நிலா' என்ற ஈற்றடியையுடைய 'பிச்சைப் பாட்'டை யார்தான் மறக்க முடியும். தனிப்பாடல் திரட்டை முதன்முதலில் தொகுத்த சந்திரசேகர

கவிராஜ பண்டிதருக்கு இதைவிடச் சிறந்த நினைவுச் சின்னம் இருக்க முடியுமா?

”

இந்தக் கட்டுரைகளெல்லாம் அக்கால வெகுசனப் பத்திரிகைகளி லேயே வெளிவந்திருக்கின்றன. பெரும்புலவரான உ.வே.சா. ‘தமிழ்ப் பொழில்’, ‘செந்தமிழ்ச் செல்வி’ போன்ற புலமை இதழ்களில் எழுதவில்லை என்பது முக்கியமான செய்தி. விதிவிலக்காகச் ‘செந்தமி’ழில் மட்டும் இரண்டொரு கட்டுரைகளும் ஒரு மதிப்புரையும் வெளிவந்துள்ளன. ‘வியாசம்’, ‘வசன காவியம்’ என்று பலவாறாகச் சுட்டப்பட்டுவந்த ஓர் இலக்கிய வகைமை, ‘கட்டுரை’ என்னும் வடிவமெடுத்தது 1920க்குப் பிந்திய காலத்திலாகும். தமிழில் சிறுகதை வடிவம் நிலைபெற்ற காலமும் இதுவே. இலக்கியக் கட்டுரை, சிறுகதை ஆகிய வடிவங்களுக்கு நெருக்கமான ஒரு சொல்முறையினை உ.வே.சா. தன் கட்டுரைகளில் கையாண்டுள்ளார். கட்டுரைத் தலைப்புகளே ஓர் ஈர்ப்பைத் தருவனவாக, வாசகரைப் பிரதிக்குள் இழுப்பனவாக அமைந்திருப்பதைக் காண முடிகின்றது. கட்டுரையின் மையமான ஒரு தொடரையே மேற்கோள் குறிக்குள் கட்டுரைத் தலைப்பாகப் பலமுறை அவர் அமைத்திருக்கிறார். இலக்கியச் செழுமையோடு அமையும் தலைப்புகளும் பல உள்ளன. நிலவொளியில் முல்லைப்பாட்டை இனங்கண்டதை விவரிக்கும், ‘நிலவில் மலர்ந்த முல்லை’ என்னும் முரண்அணி துலங்கும் தலைப்பையும், பூக்களை நிரல்படுத்தும் குறிஞ்சிப் பாட்டின் வரிகளைக் கண்டெடுத்ததைப் பற்றிய ‘உதிர்ந்த மலர்கள்’ என்னும் தலைப்பையும் எவரும் மறக்க முடியுமா என்ன? அவை உதிரா மலர்கள் அல்லவா? ‘கிர்ர்ரனி’, ‘டிங்கினானே!’ என்னும் விளையாட்டான தலைப்புகளை ஒரு முதுபெரும் அறிஞர் கையாளும்பொழுது வாசகர்கள் உடனே அதில் கவனம் செலுத்தினால் பிழை சொல்ல முடியுமா?

உ.வே.சா.வின் நுவல்முறை நாடகத் தன்மையோடு அமைந்திருப்பதும் அவர் கட்டுரைகளின் வெற்றிக்கு ஒரு காரணம். பொருத்தமும் சுவையும் மிக்க கட்டுரைத் தலைப்பு, பெரும்பாலும் ஆவலைத் தூண்டும் செய்தியுடனோ பின்னணிப் பீடிகையுடனோ கூடிய தொடக்கத்திற்கு வாசகரை இட்டுச் செல்கிறது. மெல்லக் கதையின் முடிச்சவிழ்ந்து, முத்தாய்ப்புடன் முடிகின்றது. கட்டுரையை எங்கே முடிக்க வேண்டும் என்று பெரும்பாலும் தெரிந்தவராகவே உ.வே.சா. இருக்கிறார்.

தமிழ்ப் புலவர்களுக்கு நகைச்சுவை உணர்வு இல்லை என்பார்கள். உ.வே.சா.வுக்கு அமர்த்தலான நகைச்சுவை

கைவரும் என்பதற்குப் 'பங்கா இழுத்த பாவலர்' ஒரு புகழ்பெற்ற உதாரணம்.

கட்டுரைகளின் ஈர்ப்புக்கு மற்றொரு காரணம், அவற்றில் உ.வே.சா. 'தான் கலந்து' இருப்பது. உ.வே.சா.வின் சாதனைகளை மனத்தில் இருத்திப் படிக்கும் வாசகருக்கு, அவருடைய கட்டுரைகள் பல செய்திகளைத் தெளிவுபடுத்துவதோடு, கட்டுரைகளுக்குச் செறிவையும் ஆழத்தையும் கனத்தையும் நம்பகத்தன்மையையும் தருகின்றன. நூலறிவே புலமை என்று கருதப்படும் மரபில் அதனைக் கடந்து கள ஆய்வைச் செய்தவர் உ.வே.சா. செவிவழிச் செய்திகளைப் புறக்கணிக்காத பாங்கினை மேலே சுட்டினோம். களஆய்வின் பதிவுகள் சுவையான கட்டுரைகளாகியிருக்கின்றன. 'கும்மாயம்', 'செண்டலங்காரர்', 'இடையன் எறிந்த மரம்', 'கள்ளனும் புலியும்' போன்ற கதைக்கட்டுரைகள் உ.வே.சா. என்னும் பெரும் பதிப்பாசிரியர் எழுதியதனாலேயே முழுப் பொருள் பெறுகின்றன.

செவிவழிச் செய்திகளும் கள ஆய்வுச் செய்திகளும் உ.வே. சா.வுக்குத் தற்செயலாக வாய்க்கவில்லை. மிகுந்த ஓர்மையுடனும் தன்னுணர்வுடனுமே இவற்றை அவர் தொகுத்துள்ளார்.

> கும்பகோணத்தில் நான் இருந்த காலத்தில் ஒரு முறை திருவையாற்றில் நடைபெறும் ஸப்தஸ்தான உத்ஸவத்திற்குப் போக வேண்டுமென்ற விருப்பம் எனக்கு உண்டாயிற்று... ஸப்தஸ்தானத்திற்கு முதல்நாள் நான் புறப்பட்டேன். ஐயம்பேட்டை என்னும் ரயில்வே ஸ்டேஷனில் இறங்கிக் காவிரிக்கரை மார்க்கமாகச் சென்றேன். இடையிலேயுள்ள ஸ்தலங்களில் சில நேரம் தங்கி அந்தஅந்த ஸ்தல சம்பந்தமான விஷயங்களை விசாரித்து நன்கு தெரிந்துகொண்டேன். எந்த ஊருக்குப் போனாலும் அவ்வூரில் இருந்த புலவர்கள் பிரபுக்கள் முதலியவர்கள் வரலாறுகளையும் சரித்திரம் புராணம் என்பவற்றையும் கர்ண பரம்பரைச் செய்திகளையும் விசாரித்துத் தொகுப்பது வழக்கம். இதனால் பல நாளாகத் தெரியாமலிருந்த அரிய விஷயங்கள் மிக எளிதில் விளங்கியதுண்டு. ('அன்னம் படைத்த வயல்')

உ.வே.சா.வின் கடிதப் போக்குவரத்தைக் கவனிக்கும் பொழுது கடிதங்கள்வாயிலாகவும் அவர் ஏராளமான செய்திகளை திரட்டியுள்ளது தெரிகிறது.

...

உ.வே.சா.வின் கட்டுரைகளில் ஏறத்தாழ ஒரு நூற்றாண்டுத் தமிழகச் சமூகமும் அச்சமூகத்தின் மாற்றங்களும் பதிவாகி,

முக்கிய வரலாற்று ஆதாரங்களாக விளங்குகின்றன. முதல் பகுதியில் விவரித்ததுபோல் உ.வே.சா.வுக்கு அமைந்த வாழ்வு, வளம், காலம், ஆற்றல் ஆகியவை வேறு எவருக்கும் வாய்க்க வில்லை. உ.வே.சா. தம் சுயசரிதையை எழுதத் தயங்கியபொழுது டி.கே.சி.யும் கல்கியும், 'தங்களுடைய சுயசரித்திரம் என்றால், அது தமிழ்நாட்டின் எண்பது வருஷத்துச் சரித்திரமாக அல்லவா இருக்கும்?' என்று வற்புறுத்தி, 'ஆனந்த விகட'னில் எழுதவைத்தது இதனால்தான். இவ்வாறு அவர்கள் வலியுறுத்தியதற்குக் காரணமாக அமைந்தது அவர் எழுதிவந்த கட்டுரைகளேயாகும். இந்த நோக்கமே உ.வே.சா.வின் கட்டுரைகளில் ஓர்மையோடும் ஓர்மையில்லாமலும் அடியோட்டமாக அமைந்திருக்கிறது. நவீனத்துவத்தை எதிர்கொண்ட இந்திய / தமிழ் மனம், நாம் எதையோ இழந்துவிட்டோம் / இழந்துவருகிறோம் என்னும் கவலையினையும் அச்சத்தையும் கொண்டது. உ.வே.சா.வின் பதிவுகள் இவ்வுணர்வுகளைப் பொதிந்துவைத்திருப்பதோடு, அவ்வுணர்வுகளுக்குத் தீனியும் போடுகின்றன. (கட்டுரைகளில் இடம்பெறும் அடிக்குறிப்புகள் வழக்கிழந்துபோன சொற்களையும் தொடர்களையும் ஒழுகலாறுகளையும் விளக்குவனவாக இருப்பதும் இதனால்தான்.) இதன் காரணமாகவே அவருடைய எழுத்துகளிலெல்லாம் 'அந்தக் காலம் x இந்தக் காலம்' என்னும் இருமை தொடர்ந்து தொழிற்படுவதைக் காண முடிகின்றது.

> 'பிள்ளைகளுக்கும் பெண்களுக்கும் இளம் பருவத்திலேயே கல்யாணம் செய்துவிடும் வழக்கம் **அக்காலத்தில்** அதிகமாகப் பரவியிருந்தது.'[4] *(என் சரித்திரம், ப. 113)*
>
> '**அக்காலத்தில்** நந்தன் சரித்திரம் தமிழ்நாடு முழுவதும் பரவியிருந்தது.' *(ப. 116)*
>
> 'பதினாறு வயசுடைய ஒருவன் விவாகமாகாமல் பிரமசாரியாக இருந்தால் ஏதோ பெரிய குறையுடையவனைப் போல **அக்காலத்தவர்** எண்ணினார்கள்.' *(ப. 121)*
>
> 'காலையில் காப்பி என்பது **அக்காலத்தினர்** அறியாதது.' *(ப. 125)*
>
> 'கல்யாணப் பெண்ணைக் கல்யாணத்திற்கு முன்பு பிள்ளை பார்ப்பதென்ற வழக்கம் **அக்காலத்தில்** பெரும்பாலும் இல்லை.' *(ப. 126)*

---

4. இங்கு மேற்கோள் காட்டப்படும் பகுதிகளுக்குப் பயன்படுத்தியுள்ள பதிப்பு, *என் சரித்திரம்*, உ.வே. சாமிநாதையர் நூல்நிலையம், சென்னை, 1990 (மூன்றாம் பதிப்பு).

இப்படிப் பட்டியலை நீட்டிக்கொண்டே போகலாம். 'அக்காலமும் இக்காலமும்' வேறுவேறு என்பதில் உ.வே.சா. வுக்குச் சிறிதும் ஐயமில்லை. அவருடைய சார்பு எதன் பக்கம் என்றும் சொல்ல வேண்டியதில்லை. இழந்தவை பெரியவை; விழுமியவை; சிறந்தவை. அவற்றைப் பதிவாக்கும் முயற்சியே உ.வே.சா. கட்டுரைகள். இக்காரணம் பற்றியே, தம் மனைவியின் பெயரை (மதுராம்பிகை) ஒரே ஒருமுறை மட்டுமே குறிப்பிடும் (அதனையும் பொருளடைவில் தவிர்த்து விட்டிருக்கிறார்கள் 'என் சரித்திர'த்தை வெளியிட்டவர்கள்!) உ.வே.சா., தம் திருமண நிகழ்ச்சியை, ஓர் இனவரைவியலாளரே தோற்றுவிடும் அளவுக்கு, ஓர் இயல் முழுவதும் விவரிக்கிறார்.

உ.வே.சா.வின் 'அக்காலம்' ஒரு பொற்காலமாகும். தமது பூர்வீக ஊரான உத்தமதானபுரம் பற்றிய அவரது விவரிப்பு வருமாறு:

உத்தமதானபுரத்தில் தச்சர், கொல்லர், தட்டார், வலைஞர், நாவிதர், வண்ணார் என்பவர்களுக்கும் மான்யங்களுண்டு. அவர்கள் அவற்றை அனுபவித்துக் கொண்டு தத்தம் வேலைகளை ஒழுங்காகப் பார்த்து வந்தார்கள் . . .

மூப்பச் சாதியார் முதலிய குடியானவர்களிற் பலர் அந்தணர்களுடைய நிலங்களைக் கவனித்துக் கொண்டு அவர்களுடைய மனைக் கட்டுகளில் குடியிருந்துவந்தனர். அவர்கள் அந்த நிலங்களைக் கண்ணுங் கருத்துமாகப் பாதுகாத்துவந்தார்கள். தம் யஜமானர் வீடுகளில் அவசியமான வேலைகளை யும் குறைவின்றிச் செய்துவந்தனர். இவற்றிற்காக அவர்களுக்கு அந்தணர்கள் எல்லா வசதிகளையும் கொடுத்து ஒரு கவலையும் ஏற்படாமல் பார்த்து வந்தார்கள். அதனால் அவர்கள் அடைந்த திருப்தி பெரிதாக இருந்தது. அவர்கள் வஞ்சமின்றிப் பாடு பட்டனர். நிலத்தின் சொந்தக்காரரைவிட அவர்களுக்கே பூமியில் சிரத்தை அதிகமாக இருந்தது. இரு சாராரும் மனவொற்றுமையும் அன்பும் உடையவர்களாகி ஒருவருக்கொருவர் இன்றியமையாத நிலையில் வாழ்ந்துவந்தனர். ('என் சரித்திரம்', ப. 6, 7)

சமூக முரண்பாடுகள் பற்றிய பாலபாடங்களுக்கு முற்றிலும் மாறான இவ்வகைச் சித்தரிப்புகளே உ.வே.சா.வின் 'அக்காலம்' என்பதைக் கட்டமைக்கின்றன. பெரிதும் சமூகத்தின் மேலடுக்கு களையே சார்ந்த தமிழ் வாசக மனத்திற்கு இது மிக உவப்பான தாக இருந்திருக்கின்றது.

தமிழ்ச் சமூக வரலாற்றுக்கு உ.வே.சா.வின் சித்தரிப்பு களை ஆதாரமாகக் கொள்வது பற்றிச் சில விமரிசனங்கள் அண்மையில் எழுந்துள்ளன. உ.வே.சா.வின் சித்தரிப்புகளை மெய்ம்மையின் நேர்ப் பிரதிபலிப்பாகக் கொண்டால் சிக்கல்தான். எந்தவோர் ஆதாரத்தையும் அதன் சூழலில் பொருத்தி, அதன் சொல்லாடலின் இலக்கணத்துக்கேற்பவே பயன்படுத்த வேண்டும். உ.வே.சா.வின் நோக்கங்களுக்கு மாறாக, பிரதிலோமமாக (reading against the grain) வாசித்தால் மிக அதிக வரலாற்றுப் பயன் உண்டு.

தம் மனைவியின் பெயரை ஒரே ஒரு முறை மட்டுமே குறிப்பிடும் உ.வே.சா., தம் தந்தையைப் பலப்பல இடங் களில் குறிப்பிடுகிறார். உ.வே.சா.வின் 'சுயம்' எவ்வாறு கட்டமைக்கப்படுகின்றது என்பதை இதன் மூலம் ஆய்வது பயன் தரும். மீனாட்சிசுந்தரம் பிள்ளை சரித்திரத்தில் அவருடைய மனைவியை இருமுறை மட்டுமே குறிப்பிடும் அதே உ.வே.சா.தான் வீட்டைவிட்டு வெளியே வராத ஒரு சமண மூதாட்டியிடம், வாயிலிலிருந்தவாறே 'பவ்ய ஜீவன்' என்னும் சமணக் கருத்தாக்கத்தின் தத்துவ விளக்கத்தைப் பெறுவதையும் பதிவுசெய்கிறார்.

'ஹரதத்தரின் சிவபக்தி' என்னும் கட்டுரையில் ஒரு நிகழ்ச்சியை உ.வே.சா. பதிவுசெய்கிறார். ஒரு நாள் திருவிடைமருதூர் ஆலயத்திற்குள் நுழையும்பொழுது,

ஒரு பெண்ணின் அழுகுரல் கேட்டது. 'இல்லை; இனிமேல் இல்லை' என்று அவள் சொல்லிச்சொல்லி அழுதாள்... ஆலய வாசலின் ஒரு பக்கத்தில் அந்த ஆலயத்தைச் சேர்ந்த உருத்திர கணிகையர் சிலரை ஆலய மணியகாரர் தண்டித்துக் கொண்டிருந்தார். முதலில் ஒருத்திக்கு அண்ணாந்தாள் பூட்டி அவள் முதுகில் கல்லை ஏற்றிக் கையில் பிரம்புடன் அவளைப் பயமுறுத்திக் கொண்டிருந்தார். கணிகையோ தண்டனையைத் தாங்க முடியாமல் கதறினாள்.

விசாரித்ததில், கோயில் கைங்கர்யங்களில் தவறியதற்காகத் தேவரடியாள்களுக்குத் தண்டனை தரப்படுவதை அறிந்தார். அதைக் கேட்டதும் ஹரதத்தர் விம்மிவிம்மி அழத்தொடங்கிவிட்டார். சுற்றியிருந்தோர், அத்தாசிகள் கடமை தவறியதற்கு ஹரதத்தரே காரணம் என்று நினைத்து, எந்தப் புற்றில் எந்த பாம்பு இருக்குமோ என்று உச்சுக்கொட்டுகின்றனர். பிறகுதான் 'பரமேசுவரனது கைங்கரியத்தைச் சரியாகச் செய்யவில்லை என்று நம்மையும் தண்டித்து ஈசுவர கைங்கரியத்திலிருந்து மாறாமல் இருக்கும்படி

செய்பவர்கள் இல்லையே என்றுதான் துக்கித்தேன்' என்று அவர் விளக்குகிறார். ஹரதத்தரின் சிவபக்திக்குச் சான்றாக உ.வே.சா. எழுதிய கட்டுரையில் அக்காலத்தில் கோயில் தேவரடியார்கள் நடத்தப்பட்ட முறையும், சித்ரவதைக் கருவிகளும் தண்டனையும், அதைக் கோயில் பக்தர்கள் அன்றாட வாடிக்கையாகச் சலனமின்றி எடுத்துக்கொண்டதும் வெளிப்படுகின்றன.

இவ்வாறு உ.வே.சா.வின் கட்டுரைகளை மீள நோக்குவது பயன்தரும். அவர் கூறுவதை அப்படியே ஏற்றுக்கொள்ளத் தேவையுமில்லை.

†

கல்லூரிப் பணியிலிருந்து 1919இல் உ.வே.சா. ஓய்வுபெற்றார். அதற்கடுத்த சில ஆண்டுகளில் அவருடைய பெரும் பதிப்புப்பணிகள் முடிவுற்றன. 1924இல் வெளியான பெருங்கதைக்குப் பிறகு பெரிதும் சிற்றிலக்கிய நூல்களை வெளியிடுவதிலேயே அவருடைய கவனம் சென்றது. இதற்குப் பிறகான காலகட்டத்தில்தான் தமிழகத்தில் பத்திரிகைகள் வெகுசனத் தன்மை அடைந்து, விரிவான சுற்றெண் பெற்றுவரலாயின. பத்தாயிரக்கணக்கில் தமிழ் இதழ்கள் விற்பனையானது சட்டமறுப்பு இயக்கக் காலமான 1920களின் கடைசியிலிருந்துதான். இவ்விரிவாக்கத்தோடு, தொழில்நுட்ப வளர்ச்சியால் 'ஆப்டோன்' அச்சுக்கட்டைகளும் பரவலாகி, மலிவானபொழுது இந்தப் பத்திரிகைகள் தீபாவளி, பொங்கல் மற்றும் ஆண்டு மலர்கள் வெளியிடலாயின. கௌரவமான பிரமுகர்களிடம் கட்டுரை பெற்று வெளியிடுவதும் பெருவழக்கானது. இந்தச் சூழலில்தான் உ.வே.சா. ஏராளமான கட்டுரைகள் எழுதத் தொடங்குகிறார். 1926 வரை நான்கைந்து கட்டுரைகள் மட்டுமே எழுதியிருந்த உ.வே.சா., அதன் பிறகு 160க்கும் மேற்பட்ட கட்டுரைகளை வரைந்திருக்கிறார். 1927க்குப் பிறகு சராசரியாக மாதத்திற்கு ஒரு கட்டுரை எழுதியிருக்கிறார்.

1932இல் தொடங்கப்பட்ட *கலைமகள்* ஒவ்வோர் இதழிலும் உ.வே.சா.வின் எழுத்தையோ பதிப்பையோ தாங்கிவருவதெனக் கங்கணம் கட்டியிருந்ததெனலாம். அவருடைய கட்டுரை இடம்பெறாத சிறப்பு மலர்களே இல்லையென்ற நிலை 1930களில் ஏற்பட்டு விட்டது. ஆனந்த விகடன், தினமணி, சுதேசமித்திரன், ஜெயபாரதி, ஹனுமான், தனவணிகன் முதலான இதழ்களின் மலர்களில் உ.வே.சா.வின் கட்டுரைகள் வெளிவந்தன. 1932 முதல் அவருடைய கட்டுரை இடம்பெறாத ஆனந்த விகடன் தீபாவளி மலர் ஒன்று மட்டுமே. உ.வே.சா.வின் மாணவர் எனத்தக்க பா. தாவூத் ஷா தம்முடைய 'தாருல் இஸ்லாம்'

மலருக்குக் கட்டுரை பெற்று வெளியிட்டிருக்கிறார். பர்மாவில் *தனவணிகன்* இதழை நடத்திவந்த ஏ.கே. செட்டியார் அவரிடம் விரும்பிக் கேட்டு 'தமிழ்நாட்டு வணிகர்' என்ற கட்டுரையை வெளியிட்டிருக்கிறார். டி.கே.சி., கல்கி ஆகிய இருவரும் நேரில் சென்று வற்புறுத்தியதன் பேரிலேயே உ.வே.சா., *1940* முதல் *ஆனந்த விகடனில்* தம் சுயசரிதையை எழுதத் தலைப்பட்டார்.

ஏராளமான இதழ்கள் உ.வே.சா. கட்டுரைகளை விரும்பி வெளியிட விழைந்துள்ளன. எல்லாவற்றுக்கும் கட்டுரை அனுப்பும் சூழலும் நேரமும் அவருக்கு வாய்க்கவில்லை. *கலைவாணி (1941)*, *தியாக பூமி (1938)*, *மதுர மித்திரன் (1939)*, *இந்திரா (1941)* முதலான இதழ்களுக்கு எழுத இயலாமைக்குப் பதில் கடிதம் விடுத்திருக்கிறார்.

சில சமயங்களில் அனுப்பிய கட்டுரை தவறியும் போயிருக்கிறது. *1935*இல் பிரதிவாதி பயங்கரம் அண்ணங்கராசாரியரின் இதழுக்கு உ.வே.சா. எழுதி அனுப்பிய கட்டுரை 'தெளர்பாக்கியத்தினால்' கைதவறியிருக்கிறது. அப்படியும் அண்ணங்கராசாரியர் துணிந்து 'இம்மாதத்து சஞ்சிகையில் வெளியிடுவதற்கு உரியதாகவும் சிறிது விரிவாகவும் தாங்கள் ஒரு வியாஸம் அவசியம் அநுக்ரஹிக்க வேணும்' என்று செப்டம்பர் *1936*இல் கேட்டிருக்கிறார். அவ்வளவு பெரிய அறிஞருக்கே உ.வே.சா.வால் கட்டுரை எழுதியனுப்ப முடியாமல் போயிருக்கிறது.

‡

உ.வே.சா.வின் கட்டுரைகள் வெளிவந்தபோது அவை தமிழ் வாசகர்களிடம் பெரும் வரவேற்பைப் பெற்றிருக்கின்றன. உ.வே.சா. வுக்கு வந்த கடிதங்கள் காணாததைக் கண்ட உணர்வை வெளிப்படுத்துகின்றன. உற்சாகம் கொப்புளிக்கும் கடிதங்கள் சரமாரியாக அவரை வந்து அடைந்திருக்கின்றன.

உ.வே.சா.வின் மாணவரும் மகாபாரதத்தின் முழுத் தமிழாக்கத்தைப் பதிப்பித்தவருமாகிய ம.வீ. இராமாநுஜாசாரியர், அவர்கள் '*கலைமகளிலும் ஆனந்த விகடனிலும்* எழுதிவருகிற விஷயங்கள் தமிழுலகத்திற்கு ஒரு நல் பெருவிருந்தாக இருக்கின்றன. அவை வந்தவுடன், ஸ்ரீமத் ஐயர் அவர்கள் எழுதுகிற விஷயங்களைப் படித்துத்தான் கீழே வைக்கிறது. பின் அவை பல இடங்களுக்குப் போய் அவரவர்கள் தாகத்தைத் தீர்த்துவிட்டுத் திரும்பி வருகின்றன' *(13–2–1940)* என்று எழுதுகிறார்.

கட்டுரைகளின் வாசிப்புச் சுவையைப் பற்றி 'தங்கள் அனுபவ கதாஸரித்ஸாகரத்தில் இன்ப நீராடுகிறேன். கதையுலகிற்கே

தாங்கள் ஒரு புதிய வழிகாட்டுகிறீர்கள். தங்கள் சுயசரிதம் வெளிவரும் நாளை ஆவலாக எதிர்பார்க்கிறேன்' என்று பலபடப் பாராட்டுகிறார் சுத்தானந்த பாரதி *(19–4–1939)*. கதாசரித்சாகரம் என்ற ஒப்புமை பொருள் பெதிந்தது என்பதில் ஐயமில்லை. 'ஆனாலும் *ஆனந்த விகடனில்* 'என் சரித்திரத்தை' வாசிக்கும்போதெல்லாம் தங்களை நேரில் கண்டு உரையாடக் கேட்ட மாதிரியே இருக்கிறது. அப்படியே அனுபவிக்கவும் முடிகிறது' என்று புளகமடைந்த ரசிகமணியாகிய டி.கே. சிதம்பரநாத முதலியார் *(23–6–1940)*, 'தங்கள் புஸ்தகங்களையோ இலகுவாய் தோம்பராக் கட்டிலில் படுத்தவண்ணமாய் அனுபவித்து வாசித்துக்கொண்டே போகலாம்' என்கிறார் *(10–8–1936)*.

வி. கிருஷ்ணஸ்வாமி ஐயரின் மகனும் எழுத்தாளருமாகிய கி. சந்திரசேகரனின் உற்சாக வெளிப்பாடு *(7–9–40)* தொடரமைப்பு மயக்கத்துடன் பின்வருமாறு அமைந்திருக்கிறது.

> விஷயத்தின் அருமையும், நகைச்சுவை அங்கங்கே பதிந்து கிடப்பதினால் வாசிக்கும்பொழுதே ஓர்வித அபூர்வ உணர்ச்சியும், மற்றும் தமிழ் ஆராய்ச்சியின் பயனும், தாய் பாஷையின் வளமும் தங்கள் நினைவு களில் காணப்படுவது போல் எங்கும் காணப்படாது. அதிலும், தங்கள் சொல்லின் தெளிவும், விஷய பரிசீலனையில் பிழையில்லாப் பேருபகாரமும் எந்நாளும் தமிழ்நாட்டில் மறக்கவொண்ணா அதிசயமென்று சொல்வது மிகையாகாது.

உ.வே.சா.வின் கட்டுரைகள் அதுகாறும் தமிழ் அறிவுலகம் காணாத புதிய பார்வையை வழங்கியதாகப் பலர் கருதினர். உற்சாகப் பெருக்கில் எழுதிய டி.கே.சி.யின் சொற்கள் இவை *(10–8–1936)*.

> கனம் கிருஷ்ண ஐயரைப் பற்றியும் அவருடைய கீர்த்தனங்களைப் பற்றியும் தற்காலத்து சங்கீத ரசிகர்கள் அனுபவிக்கும் விதமாகக் குறிப்புக்கள் எழுதிவிட்டு முகவுரையில் குற்றங்குறைகளை உள்ளதை உள்ளபடி எழுதியிருக்கிறது தமிழுக்குப் புதிது என்றால் குற்றம் இல்லை. ஏனென்றால் தற்காலத்து ஆராய்ச்சியாளர்கள் எந்தப் புலவரைப் பற்றி எழுத நேர்ந்தாலும் சரி 'புலவர் சிகாமணி', 'கடாக்ஷ வித்வான்,' 'தெய்வப் புலவர்', 'புலவர் பெருமான்' என்ற சொற்றொடர்களைச் சரமாரியாய்ப் பெய்து விடவேண்டியது எழுத்து தர்மம் என்று எழுதிவிடுகிறார்கள். உண்மையைச் சொல்ல வேண்டுமேயென்ற அக்கறையேயில்லை. ஆகவே அநேக தமிழ்ச் சொற்கள் பொருளற்றனவாய்ப்

போய்விட்டன. இது காரணமாகத்தான் தாங்கள் எழுதிய குறிப்பு ரொம்பப் பிரயோசனத்தைத் தருமென்று எண்ணுகிறேன்.

நந்தனார் சரித்திரமோ தற்கால சமுதாயக் கிளர்ச்சி சம்பந்தமாக வடஇந்தியாவிலுங்கூடத் தெரிந்ததாய் இருக்கிறது. கீர்த்தனைகளையும், கண்ணிகளையும் நாடகமேடையிலோ, காலக்ஷேபத்திலோ, பிச்சைக்கார னிடத்திலோ எங்கே கேட்டாலும் மனசைக் கவருதாய் இருக்கிறது. அதனாலேயே புஸ்தகத்தைப் பலரும் அனுபவிப்பார்கள். மேல் நாட்டில் இந்த மாதிரி நேர் அனுபவங்கூடிய புஸ்தகம் ஒன்று ஒரு கவி சம்பந்தமாக வந்துவிட்டால் அது ஒரு கொண்டாட்டமாய் இருக்கும். நம்மவர்களுக்கு நம்மைச் சேர்ந்தவர்கள் சம்மந்தமாக ஆர்வமும் உத்ஸாகமும் என்றைக்குத்தான் வரப்போகிறதோ தெரியவில்லை. கோபாலகிருஷ்ண பாரதியின் ஜாதகம் இது. புஸ்தகங்களில் கையாண் டிருக்கிற நடையோ சக்கரவர்த்தி ராஜகோபாலாசாரியர் அவர்கள் சொல்லுகிறது போல் தெளிவாகவும் நேர்முகமாகவும் இருக்கிறது. ஏற்படுகிற காலம் கலங்கிப்போகிறது கிடையாது. தற்காலத்து உயர்ந்த நடையென்றால் வழக்கொழிந்த சொற்களையும் புலமைத் திறத்தையும் ஒன்றாய்ப் பெய்து கலக்கி விஷயம் தெரியவொட்டாதபடி ஒரே மண்டியாய் ஆக்கிவிடுகிறதுதான்.

'தங்கள் ஜீவ்ய சரித்திரமும் தங்களா லியற்றப்பெற்ற நூல்களும் தமிழுக்காகத் தங்களுடன் கலந்துழைத்தவர்கள் அன்பு பாராட்டியவர்கள் ஆதிய பலவும் எழுதப்பெற வேண்டு மென்பது எனது விருப்பம்' என்று சிவநேசன் மாத இதழின் ஆசிரியர் பலவான்குடி இராமசாமி செட்டியார் *(6–5–1933)* எழுதியிருக்கிறார்.

இழந்துகொண்டிருக்கிற உலகத்தை மீட்டுத்தரும் ஓர் அவதாரமாக அவரைப் பலர் பார்த்திருக்கின்றனர். 'கலைமகளில் தாங்கள் எழுதிவரும் அனுபவக் கதைகளும், புதிய நூல்களும் இதன் உள்ளத்தைக் கவருகின்றன. தாங்கள் இவ்வாறு வெளியிடா விட்டால் தமிழுலகிற்கு இப்பழைய வரலாறுகளெல்லாம் இழந்த செல்வமே யாகுமன்றோ?' என்று சுத்தானந்த பாரதி *(27–3–1938)* புதுச்சேரியிலிருந்து எழுதியிருக்கிறார்.

இதன் தொடர்பில் புதுமைப்பித்தன் எழுதிய மதிப்புரை அவருடைய கூர்மையான பார்வைக்குச் சான்றாகும். உ.வே.சா.

என்ற பழமைபாராட்டிக்கும் நவீன நாகரிக மாற்றத்துக்கும் இடைப்பட்ட வெளியை அவதானித்த புதுமைப்பித்தன், உ.வே.சா.வின் கட்டுரைகள் இரண்டுக்குமான பாலம் என்று மதிப்பிடுகிறார்.

அவருடைய கட்டுரைகளைப் படித்த முன்னாள் மாணவர்கள் பழைய நினைவுகள் மீதூரக் கடிதம் எழுதியிருக்கின்றனர். 'பூண்டி அரங்கநாத முதலியார் சரிதையைக் கலைமகளிற் கண்டு களிப்புற்றேன். படிக்குங்கால் சென்னையில் பி.ஏ. கிளாசில் சிற்சிலகால் ஷை முதலியாரைப் பற்றிச் சொன்னவை நினைவுக்கு வந்து மகிழ்வூட்டின. ஷையார் குமாரர் முருகேச முதலியார் காலேஜில் படித்தனர். "சிந்தாமணி விஷயமாக முதலியார்க்கெழுதியதாகச் சொன்ன நந்தாத வான்பொருளைப் புலவோர்க்கு நயந்தளிக்கும் சிந்தாமணி' என்னும் கவியும் நினைப்புக்கு வந்தது. அந்நாட்கள் இன்பமயமாய் இருந்தன" என்று வே. முத்துஸாமி ஐயர் *(31–3–1936)* எழுதியிருக்கிறார்.

'மாணாக்கர் விளையாட்டுகள்' என்ற கட்டுரை பலரைக் கவர்ந்துள்ளது. அதைப் படித்த திருச்சி தென்னூரைச் சேர்ந்த மருத்துவர் திரு. வா. சுவாமிநாதன் *(1–1–1937)*, 'உடனே நான் தங்களிடம் படித்ததும், ஒன்றிரண்டு செய்யுட்களுக்கு புதிய அர்த்தங்கள் கொடுத்ததும், ஒரு நாள் வைணவ நாமத்துடன் வகுப்புக்கு வந்ததும் எனது ஞாபகத்திற்கு வந்தது. மகிழ்ச்சியும் அடைந்தேன். தங்களிடம் பாடம் படித்த எந்த மாணவரும் தங்களை மறக்க இயலாது' என்று எழுதியிருக்கிறார்.

ஒய்.எச். பொன்னல் என்பவர் *(21–10–1936)* எழுதிய கடிதம் பல்வேறு தரப்பு வாசகர்களையும் உ.வே.சா. கட்டுரைகள் ஈர்த்திருப்பதைக் காட்டுகிறது.

> சில நாட்களுக்கு முன் தாங்கள் அனுப்பிய தங்களுடைய பத்துப் புத்தகங்களையும், தங்களுடைய அருமையான கடிதத்தையும் வரப்பெற்று ஆநந்தித்தேன். இன்றுதான் 'நான் கண்டதும் கேட்டதும்' என்ற தங்கள் புஸ்தகத்தை வாசித்து முடித்தேன். அது இனிமையான தமிழில், கடின பதங்களின்றி, சிறுசிறு வாக்கியங்களில், வாசிப்போருக்கு இனிமை பிறக்கத்தக்க விதமாய் எழுதப்பட்டிருக்கிறது. கல்வி விஷயத்தில் தாங்கள் இந்துக்கள் கிறிஸ்தவர்கள் என்கிற பேதம் பார்க்கிறவர்கள் அல்லவென்பது அதில் தாங்கள் சவேரிநாத பிள்ளை, வேதநாயகம் பிள்ளை என்போரைப் பற்றி எழுதியிருப்பதினால் தோன்றுகிறது. மேலும் தாங்கள் செப்டெம்பர்

மாதம் நாலாம் தேதி சென்னை வாலிபர் சங்கக் கட்டடத்தில் கனம் சற்குணர் நாடார் விஷயத்தில் செய்த உபந்நியாசத்தால் தாங்கள் ஜாதிபேதம் மதபேதம் பார்க்கிறவர்கள் அல்லவென்பதைக் கண்டு கொண்டேன்.

பத்திரிகைகளில் வெளிவரவரக் கட்டுரைகளைப் படித்தவர்கள் அவை புத்தக வடிவம் பெற்றதும் மேலும் ஆர்வத்துடன் அவற்றைப் படித்துள்ளனர். 1936 தொடங்கி அடுத்தடுத்து ஏழு கட்டுரைத் தொகுப்புகள் வந்தன. கி. சந்திரசேகரன் பின்வருமாறு எழுதுகிறார் (7–9–1940).

தங்களுடைய அரிய 'நினைவு மஞ்சரி'யின் தமிழ் மணம் தனிதான் என்று என் மனத்தில் ஓர் எண்ணத்தை அது கிளப்பிவிட்டது. அதிலடங்கிய கட்டுரையில் அநேகவற்றை நான் கலைமகளில் கண்டதுண்டானாலும், மறுபடியும் புத்தக ரூபமாய் பார்க்க நேரிட்டதில் கொஞ்சம்கூட முந்தியைவிட மகிழ்ச்சி குறையவில்லை. அதிகமாயிற்றென்றுகூட சொல்லத் தயார். காரணம், தங்களுடை அழகிய எண்ணங்களும், அவைகளுக்கு அநுகுணமான வசனநடையுமென்று நான் புதிதாகச் சொல்ல வேண்டியதில்லை. நண்பர் ஸ்ரீ டி.கே. சிதம்பரநாத முதலியார் அவர்கள் அடிக்கடி சொல்லுவார். அதாவது, பத்திரிகையில் வெளிவரும் நல்ல கட்டுரையை புத்தகத்தில் பார்த்தால்தான் நம் மனதிற்கு அதின் நிஜ ஸ்வரூபம் நன்கு புலப்படும் என்று. பலநாள் வாழக்கூடிய அரிய அபிப்பிராயங்களை அவ்விதம் செய்வதாகப் பயன்படுத்திக்கொள்ள வகைப்படுகிறது.

உ.வே.சா.வின் கட்டுரைகளைப் படித்தவர்கள் சில கூடுதல் செய்திகளைத் தெரிவித்து உதவியுள்ளனர். சிலர் தவறுகளைச் சுட்டிக்காட்டியுள்ளனர். கொற்கைக்கு அருகிலுள்ள பெருங்குளத்திற்குச் சென்ற வ.சு. செங்கல்வராய பிள்ளை அங்குள்ள மூர்த்தி உக்ர பளூதீசுவரர் அல்ல, வழுதீசுரர் என்று சுட்டிக்காட்டியிருக்கிறார் (24–8–1940 கடிதம்). ஆனால் என்ன காரணம் பற்றியோ அதை உ.வே.சா. ஏற்றுக்கொள்ளவில்லை.

இதே போல் வெள்ளகால் ப. சுப்பிரமணிய முதலியார் (20–12–1940) 'கள்ளனும் புலியும்' என்ற கட்டுரையில்

'கள்ளராற் புலியை வேறல்' எனத் திருத்தக்கதேவர் பாடியிருப்பாரென்றும், பிரதி செய்வோர் 'வெல்லுதல்'

என்ற பொருளுடைய ‘வேறல்’ என்பதன் பொருளைத் தெரியாமையால் அதை ‘வேறு’ எனத் தப்பாகத் திருத்தியெழுதியிருக்கலாம் அல்லது ‘றல்’ என்பது ஒரு பிரதியெழுதுவோரால் திருத்தமாக எழுதப்படாமல், அதனை அவருக்குப் பின் பிரதியெழுதினார் ‘று’ மயங்கித் தாம் தெளிவாக ‘று’ என்றே எழுதிவிட, அதன் பின் பிரதியெழுதினவர்களெல்லாம் ‘று’ என எழுதிவந்திருக்கலாமென்றும் என் மனத்தில் தோன்றியதைத் தெரிவித்துக்கொண்டேன்

என்று எழுதியிருக்கிறார். உ.வே.சா.வின் கட்டுரைகள் அறிஞர்களால் ஊன்றிப் படிக்கப்பட்டதை இக்கடிதங்கள் காட்டுகின்றன.

அறிஞர்கள் மட்டுமல்லாமல் சாதாரண வாசகர்களும் தம் கருத்துகளை எழுதி அனுப்பியிருக்கின்றனர். அஷ்டஸகஸ்ர பிராமண வகுப்பினர் பற்றி *ஆனந்த விகட*னில் அவர் எழுதிய விரிவான பகுதியைப் படித்த ஏ. நாகராஜன் என்ற விழுப்புரம் நகராட்சிப் பள்ளிக்கூடத் தலைமையாசிரியர், ‘நந்திவாடி என்ற சிற்றூர் விழுப்புரம் தாலூகாவில் நேர்வடக்கில், செஞ்சி மார்க்கத்தில் சுமார் 12 மைலிலுள்ளது’ என்றும், அதற்கு ‘இரண்டு மூன்று மைலுக்கப்பால் எண்ணாயிரம் என்ற ஓர் சிற்றூர்... சுமார் ஆயிரம் வருஷத்துக்கு முன் சோழ அரசர்கள் காலத்தில் மிகப் பெரிய நகரமாக சிறப்புற்று விளங்கி’ற்றென்றும், ‘இந்த எண்ணாயிரம் என்ற கிராமமே பல ஆயிரக்கணக்கான பிராமணர்கள் வசித்துவந்த இடமாயிருக்க வேண்டும். தற்போதும் இதைச் சுற்றிலுமுள்ள பல அக்கிரஹாரங்களில் அஷ்டஸகஸ்ர பிராமணர்கள் வசித்துவருகிறார்கள் எனவும் தெரியவருகிறது . . . இந்த ஊரின் பெயராலேயேதான் இந்த வகுப்பினரது பெயராயிருக்கலாமோ என்று பலர் கருதுகிறார்கள்’ என்று எழுதியிருக்கிறார் (19–1–1940).

இதைப் போல் தங்கள் ஊர்ப் பெருமை பேசுப்படுவதைப் பற்றிப் பலருக்குப் பெருமிதம் உண்டாயிருக்கிறது (பிக்ஷாண்டார் கோயில் மிராசுதார் இராஜகோபால பிள்ளை கடிதம், 10–4–40).

சிலருக்கு அவர்கள் குடும்பத்தைப் பற்றி எழுதியது மகிழ்ச்சி தந்தாலும் சில மனக்குறைகளும் இருந்திருக்கின்றன. பம்பாயிலிருந்து எழுதிய (4–7–1940) ராஜாங்க சபேசன் என்பவர், ‘எனது மூதாதையரான ஸ்ரீ ராஜாங்கம் அண்ணாவையரின் வரலாற்றைப் பற்றின விஷயதானஞ் செய்தமைக்கு என் சார்பாகவும், ராஜாங்கக் குடும்பத்தின் சார்பாகவும் தங்களுக்கு வந்தனத்தை’த் தெரிவித்துக்கொண்டாலும், ‘தாங்கள் அனேக

வருஷங்களுக்குமுன் எனது பாட்டனார் ராஜாங்கம் பிரணதார்த்திஹரய்யரவர்கள் மூலமும், வேறு இடங்களிலிருந்தும் கிடைத்த தகவல்களை ஆதாரமாகக்கொண்டு எழுதியுள்ள வரலாறு, சிற்சிலவிடங்களில் மாறாக இருப்பதை'க் குறிப்பிட்டாலும், 'தங்களது திருக்கரத்தினால் இன்னும் ஒருமுறையாவது எனது குடும்பத்தைப் பற்றி ஏதேனும் ஒன்றை எழுதி அருள ப்ரார்த்திக்கின்றேன். காலங்கடந்த விருந்தாக இருந்த குடும்ப நிலையை தங்கள் கட்டுரை கண்ணுக்குமுன் நேராகக்கொண்டுவந்து காட்டுவதுபோல் இருந்தது' என்று மகிழ்ந்திருக்கிறார்.

திருவனந்தபுரம் ஆசிரியர் கல்லூரியின் விரிவுரையாளரான எஸ். முத்துக்கிருஷ்ண கரையாளர் ***(20–7–1940)***,

> தாங்கள் கலைமகள் பத்திரிகையில் வடகரை தானாதிபதி பொன்னம்பலம் பிள்ளை யவர்களைப் பற்றி எழுதிய கட்டுரைகள் அநேகத்தை வாசித்திருக்கிறேன். எனக்கு முன்னமே அவைகள் தெரியுமானாலும் தாங்கள் எழுதும்பொழுது அவைகளுக்கு ஒருவித புதுமை ஏற்படுகிறது. இன்னும் புஸ்தகத்தில் வராத அநேக கதைகள் அவரைப் பற்றிச் சொல்வதுண்டு. தங்களுக்கு அவைகளைப் பற்றிக் கேட்க ஆசை யுண்டெனில் அவைகளைப் பற்றி எழுதுவதற்கு பிரயத்தனம் செய்வேன்.

வெகுசன வாசகர்களின் வரவேற்பு ஒருபுறமிருக்க, பாடநூல்களிலும் உ.வே.சா.வின் கட்டுரைகள் மறுபதிப்பிடப்பட்டு வந்தன. அதற்குக் காரணம் இல்லாமல் இல்லை. உ.வே.சா. வின் கட்டுரைகள் நல்ல தமிழில் பயிற்சி அளிப்பதோடு மரபுவழிப்பட்ட விழுமியங்களையும் இளம்மனங்களில் புகட்டும் என்று பலர் நம்பியுள்ளனர். 'பள்ளிக்கூடத்தில் மாணாக்கர்களுக்குத் தமிழ்நாட்டைப் பற்றி நன்றாக அறியும்படி புகட்ட இம்மாதிரி 'நினைவு மஞ்சரி'யைத் தவிர வேறு சாதனம் வேண்டுமா!' என்று வியக்கிறார் கி. சந்திரசேகரன் ***(7–9–1940)***.

> பள்ளிக்கூடத்தில் வைத்திருக்கிற பாடப் புஸ்தகங்களில் தென்னிந்திய சரித்திரத்தைப் பற்றியும் புஸ்தகங்கள் உண்டு. ஆனால் மாணவர்களுக்கோ வாசிக்கிற வேறு யாருக்குமோ சரித்திர உணர்ச்சி ஒன்றும் ஏற்படுகிற தில்லை. வாழ்க்கையோடு ஒட்டிய குறிப்பு ஒன்றும் அவைகளில் இருப்பதில்லை. சிங்கத்தைக் கண்டவனைக் கண்ட அதிசயமாகத்தான் எல்லாமிருக்கும். ஆனால் தாங்கள் எழுதியிருக்கிற குறிப்புகள் எல்லாம் தங்கள்

நேர் அனுபவமாகவும் நம்மவர்களுடைய பூர்வமான இயல்பையும் ஆர்வத்தையும், திறமையையும், அறியாமையையுமே அவைகளுக்கு ஒத்த காலங்களில் வைத்து ரஸம்படக் காட்டுகிறதாகவும் இருக்கின்றன. இவைகளில்தான் உண்மையான சரித்திர உணர்ச்சி பிறக்கிறது. . . . *(10–8–1936)*

என்று டி.கே.சி. இவற்றின் கல்விப் பயனை வற்புறுத்தியிருக்கிறார்.

மேற்கண்ட காரணங்களாலும், உ.வே.சா. மதிப்புக்குரிய பிரமுகர் என்பதாலும் பாடப்புத்தகங்களில் அவருடைய கட்டுரைகளைச் சேர்க்க வேண்டும் எனப் பலர் அவரை நச்சரித்துள்ளனர். அக்காலத்தில் பாடநூல் வெளியீட்டுக் குழு என்று தனியே எதுவும் இல்லை. பாடத்திட்டக் குழு வரையறுத்த உள்ளடக்கத்தைக் கொண்டு பள்ளி ஆசிரியர்களும் பதிப்பகங்களும் நூல்களைத் தயாரித்து வெளியிட்டு, பாட நூற் குழுவின் ஒப்புதலைப் பெறுவர். பின்னர் அந்த ஒப்புதல் குறிப்பை நூல் முகப்பில் அச்சிட்டு, பல்வேறு மாவட்ட வாரியப் பள்ளிகளுக்குப் பாடநூலாக்க முனைவர். இவ்வாறு தயாரிக்கப்படும் நூல்களில் உ.வே.சா. கட்டுரைகளைச் சேர்த்தால் ஒப்புதல் பெறுவது எளிது என்றும் பலர் நினைத்திருக்கிறார்கள். பாலக்காடு அரசு விக்டோரியா கல்லூரி, கும்பகோணம் கல்லூரி, திருச்சி புனித ஜோசப் கல்லூரி, புதுக்கோட்டை மகாராஜா கலாசாலை, வி.சூ. சுவாமிநாதன் (பரிதிமாற்கலைஞரின் மகன்), கு. அருணாசலக் கவுண்டர், பாலூர் கண்ணப்ப முதலியார் முதலானோர் இவ்வாறு கட்டுரைகளை வெளியிட்டிருக்கின்றனர்.

பாடநூல்களில் சேர்த்துக்கொள்வதற்கான அனுமதியை முதலில் இலவசமாகவே கொடுத்திருக்கிறார் உ.வே.சா. எவ்வாறு அனுமதி பெறப்பட்டது என்பதைப் புரிந்துகொள்ள உ.வே.சா.வின் மகன் கலயாணசுந்தர ஐயருக்கு அ. கந்தசாமி பிள்ளை என்பவர் எழுதிய கீழ்க்காணும் கடிதம் *(2–11–1936)* ஒரு சான்று.

> *கலைமகளில் ஸ்ரீமத் ஐயா அவர்கள் தந்துள்ள 'எனது நோக்கம்' என்னும் கட்டுரையும் ஷ புத்தகங்களில் ஒன்றிற் சேர்க்க அநுமதியளிக்கவும் வேண்டி, அன்று ஸ்ரீ ஐயா அவர்களிடம் கேட்டுக்கொண்டேன். தங்களுக்கு இவ்விஷயம் தெரிவித்துவிட்டுப் பிரசுரிக்கலாம் என்றார்கள்.*
>
> *இவ்விஷயத்தை மறுபடியும் நேற்றுச் சிதம்பரத்தில் ஞாபகப்படுத்த அவகாசம் கிடைக்கவில்லை எனினும் ஸ்ரீமத் ஜகந்நாதய்யரவர்களிடம் எல்லாம் சொல்லி வந்தேன். தங்கள் அன்பார்ந்த பதில் வேண்டுகிறேன்.*

ஆனால், பின்னாளில் பலரின் தொந்திரவு தாங்காமல் உ.வே.சா. கட்டணம் வசூலிக்கத் தொடங்கியிருக்கிறார். கட்டுரைக்குப் பதினைந்து ரூபா என்ற அளவில் கட்டணம் அமைந்திருக்கிறது. இதன் தொடர்பில் அக்காலத்தில் கல்வித் துறை அதிகாரியாக விளங்கிய தமிழறிஞர் ச. சச்சிதானந்தம் பிள்ளைக்கு உ.வே.சா. எழுதிய கடிதம் *(11–10–1939)* வருமாறு.

> *தமிழ் ஆலோசனைச் சங்கத்தார் 1941ஆம் வருஷத்து எஸ்.எஸ்.எல்.ஸி. தமிழ்ப் பாடப் புத்தகத்தில் என்னுடைய கட்டுரையாகிய 'இசை இன்பம்' என்பதைச் சேர்த்துக்கொள்ளலாமென்று மேலதிகாரிகளுக்குத் தெரிவித்திருப்பது தெரிந்து சந்தோஷ மடைகிறேன்.*
>
> *பாடப் புத்தக விதிகளில் சில மாறுதல்கள் ஏற்பட்டிருப்பதாகவும் அதனால் புத்தகங்களைப் புதுமாதிரியாகப் பதிப்பிக்க வேண்டியிருப்பதாகவும் சில வாரங்களாகச் சில புத்தக வியாபாரிகளும், ஆசிரியர்களும், என்னுடைய கட்டுரைகளில் இன்னஇன்னவை வேண்டுமென்று எழுதிக்கொண் டிருக்கிறார்கள். வேறு சிலர் நேரிலும் வந்து கேட்கிறார்கள். இதனால் உள்ள தாக்ஷண்யமும் தொந்தரவும் அதிகமாக உள்ளன. இதைக் கருதி, கட்டுரையைப் புத்தகங்களில் உபயோகிப்பதாயிருந்தால், கட்டுரையொன்றுக்கு ரூ. 15 வீதம் கொடுக்க வேண்டுமென்று ஒரு முடிவு செய்து அவர்களுக்குத் தெரிவித்தேன். அதற்குச் சிலர் இசைந்துள்ளார்கள். ஆதலால் தாங்களும் இதை நன்கு யோசித்துத் தக்கபடி செய்தால் அனுகூலமாக இருக்கும். தங்களுக்கு இவ்விதம் எழுதுவதும் முறையன்று. ஆயினும் இப்போதுள்ள நிலைமையைக் கருதி இங்ஙனம் எழுதலானேன். மன்னிக்க வேண்டுகிறேன்.*

'கற்றார்க்கன்றி மற்றார்க்குக் களியாதே' என்றவாறு எழுதிய உ.வே.சா., தம் வாழ்நாளின் கடைப்பகுதியில் எவ்வாறு இவ்வளவு புதிய தமிழில், பலரும் விரும்பும் நடையில் எழுதி வெற்றியும் பெற முடிந்தது என்ற வியப்புடன்கூடிய கேள்வி எழுகிறது. சமகாலத்தில் சிலருக்கு வியப்புடன் ஐயமும் ஏற்பட்டிருக்கிறது. உ.வே.சா.வின் பிற்கால உரைநடையைப் பற்றிப் பேராசிரியர் வையாபுரிப் பிள்ளை ஐயப்பட்டிருக்கிறார். உ.வே.சா. மறைந்து ஆறாண்டுகளான தறுவாயில் *(1948)* எழுதிய கட்டுரையில் அதைப் பின்வருமாறு புலப்படுத்தியிருக்கிறார்.

> இப்பிற்காலத்தில் பல வசன நூல்களும் ஐயரவர்களால் வெளியிடப் பெற்றுள்ளன. இவைகள் இவர் நெடுங்காலமாகத் திரட்டிவைத்துள்ள குறிப்புக் களினின்றும் எழுதப்பட்டவை. இவர் எழுதியது என நாம் நன்கறிந்துள்ள உரைநடைக்கும் இவ்வசன நூல்களிலுள்ள உரைநடைக்கும் பெரிதும் வேறுபாடுள்ளது. ஆங்கில மணமும் இளமை எழுச்சியும் கலையுணர்ச்சியும் இவற்றில் பெரிதும் காணப்படுகின்றன. ஆனால் இவற்றிற் காணும் பொருள் அனைத்தும் ஐயர்க்கே உரியன என்பதில் சிறிதும் ஐயப்பாடில்லை.[5]

இந்த ஐயப்பாடு சமகாலத்தில் பரவலாக இருந்திருக்கும் போலும். உ.வே.சா.வின் கட்டுரைகள் வரிசையாக *ஆனந்த விகடன்* தீபாவளி மலர்களில் பத்தாண்டுகளுக்கு வெளியிட்டவரும், 'என் சரித்திரம்' வெளிவருவதற்கான வினையூக்கியாகவும் விளங்கிய கல்கி,

> சாதாரணமாக மனுஷ்யர்களுக்கு வயதாக ஆக, நோக்கம் குறுகிப்போவதையும், புதிய எண்ணங்களைக் கிரஹிக்கும் சக்தி குன்றிவிடுவதையும் பார்க்கிறோம். அதிலும் தமிழ்ப் புலவர்கள் வயது ஆக ஆகக் கறடு தட்டிய 'பண்டித' மனப்பான்மையை அடைகிறார்கள். டாக்டர் உ.வே.சாமிநாதய்யரிடம் இதற்கு நேர் விரோதமான இயல்பைக் கண்டோம். வயதாக ஆக, அவருடைய மனம் விசாலமாகி வந்தது. தமிழ் வசனநடையில் ஏற்பட்டுவந்த மாறுதல்களை அவர் பெரிதும் ரஸித்து அநுபவித்தார்! அதைவிட ஆச்சரியம் என்னவென்றால், புதிய எளிய தமிழ் நடையைத் தாமே பின்பற்றி எழுதவும் தொடங்கினார்; அதில் வெற்றியும் அடைந்தார். இலக்கிய உலகில் இது ஒரு பெரிய அற்புதம் என்றே கூறவேண்டும்[6]

என்று எழுதியது இதைப் போன்ற ஐயங்களுக்கு விடையாகத்தான் என்று கொள்ள இடமுண்டு. ஆனாலும் ஐயங்கள் ஓய்ந்தன என்று சொல்ல முடியாது. உ.வே.சா.வின் பிறகால உரைநடையை அவரது மாணவரான கி.வா. ஜகந்நாதன் செப்பம் செய்தார் என்று செவிவழிச் செய்திகள் தொடர்ந்து நிலவுகின்றன.

---

5. எஸ். வையாபுரிப் பிள்ளை, *தமிழ்ச் சுடர் மணிகள்*, வையாபுரிப் பிள்ளை நினைவு மன்றம், 1995, ப. 188.

6. கல்கி, *பாரதி பிறந்தார்*, தமிழ்ப் பண்ணை, சென்னை, 1946, ப. 160.

இந்தச் சிக்கலின்மீது புது வெளிச்சம் பாய்ச்சும்வகையில் 'அனந்தன்' என்பவர் 1990இல் எழுதி வெளியிட்ட *நாமறிந்த கி.வா.ஜ.* என்ற நூலில்[7] சில செய்திகள் உள்ளன. கி.வா.ஜ.வின் நாட்குறிப்பு, உ.வே. சாமிநாதையர் கி.வா.ஜ.வுக்கு எழுதிய கடிதங்கள், குடும்பத்தினர் வழங்கிய தகவல்கள் முதலானவற்றைக் கொண்டு, '1906 முதல் 1927 வரையில் கி.வா.ஜ.வின் இளமைப் பருவத்தைச் சுருக்கமாகவும், பின்பு 1927 முதல் 1942 வரை 15 ஆண்டுகள் ஸ்ரீமத் உ.வே. சாமிநாதையரிடம் மாணவராக இருந்து ஆற்றிய பணிகளை நூலின் பெரும்பகுதியாகவும் அமைந்த' நூல் என்ற ஓரத்தாள் குறிப்புடன் 475 பக்கங்கள் கொண்ட வாழ்க்கை வரலாறு இது.

உரைநடை எப்படி அமைய வேண்டும் என்ற உ.வே.சா.வின் கருத்தைக் கி.வா.ஜ.வின் நாட்குறிப்பில் உள்ளவாறு நூலாசிரியர் பின்வருமாறு காட்டுகிறார்.

> பிழையின்றி இயன்றவரையில் யாவருக்கும் விளங்கும் சொற்களையே உரைநடையில் எழுதும் பழக்கத்தை மேற்கொள்வதே நல்ல முறையாகும். வழக்கற்ற சொற்களையும் திரிசொற்களையும் உரைநடையில் கூடியவரை விலக்குதல் நன்று. தமிழ்நாட்டினர் தம் கருத்தை எளிதில் அறிந்துகொள்ள வேண்டுமென்பதை எழுதுபவர்கள் தம் மனத்தில் கொண்டு எழுதுவதுதான் பயனை அளிக்கும். பேசினாலும் எழுதினாலும் கருத்தை அறிவிக்கும் நோக்கத்தை முக்கியமாகக் கொள்ள வேண்டுமேயன்றிக் கடின நடையைக் கைக்கொள்ளுதல் கூடாது.

இந்த அறிவுரைப்படி கி.வா.ஜ. தம் நடையை மாற்றியமைத்துக் கொண்டார் என்று கூறும் 'அனந்தன்', அதன் பிறகு சொல்வது முக்கியமானது.

> ஐயரவர்கள் சொல்வதை அப்படியே குறித்துக்கொண்டு, பின்னர்த் தொடர்பு பொருந்த எழுதி, ஆசானிடம் படித்துக் காட்டினார். அவர் செய்யும் திருத்தங்களுடன், திரும்பவும் நன்றாக எழுதி, அவரது ஒப்புதலுடன் *கலைமகளில்* அச்சிடத் தந்தார்.

இப்படி வெளியானவையே 'வண்டானம் முத்துசாமி ஐயர்', 'வறுமைப் புலி' முதலான கட்டுரைகளாம். (ப. 297–8)

---

7. 'அனந்தன்', *நாமறிந்த கி.வா.ஜ.*, அல்லயன்ஸ் கம்பெனி, சென்னை, 1990.

இதைப் போலவே *ஆனந்த விகடனில்* ஜனவரி 1940இல் முதல் தொடராக வெளிவந்த உ.வே. சாமிநாதையரின் 'என் சரித்திர'த்தையும் 'ஸ்ரீமத் ஐயரைக் கேட்டுக்கொண்டு இவர் (கி.வா.ஜ.) அவரது சுயசரிதம் முதல் அத்தியாயத்தை எழுதி அண்ணாவிடம் (உ.வே.சா.வின் மகன் எஸ். கல்யாணசுந்தரம் ஐயர்) கொடுத்தார். அண்ணாவுக்கும் அதைப் படித்துப் பார்த்ததும் திருப்தி உண்டாயிற்று.' அதன் பின் இருவருமாக *ஆனந்த விகடன்* அலுவலகம் சென்று அதன் ஆசிரியர் கல்கியிடம் அதனை ஒப்படைத்திருக்கிறனர். (ப. 446)

சுயசரிதைத் தொடர் வெளிவரத் தொங்கிய சில வாரங்களிலேயே ஐயரின் சிறுநீர்க் குழாயில் புண் ஏற்பட்டு அல்லலுற்றிருக்கிறார். அதைப் பார்வையிட்ட டாக்டர் திரிமூர்த்தி புற்றுநோய் என்று கண்டறிந்து அறுவை சிகிச்சை செய்தார். அவர் மருத்துவமனையில் இருந்த சமயம், கி.வா.ஜ. ஒவ்வொரு நாள் காலையும் மாலையும் மருத்துவமனைக்குச் சென்று அங்கேயே ஐயரிடம் தகவல்களைக் கேட்டுக்கொண்டு, பிறகு அவற்றை ஒழுங்குபடுத்தி எழுதி எடுத்துச் சென்று படித்துக் காட்டுவாராம். ஐயர் கூறும் திருத்தங்களை ஏற்று, திருத்தப்படி எழுதி *ஆனந்த விகடனுக்குச்* சேர்ப்பித்திருக்கிறார் கி.வா.ஜ. (ப. 446 – 8).

இதற்கிடையில், என் சரித்திரத்தைவிட வித்துவான் தியாகராச செட்டியார் வரலாற்றை எழுதி முடிக்க வேண்டும் என்ற ஆத்திரம் உ.வே.சா.வைப் பற்றிக்கொண்டுள்ளது. *கலைமகளில்* ஐயரின் சிற்றிலக்கியப் பதிப்புகளை வெளியிடல், *ஆனந்த விகடனில்* சுயசரிதைத் தொடர், தம் தந்தையாரின் உடல் நலக் குறைவால் அவரை மோகனூரிலிருந்து சென்னைக்கே குடிமாற்றல் எனப் பல இடர்களுக்கிடையில் தம் ஆசிரியரின் விருப்பத்தைப் பூர்த்தி செய்ய வேண்டி தியாகராச செட்டியாரைப் பற்றி ஸ்ரீமத் ஐயர் சொன்ன தகவல்களை வைத்துக்கொண்டு அவரது சரித்திரத்தை கி.வா.ஜ. எழுதினார். ஸ்ரீமத் ஐயரிடம் அவ்வப்போது படித்துக் காட்டித் தியாகராச செட்டியாரின் சரித்திரத்தைக் *கலைமகளில்* மாதந்தோறும் வெளிவரும்படி செய்தார் (ப. 456 – 8).

ஜப்பானிய குண்டுவீச்சுக்கு அஞ்சி சென்னை காலி செய்யப்பட்டபொழுது உ.வே.சா. திருக்கழுக்குன்றத்திற்குக் குடிமாறினார். கி.வா.ஜ.வும் இடையிடை அங்குச் சென்றதைத் தொடர்ந்து 'என் சரித்திர'த்தின் சில இயல்கள் இவ்வாறே எழுதப்பட்டிருக்கின்றன. இதற்கிடையில் மோகூருக்குக் குடிமாறியிருந்த கி.வா.ஜ.வின் தந்தை 25 ஏப்ரல் 1942இல் உடல் நலிவுற்றுக் காலமானார். அதற்கு மூன்று நாள் கழித்து உ.வே. சாமிநாதையரும் காலமானார். கி.வா.ஜ.வுக்கு இரட்டை இடி.

இதற்கிடையில் *ஆனந்த விகடனில்* பல மாற்றங்கள். எஸ்.எஸ். வாசனோடு ஏற்பட்ட கருத்து வேறுபாட்டால் கல்கி அதிலிருந்து விலகி, தம் பெயரிலேயே ஒரு பத்திரிகையைத் ஆகஸ்டு 1941இல் தொடங்கிவிட்டார். காகிதத் தட்டுப்பாடு முதலான காரணங்களால் பக்கத்தைக் குறைத்து வெளியிட முடிவு செய்த *ஆனந்த விகடன்* அடுத்து இரண்டொரு இயல்களை வெளியிடுவதோடு 'என் சரித்திர'த்தை முடித்துக்கொள்ள முடிவு செய்துவிட்டது. அந்தச் சமயத்தில் சொந்த ஊருக்கு ஒரு வாரம் சென்றுவிட்டுத் திரும்பிய கி.வா.ஜ.வுக்கு ஒரு பேரதிர்ச்சி காத்திருந்தது. உ.வே.சா. சுயசரிதை தொடர்பாக அவர் எழுதி வைத்திருந்த அனைத்துக் குறிப்புகளையும் கல்யாணசுந்தர ஐயர் வேறு யாரிடமோ கொடுத்து, அவரையே எழுதி முடிக்குமாறு பணித்திருக்கிறார்.

மனத்தாங்கலுக்குக் காரணம் ஒரு சின்ன விஷயம். *கலைமகள்* அவருக்கு அனுப்புவது நிறுத்தப்பட்டிருக்கிறது. திருக்கழுக்குன்றத்திலிருந்து 19 ஜூன் 1942இல் சென்னைக்கு வந்த கல்யாணசுந்தர ஐயரைப் பார்க்கச் சென்ற கி.வா.ஜ. விடம் 'நான் என்ன சந்தா அனுப்புகிறேனா, எனக்குக் '*கலைமகள்*' அனுப்பிவைக்க!' என்று அவர் கேட்டதோடு, 'வேறொருவரை வைத்துக்கொண்டு நானே பாக்கி வரலாற்றை எழுதி முடிக்கப்போகிறேன். நீர் எழுத வேண்டாம்' என்று சொல்லியிருக்கிறார் (ப. 464–5).

உ.வே.சா. காலமான ஒரு மாதத்தில், 28 மே 1942இல் சென்னையிலிருந்து திருக்கழுக்குன்றத்திலிருந்த கலயாணசுந்தர ஐயருக்குக் கி.வா.ஜ. எழுதிய கடிதமும் இதற்கு அரணாக உள்ளது. 'நான் இன்று காலையில் இங்கே சௌக்கியமாக வந்துசேர்ந்தேன். நேற்று மோகனூரிலிருந்து எழுதிய கடிதமும் அனுப்பிய 'என் சரித்திர'ப் பகுதியும் கிடைத்திருக்குமே. அதைப் பிரதி பண்ணி *ஆனந்த விகடன்* காரியாலயத்தினருக்கு அனுப்பக்கூடுமென்று நம்புகிறேன்.'

உ.வே. சாமிநாதையரின் கட்டுரை எழுத்துகள் எவ்வாறு உருவாயின என்பதை இப்பகுதிகள் தெளிவுபட உரைத்து, ஒரு தீர்வை வழங்கியுள்ளதாகக் கொள்ளலாம். உ.வே.சா. சொன்ன தகவல்கள் கி.வா.ஜ. கையால் எழுதப்பெற்று, பின்னர் ஐயரின் திருத்தங்கள் கொள்ளப்பட்ட செம்மையான வடிவமே அச்சேறியிருக்கின்றது என்பது உறுதிப்படுகிறது. பதினைந்தாண்டுக் கால இடைவெளியில் எழுதப்பெற்ற நூற்றுக்கு மேற்பட்ட கட்டுரைகள் ஒரே சீராக அமைந்துள்ளது அவற்றை இயக்கிய உ.வே. சாமிநாதையர் என்ற பேராளுமையின்

புலமையும் அனுபவமும் என்ற விசையே ஆகும் என்று கொள்ளலாம். 'மீனாட்சிசுந்தரம் பிள்ளை சரித்திரம்' நீங்கலாகப் பிற கட்டுரைகள் எல்லாவற்றின் நீர்மையும் அமைதியும் ஒன்றே என்பதும் வெள்ளிடைமலை. கி.வா.ஜகந்நாதன் அவருடைய நெடிய இலக்கிய வாழ்க்கையில் எத்தனையோ கட்டுரைகளும் கதைகளும் எழுதினார். அவை உ.வே.சா.வினுடைய படைப்பு களுக்கு ஈடாகும் என்று ஒருவரும் கருதியதில்லை.

உ.வே. சாமிநாதையரோடு கி.வா.ஜ. கொண்ட தொடர்பு 1927 தொடங்கி இடையறாமல் அமைந்திருக்கிறது. கலைமகள் பணியில் 1932இல் அவர் அமர்ந்த பின்னரும் தினமும் சாமிநாதையரைக் காணத் தவறியதாகத் தெரியவில்லை. கி.வா.ஜ. தொடர்பு ஏற்பட்ட சில ஆண்டுகளுக்குப் பின்னரே உ.வே. சாமிநாதையரின் கட்டுரைகள் ஒன்றன்பின் ஒன்றாக மளமளவென்று வெளிவந்துள்ளன. எனவே கி.வா.ஜ.வின் பங்கையும் குறைத்து மதிப்பிடுவதற்கில்லை.

~~

'கிளாசிக்' என்ற செந்தகுதிக்கு உரிய பல கட்டுரைகளை மிக அநாயாசமாக உ.வே.சா. எழுதியிருக்கிறார் என்று தயங்காமல் சொல்ல முடியும். உ.வே.சா. போற்றுதலுக்குரிய பதிப்பாசிரியர் என்பதோடு தமிழின் சிறப்புமிக்க உரைநடையாசிரியரும் ஆவார் என்பதிலும் தடையில்லை. முழுநிலவின் களங்கம் போல் சி.வை. தாமோதரம் பிள்ளை பற்றிய பழிப்புரைகளும் 'என் சரித்திர'த்திலும் வேறு இரண்டொரு கட்டுரைகளிலும் உண்டு என்பதையும் மறந்துவிடுவதற்கில்லை. ஆயினும் தமிழ்ப் பயிற்சி யும் வரலாற்றுணர்வும் மிகுதிப்படுவதற்கு உ.வே.சா.வின் உரைநடை தக்க கருவி என்பதில் இரு கருத்துகளுக்கு இடமில்லை.

உ.வே. சாமிநாதையரின் பதிப்புரைகளைச் சாமிநாதமாக வழங்கிய சரவணன் இப்போது அவருடைய கட்டுரைகளையும் மொத்தமாகத் தொகுத்து வழங்கியுள்ளார். இதுவரை தொகுக்கப்படாமல் இருந்த சில கட்டுரைகளையும் அவர் கண்டெடுத்துள்ளதோடு ஏறத்தாழ அனைத்துக் கட்டுரை களும் முதலில் வெளியான காலத்தைக் கண்டறிந்து, அவற்றை வகைதொகைப்படுத்தி அளித்துள்ளார். முந்தைய வெளியீடு களில் நுழைந்துவிட்ட பல குளறுபடிகளையும் நீக்கி மிகச் செப்பமாக இத்தொகுப்புகளை வழங்கியுள்ளார். பொதிய மலைப் பிறந்த மொழி வாழ்வறியும் காலமெல்லாம் உ.வே. சாமிநாதையரை துதிக்கும் புலவோர் ப. சரவணனுக்கு நன்றி பாராட்டத் தவற மாட்டார்கள்.

~~~
~~~

(I)
தன்வரலாறு

1. ஏழையின் தமிழன்பு — 51
2. சிறந்த குருபக்தி — 57
3. தருக்கடங்கின எழுத்தாளர் — 64
4. தர்ம சங்கடம் — 68
5. அழைத்த காரணம் — 72
6. ஆவலும் அதிர்ஷ்டமும் — 77
7. 'அப்படிச் சொல்லலாமா?' — 82
8. 'ஸ்வாமி இருக்கிறார்' — 88
9. திருடனைப் பிடித்த விநோதம் — 91
10. 'அந்தத் தொடிசு' — 96
11. 'அடுத்த குறள்' — 101
12. ஆத்திரத்திற்கு ஏற்ற தண்டனை — 108
13. தடைப்பட்டு நிறைவேறிய கல்யாணம் — 113
14. பெற்ற மனம் — 120
15. பழைய மேஜை — 124
16. மாணாக்கர் விளையாட்டுக்கள் — 130
17. வில்லைச் சேவகன் — 161
18. மன்னார்சாமி — 166
19. என்னுடைய ஞாபகங்கள் — 171
20. எனது நோக்கம் — 183
21. தமிழ்மகள் திருநாள் (சதாபிஷேக ஏற்புரை) — 186

1

ஏழையின் தமிழன்பு

மகாவித்துவான் ஸ்ரீ மீனாட்சிசுந்தரம் பிள்ளையவர்கள் கண்டதேவி யென்னும் தலத்தின் புராணம் இயற்றுவதற்குத் தேவகோட்டை நகர வைசிய கனவான்களால் அழைக்கப்பெற்று ஒரு சமயம் சுப்பு ஓதுவா ரென்பவரோடும் மாணாக்கர்களோடும் வேலைக்காரர்களோடும் திருவாவடுதுறையிலிருந்து புறப்பட்டுச் சென்றார். பட்டுக்கோட்டையைக் கடந்துபோகும் பொழுது சூரியாஸ்தமனமாயிற்று. தங்குவதற்கு ஓர் இடமும் அகப்படவில்லை. செல்லச் செல்ல ஊரொன்றும் காணப்படவில்லை. அப்பால் 9 மணிக்குமேல் ஒரு சிறிய கிராமத்தை அடைந்தனர். அங்கே சமையல் செய்வதற்கு இடம் அகப்படுமாவென்று விசாரித்த பொழுது அங்கே இருந்தவர்கள் அக்கிரகாரத்திற்குப் போகலாமென்று சொன்னார்கள்.

சந்தித்தவர்களை விசாரித்துக் கொண்டு அந்த இடத்திற்குப் போய்ச் சேர்ந்தார். அங்கே ஒரே வீடு இருந்தது. அதுவும் மிகவும் சிறிய பனையோலைக் குடிசை. அங்கேபோய் உடன்வந்த வேலைக்காரர்களைக் கொண்டு சமையல் செய்வதற்கு இடம் அகப்படுமாவென்று கேட்கச் சொன்னார்; ஒருவர் சென்று விசாரித்தார். அந்த

வீட்டில் ஆண்பாலார் ஒருவரும் அப்போது இல்லை. சில குழந்தைகளோடு கணவனுடைய வரவை நோக்கிக்கொண்டே திண்ணையில் இருந்த ஓர் இளமங்கை பல ஆண்பாலர்களின் கூட்டத்தைப் பார்த்துப் பயந்து, “அதற்கு இங்கே சௌகரியப்பட மாட்டாது” என்று சொல்லித் திடீரென்றெழுந்து கதவைத் சார்த்திக் கொண்டு உள்ளே போய்விட்டாள். பிள்ளை யவர்கள் உடன் வந்த வண்டிகளை அவ்வீட்டின் முன்புறத்திலுள்ள களத்தில் அவிழ்த்துவிடச் சொல்லிச் சிலரோடு சென்று சிறிது தூரத்திலிருந்த ஊருணி யொன்றைக் கண்டுபிடித்து அதில் அனுஷ்டானத்தை முடித்துக்கொண்டனர். சந்திரன் நன்றாகப் பிரகாசித்துக் கொண்டிருந்தது. அவர் மீண்டும் மேற்கூறிய களத்திற்கு வந்து சமையல் செய்துகொள்வதற்கு வேறு ஒருவித வழியும் இல்லாமையை அறிந்து படுக்கையை விரிக்கச் சொல்லி பொறுக்க முடியாத பசியோடும் உடன் வந்தோருடைய பசியை நீக்கக்கூடவில்லையே யென்ற வருத்தத்தோடும் படுத்துக்கொண்டனர். மற்றவர்கள் யாவரும் பக்கத்திலிருந்து தம்முள்ளே பேசிக்கொண்டிருந்தார்கள்.

இப்படியிருக்கையில் அங்கேயுள்ள வீட்டுக்காரராகிய பிராமணர் உணவுப்பொருள்கள் முடிந்த ஒரு மூட்டையைத் தலையின்மேல் வைத்துக்கொண்டு மிகவும் வேகமாக வந்து தம்முடைய வீட்டின் கதவைத் தட்டினர். அது தெரிந்த பிள்ளை யவர்களுடைய மாணாக்கர்கள் அவ்வந்தணரை வற்புறுத்தி அழைத்தார்கள். அவர், ‘இவர்கள் யாரோ? அன்னம் போட வேண்டுமென்று ஒருவேளை கேட்டால் நாம் இவ்வளவு பேர்களையும் எப்படி உண்பிப்போம்!’ என்று அஞ்சி விரைவாக உள்ளே சென்றார்; சென்று தம் மனைவியை அழைத்துக் கூடையொன்றை எடுத்துவரச் செய்து தாம் கொணர்ந்த தானியத்தை அக்கூடையிலே கொட்டி, “இன்றைக்கு யாரோ நல்லவர் முகத்தில் விழித்தேன். போன இடங்களில் ஏதோ கிடைத்தது. எல்லாம் தேவியின் திருவருள். இரண்டு நாளைக்கு நமக்கு ஆகாரத்துக்குக் கவலையில்லை” என்று சொல்லி மனைவியை மகிழ்வித்தார். பின்பு தம்முடைய நியமத்தை முடித்துக்கொண்டு மத்தியான்னமே நீரிற் சேர்ந்திருந்த அன்னத்தை யுண்டார். அப்பாற் கவலையில்லாமல் பனை அகணிக் கட்டிலொன்றை ஆரற்சுவர் சூழ்ந்த அந்த வீட்டு உள் முற்றத்திலே போட்டு அதிலே படுத்துக்கொண்டனர். படுத்தவர் தமக்கு இரண்டு நாள் ஆகாரத்துக்குக் கவலையில்லை யென்ற பெருமகிழ்வினால்,

(விருத்தம்)

*உனதுசரற் காலமதி யனைய மெய்யும்
உடல்குழைந்த பிறைச்சடையுங் கரங்க ணானகும்
அனவரத முறுமபய வரத ஞான
அருட்பளிங்கு வடமொடுபுத் தகமு மாக
நினைகிலர்முன் வழுத்திலர்பின் வணங்கா ரெங்ஙன்
நிறைந்தபசுந் தேனுமடு பாலுந் தூய
கனியுமென மதுரம்விளைந் தொழுகு பாடற்
கவிதைபொழி வதுகயிலைக் கடவுள் வாழ்வே

(*சௌந்தரியலஹரி*)

என்னும் செய்யுளை இசையொடு பாடினார்; வேறு சில பாடல்களையும் சொல்லி இன்புறுவாராயினர். அப்பாட்டுக்கள் அப்புலவர் பெருமானுடைய பக்கத்திலிருந்த மாணாக்கர்களுடைய காதில் விழவே அவர்கள், "இவ்வீட்டு ஐயர் தமிழ் படித்தவர்போலே காணப்படுகிறார். இப்பொழுது, 'உனது சரற்காலம்' என்னும் பாடல் முதலியவற்றைச் சொல்லுகிறார்" என்றார்கள். கேட்ட பிள்ளை யவர்கள், "அவரை எப்படியாவது இங்கே அழைத்துவந்து அந்தப் பாடல்களை என் முன்னே சொல்லச் செய்யுங்கள்" என்று சொன்னார். அவர்கள் அவ்வாறே சென்று அவ்வீட்டின் கதவைப் பலமாகத் தட்டி உள்ளே இருந்தவரை அழைத்தார்கள். அந்தணர் முன்னமே அக்கூட்டத்தைக் கண்டு பயந்தவராதலின் உடனே வெளியே வரவில்லை. 'இவர்கள் சமையல் செய்து போடும்படி சொல்வார்கள் போலிருக்கிறது; நாம் என்ன செய்வோம்!' என்றெண்ணி, "காலை முதல் அயலூருக்கு அலைந்து சென்று இப்பொழுதுதான் வந்து கிடைத்த ஸ்வல்ப ஆகாரத்தை உண்டு களைத்துப் படுத்திருக்கிறேன். என்னால் இப்பொழுது ஒன்றும் செய்யமுடியாது" என்று உள்ளே இருந்தபடியே கூறினார்.

அவர்கள், "ஐயா, சிறிதும் கவலைப்பட வேண்டாம். எங்கள் எசமானவர்கள் உங்களுடைய பாடல்களைக் கேட்க வேண்டுமென்று விரும்புகிறார்கள். இங்கேயிருந்து சொல்லுகிற

---

* **இதன்பொருள்:** "கயிலைமலையில் எழுந்தருளியிருக்கும் சிவபெருமானுக்கு இன்பவாழ்வை அளிப்பதற்குக் காரணமான தாயே! உனது சரற்கால சந்திரன் போன்ற திருமேனியையும், வளைந்த உருவத்தையுடைய பிறையணிந்த திருமுடியையும், எப்பொழுதும் அபயவரதம், ஞானமும் அருளும் தோற்றுகின்ற ஸ்படிகமாலை, புத்தக மென்பவற்றை யுடைய கரங்களையும் நினைத்து வாழ்த்தி வணங்காதவர்கள், நிறைந்த செவ்வித்தேனும் காய்ச்சிய பாலும் சுத்தமான பழமும்போலச் சுவை உண்டாக்கித் ததும்பும் இனிய பாடல்களாகிய கவிதையைப் பொழிவது எவ்வாறு ?" மேலே கண்ட உருவத்தில் அம்பிகையைத் தியானிப்பவர்கள் இனிய கவிகளை இயற்றும் ஆற்றலை அடைவார்க ளென்பது கருத்து.

பாடல்களை அங்கே வந்து சொன்னால் அவர்கள் மிகவும் திருப்தி யடைவார்கள்” என்று சொன்னார்கள்.

“நான் பாடும் பாட்டைக் கேட்டு இந்த நடுக்காட்டில் மகிழக் கூடியவர்கள் யார் இருக்கிறார்கள்? அப்படியானால் வருவதற்கு என்ன ஆட்சேபம் இருக்கிறது?” என்று சொல்லிக்கொண்டே பிராமணர் விரைந்து வந்து கதவைத் திறந்தார்; திறந்தவர் தமது பனை அகணிக் கட்டிலைக் கையில் எடுத்துக்கொண்டு பிள்ளை யவர்கள் இருந்த இடத்திற்கு வந்து அந்தக் கட்டிலைப் பக்கத்திற் போட்டுக் கொண்டு அதன்மேல் இருந்தார். பக்கத்திலுள்ளவர்கள் பாடல்களைச் சொல்லச் சொன்னார்கள். பின்பு தாம் முற்கூறிய செய்யுளை மற்றொருமுறை சொன்னார். அதன் பின்னுள்ள செய்யுட்களையும் சொன்னார்.

அவற்றைக் கேட்ட அக் கவிநாயகர், “நீங்கள் என்ன என்ன படித்திருக்கிறீர்கள்?” என்று கேட்கவே அவர் “நான் யாசகம் பண்ணப் படித்திருக்கிறேன். தமிழ் வித்துவானாக இருந்த என்னுடைய தகப்பனார் எனது இளமையில் சொல்லிக் கொடுத்த சில நூல்களிலுள்ள பாடல்கள் எனக்கு ஞாபகமுண்டு. அவற்றை எப்பொழுதும் சொல்லிக்கொண்டிருப்பது வழக்கம். படிக்க வேண்டு மென்றாலோ புத்தகங்கள் இல்லை. என் வீட்டிலிருந்த புத்தகங்களை யெல்லாம் யாரோ வாங்கிக்கொண்டு போய்விட்டனர். அவற்றை அவர்கள் திரும்பக் கொடுக்கவில்லை. யாரிடத்திலாவது சென்று பாடம் கேட்பதற்கும் நேரம் இல்லை. சூரியோதய முதல் அஸ்தமனம் வரையில் வயிற்றுப் பிழைப்புக்கே அலையவேண்டி யிருக்கிறது. அப்படி யாரிடத்திலாவது சென்று புத்தகம் வாங்கிப் படிக்கலாமென்றால், என்னை நம்பி யார் கொடுப்பார்கள்? என்னைப் பார்த்தால் அவர்களுக்குப் படிப்பவன்போலவே தோற்றாதே. எங்கள் முன்னோர்கள் காலத்திலிருந்து எங்களுக்கு இந்தப் பக்கங்களில் மகமை உண்டு. அறுப்புக் காலங்களில் களங்களுக்கு நான் சென்று காத்திருந்தது கிடைக்கும் தானியங்களை வாங்கி வருவேன். என்னுடைய நாட்களெல்லாம் இப்படியே போகின்றன. இந்த நிலையில் தெரிந்தவற்றையாவது ஓய்ந்தவேளையிற் சொல்லிக் கொண்டிருப்பது வழக்கம். இந்தமட்டிலாவது தேவி அனுக்கிரகம் இருப்பதைக் குறித்து மகிழ்ந்து பாடிக் கொண்டிருந்தேன். தமிழ்ப் பாஷையில் எனக்கு விசேஷமான பிரீதியுண்டு. யாரிடத்திலாவது போய்ப் பாடங் கேட்கலாமென்று நினைத்தாலோ, இந்தப் பக்கத்திற் பாடஞ்சொல்லத் தக்கவர் யாரும் இல்லை; சொல்லக்கூடியவர்கள் இருந்தாலும் சுலபமாக அவர்கள் சொல்லிக் கொடுப்பதில்லை. அவர்களுக்கு நாள் முழுதும் பணிவிடை செய்தாலும் ஏதோ கடனுக்காகச் சொல்லிக்கொடுப்பார்கள். என்னுடைய நிலைமை

ஜீவனத்திற்கே தாளம்போடும்பொழுது அவர்களை அண்டி நான் கற்கவேண்டிய நூல்களை எவ்வாறு கற்க முடியும்?

"மாயூரத்தில் மீனாட்சிசுந்தரம் பிள்ளை யவர்கள் என்று ஒரு சிறந்த தமிழ் வித்துவான் இருக்கிறாராம்; ஏழைகளா யுள்ளவர்களுக்கு அன்னமும் வஸ்திரமும் அளித்துச் சில வருஷம் வைத்திருந்து அவர்களை நன்றாகப் படிப்பித்து அனுப்புவது அந்த மகானுக்கு வழக்கமாம். அவரிடத்திற் சில மாதம் படித்தாலும் படிப்பவர்கள் கல்விப் பெருக்கத்தை அடைவார்களென்று சொல்லுகிறார்கள். இப்படிப்பட்ட மகோபகாரியைப்போல இக்கலிகாலத்தில் யார் இருக்கிறார்? அந்தப் புண்ணியவானிடத்திலே போய்ப் படிக்க அவா இருக்கிறது. அதற்கும் முடியவில்லை. எனக்குக் *கால் விலங்கு ஒன்று ஏற்பட்டிருக்கிறது. இந்த லக்ஷணத்திலே சில குழந்தைகளும் உண்டாகியிருக்கின்றன. நான் இவர்களைப் பாதுகாப்பேனா? அவரிடத்திற் போய்ப் படிப்பேனா? சாணேற முழஞ் சறுக்குகிறதே. நான் என்ன செய்வேன்! அந்த மகானை ஒருமுறை இந்தக் கண்களாற் பார்த்துவிட்டாவது வரலாமென்று முயன்றாலோ அதற்கும் முடியவில்லையே! என்னுடைய நிலைமை ஒன்றும் சொல்லக் கூடியதன்று" என்று சொல்லிவிட்டுப் பின்னும் தம்முடைய கஷ்டங்களை யெல்லாம் சொல்லலாயினர்; பக்கத்திலிருந்த மாணாக்கர்களில் ஒருவர் அதுதான் நல்ல சமயம் என்றெண்ணி அவருடைய சமீபத்தில் வந்து முதுகைத் தட்டி அவர் செவியிற்படும்படி ரகசியமாக, "இங்கே படுத்திருக்கும் இவர்களே நீர் சொல்லிய பிள்ளை யவர்கள்; *கண்டதேவிப் புராணம்* அரங்கேற்றுவதற்காக இப்பொழுது போகிறார்கள்" என்று சொன்னார்.

உடனே ஹாஹா வென்று அவர் துள்ளி எழுந்தார். அவருடைய வியப்பு அவரைச் சில நிமிஷநேரம் மௌனமாக இருக்கச் செய்துவிட்டது; "நான் என்ன புண்ணியஞ் செய்தேனோ! இந்த இடம் என்ன மாதவம் செய்ததோ?" என்று ஆடிப்பாடித் திகைத்து ஒன்றும் தோற்றாதவராகி நின்றார். நின்றவர், "இதோ வந்து விட்டேன்" என்று சொல்லிவிட்டு ஓடினார்; அவர் ஓடியதற்குக் காரணம் விரைவிற் சமையல் செய்வித்து எல்லோருக்கும் ஆகாரம் பண்ணுவிப்பதற்கு அரிசி முதலியவற்றை எங்கேனும் வாங்கி வரும் எண்ணமே. அப்பொழுது உடன் இருந்தவர்கள் அவருடைய நிலைமையையும் அன்பின் மிகுதியையும் கண்டு வியந்தனர்; "இவருக்கு நாம் சிரமம் கொடுக்கக் கூடாது. இந்த அகாலத்தில் வறியவராகிய

---

* கல்யாணம் ஆகியிருக்கிறதென்பது பொருள்.

இவர் எங்கே போவார்? என்ன பொருளை இந்நேரத்தில் இவ்வூரில் இவரால் தேடிக்கொண்டு வருதற்கு முடியும்?" என்று அவரைப் பின்தொடர்ந்து ஓடிச்சென்று தடுத்தார்கள். அவரிடம், "உங்களுக்கு வேண்டிய பொருள்களை நாங்கள் தருகின்றோம். நீங்கள் கவலைப்பட வேண்டாம்" என்று கூறி அவரை வற்புறுத்தி அழைத்துக் கொண்டு வந்து வேண்டிய பாத்திரங்களையும் அரிசி முதலிவற்றையும் கொடுத்தார்கள். அவர் அவற்றை எடுத்துச் சென்று தம் மனைவியையும் துணையாகக்கொண்டு விரைவிற் சமையல் செய்து பிள்ளை யவர்களையும் மற்றவர்களையும் உண்பித்தார்.

அப்பால், மகிழ்ச்சி மேலீட்டால் இராத்திரி முழுதும் நித்திரை செய்யாமலே இருந்து தமக்குப் பல நாளாகச் சில நூல்களிலிருந்த ஐயங்களைக் கேட்டுக் கேட்டு நீக்கிக்கொண்டார். காலையில் பிள்ளை யவர்கள் புறப்பட வேண்டுமென்று சொல்லவே அந்தணர் ஒரு வேளையாவது தம் வீட்டில் ஆகாரம் செய்து போகவேண்டுமென்று சொல்லி அதற்கு வேண்டிய ஏற்பாடும் செய்தார். அக்கவிஞர் கோமானும் அதற்கு உடன்பட்டு அன்று பகற்போசனத்தை அவரில்லத்திற் செய்துகொண்டு புறப்பட்டார். புறப்படுகையில் அவ்வேழையன்பர் பிரிவாற்றாது கண்ணீர்விட்டு வருந்துவாராயினர். அதைக் கண்ட பிள்ளை யவர்கள் தம்முடன் கூடவருவதில் அவருக்கு விருப்பம் இருத்தலை யறிந்த அவருடைய குடும்பப் பாதுகாப்பிற்குப் போதிய உணவுக்குரிய பொருள்களை வாங்கிக் கொடுக்கும்படி பொருளுதவி செய்துவிட்டு அவரையும் உடனழைத்துச் சென்றனர்; சில மாதம் வரையில் அவரை உடன் வைத்திருந்து படிப்பித்து அப்பால் ஊருக்கு அனுப்பினார்.

பிற்காலத்தில் அவர் வருடந்தோறும் திருவாவடுதுறை வந்து சில மாதம் இருந்து வேண்டிய நூல்களைப் பாடங்கேட்டு அறிந்து கொண்டும், மடாதிபதிகளிடம் பரிசு பெற்றுக்கொண்டும் செல்வார்.

மகாவித்துவான் மீனாட்சிசுந்தரம்
பிள்ளை யவர்கள் சரித்திரம், பாகம் – 1, 1934

2

சிறந்த குருபக்தி

திரிசிரபுரம் மகாவித்துவான் ஸ்ரீ மீனாட்சிசுந்தரம் பிள்ளை யவர்களிடம் படித்த மாணவர்களுள் சுந்தரம் பிள்ளை யென்ற ஒருவர் அவரிடத்தில் மிக்க பக்தி உள்ளவராக இருந்தனர். அவருக்கு ஏதேனும் குறையுள்ள தென்பதை அறிவாராயின் எவ்வாறேனும் முயன்று அதனைப் போக்க முற்படுவார். அவரை யாரேனும் சற்றுக் குறைவாகப் பேசுவதைக் கேட்டால் அவரோடு எதிர்த்துப் பேசி அடக்கி அவரைத் தாம் செய்ததற்கு இரங்கும்படி செய்துவிடுவார்; உலக அனுபவம் மிக உடையவர். சாதுரியமாகப் பேசவல்லவர்; இன்ன காரியத்தை இன்னவாறு செய்ய வேண்டுமென்று யோசித்து நடத்தும் யூகி. இவருக்குப் பல நண்பர்கள் உண்டு. இவருடைய நல்ல குணங்கள் அந்நண்பர்களை இவர் சொல்லுகிறபடி எந்தக் காரியத்தையும் இயற்றுமாறு செய்விக்கும்.

பிள்ளை யவர்கள் ஒருசமயம் சென்னையிலுள்ள காஞ்சீபுரம் சபாபதி முதலியாரிடமிருந்து *திருத்தணிகைப் புராணத்தை* வருவித்துத் தாமே பிரதி செய்து கொண்டு பொருளாராய்ந்து படித்து வருவாராயினர். அப்புராணத்தில் அகத்தியன் அருள் பெறு படலத்திற் சில பாகத்திற்குச் செவ்வனே பொருள் புலப்படவில்லை. அதைப் பற்றி இயன்ற வரையிற் பலரிடம் சென்று சென்று வினாவினார்; விளங்கவில்லை. *சிவதருமோத்திர* மென்னும் நூலின் உதவியால் பின்பு அப்பகுதியின் பொருள் விளங்குமென்று ஒருவரால் அறிந்தார். உடனே

அந்நூல் எங்கே கிடைக்குமென்று விசாரிக்கத் தொடங்கினார்; இன்னவிடத்தி லுள்ள தென்பதுகூட அப்போது துலங்கவில்லை.

பின் பலவகையாக முயன்று வருகையில் அது திரிசிரபுரத்திலுள்ள ஓர் *அபிஷேகஸ்தரிடம் இருப்பதாகத் தெரியவந்தது; அவரிடம் சென்று தம்மிடம் அதனைக் கொடுத்தாற் பார்த்துக்கொண்டு சில தினங்களில் திருப்பிக் கொடுத்து விடுவதாகப் பிள்ளை யவர்கள் பலமுறை வேண்டியும் அவர் கொடுக்கவில்லை. வேறு தக்கவர்களைக் கொண்டும் கேட்கச் செய்தார். அம்முயற்சியும் பயன்படவில்லை; கேட்குந்தோறும் ஏதேனும் ஒரு காரணத்தைக் கூறிக்கொண்டே வந்தார்; அது பூசையில் இருக்கிறதென்றும் அதனை அப்பொழுது எடுக்கக்கூடாதென்றும், அதனுடைய பெருமை மற்றவர்களுக்குத் தெரியாததென்றும், அதிலேயுள்ள ரகசியக் கருத்துக்கள் எளிதிற் புலப்படாவென்றும் பலபடியாகச் சொல்லி விட்டார். பலமுறை கேட்கக் கேட்க அவருடைய பிடிவாதம் பலப்பட்டு வந்தது. பொருள் தருவதாகச் சொன்னாற் கொடுக்கக் கூடுமென்று நினைத்த பிள்ளையவர்கள் தக்க தொகை தருவதாகவும் புத்தகத்தைச் சில தினங்களில் திருப்பிக் கொடுப்பதற்காகத் தக்க பிணை கொடுப்பதாகவும் சொல்லிப் பார்த்தனர். எந்த வகையிலும் அவர் இணங்கவில்லை. பிள்ளை யவர்களோ தம் முயற்சி சிறிதும் பயன்படாமை கண்டு மிகவும் வருத்தமுற்றனர். 'புத்தகம் எங்கேயாவது இருக்குமோவென்று தேடியலைந்து வருத்தம் அடைந்தோம். இந்த ஊரிலேயே இருப்பதாகத் தெரிந்தும் கைக்கெட்டியது வாய்க்கெட்டாமல் இருக்கிறதே! அந்தப் பிடிவாதக்காரருடைய நெஞ்சம் இளகாதா?' என்று எண்ணி எண்ணி நைந்தனர்.

ஒருநாள் அவ்வெண்ணத்தினால் முகவாட்ட முற்றவராகி இருந்த ஆசிரியரைப் பார்த்து மேற்கூறிய சுந்தரம்பிள்ளை அவரருகிற் சென்று வணக்கத்தோடு நின்று, "இவ்வளவு கவலைக்குக் காரணம் என்ன?" என்றனர். அவர், தாம் *திருத்தணிகைப் புராணம்* படித்துக் கொண்டு வருவதையும் அதிலுள்ள அகத்தியன் அருள்பெறு படலத்திற்குப் பொருள் புலப்படாம லிருப்பதையும் *சிவதருமோத்திரம்* இருந்தால் அந்தப் பாகத்தின் பொருளை எளிதில் அறிந்து கொள்ளலாமென்று கேள்வியுற்றதையும் அந்நகரில் உள்ள அபிஷேகஸ்தர் ஒருவரிடம் அந்நூல் இருப்பதாக அறிந்ததையும் பலவகையாக முயன்றும் அதனை வாங்க முடியாமையையும் சொன்னார். சுந்தரம்பிள்ளை, "அப்பிரதி அவரிடத்தில் இருப்பது உண்மையாக இருந்தால்

---

* சைவ குரு

எப்படியும் கூடியவிரைவில் அதனைப் பெற்றுக்கொள்ளலாம்; ஐயா அவர்களுக்கு அதைப் பற்றி சிறிதும் கவலை வேண்டாம்" என்று சொல்லிப் போயினர். தாம் பலவாறு முயன்றும் கிடைக்காத அப்புத்தகம் சுந்தரம்பிள்ளைக்கு மட்டும் எவ்வாறு கிடைக்குமென்று அவர் எண்ணியிருந்தனர்.

இப்படியிருக்கையில் ஒருநாள், மேற்கூறிய தேசிகருடைய வீட்டிற்கு எதிரே தக்க பிரபு ஒருவர் இரட்டைக் குதிரைகள் பூட்டிய பெரிய வண்டியொன்றில் வந்து இறங்கினார். முன்னால் ஒரு சேவகன் ஓடிவந்து தேசிகருடைய வீட்டில் இடைகழியில் நின்று இந்த வீடு இன்னாருடைய வீடுதானோவென்று மெல்ல விசாரித்தான். உள்ளே இருந்த ஒருவர், "ஆம்; நீர் யார்? அவரை ஏன் தேடுகிறீர்? வந்த காரியம் யாது?" என்றார். அவன், "இன்ன பெயருள்ள ஐயா அவர்கள் உள்ளே இருக்கிறார்களா, அவர்களோடு தான் நான் வந்த காரியத்தைச் சொல்ல வேண்டும்" என்றான். அவர் விரைவாக அவனை அணுகி, "அப்பெயருள்ளவன் நானே. சொல்ல வேண்டியதை நீர் சொல்லலாம்" என்றார்.

இவர்களிருவரும் இங்ஙனம் பேசிக்கொண்டிருக்கையில், வேறொரு சேவகன் உயர்ந்த ரத்தின கம்பளம் ஒன்றை எடுத்துவந்து அவ்வீட்டுத் திண்ணையின் மேல் விரித்தான். மற்றொருவன் ஒரு திண்டைக் கொணர்ந்து சுவரிற் சார்த்தினன். முன்கூறிய பிரபு திண்ணையின்மேல் விரிக்கப்பட்ட விரிப்பில் அமர்ந்து திண்டிற் சாய்ந்த வண்ணம் மிகவும் கம்பீரமான தோற்றத்துடன் இருந்தார். திண்ணையின் கீழே உயர்ந்த ஆடையையும் உடுப்புக்களையும் தரித்து அவற்றிற்கேற்பத் தலைச்சாத்தணிந்த வேலைக்காரர்கள் சிலர் வரிசையாகக் கைகட்டி வாய்பொத்தி அந்தப் பிரபுவின் முகத்தை நோக்கியபடியே வணக்கத்துடன் நின்றார்கள். அவர்களைக் கண்டவுடன் உள்ளே நின்று பேசிக் கொண்டிருந்த சேவகன் சரேலென்று வெளியே வந்துவிட்டான்.

இந்நிகழ்ச்சியை இடைகழியில் வந்து நின்று கண்ட தேசிகர் வாயிற்படியின் உட்புறத்தினின்று தெருப்பக்கத்தை நோக்கினர். நோக்கி, 'யாரோ தக்கவரொருவர் பரிவாரங்களுடன் வந்திருக்கின்றனர்; வந்தது நம்மைப் பார்ப்பதற்கோ? வேறு யாரைப் பார்ப்பதற்கோ? தெரியவில்லை; எல்லாம் சீக்கிரம் தெரியவரும். இப்போது இந்தப் பிரபுவினிடம் திடீரென்று நாம் போவது நமக்குக் கௌரவமன்று; அழைத்தாற் போவோம்' என்றெண்ணி உள்ளே சென்று ஓரிடத்தில் பலகையொன்றில் அமர்ந்து ஏதோ ஒரு புத்தகத்தை எடுத்து வாசித்துக் கொண்டேயிருந்தனர்.

சிறந்த குருபக்தி 59

அவர் அப்படியிருக்கையில் முன்பு அவரோடு பேசிக் கொண்டிருந்த சேவகன் மீண்டும் மெல்ல உள்ளே சென்றான். தேசிகர் உள்ளே போயிருப்பதை யறிந்து அழைக்கலாமோ, கூடாதோ என்னும் அச்சக் குறிப்பை ஒருவாறு புலப்படுத்திச் சற்றுநேரம் அடி ஓசைப்படாமல் நின்றான்; பிறகு கனைத்தான். அப்பொழுது அவர், "ஏன் நிற்கிறீர்?" என்று வினவ அவன், "எசமானவர்கள் உங்களுடைய சமயத்தைப் பார்த்துவரச் சொன்னார்கள்" என்றான். அவர் மிக்க பரபரப்புடன் எழுந்து நின்று, "உள்ளே அழைத்து வரலாமே" என்றார். அவன், "அவர்கள் இப்போது ஆசௌச முள்ளவர்களாக இருத்தலால் உள்ளே வரக்கூடவில்லை; திண்ணையிலேயே இருக்கிறார்கள்" என்று மெல்ல உரைத்தான்.

உடனே அவர், "அப்படியா! நானே வந்து பார்க்கிறேன்; வருவதனாற் குற்றமில்லை" என்று சொல்லிவிட்டு ருத்திராக்ஷகண்டி முதலியவற்றை அணிந்துகொண்டு வெளியே வந்து பிரபுவைப் பார்த்தனர். அவர் அஞ்சலி செய்து இருக்கும்படி குறிப்பித்தனர். தேசிகர் அப்படியே இருந்து பிரபுவின் முகத்தைப் பார்த்துக்கொண்டே இருந்தனர். அப்பொழுது பிரபுவுடன் ஒருவர் பக்கத்தில் வந்து நின்றார். அவரைப் பார்த்து ரகசியமாக, தேசிகர் "இவர்கள் யார்? எங்கே வந்தார்கள்?" என்று மெல்லக் கேட்டார். அவர், "எசமானவர்கள் தென்னாட்டில் ஒரு ஜமீன் பரம்பரையைச் சேர்ந்தவர்கள். தாயார் முதலியவர்களோடு சிதம்பர தரிசனத்திற்காக வந்து இவ்வூரில் இறங்கி ஜம்புநாதரையும் தாயுமானவரையும் ரங்கநாதரையும் தரிசனம் பண்ணிக்கொண்டு மூன்று நாளைக்குக் குறையாமல் இங்கே தங்கவேண்டுமென்று கண்டோன்மென்டிலுள்ள பங்களா ஒன்றில் இருந்தார்கள். அப்படியிருக்கும்போது தாயாரவர்களுக்குச் சுரங் கண்டது. எவ்வளவோ செலவிட்டு வைத்தியர்களைக்கொண்டு தக்க வைத்தியம் செய்தார்கள்; ஒன்றாலும் குணப்படவில்லை. நேற்று அவர்கள் சிவபதம் அடைந்துவிட்டார்கள். உடனே தகனம் முதலியவற்றை நடத்தினார்கள். தம்முடைய ஊரில் அவர்கள் இறந்திருந்தால் இன்னும் எவ்வளவோ மேலாகக் காரியங்களை நடத்தியிருப்பார்கள். என்ன செய்கிறது! எல்லாம் தெய்வச் செயலல்லவோ? நம்முடைய செயலில் என்ன இருக்கிறது! இன்று காலையில் சஞ்சயனமும் நடந்தது. சில விவரங்களை விசாரிப்பதற்கு நினைந்து தக்கவர்கள் யாரென்று கேட்டபொழுது சிலர் உங்கள் பெயரைச் சொன்னார்கள். அதனாலேதான் நேரே இங்கு விஜயம் செய்தார்கள். வேண்டிய பதார்த்தம் விலை கொடுத்தாலும் அவ்விடத்தைப் போல இங்கே அகப்படக் காணோம். பண்ணி வைக்கக்கூடிய தக்கவர்களும் அவ்விடத்தைப்

போல இவ்விடத்திலே கிடைக்க மாட்டார்களென்றே தோற்றுகிறது. எல்லாம் நேற்றுப் பார்த்துவிட்டோம். அதனாலே இன்று ராத்திரி புறப்பட்டு ஊருக்குப் போய் மேற்காரியங்களையெல்லாம் நடத்த இவர்கள் கருதுகிறார்கள்" என்றார்.

கேட்ட தேசிகர், "இந்த ஊரில் எல்லாப் பொருள்களும் கிடைக்கும்; பணம் மட்டும் இருந்தால் எதுதான் அகப்படாது? இவ்வூரிலுள்ள தச்சர், தட்டார், பாத்திரக் கடைக்காரர் முதலிய எவ்வகையாரையும் நான் அறிவேன்; அபரக்கிரியை செய்தற்குத் தக்க இடம் இருக்கிறது. பணம் மட்டும் என் கையில் இல்லையேயல்லாமல் எதுவும் இந்த ஊரில் எனக்கு எளிதில் நடக்கும். ஒருவிதமான யோசனையும் பண்ணவேண்டாம். இவ்விடத்திலேயே நடத்திவிடுவதாக நிச்சயித்துவிடச் சொல்லுங்கள்" என்று மிகவும் வற்புறுத்திக் கூறினார். கேட்ட அவர், "செலவைப்பற்றி எசமான் சிறிதும் யோசனை பண்ணவில்லை. பதார்த்தங்களை வாங்கி வருவதற்கும் வேண்டிய பேர்கள் இருக்கிறார்கள். ஸமுகத்திற்கு ஓர் எண்ணம் இருக்கிறது. *சிவதருமோத்திர*மென்று ஒரு புஸ்தகம் இருக்கிறதாம்; இந்தச் சமயம் அதைப் படித்துக்கொண்டே பொழுதுபோக்க வேண்டுமென்பது தான் அவர்கள் கருத்து. முன்பு பிதா எசமான் அவர்கள் சிவபத மடைந்தபொழுதுகூடச் சில பெரியோர்கள் சொல்லத் தெரிந்து எங்கிருந்தோ வருவித்து அந்த நூலைத்தான் பாராயணம் பண்ணிக் கொண்டிருந்தார்களாம். அது கிரந்தமாக இருந்தால் உதவாதாம்; தமிழாகவே இருக்க வேண்டுமாம்; இதற்காகவே அங்கே போக வேண்டுமாம்" என்று சொல்லிக்கொண்டே வந்தவர் பின்பு மெல்ல, "இங்கேயே இருந்து முடித்துக்கொண்டு போகலாமே யென்று சிலர் எவ்வளவோ சொல்லியும் காதில் ஏறவில்லை. இந்தப் புத்தகத்தைப் படிக்காமற் போனால் என்ன?" என்று இரகசியமாகச் சொன்னார்.

அப்போது தேசிகர் அந்தப் பிரபுவை நோக்கி, *சிவதருமோத்திரம்* என்னிடம் தமிழிலேயே உள்ளது. வேண்டுமானால் உபயோகித்துக் கொள்ளலாம். உங்களைப்போன்ற பிரபுக்களுக்கல்லாமல் பின்னே வேறு யாருக்குத்தான் கொடுக்கப் போகிறேன்? என்றனர்.

நின்றவர் உடனே பிரபுவின் நோக்கத்தை அறிந்துவந்து அபரக்கிரியைக்குரிய எல்லாவற்றிற்கும் ஒரு குறிப்பு எழுதித் தரும்படி அவரைக் கேட்டனர். தேசிகர் உள்ளேயிருந்து ஏடு எழுத்தாணிகளைக் கொணர்ந்து விரிவாக ஒரு குறிப்பு எழுதிக் கொடுத்தனர். "ஊரிற் செய்தால் இன்னும் அதிகச் செலவாகும்" என்று பிரபுவைச் சேர்ந்தவர் சொல்ல, "இவ்வளவு செலவு செய்பவர்களே இந்தப் பக்கத்தில் யார் இருக்கிறார்கள்?" என்று தேசிகர் சொன்னார். கேட்ட பிரபு, "நீங்களே இருந்து

எல்லாவற்றையும் நடத்துவிப்பதன்றி வாங்கவேண்டியவற்றையும் உடனிருந்து வாங்கித் தரவேண்டும்" என்று சொல்லி அஞ்சலி செய்து உடனே எழுந்துசென்று வண்டியில் ஏறினர். பக்கத்தில் நின்றவர், "நான் எப்பொழுது வரவேண்டும்?" என்று கேட்கவே தேசிகர், "கருமாதியின் ஒரு வாரத்திற்குமுன் வந்தாற்போதும்; பரிஷ்காரமாக எல்லாவற்றையும் வாங்கிவிடலாம்" என்று சொல்லி வேகமாகச் சென்று பிரபுவை நோக்கி, "க்ஷணம் தாமஸிக்க வேண்டும்" என்று சொல்லிக் கொண்டே உள்ளே போய் சிவதருமோத்திர ஏட்டுப் பிரதியை எடுத்து வந்து அவர் கையிற் கொடுத்து, "இந்தப் புஸ்தகத்தை முன்னமே கொடாததற்காக க்ஷமிக்க வேண்டும்; தங்களைப் போன்றவர்களுடைய பழக்கம் எனக்குப் பெரிதேயல்லாமல் இந்தப் புஸ்தகம் பெரிதன்று. குறிப்பறிந்து உபகரிக்கும் பிரபு சிகாமணியாகிய தங்களுக்கு என்போலியர்கள் தெரிவிக்கவேண்டியது என்ன இருக்கிறது?" என்று வண்டியைப் பிடித்துக்கொண்டே நின்று சொல்ல அந்தப் பிரபு, "எல்லாம் தெரிந்துகொண்டோம்; அதிகமாக ஒன்றும் சொல்லவேண்டியதில்லை" என்று சொல்லி ஐந்து ரூபாயை அவரிடம் சேர்ப்பித்தார். வண்டி அதிவேகமாகச் சென்றது. நின்றவர்கள் வண்டியின் முன்னும் பின்னுமாக ஓடினார்கள். இக்காட்சிகளை யெல்லாம் பார்த்த தேசிகர் மிக்க மகிழ்ச்சி யுடையவராகி வீட்டுக்குள்ளே சென்றனர்.

ஒருநாள் சுந்தரம்பிள்ளை பிள்ளை யவர்களிடம் வந்து, "இது சிவதருமோத்திரம்" என்று சொல்லிப் புத்தகத்தைக் கொடுத்தனர். அவர், "இப்புத்தகம் எங்கே கிடைத்ததப்பா?" என்று மிக்க வேகமாக அதனைப் பிரித்துப் பார்த்துவிட்டு இவரை நோக்கி, "உன்னுடைய வீட்டில் என்ன விசேஷம்? மீசையை ஏன் எடுத்து விட்டாய்? உனக்கு நேர்ந்த துக்கம் எனக்குத் தெரியாமற் போயிற்றே! ஏன் எனக்குச் சொல்லியனுப்பவில்லை?" என்று வினவினர். சுந்தரம்பிள்ளை, "அந்த விஷயத்தைப் பின்பு சொல்லுவேன். இந்தப் புத்தகம் முழுவதையும் ஒரு வாரத்திற்குள் பிரதி செய்துகொண்டு என்னிடம் கொடுத்துவிடக் கூடுமானால் மிகவும் நலமாயிருக்கும்; பிரதி செய்வது ஒருவருக்கும் தெரியவேண்டாம்" என்றார். அவர் அப்படியே செய்வதாக ஒப்புக்கொண்டு தம்மிடம் அப்பொழுது படித்து வந்த மாணாக்கர்களிடத்தும் நண்பர்களிடத்தும் பத்துப் பத்து ஏடாகக்கொடுத்து ஒருவாரத்துள் எழுதித்தர வேண்டுமென்று சொல்லி, எஞ்சிய ஏடுகளைத் தாம் கைக்கொண்டு எழுதுவாராயினர். ஏழு தினங்களுக்குள் புத்தகம் எழுதிமுடிந்தது எட்டாவது தினத்தில் ஒப்பிட்டுக்கொண்டு சுவடியைச் சுந்தரம் பிள்ளையிடம் சேர்ப்பித்து விட்டார்.

அப்பாற் சிவதருமோத்திரத்தைப் படித்துத் தணிகைப் புராணப் பகுதியிலுள்ள அரிய விஷயங்களை அவர் அறிந்து தெளிந்தனர்.

முன்பு சேவக வேடம் பூண்டவராகிய ஒரு நண்பரிடம் சுந்தரம் பிள்ளை சிவதருமோத்திரச் சுவடியையும் ஒரு பவுனையும் கொடுத்து அவற்றை அத்தேசிகரிடம் சேர்ப்பித்து வரும்படி சொல்லியனுப்பினர். அவர் சென்று தேசிகரைக் காணவே தேசிகர் மகிழ்வுற்று, “வரவேண்டும்! வரவேண்டும்!” என்று கூறி வரவேற்றனர். சேவகவேடம் பூண்டவர் பவுனையும் சுவடியையும் அவர் கையிற் கொடுத்துவிட்டு, “ஊரிலேயே போய்த்தான் கருமாதி செய்யவேண்டுமென்று உடனிருந்த பந்துக்கள், வற்புறுத்தினர். அதனால் எல்லாரோடும் புறப்பட்டு எசமானவர்கள் ஊருக்குப் போய்விட்டார்கள். உங்களிடம் சொல்லிவிட்டுப் போகக்கூடவில்லையே யென்று அவர்கள் வருத்தமுற்றார்கள். சீக்கிரத்தில் உங்களை அவ்விடத்திற்கு வருவிப்பார்களென்று எனக்குத் தோற்றுகிறது” என்று சொல்லி அஞ்சலி செய்து போய்விட்டார். தேசிகர் அதனைக்கேட்டு முதலில் வருத்தமுற்றாராயினும் பவுன் கிடைத்ததை நினைந்து சிறிது சமாதானமடைந்தார்.

பிள்ளை யவர்கள் அப்பால் வேறொருவரால் நிகழ்ந்தவற்றை யெல்லாம் அறிந்து வியப்புற்றுச் சுந்தரம்பிள்ளையின் அன்புடைமையை எண்ணி மகிழ்ந்தார்.

தாம் செய்த இந்தத் தந்திரத்தைக் குறித்துப் பிள்ளை யவர்கள் என்ன சொல்வார்களோ வென்று அஞ்சிய சுந்தரம்பிள்ளை சில தினங்கள் வாராமலே இருந்துவிட்டார். அது தெரிந்த பிள்ளை யவர்கள் வரவேண்டுமென்று வற்புறுத்திச் சொல்லியனுப்பினர். அப்பால் சுந்தரம்பிள்ளை வந்தார். அவர் இவரை நோக்கி, “என்ன அப்பா! இப்படிச் செய்யலாமா?” என்று கேட்டபொழுது இவர், “ ‘பொய்மையும் வாய்மையிடத்த புரைதீர்ந்த, நன்மை பயக்கு மெனின்’ என்னும் திருக்குறளை அனுசரித்து அடியேன் நடந்தேன். இதனால் யாருக்கும் ஒருவிதமான துன்பமும் இல்லையே. ஏதோ செய்தேன். ஐயாவுக்கு அச்செயல் குற்றமாகத் தோற்றினால் பொறுத்துக்கொள்ள வேண்டும்” என்று கூறினர்.

பிற்காலத்தில் பிள்ளை யவர்கள் சுந்தரம்பிள்ளையி னுடைய சிறந்த குருபக்தியையும் சமயோசித புத்தியையும் அடிக்கடி பாராட்டிப் புகழ்வதை நான் பன்முறை கேட்டிருக்கிறேன்.

மகாவித்துவான் மீனாட்சிசுந்தரம்
பிள்ளை யவர்கள் சரித்திரம், பாகம் – 1, 1933

3

தருக்கடங்கின எழுத்தாளர்

மகாவித்துவான் ஸ்ரீ மீனாட்சிசுந்தரம் பிள்ளை யவர்கள் திருநாகைக் காரோணப் புராணம் இயற்றி வருகையில் அதனை எழுதி வந்தவர் முத்தாம்பாள்புரம் (ஒரத்தநாடு) கோபால பிள்ளை யென்பவர். மாணாக்கராக அக்கவிஞர் பெருமானிடம் வருவதற்கு முன்பு இவர் முத்தாம்பாள்புரம் தமிழ்க் கலாசாலையில் உபாத்தியாயராக இருந்து சிறந்த கவிஞராக விளங்கிய நாராயணசாமி வாத்தியா ரென்பவரிடம் பாடங்கேட்டவர்; நல்ல இயற்கை அறிவுடையவர். பனையேட்டில் எழுதுவதில் இவருக்கு மிக்க ஆற்றல் உண்டு. இயல்பாகவே, 'எழுதும் வன்மை நமக்கு அதிகம்' என்று இவர் எண்ணியிருந்தார்.

    அப்படியிருக்கையில் ஒருநாள் பிள்ளை யவர்களுடைய வீட்டு விசாரணையைப் பெரும் பாலும் வகித்து வந்தவரும் அவரிடத்தில் மிக்க அன்புடையவருமாகிய வைத்தியலிங்கம் பிள்ளை யென்பவர், அவர் படுத்திருக்கையில் மாணாக்கர் கூட்டத்திலிருந்து பேசிக்கொண்டிருந்தார்; கோபால பிள்ளையை விரைவாக எழுதுவதில் சமர்த்தரென்று பாராட்டினார். அதனைக் கேட்ட கோபால பிள்ளை, "எல்லாம் சரிதான். ஐயா அவர்கள் என்னுடைய கை வலிக்கும்படி பாடல் சொல்லுகிறார்க ளில்லையே" என்று விடை பகர்ந்தார். அந்தச் சமயம் இவர் எவ்வளவோ மெல்லப் பேசியும் சயனித்திருந்த பிள்ளை யவர்களுடைய காதில் இவருடைய சொல் விழுந்தது. உடனே எழுந்து வந்தால், தாம் சொல்லியதைக் குறித்துக் கோபால பிள்ளை

நாணமும் அச்சமும் அடைவாரென்று நினைத்துச் சிறிது நேரம் படுக்கையிலேயே அவர் படுத்திருந்துவிட்டு அப்பால் எழுந்து வந்தார்; பாடஞ் சொல்லுதல், நூல் எழுதுவித்தல் முதலியன வழக்கம்போல் நடைபெற்றன.

பின்பு ஒருநாட் காலையில் வழக்கப்படியே அனுஷ்டானத்தை முடித்துக்கொண்டு பிள்ளை யவர்கள் சாய்வு நாற்காலியில் வந்து அமர்ந்தனர். எழுதவேண்டிய ஏடும் கையுமாகக் கோபால பிள்ளை வந்தார்; இவருடன் வேறு சில மாணாக்கர்களும் செய்யுள் செய்வதைக் கவனிக்கும் அன்பர்களும் வந்து வேறு வேறிடத்தில் இருந்து வழக்கப்படியே கவனித்து வந்தார்கள். அக்கவிஞர்பிரான் அப்புராணத்தில் மேலே நடக்கவேண்டிய பகுதியின் வசனத்தைப் படிக்கச்சொல்லிக் கேட்டுவிட்டு உடனே செய்யுள் செய்யத் தொடங்காமல் ஒரு நாழிகை வரையில் யோசனை செய்து மூக்குத் தூளைப் போட்டுக்கொண்டு கையை உதறிவிட்டுப் பாடல் சொல்ல ஆரம்பித்தார்.

பிள்ளை யவர்கள் மூக்குத்தூளை அபூர்வமாக உபயோகிப்பது வழக்கம். அதைப் போட்டுக் கொண்டு தொடங்கி விட்டால் யாதொரு தடையுமின்றிப் பாடல்களைச் சொல்லிக்கொண்டே செல்வார். அப்போது பக்கத்தி லுள்ளவர்க ளெல்லாம் அன்றைக்கு மிக்க வேகமாகச் செய்யுட்கள் இயற்றப்படுமென்று அறிந்து கொள்வார்கள்.

ஆரம்பித்த அவர் ஓய்வின்றிச் சொல்லிக்கொண்டே சென்றார். அன்று நடந்த பகுதி மேலே சொன்ன புராணத்தில் சுந்தரவிடங்கப் படலம். அது கற்பனை நிரம்பிய பாகம். எழுதினவரும் கையோயாமல் எழுதிக்கொண்டே சென்றார். தொடங்கிய காலம் காலை 7 மணி; 10 மணி வரையிற் சொல்லிக் கொண்டு வருவதும், அதற்கு மேலே பூஜை செய்வதற்கு எழுந்து ஸ்நானத்திற்குப் போய்விடுவதும் அவருக்கு வழக்கம். மிக விரைவாக அவர் செய்யுட்களைச் சொல்லிக்கொண்டே சென்றமையால் எழுதுபவராகிய கோபால பிள்ளைக்குக் கையில் நோவுண்டாயிற்று, "எப்பொழுது பத்து மணியாகும்?" என்று எதிர்பார்த்திருந்தார். 10 மணியாகியும் ஸ்நானத்திற்கு எழாமல் அவர் பாடல்களைச் சொல்லிக்கொண்டே போனார்.

அப்பொழுது தவசிப்பிள்ளை வந்து ஸ்நானத்திற்கு எழவேண்டுமென்று குறிப்பித்தான். சரியென்று சொல்லிவிட்டு எழாமல் மேலும் செய்யுட்களை அவர் சொல்லிக்கொண்டே வந்தார். மணி பதினொன்றும் ஆகிவிட்டது. கோபால பிள்ளைக்கு வலக்கைச் சுண்டுவிரலின் பின்புறத்திலும் இடக்கைக் கட்டை விரலின் நுனியிலும் ரத்தம் குழம்பிவிட்டது. வலி அதிகமாயிற்று;

இவரால் வலி பொறுக்க முடியவில்லை. தம்முடைய கஷ்டத்தை ஒருவாறு புலப்படுத்தினால் நிறுத்துவாரென்று நினைந்து ஏட்டைக் கீழே வைத்துவிட்டு இடக்கையை வலக்கையாலும் வலக்கையை இடக்கையாலும் தடவிக் கொண்டும் பிடித்துக் கொண்டும் குறிப்பாகத் தம்முடைய கஷ்டத்தை ஒருவாறு புலப்படுத்தினார். கவிஞர் சிறிதும் கவனியாததுபோல் பாடல்களைச் சொல்லிக்கொண்டே சென்றார். மணி பதினொன்றரை ஆகிவிட்டது. கோபால பிள்ளையோ வாய்விட்டுக் கூறுவதற்கு நாணிப் பல்லைக் கடித்துக் கொண்டே எழுதிவந்தார். பக்கத்தில் இருந்த மாணாக்கர்களில் அநேகர் பதினொரு மணிக்கே எழுந்து சென்றுவிட்டார்கள். அப்புலவர் சிகாமணியோ செய்யுள் சொல்லி வருவதை நிறுத்தவேயில்லை. மணி பன்னிரண்டு ஆயிற்று. அதன் பிறகு சிறிதளவேனும் தம்பால் எழுதமுடியாதென்று உணர்ந்த கோபால பிள்ளை ஆசிரியர் சிறிது யோசித்துக் கொண்டிருந்த சமயத்தில் திடீரென எழுந்து கையிலே உள்ள ஏடுகளை யெல்லாம் சேர்த்து ஒரு கயிற்றாற் கட்டி எழுத்தாணியை உறையில் செருகிவிட்டு எல்லாவற்றையும் அவருக்கு முன்னே வைத்துச் சாஷ்டாங்கமாக நமஸ்காரம் பண்ணி எழாமலே கிடந்தார். அவர் இவரைப் பார்த்துவிட்டு, "தம்பி! ஏன் இப்படி? என்ன செய்தி? எழுந்திரு" என்றார்.

கோபால: இனி என்னால் எழுதவே முடியாது. என்னைப் போல் எழுதுகிறவர்கள் யாருமில்லை யென்றிருந்த எண்ணம் எனக்கு அடியோடு இன்று நீங்கிவிட்டது. இது கிடக்க, ஐயா அவர்களுடைய பெருமையை இன்றுதான் உண்மையில் அறிந்து கொண்டேன். தேவரீர் எந்தத் தெய்வத்தின் அவதாரமோ, எந்தப் பெரியோர்களுடைய அம்சமோ யான் அறியேன்! இவ்வாறு செய்யுள் செய்யும் ஆற்றலை யாரிடத்தும் நான் கண்டிலேன்; கேட்டுமிலேன் இன்றைக்கு நடந்த பாகம் சாதாரணமானதன்றே! இதனை வேறு கவிஞர்கள் செய்வதாக இருந்தால் எத்தனையோ நாள் பிடிக்குமே. அது யாதொரு வருத்தமுமின்றி விரைவாகப் பாடப்பட்டதே! இனி இந்தப் பணியை அடியேன் பலநாள் சென்ற பிறகுதான் செய்ய முடியுமென்று தோற்றுகின்றது. இடையிலே நிறுத்திவிட்டேனென்று கோபித்துக்கொள்ளக் கூடாது; க்ஷமிக்க வேண்டும்.

மீ: "என்ன அப்பா! உனக்குச் சிரமமா யிருக்கிறதென்று முன்னமே தெரிவித்திருந்தால் நான் நிறுத்தியிருப்பேனே. இது மிகவும் சிறந்த பகுதியாக இருந்ததனால் மத்தியில் நிறுத்த மனம் வரவில்லை. முன்பே மனத்திற் செய்துகொண்ட ஒழுங்கு பின்பு தவறிவிடுமேயென்று நினைந்து சொல்லி வந்தேன். நீ ஸ்நானம் செய்துகொண்டு வரலாம்" என்று இவரை அனுப்பிவிட்டுத் தாமும்

ஸ்நானம் செய்யப் போய்விட்டார். பக்கத்திலிருந்த சிலரால் இச்செய்தி மாயூரத்திலும், அயலூர்களிலும் பரவலாயிற்று. கேட்ட யாவரும் விம்மிதமுற்று வந்து வந்து பிள்ளை யவர்களைப் பார்த்து மிகவும் பாராட்டிச் செல்வாராயினர்.

முகம் வாடி மிகுந்த சோர்வோடு கோபால பிள்ளை அங்கே இருந்தனர்; பிற்பகலில் வந்த மேற்கூறிய வைத்தியலிங்கம் பிள்ளை இவரை நோக்கி, "ஏன் இப்படி இருக்கிறீர்?" என்று கேட்டு நிகழ்ந்தவற்றை அயலாரால் தெரிந்துகொண்டு இவரைப் பார்த்து, "என்ன! உம்முடைய கொட்டம் இன்றைக்கு அடங்கிற்றாமே? கையில் வலியுண்டாகும்படி ஐயா அவர்கள் பாடல் சொல்லுகிறார்க ளில்லையே யென்று அன்றைக்குச் சொன்னீரே! அன்றைத் தினம் நீர் சொன்னது எனக்கு மிக்க வருத்தந்தான். துள்ளின மாடு பொதி சுமக்கும்" என்று சொன்னார். அந்தச் சமயத்தில் அங்கே வந்த மீனாட்சிசுந்தரம் பிள்ளை யவர்கள், "தம்பி, அவனை ஒன்றும் சொல்ல வேண்டாம். அவன் நல்ல பிள்ளை; மிகவும் வருந்துவான்" என்று சொல்லி அவரை அடக்கினார். அப்பால் கோபால பிள்ளையின் கைவலி தீரப் பல நாட்கள் சென்றன.

இயல்பாகவே பிள்ளை யவர்களிடத்தில் பக்தியுள்ளவராக இருந்த கோபால பிள்ளைக்கு இந்த நிகழ்ச்சிக்குப்பின் அவர்பால் அளவிறந்த மதிப்புண்டாயிற்று. உண்மையில் அவரை ஓர் அவதார புருஷரென்றே நினைத்து அச்சங்கொண்டு ஒழுகி வருவாராயினர்.

மகாவித்துவான் மீனாட்சிசுந்தரம்
பிள்ளையவர்கள் சரித்திரம், பாகம் – 1, 1933

4

தர்ம சங்கடம்

திருவாவடுதுறை மடத்தில் ஸ்ரீ மீனாட்சிசுந்தரம் பிள்ளை யவர்கள் பல மாணாக்கர்களுக்குத் தமிழ் நூல்கள் பலவற்றைப் பாடஞ்சொல்லி வந்தார்கள். ஒரு சமயம் *திருநாகைக்காரோணப் புராணம்* தொடங்கப்பெற்றது. அக்காலத்தில் ஆதீனகர்த்தராக இருந்த ஸ்ரீ சுப்பிரமணிய தேசிகர் முன்னிலையிலே பாடம் நடைபெற்று வந்தது. அப்புராணத்தின் ஒரு பகுதியாகிய தலவிசேடப் படலத்தில் பிரளயகால வர்ணனை நடந்துவருகையில் திருவாலங்காட்டு அப்பா தீட்சித ரென்பவர் வந்தார். அவர் வடமொழியில் புகழ்பெற்று விளங்கிய ஸ்ரீ அப்பைய தீட்சிதருடைய பரம்பரையினர்; வியாகரணத்திலும் சைவ சாஸ்திரங்களிலும் நல்ல பயிற்சியுடையவர். அவரிடத்தில் எத்தனையோ சிஷ்யர்கள் திருவாவடுதுறை மடத்து உதவியாற் படித்துப் பெரிய வித்துவான்களாக ஆனதுண்டு.

மாணாக்கர்கள் படிக்கும் பகுதியை அங்கே வந்த தீட்சிதர் கவனித்துக் கேட்பாராயினர். அங்ஙனம் கேட்டு வருகையில் அவர் ஒவ்வொரு பாடலிலுமுள்ள விஷயத்தை என்ன காரணத்தாலோ ஆட்சேபித்துக் கொண்டே வந்தார். பிள்ளை யவர்கள் சுருக்கமாக விடை கூறினர்; சமாதானமும் சொன்னார்; அவற்றைப் பாராட்டாமல் அவர் மீட்டும் மீட்டும் ஆட்சேபம் செய்து வந்தனர். அதனால் அப்புலவர் பெருமானுக்கு அதிருப்தி உண்டாயிற்று. அதனையும் பாடம் தடைப்படுதலையும் கவனித்த சுப்பிரமணிய தேசிகர் அவர் வந்த காரியத்தை விசாரித்து முடிவு

மகாவித்துவான் ஸ்ரீ மீனாட்சிசுந்தரம் பிள்ளை

செய்து விடை கொடுத்து விரைவில் அவரை ஊருக்கு அனுப்பி விட்டு, "பாடம் நடக்கலாம்" என்றனர். வழக்கம் போலவே பாடம் நடைபெற்றது. பாடம் முடிந்தபின் பிள்ளை யவர்கள், *"திருவாலங்காட்டுத் தியாகராஜ சாஸ்திரிகள் இருந்தால் இந்தப் பாகத்தைக் கேட்டு மிகவும் சந்தோஷிப்பார்கள். இங்கே இப்போது அவர்கள் இல்லாதது ஒரு குறையே" என்று சொல்லிக்கொண்டே தம்முடைய வீடு சென்றார்.

தியாகராஜ சாஸ்திரிக ளென்பவரும் ஸ்ரீ அப்பைய தீட்சிதர் பரம்பரையினர். சில சாஸ்திரங்களிலும் வேதத்திலும் வல்லவர்; அலங்கார சாஸ்திரத்தில் நிபுணர்; இசையிலும் கவிகள் இயற்றுவதிலும் நல்ல ஆற்றலுடையவர்; வீணை வாசிப்பதில் தேர்ச்சி பெற்றவர். இங்கிலீஷ் முதலிய வேறு பாஷைகளிலும் அவருக்குப் பயிற்சியுண்டு; சிலகாலம் புதுக்கோட்டையில்

---

* திருவாலங்காடென்பது திருவாவடுதுறைக்கு மிகவும் சமீபமாகவுள்ள ஒரு சிவஸ்தலம்.

தர்ம சங்கடம்

ஸ்ரீ சுப்பிரமணிய தேசிகர்

வேலையாக இருந்தவர். அவர் செய்யும் உபந்யாசம் மிகுந்த சுவையுடையதா யிருக்கும். சிவகதை பண்ணுகிற வழக்கமும் அவருக்கு உண்டு. சாதாரணமாக அவர் பேசிக்கொண்டிருக்கும் பொழுதே கேட்பவர்கள் வேறு விஷயத்தில் மனத்தைச் செலுத்தாமல் இன்புற்றுக் கொண்டே யிருக்கும்படி செய்வார். மேலே கூறிய ஸ்ரீ சுப்பிரமணிய தேசிகர் சின்னப்பட்டம் பெற்றது. தொடங்கி வடமொழி நூல்களை அவருக்குப் பாடம் சொல்லி வந்ததன்றிப் பல சாஸ்திரங்களுடைய நுட்பங்களையும் பல வடமொழிக் காவியங்களின் கருத்துக்களையும் அலங்காரப் பகுதிகளையும் சுருக்கமாகவும் தெளிவாகவும் ஓய்வு நேரங்களில் தெரிவித்து அவரை உலகத்திற்கு மிகவும் பயன்படும்படி செய்தவர். தேசிகருக்கு முக்கியமான வடமொழி வித்தியா குரு அவரே. அவர் பிள்ளை யவர்களிடத்தும் பேரன்புடையவர்.

அப்பா தீட்சிதர் வந்து சென்றதற்கு மறுநாள் பாடம் நடைபெற்றபொழுது மேற்கூறிய தியாகராஜ சாஸ்திரிகள் புதுக்கோட்டையிலிருந்து திருவாலங்காட்டுக்குப் போய் விட்டு உடனே திருவாவடுதுறை ஆதீனகர்த்தரைப் பார்ப்பதற்காக மடத்திற்குத் தம் சிஷ்யர்களுடன் தற்செயலாக வந்தார்.

அவர் உள்ளே வந்தவுடன் சுப்பிரமணிய தேசிகர் மகிழ்ச்சியுடன் அவரை வரவேற்றுச் சிறிதுநேரம் பேசிக் கொண்டிருந்தார். மீனாட்சிசுந்தரம் பிள்ளை யவர்களும் சாஸ்திரிகளோடு சிறிதுநேரம் சம்பாஷித்தனர். அப்பால், “நேற்று நடந்த பாகத்தைச் சாஸ்திரிகளவர்களுக்குப் படித்துக் காட்டிப் பொருள் சொல்லலாமே” என்று தேசிகர், பிள்ளை யவர்களிடம் சொன்னார். அவ்வண்ணமே நாலைந்து செய்யுட்கள் ஆயின. ஒவ்வொரு பாடலின் பொருளையும் கேட்கும்போது சாஸ்திரிகள் ஆனந்தமடைந்து, “உங்களைப்போல் பாடுகிறவர்கள் யார் இருக்கிறார்கள்? இவ்வளவு அழகான கற்பனைகளை அமைக்கும் சக்தி உங்களுக்குத்தான் இருக்கிறது தமிழிலே பழக்கமில்லாத எனக்குக்கூட இந்தப் பாடல்களின் பொருள்கள் நன்றாக

விளங்குகின்றன. சிறந்த கவித்துவமென்பது இதுதான். பூர்வ ஜன்மத்தில் நீங்கள் கம்பராக இருந்திருக்கவேண்டும்" என்று பிள்ளை யவர்களை மிகவும் பாராட்டினார்.

சுப்: இந்தப் பாடல்களில் ஏதேனும் குற்றம் காணப்படுகிறதா?

தியாக: இந்தப் பாடல்கள் சஞ்சரிக்கிற இடங்களிலேகூட ஒரு குற்றமும் இராதே. அப்படியானால் இவற்றில் எப்படியிருக்கும்? நிர்த்தோஷமான வாக்கு.

சுப்: இவற்றில் ஏதாவது குற்றமிருக்கிறதென்று யாராவது சொன்னால் நீங்கள் என்ன சொல்வீர்கள்?

தியாக: அவனை மகா அயோக்கியனென்றும் துஷ்டனென்றும் மூர்க்கனென்றும் மகா அகங்காரியென்றும் சொல்வேன். அப்படிச் சொன்னவன் யார்?

சுப்: உங்களுடைய குருவே!

தியாகராஜ சாஸ்திரிகள், "அப்படியா!" என்று நடுநடுங்கி உடனே எழுந்து இரண்டு கைகளையும் தலைமேற் குவித்துத் திருவாலங்காடு உள்ள திசையை நோக்கிக் கண்ணை மூடிக்கொண்டு, "ஹரஹர மாதேவா! சிவ சிவா! என்னுடைய பதற்றமான வார்த்தைகளை க்ஷமிக்க வேண்டும். ஆசார்ய மூர்த்தே!" என்று சொல்லிக்கொண்டும் கண்ணிற் கருவிழிகளை மேலே செலுத்தித் தியானித்துக்கொண்டும் நின்றார்.

சுப்: (புன்முறுவல் கொண்டு) சாஸ்திரிகளே! இருக்க வேண்டும். இவ்வளவு தூரம் நீங்கள் மனத்தைச் செலுத்துவீர்க ளென்பது நமக்குத் தெரியாது. ஏதோ நடந்ததைச் சொல்ல வேண்டியிருந்தமையால் சொல்லும்படி நேர்ந்தது. பொறுத்துக்கொள்ள வேண்டும். தங்களிடத்திற் படித்துக் காட்டித் தங்களுடைய சந்தோஷத்தைப் பெறவேண்டுமென்பதே நமது கருத்து; ஆகையினாலே தான் இங்ஙனம் செய்யலாயிற்று.

தியாகராஜ சாஸ்திரிகள், "சந்நிதானம் இப்படிப்பட்ட தர்ம சங்கடமான விஷயத்திற் கொண்டு வந்துவிட்டதே! எனக்கு ஒன்றும் புரியவில்லையே! இனிமேல் இப்படிப்பட்ட சங்கடத்தில் என்னை இழுத்துவிடக் கூடாது" என்று சொல்லிக் கொண்டே யிருக்கையில் நேரமாகி விட்டபடியால் எல்லோரும் விடைபெற்று எழுந்து சென்றார்கள். முதல் நாள் மிகுந்த வருத்தமடைந்து கொண்டேயிருந்த மாணக்கர்களுக் கெல்லாம் இந்த நிகழ்ச்சி பெரியதோர் ஆறுதலை விளைவித்தது.

மகாவித்துவான் மீனாட்சிசுந்தரம்
பிள்ளை யவர்கள் சரித்திரம், பாகம்-2, 1934

5

அழைத்த காரணம்

திருவாவடுதுறை மடத்தில் 16ஆம் பட்டத்தில் ஆதீனகர்த்தராக இருந்த ஸ்ரீ மேலகரம் சுப்பிரமணிய தேசிகரவர்களைப் பற்றிய பல விஷயங்களை நான் இதற்கு முன்பு வெவ்வேறு இடங்களில் எழுதியிருப்பதை அன்பர்கள் அறிந்திருக்கலாம். என்னுடைய தமிழ் ஆசிரியர்களில் அவரும் ஒருவர். திரிசிரபுரம் மகாவித்துவான் ஸ்ரீ மீனாட்சிசுந்தரம் பிள்ளை யவர்கள் காலத்திற்குப் பின்பு ஸ்ரீ சுப்பிரமணிய தேசிகரிடத்திலே சில நூல்களை நான் பாடங் கேட்டும், மடத்திலிருந்த சிலருக்குத் தமிழ் பாடஞ் சொல்லியும் வந்தேன்.

வித்துவான்களுடைய மனத்திற்கு உவந்த செயல்களை அறிந்து செய்வதில் ஸ்ரீ சுப்பிரமணிய தேசிகர் மிகத் தேர்ந்தவர். கல்வி கேள்வி மிக்கவராகிய அவர் வித்துவான்களுடைய புலமையை அளந்து அறிந்து இன்புறுபவர். அவருடைய ஆதரவினால் இளம் புலவர்கள் ஊக்கங்கொண்டு மேன்மேலும் அறிவாற்றல்களைப் பெற்றுப் பெரும்புலவர் ஆவார்கள்.

தம்மிடம் வந்தவரை உபசரித்து அவரவர் களுக்குத் தெரிந்த வித்தையைப் பற்றி உசாவி அறிந்து அவரவர்களுக்கு ஏற்றவண்ணம் ஸம்மானம் செய்து அனுப்புவார். ஒருவருக்கேனும் இல்லை யென்பது அவர்பால் இல்லை. அவரிடம் பெறும் பரிசுகள் சிறிதளவாக இருப்பினும், தங்கள் தங்களுடைய கல்வியின் ஆழத்தை அறிந்து உவந்து அளிக்கப்படுதலின் அவற்றை மிகப்

பெரியனவாகவே வித்துவான்கள் எண்ணிப் பெற்று மகிழ்வார்கள். ஒரு வருஷம் வந்தவர் சுப்பிரமணிய தேசிகருடைய ஆதரவான இன்மொழிகளில் ஈடுபட்டு, மறு வருஷம் வரும்போது புதிதாக ஒன்றைக் கற்றுக்கொண்டு வருவார். இதனால் அவரிடம் வந்தவர்களுடைய கல்வியறிவு வரவர வளர்ச்சி பெற்று விளங்கும்.

கல்வியறி வுள்ளவர்களைத் தாமே உபசரித்துப் பரிசளிப்பதோடு தம்மைச் சேர்ந்தவர்களும் அவர்களிடம் மதிப்புவைத்து ஒழுக வேண்டுமென்று அவர் விரும்புவார்; தம்மிடம் பாடங்கேட்கும் மாணாக்கர்களிடம் தாயைப் போன்ற அன்புடையவராக அவர் விளங்கினார்.

இற்றைக்கு 62 வருஷங்களுக்கு முன்பு நிகழ்ந்த செய்தியொன்று இன்னும் என் மனத்தில் மங்காது தங்கியிருக்கின்றது. அப்பொழுது எனக்கு 22 பிராயம். ஒருநாள் மாலையில் மடத்திலுள்ள பன்னீர்க்கட்டு என்னுமிடத்தில் சங்கீத கேசரியாகிய ஸ்ரீ மகா வைத்தியநாதைய ரவர்களது பாட்டு நடைபெற்றது. அவர் வந்திருப்பதை யறிந்து வெளியூரிலிருந்து பலர் வந்திருந்தார்கள். அத்தகைய சமயங்களில் தேசிகரே அயலூர்களுக்குச் செய்தி சொல்லியனுப்புவது வழக்கம். ‘தாம் இன்புறுவது உலகின்புறக் கண்டு காமுறுபவர்’ ஆகையால் பலரோடும் சேர்ந்து இசைவிருந்து நுகர வேண்டுமென்பது அவருடைய எண்ணம்.

திருவாலங்காடு, சாத்தனூர் என்னும் ஊர்களிலிருந்து பல வித்துவான்களும், வேறுபல ஊர்களிலிருந்து பல அறிஞர்களும், செல்வர்களும் வந்திருந்தனர். சற்றேறக்குறைய ஆயிரம் ஜனங்கள் வரையில் கூடியிருந்தனர். மடத்தைச் சார்ந்த தம்பிரான்களும் உத்தியோகஸ்தர்களும் பிற பணியாளர்களும் தங்கள் தங்கள் நிலைமைக்கு ஏற்றபடி அங்கங்கே இருந்தும் நின்றும் சங்கீதத்தைக் கேட்டு மகிழ்ந்திருந்தனர்.

அக்கூட்டத்தினிடையே சுப்பிரமணிய தேசிகர் புன்முறுவல் பூத்த முகத்தோடு அமர்ந்திருந்தார். அவருக்கருகில் பெரிய தம்பிரான்களும் செல்வர்களும் இருந்தனர்.

பாட்டு நடைபெற்றுக்கொண்டிருந்தது. நான் ஏதோ சில காரியங்களை முன்னிட்டு இங்கும் அங்கும் போய்க் கொண்டிருந்தேன். அப்பொழுது, “சாமிநாதையர்!” என்று கம்பீரமான தொனியோடு தேசிகர் என்னை அழைத்தார். அவ்வளவு பெருங்கூட்டத்தி னிடையே தேசிகர் என்னை அழைத்தது அவருடைய அன்புடைமையைக் காட்டினாலும் எனக்குச் சிறிது அச்சத்தை விளைவித்தது. அவரருகிலே சென்றேன். “இப்படி இரும்!” என்று தமக்கருகிலே உட்காரும்படி

அவர் குறிப்பித்தனர். அவருக்கருகில் நான் உட்காருதல் சிறிதும் தகாதசெய லென்பதை எண்ணி நான் மயங்கினேன். "சும்மா உட்காரும்!" என்று அன்புகனிந்த குரலில் அவர் மீண்டும் கூறியபோது என்னால் மறுக்க முடியாமையால் உட்கார்ந்தேன். எனக்குப் பின்புறம் பல பெரிய மனிதர்கள் உட்கார்ந்திருப்பதைக் கண்டேன். அவர்களைக் கண்டபோது ஒதுங்கி உட்கார வேண்டுமென்று எண்ணினேன். ஒதுங்குவதற்கோ இடமில்லை. என்னைச் சுற்றிலும் மதிப்புவாய்ந்த பலர் இருந்தனர். வீணாக

மேலகரம் ஸ்ரீ சுப்பிரமணிய தேசிகர்

ஒதுங்குவதற்கு முயன்று உடம்பை அசைத்ததைத் தவிர வேறு ஒன்றும் என்னாற் செய்ய முடியவில்லை. அங்கே உட்காருவதற்கு என் மனம் இடங்கொடுக்கவில்லை. பயந்து கொண்டே இருந்தேன். சங்கீதத்திற்கூட என்மனம் பூரணமாகச் செல்லவில்லை. ஒன்றும் தெரியாதவனைத் திடீரென்று சிங்காதனத்தில் தூக்கிவைத்தால் அவன் யாதும் விளங்காமல் விழிப்பதுபோன்ற நிலையில் நான் இருந்தேன்.

ஒருவாறு பாட்டு முடிவுபெற்றது. மற்ற நாட்களிலெல்லாம் மகாவைத்தியநாதைய ரவர்களுடைய இன்னிசை அமுதத்தை ஆவலோடு பருகிப் பருகி, 'இன்னும் நீண்ட நேரம் பாடிக்கொண்டே இருக்கமாட்டாரா!' என்று எண்ணும் யான் அன்றைத் தினத்திலோ, 'இவர் விரைவிலே நிறுத்தமாட்டாரா?' என்று எண்ணினேன். ஆதலால் அவர் பாடத் தொடங்கிய சமயத்தைவிட நிறுத்திய சமயத்தில் எனக்கு மிக்க இன்பம் உண்டாயிற்று. நான் ஒரு சங்கடமான நிலையினின்றும் விடுதலை பெற்றேன்.

வந்த கனவான்கள் தாம்பூலம் பெற்றுக்கொண்டு தங்கள் தங்கள் இருப்பிடம் சென்றார்கள். மடத்துப் பணியாளர்கள் தங்கள் தங்கள் வேலையைக் கவனிக்கச் சென்றனர்.

அன்று இரவில் ஆகாரம் செய்தபிறகு நான் வழக்கம்போலவே சண்பகக் குற்றாலக் கவிராய ரென்னும் அன்பரோடு ஸ்ரீ சுப்பிரமணிய தேசிகரிடம் பாடங்கேட்கச் சென்றேன். அப்பொழுது திருக்குறள் பரிமேலழக ருரையை நாங்கள் பாடங்கேட்டு வந்தோம்.

நாங்கள் தேசிகரை அணுகினோம். அவர் என்னைக் கண்டவுடன் புன்னகை யரும்பி, "என்ன? சாமிநாதையர்! சாயங்காலம் பாட்டுக்கச்சேரி நடக்கும்போது உம்மை அழைத்தோமே; அதற்குக் காரணம் தெரியுமா?" என்று கேட்டார்.

நான்: எனக்கு ஒன்றும் தெரியவில்லை. என்னைக் கூப்பிட்டவுடன் நான் திகைத்துப் போனேன். அவ்விடத்து உத்தரவுக்கு அஞ்சி நான் இருந்தேன். அவ்விடத்துக்கு அருகில் துணிச்சலாகவும் அவ்வளவு பெரிய மனுஷர்களுக்கு முன்னால் மரியாதை யின்றியும் மற்ற ஸமயங்களிலே உட்கார நான் துணியமாட்டேன்.

தேசிகர்: நீர் இந்த மடத்தில் இருக்கிறீர். உம்மைப்பற்றி நமக்கு நன்றாகத் தெரியும். உமக்கு வேண்டியதை அவ்வப்போது செய்து வருவோம். ஆனால் மடத்தில் ஒவ்வொரு காரியத்திற்கும் தனித்தனியே ஒவ்வோர் அதிகாரி இருக்கிறார். அவர்களிடம் உமக்கு ஏதாவது வேண்டுமென்றால் அவர்களுக்கும் உம்முடைய

அருமை தெரிந்தால்தானே அதைப் பெறலாம்? ஒவ்வொரு வருக்கும் தனித்தனியே சொல்வதென்பது இயலாத காரியம்; அநுசிதமாகவும் இருக்கும். நமக்குப் பிரியமானவர் நீர் என்பதை மடத்திலுள்ள யாவரும் அறிந்து கொள்வதற்காகத்தான் நாம் அப்படி அழைத்து அருகிலே இருக்கச் செய்தோம். இப்பொழுது மடத்திலுள்ள தம்பிரான்கள், காரியஸ்தர்கள், கணக்குப்பிள்ளைகள், சேவகர்கள், வண்டிக்காரர்கள் எல்லோருக்கும் உம்மைப்பற்றித் தெரிந்திருக்கும். இனிமேல் யாதொரு தடையும் இல்லாமல் அவர்களுடைய உதவியை நீர் பெறலாம். இதுதான் நாம் உம்மை அழைத்ததன் காரணம். நீர் வேறுவிதமாக நினைக்கக்கூடுமென் றெண்ணியே இதை இப்போது தெரிவித்தோம்."

அதைக் கேட்ட எனக்கு வியப்பும் நன்றியறிவும் மாறி மாறி உண்டாயின. "அவ்விடத்து அன்பு எனக்குப் பலவகையிலும் தெரிந்திருப்பினும் என்னை அழைத்தது என் நன்மையைக் கருதியே யென்பது அப்போது தெரியவில்லை; இப்பொழுதுதான் தெளிவாகத் தெரிந்தது" என்றேன். இயல்பாகவே மடத்திலிருந்த யாவரும் என்னிடம் அன்பு பாராட்டினார்க ளாயினும், அன்றுமுதல் 'பண்டார ஸந்நிதி யவர்களுக்கு இவர் மிக வேண்டியவர்' என்று எண்ணிப் பின்னும் அதிகமாக என்னை ஆதரிக்கத் தொடங்கினர்.

கலைமகள், தொகுதி 12, பகுதி 67 – 72, 1937

6

ஆவலும் அதிர்ஷ்டமும்

தஞ்சாவூர் ஜில்லாவில் உள்ள சைவ மடங்களில் ஒன்றாகிய திருப்பனந்தாள் காசி மடத்தில் சில வருஷகாலம் குமாரசாமித் தம்பிரா னென்பவர் தலைவராக இருந்துவந்தார். அவர் திருவாவடுதுறை யாதீனத்து மகா வித்துவான் ஸ்ரீ மீனாட்சிசுந்தரம் பிள்ளை யவர்களிடம் என்னுடன் பாடங் கேட்டவர். அவ்வாதீனத் தலைவராக இருந்த மேலகரம் ஸ்ரீ சுப்பிரமணிய தேசிகருடைய ஆதரவில் இருந்து வந்த நாங்கள் இருவரும் ஒரேகாலத்தில் அம்மடத்தினின்றும் பிரிந்தோம். அவர் திருப்பனந்தாள் காசிமடத்தின் தலைவராகச் சென்றார். எனக்குக் கும்பகோணம் காலேஜில் தமிழ்ப் பண்டிதர் வேலை கிடைத்தது.

குமாரசாமித் தம்பிரான் நல்ல அறிவாளி; சிறந்த சிவபக்தியுள்ளவர்; என்னிடம் பேரன்புடையவர். செய்யுள் நடையிலே கடிதப் போக்குவரவு எங்களிடையே நடந்ததுண்டு. அவர் சில காலம் திருவாவடுதுறை மடத்திற்கு காறுபாறாக இருந்து வந்தார். அவருக்கு அம்மடத்தில் வித்துவான் தம்பிரானென்ற பட்டம் அளிக்கப்பட்டது.

அவர் காசிமடத்துத் தலைவராக இருந்தபோது அவர் சம்பந்தமாகக் கும்பகோணம் 'ஸப் கோர்ட்'டில் ஒரு வழக்கு நடைபெற்று வந்தது. அவரும் எதிர்க்கட்சியினரும் சிறந்த பாரிஸ்டர்களையும் அவர்களுக்கு உதவியாகப் பல பெரிய வக்கீல்களையும் நியமித்திருந்தனர். வழக்கு மிகவும் பெரியது. ஏறக்குறைய நானூறு சாட்சிகள்

வரையில் விசாரிக்கப்பட்டனர். அந்த வழக்கு நடைபெற்று வந்த காலத்தில் கும்பகோணத்திலும், அதைச் சூழ்ந்துள்ள இடங்களிலும் அதைப்பற்றிய பேச்சாகவே இருந்தது. சாட்சி விசாரணையைப் பற்றியும் குறுக்கு விசாரணையைப் பற்றியும் ஜனங்கள் அங்கங்கே உத்ஸாகமாகப் பேசிக்கொண்டிருந்தார்கள்.

ஒவ்வொரு கட்சிக்காரரும் தங்கள் தங்கள் பக்கத்தில் வெற்றி உண்டாக வேண்டுமென்பதற்குரிய முயற்சிகளை யெல்லாம் செய்து வந்தார்கள். தெய்வங்களைப் பிரார்த்தித்தார்கள்; பணத்தை வாரி இறைத்தார்கள்.

இன்ன கட்சிக்குத்தான் ஜயமுண்டாகு மென்பதை யாராலும் ஊகிக்க முடியவில்லை. பலநாள் நடந்துவந்த வழக்கு விசாரணை முடிவுபெற்றது. தீர்ப்புக் கூறுவதற்காக ஒருநாள் குறிப்பிடப்பட்டிருந்தது. அந்த நாளை எல்லோரும் எதிர்பார்த்துக் கொண்டிருந்தனர். இரண்டு கட்சிக்காரர்களுக்கும் இருந்த ஆவலும் பயமும் இத்தகையன வென்று சொல்ல முடியாது. ஜனங்களோ, "இவ்வளவு விரிவாக நடந்த வழக்கில் தீர்ப்பு எப்படியாகுமோ பார்க்கலாம்!" என்று வியப்போடு எதிர்பார்த்தனர்.

வழக்கு முடிவடையும் காலத்தில் குமாரசாமித் தம்பிரான் கும்பகோணத்திற்கு அருகே காவிரியின் வடகரையில் இருக்கும் சத்திரம் கருப்பூர் என்னுமிடத்தில் உள்ள மடத்தில் தங்கியிருந்தார். அந்த மடம் திருப்பனந்தாள் காசி மடத்தைச் சார்ந்தது. அது கும்பகோணம் காலேஜுக்குக் கிழக்கே ஏறக்குறைய ஒரு மைல் தூரத்தில் உள்ளது. காவிரியில் ஜலமில்லாதபோது ஸப் கோர்ட்டிலிருந்து குறுக்கே போனால் அந்த மடம் முக்கால் மைல் தூரந்தான் இருக்கும். காவிரியில் வெள்ளம் உள்ள காலத்தில் பாலத்தைக் கடந்துதான் செல்ல வேண்டும்; அப்போது ஒன்றரை மைல் தூரம் இருக்கும்.

தீர்ப்புக் கூறக் குறிப்பிட்டிருந்த தினம் காவிரியில் ஜலமுள்ள காலமாதலால் அவ்வாற்றின் தென்கரையிலுள்ள கோர்ட்டிலிருந்து சமாசாரம் வருவதை ஒவ்வொரு கணமும்

டாக்டர் உ.வே. சாமிநாதையர்

தம்பிரான் எதிர்பார்த்திருந்தார். அங்கங்கே வேலைக்காரர்களை அரைப் பர்லாங்குக்கு ஒருவராக அஞ்சலில் நிறுத்தித் தமக்கு விரைவிலே சமாசாரம் எட்டும்படி ஏற்பாடு செய்திருந்தார்.

காலையில் பதினொரு மணியிருக்கும். காவிரியாற்றில் பூரணப் பிரவாகம் போய்க்கொண்டிருந்தது. அப்பொழுது ஒரு மனிதன் கோர்ட்டிலிருந்து வெகு வேகமாக ஓடி வந்தான். காலேஜுக்கு நேர் எதிர்கரையில் இறங்குந் துறை இருந்தது. அதற்குக் கிழக்கே கச்சேரிக் கட்டிடங்கள் உள்ளன. அங்கிருந்து பாலத்தின் வழியே இக்கரைக்கு வருவதென்றால் நேரமாகும். வேகமாக ஓடிவந்த ஆள் தொப்பென்று செங்குத்தாக இருந்த கரையிலிருந்து கீழே காவிரியில் குதித்து நீந்தலானான். காலேஜில் கரையை நோக்கியுள்ள அறையில் நான் பாடஞ் சொல்லிக்கொண்டிருந்தேன். அந்த ஆள் மிகவும் வேகமாக ஓடிவந்து குதித்ததை நான் பார்த்தேன். வழக்கில் குமாரசாமித் தம்பிரானுக்கு ஜயம் உண்டாயிற்றென்று அவன் சொல்லப்போவானென்பதை நான் ஊகித்து உணர்ந்து கொண்டேன். காவிரிநீரின் வேகத்தைக் காட்டிலும் அவன் வேகம் அதிகமாக இருந்தது.

அந்த மனிதன் தண்ணீரில் திடீரென்று குதித்ததுதான் தாமதம்; இந்தக் கரையில் இருந்த ஒருவன் விஷயத்தைப் பளிச்சென்று ஊகித்துக்கொண்டான். அவ்வளவுதான்; உடனே கருப்பூர் மடத்தை நோக்கி ஓடத் தொடங்கினான். அவன் ஓடிவருவதைக் கண்டு அவனுக்கு முன்னே இருந்த ஒருவன் 'இதுதான் சமயம்' என்று எண்ணி அவனுக்குமுன் ஓட ஆரம்பித்தான். இப்படியே ஒருவனைக் கண்டு மற்றொருவன் ஓடினான். பாலத்துறையி லிருந்த ஆட்களும் இவ்வாறே ஒருவன்முன் ஒருவனாக ஓடினார்கள்.

கருப்பூர் மடத்தில் முன்பக்கத்தில் இருந்த வாசற்காரன் கும்பகோணத்திலிருந்து வரும் சாலையிலேயே கண்வைத்தபடி நின்றுகொண்டிருந்தான். நெடுந்தூரத்தில் தலைதெறிக்க ஒருவன் ஓடிவருவது அவனுக்குப் புலப்பட்டது; "எசமானுக்கு ஜயம்" என்று தம்பிரானிடம் சொல்லி வணங்கினான்.

குமாரசாமித் தம்பிரான் தம்மை மறந்தார். பெரிய வழக்கில் யாருக்கு ஜயம் கிடைக்குமோ என்ற கவலையினால் குழம்பியிருந்த அவர் மனம் மெத்த ஆறுதல் அடைந்தது. அந்தச் சமாசாரம் சொன்ன வாசற்காரனுக்கு உடனே பணம் வேஷ்டி முதலிய நல்ல பரிசுகள் கிடைத்தன; அவனுக்கு அதிர்ஷ்டம் இருந்தது; சிரமமில்லாமல் பரிசு கிடைத்துவிட்டது.

இரண்டு நிமிஷங்களுக்கு அப்பால் மற்றொருவன் ஓடி வந்தான்; "சாமீ! எசமானுக்கு ஜயம்!" என்று அவன் கூவினான்.

ஆவலும் அதிர்ஷ்டமும்

அவனுக்குச் சில பரிசுகள் கொடுக்கப்பட்டன. பின்பும் இரண்டு மூன்று பேர்கள் வந்து பரிசு பெற்றார்கள்; பரிசின் அளவு குறைந்து வந்தது. இப்படியே பலர் வரவே, தம்பிரானுக்கு அலுப்பு உண்டாகிவிட்டது; "போக்கிரிப் பயல்கள்! முதலில் நம்மிடம் சொன்னவனுக்கு இனாம் தருவதுதான் நியாயம். ஊரில் இருப்பவர்களுக் கெல்லாம் கொடுக்க முடியுமா?" என்று அவர் சொல்லிவிட்டார்.

"சாமி! நான் இரைக்க இரைக்க ஓடிவந்தேன். நான் வருவதைக் கண்டு தெரிந்து கொண்டு இவன் முன்னே வந்து சொல்லி விட்டான்" என்று ஒவ்வொருவரும் சொல்லலாயினர். இந்தத் தொந்தரவு பொறுக்கமுடியாமல். "இனிமேல் இந்தமாதிரி யாராவது வந்தால் உள்ளே விடவேண்டாம்" என்று தம்பிரான் உத்தரவிட்டார்.

கால்மணி கழித்து நனைந்த துணியுடன் வேகமாகக் காவிரியில் குதித்து நீந்தியவன் வந்து சேர்ந்தான். மடத்து வேலைக்காரர்கள் அவனை உள்ளே விடவில்லை. அவன் மன்றாடிப் பார்த்தான். ஒன்றும் பலிக்கவில்லை; எவ்வளவுக் கெவ்வளவு உத்ஸாகமாக ஓடிவந்தானோ, அவ்வளவுக் கவ்வளவு சோர்வு உண்டாகிவிட்டது அவனுக்கு. அப்படியே வாசற்படியில் உட்கார்ந்துவிட்டான். 'கைக்கெட்டியது வாய்க்கெட்டவில்லையே!' எனறு அவன் தன் தலைவிதியை நொந்துகொண்டான்.

ஒரு மணிக்குக் காலேஜ் பாடம் முடிந்தது. இரண்டு மணி வரையில் உள்ள இடைவேளைக்குள் கருப்பூர் மடத்திற்குச் சென்று தம்பிரானிடம் சந்தோஷம் விசாரித்து வரலாமென்று புறப்பட்டேன். கருப்பூர் மடம் வந்து சேர்ந்தேன். நீந்தி வந்த ஆள் அங்கே வாசற்படியில் தலையில் கையை வைத்துக்கொண்டு பைத்தியம் பிடித்தவனைப்போல உட்கார்ந்திருந்ததைக் கண்டேன்.

"ஏன் அப்பா, இங்கே உட்கார்ந்திருக்கிறாய்? எசமானைப் பார்க்கவில்லையா?" என்று கேட்டேன்.

அவன் தன் துக்க ஸ்வப்பனத்தி லிருந்து விழித்துக்கொண்டான்; "ஐயோ சாமீ! நான் காவேரியிலே குதித்து நீந்தி ஓடிவந்தேன். என்னை உள்ளே விடாமல் அடித்துத் தள்ளுகிறார்கள். எனக்கு ஏதாவது இனாம் கிடைக்குமென்ற ஆத்திரத்தில் வெள்ளத்தைக் கூடப் பார்க்கவில்லை" என்று அவன் கூறினான்.

நான் சிரித்துக்கொண்டே உள்ளே போனேன். தம்பிரானைக் கண்டு சந்தோஷம் விசாரித்தேன். அப்பால், "பலபேருக்கு இனாம் கிடைத்திருக்குமென்று எண்ணுகிறேன்" என்றேன்.

"ஆமாம். பத்துப் பேர்களுக்குமேல் கொடுத்தோம். அப்புறம் எத்தனையோ பேர்கள் வந்தார்கள்."

"யாருக்கு அதிகமாகக் கிடைத்ததோ?"

"முதலிலே எவன் சொன்னானோ அவனுக்குத்தான் அதிகம்."

"இதிலே ஒரு வேடிக்கை; நியாயமாக முதலில் பரிசைப் பெற வேண்டியவனுக்கு ஒன்றுமே கிடைக்கவில்லை."

"ஏன்? என்ன சங்கதி?"

"இப்போது இந்த மடத்து வாசலில் ஒருவன் தலையைத் தொங்கப் போட்டுக்கொண்டு உட்கார்ந்திருக்கிறான். அவனுக்குத் தான் நியாயமாக முதற் பரிசு கிடைக்க வேண்டும். தன் உயிரைத் திரணமாக மதித்து இந்தச் சமாசாரத்தை முதலில் வெளிப்படுத்தியவன் அவன்தான்" என்று சொல்லிவிட்டு அவன் ஓடிவந்ததையும், ஜலத்தில் திடீரென்று குதித்ததயும், அவனைப் பார்த்து மற்றவர்கள் அவனுக்கு முன்னே ஓடிவந்ததையும் விரிவாகச் சொன்னேன்.

தம்பிரான் புன்னகை பூத்தார்: "எங்கே, அவனை இங்கே அழைத்துவா" என்று ஒரு வேலைக்காரனுக்கு உத்தரவிட்டார். அப்படியே அவன் போய் அழைக்கவே ஏமாந்துபோய் உட்கார்ந்திருந்த ஆள் ஓடிவந்து தம்பிரான் காலில் விழுந்தான். விம்மி விம்மி அழுவதைத் தவிர அவனால் ஒன்றும் பேசமுடியவில்லை. அவன்பட்ட கஷ்டமும், கொண்டிருந்த ஆவலும் அவனுக்கல்லவா தெரியும்?

தம்பிரான் உண்மையை உணர்ந்து அவனுக்கும் பணமும், வேஷ்டியும் அளித்தார்.

"இவன் இப்போது பரிசு பெற்றுவிட்டாலும் முதற்பரிசு மற்றொருவனுக்குப் போய்விட்டது. கடைசியிலே நின்றவன் அதைப் பெற்றுக்கொண்டான். அவனுடைய அதிர்ஷ்டம் அது. முதலில் பெற வேண்டியவன் கடைசியிலே பெற்றான்; பெறாமற் போய் இருந்தாலும் போய் இருப்பான்; என்றேன் நான்.

"உலக இயல்பு இப்படித்தான் இருக்கிறது. உழைப்புக்கு ஏற்ற ஊதியம் கிடைப்பது அருமை; உழைப்பில்லாதவர்களுக்கே அதிக ஊதியம் கிடைக்கிறது" என்று அவர் பதில் சொன்னார்.

ஹனுமான் – ஆண்டுமலர், 1938

['ஆவல் ஒருபக்கம் அதிர்ஷ்டம் ஒருபக்கம்' என்னும் தலைப்பே பின்பு 'ஆவலும் அதிர்ஷடமும்' என ஐயரால் பெயர் மாற்றம் செய்யப்பட்டுள்ளது.(ப.ஆ.)]

7

'அப்படிச் சொல்லலாமா?'

பாலவனத்தம் ஜமீன்தாராக இருந்தவரும், தமிழன்பு மிக்கவரும், இப்போது மதுரையிலுள்ள தமிழ்ச்சங்கத்தின் ஸ்தாபகருமாகிய ஸ்ரீமான் பொ. பாண்டித் துரைசாமித் தேவரவர்கள் ஏறக்குறைய நாற்பது வருஷங்களுக்கு முன் ஒருமுறை தம் பரிவாரங்களுடன் கும்பகோணத்திற்கு வந்திருந்தார்கள். அவருடைய அன்பரும் சேது சம்ஸ்தானத்துச் சங்கீத வித்வானுமாகிய பூச்சி ஐயங்காரென்று வழங்கும் ஸ்ரீநிவாச ஐயங்காரும் அப்போது அவருடன் வந்திருந்தார். ஐயங்கார் அக்காலத்தில் சிறுபிராயத்தினர். பட்டணம் சுப்பிரமணிய ஐயரிடத்திலும் மகா வைத்தியநாதைய ரிடத்திலும் அவர் இசைப்பயிற்சி பெற்றவர். அவர் முன்னுக்கு வந்து புகழடைய வேண்டுமென்ற விருப்பம் பாண்டித்துரைசாமித் தேவருக்கு மிகுதியாக இருந்தது. அதனால் கும்பகோணத்திலிருந்து திரும்புகையில் அங்கிருந்த அன்பர்களிடம், "இவரைப் பிரகாசப்படுத்த வேண்டும்" என்று சொல்லிவிட்டு அவர் இராமநாதபுரம் சென்றார். ஸ்ரீநிவாசையங்கார் மட்டும் கும்பகோணத்தில் தங்கினார்.

அக்காலத்தில் கும்பகோணம் காலேஜில் ஆசிரியராக இருந்த ஸ்ரீ சாது சேஷையர் முதலிய பல கனவான்கள் சேர்ந்து ஸ்ரீநிவாசையங்காருடைய சங்கீதக் கச்சேரி ஒன்றை நடத்த ஏற்பாடு செய்தனர். கச்சேரி அந்நகரத்துள்ள 'போர்ட்டர் டவுன் ஹாலில்' நடைபெற்றது. நகரத்திலிருந்த கனவான்களும், உத்தியோகஸ்தர்களும், சங்கீத வித்துவான்களும்,

ஸ்ரீமான் பொ. பாண்டித் துரைசாமித் தேவர்

வேறு பலரும் வந்திருந்தார்கள். கூட்டம் மிகுதியாக இருந்தது; அம்மண்டபம் முழுவதும் எள்ளிட இடமில்லை.

ஸ்ரீநிவாசையங்கார் மிகவும் அருமையாக அன்று பாடினார். திருக்கோடிகாவல் கிருஷ்ணையர் முதலிய வித்துவான்கள் அந்தக் கச்சேரியில் பிடில் முதலியன வாசித்துச் சிறப்பித்தனர். சங்கீத ரஸிகர்கள் பலர் நிறைந்த அந்தப் பெரிய நகரத்துக்கேற்றபடி ஸ்ரீநிவாச ஐயங்காருடைய பாட்டு அமைந்திருந்தது. அவருக்கு அன்று ஒரு தனி ஊக்கம் உண்டாயிற்று. கச்சேரிக்கு வந்திருந்த யாவரும் ஐயங்காருடைய கானாமிர்தக் கடலில் மூழ்கித் தம்மையே மறந்திருந்தனர். பலர் தங்கள் வீடுகளில் நடைபெறும் விசேஷங்களுக்கு அவரை வருவித்துப் பாடச் செய்ய வேண்டுமென்று அப்போது தீர்மானித்தனர்.

கச்சேரி முடிவடைந்த பிறகு அந்த வித்துவானைப் பாராட்டிச் சில வார்த்தைகள் சொல்ல வேண்டுமென்று சாது சேஷையர் என்னிடம் சொன்னார். அப்போது ஸ்ரீநிவாசையங்காரைப் பற்றிப் பின்வருமாறு பேசினேன்:

"ஆறு சுவைகளும் நிரம்பிய விருந்துணவை உண்டுவிட்டு அந்த உணவைப்பற்றி ஒரு பிரசங்கம் செய்யவேண்டு மென்றால் அது முடியுமா? அதுபோல ஸ்ரீநிவாசையங்கா ரளித்த சங்கீத விருந்தை நுகர்ந்து எல்லாவற்றையும் மறந்திருக்கும் இந்த நிலையில் பேசுவதற்கு எப்படி முடியும்? என்னைப் போலவே எல்லோரும் இருக்கிறீர்க ளென்பது எனக்குத் தெரியும். சங்கீதத்திற் பெயர்பெற்ற சோழநாட்டிற் பரம்பரையாகச் சங்கீத வித்துவான்கள் வாழ்ந்துவரும் இந்த நகரத்தில், பாண்டி நாட்டிலிருந்து ஒரு வித்துவான் வந்து எல்லோரையும் மயக்கிவிட்டா ரென்பதை நினைக்கையில் எனக்கு ஆச்சரியம் மேலிடுகின்றது. இந்தச் சிறு பிராயத்திலேயே இவ்வளவு திறமையோடு விளங்கும் இவர் இன்னும் சிலகாலத்தில் நம்முடைய நாட்டிலுள்ள யாவருடைய உள்ளத்தையும் கவரும் ஆற்றலுடையவ ராவாரென்பதில் சந்தேக மில்லை. இந்த நகரத்தில் முன்பு த்ஸௌகம் ஸ்ரீநிவாசையங்கா ரென்று ஒரு பழைய சங்கீத வித்துவான் இருந்தார். அவர் தஞ்சாவூரிலிருந்த சிவாஜி மகாராஜாவால் ஆதரிக்கப்பெற்றவர். இந்நகரில் சக்கரபாணிப் பெருமாள் ஸந்நிதியில் அவ்வரசர் கட்டளைப்படி இருந்து பாடி வாழ்ந்து வந்தார். அவரை யாவரும் த்ஸௌகம் சீனுவையங்காரென்றே வழங்குவார்கள். இந்த நகரத்தில் வேறொரு ஸ்ரீநிவாசையங்கார் வந்து எல்லோருக்கும் சங்கீதத் தேனைப் புகட்டிப் புகழ்பெறப் போகிறாரென்பதை நினைந்து அவருடைய இயற்பெயராகிய ஸ்ரீநிவாசையங்கா ரென்பது சீனுவையங்காரென்று முன்பே குறைந்துவிட்டது போலும்" என்று பேசிப் பாராட்டினேன்; அப்பொழுது புதிதாக இயற்றிய பாடலொன்றையும் சொன்னேன். பிறகு ஸ்ரீநிவாசையங்கார் தக்க சம்மானம் பெற்று ஊர்போய்ச் சேர்ந்தார்.

கும்பகோணத்தில் அக்காலத்தில் பக்தபுரி அக்கிரகாரத்தில் கோபாலையரென்ற ஒரு தமிழ் வக்கீல் இருந்தார். அவர் தஞ்சை சம்ஸ்தானத்தில் சங்கீத வித்துவானாக இருந்து புகழ்பெற்ற பல்லவி கோபாலையருடைய பேரர். தம்முடைய பாட்டனார் பெற்ற சர்வமானியங்களை வைத்துக்கொண்டு அவர் சுகமாக வாழ்ந்து வந்தார். அவருக்குச் சங்கீதத்திலும் நல்ல பழக்கம் உண்டு. பல பழைய வித்துவான்கள் இயற்றிய கீர்த்தனங்களும் மற்ற உருப்படிகளும் அவருக்கு ஆயிரக்கணக்காகப் பாடம். பல்லவி கோபாலையருடைய சாகித்தியங்களையும், த்ஸௌகம் சீனுவையங்காருடைய கீர்த்தனங்களையும் அவர் அடிக்கடி பாடிக்கொண்டே யிருப்பார். கும்பகோணத்துக்கு வரும் சங்கீத வித்துவான்க ளெல்லோரும் அவர் வீட்டிற்குச் சென்று அவரோடு சிலநேரம் பேசியிருந்துவிட்டுப் போவது வழக்கம்;

அவரிடமிருந்து சில கீர்த்தனங்களைக் கற்றுக்கொண்டும், தமக்குத் தெரிந்த கீர்த்தனங்களிற் பிழைகள் இருந்தால் அவற்றைத் திருத்திக்கொண்டும் போவார்கள்.

பூச்சி ஐயங்கார் கும்பகோணத்துக்கு வந்த காலத்தில் முற்கூறிய கோபாலையருக்குப் பிராயம் ஏறக்குறைய எழுபதுக்குமேல் இருக்கும். ஐயங்கார் அவரைப் போய்ப் பார்க்கவில்லை; அவரும் கச்சேரிக்கு வரவில்லை.

பூச்சி ஐயங்காரது கச்சேரி நடந்த மறுநாள் யாரோ ஒருவர் கோபாலையரிடம் சென்று, 'த்ஸௌகம் சீனுவையங்கார் பெயர் இவருடைய பெருமையை நோக்கிக் குறைந்துவிட்டது' என்று நான் பேசியதைச் சொல்லிவிட்டனர். தம்மிடம் ஐயங்கார் வாராமையால் இயல்பாக அவருக்கு இருந்த கோபத் தீ பின்னும் மூண்டெழுந்தது. "அப்படியா சமாசாரம்! விட்டேனா பார் அந்தப் பிள்ளையாண்டானை!" என்று சொல்லிக் கைத்தடியை எடுத்துக்கொண்டு உடனே புறப்பட்டார். அவருடைய உடலில் முதுமையினால் இருந்த நடுக்கம் அப்பொழுதுண்டான கோபத்தாற் பின்னும் அதிகமாயிற்று; கை நடுங்கக் கால் தள்ளாடக் கோபம் தம்மைச் செலுத்த வீதிவழியே வந்தார்; அங்கவஸ்திரம் விழுந்து கீழே புரண்டது. வரும்போது, "காலம் கலிகாலமாய் விட்டது. வாய்க்கு வந்ததெல்லாம் பேசிவிடுவதா?" என்று சொல்லிக்கொண்டே நடந்தார். அவருடைய வேகத்தையும் கோப நிலையையும் கண்ட சிலர் அவரைப் பின் தொடர்ந்தனர். "யாரையோ தம் கைத்தடியால் அடித்துவிட்டு மறுகாரியம் பார்க்கப் போகிறார் இவர்" என்று யாவரும் எண்ணினர்.

பக்தபுரி அக்கிரகாரத்துக்கு அடுத்ததாகிய ஸகாஜி நாயகர் தெருவின் இரண்டாவது வீட்டில் நான் வசித்துவந்தேன். கோபாலையர் என் வீட்டை நோக்கி வந்தார். அப்பொழுது காலையில் மணி ஒன்பது இருக்கும். நான் காலேஜுக்குப் போக வேண்டியவனாகையால் வழக்கப்படி வீட்டின் பின்புறத்திலுள்ள கிணற்றடிக்குச் சென்று ஸ்நானம் செய்துகொண்டிருந்தேன். கோபாலையர் என் வீட்டில் நுழைந்தார். உள்ளே என் சிறிய தந்தையார் இருந்தார். கோபாலையருக்கு அப்பொழுது கண் பார்வை குறைந்திருந்தது. ஆகையால் என் சிறிய தந்தையாரருகில் வந்து அவரை மேலும் கீழும் பார்த்து இன்னாரென்று தெரிந்துகொண்டு மிக்க ஆத்திரத்தோடு, "உங்கள் பிள்ளையாண்டான் இருக்கிறாரா?" என்று இரைந்து கேட்டார். அவர் கேட்ட குரல் என் காதில் விழுந்தது. அவர் என் பேச்சினாற் கோபங்கொண்டு வந்திருக்கிறாரென்பதை நான் நன்றாக உணர்ந்துகொண்டேன்; நனைந்த ஆடையுடனே

'அப்படிச் சொல்லலாமா?'

உள்ளே ஓடிவந்து கோபாலையரிடம் "க்ஷமிக்க வேண்டும்! க்ஷமிக்க வேண்டும்!!" என்று பணிவாகச் சொன்னேன்.

"க்ஷமிக்கவா? உங்களுடைய தகப்பனார் இருந்தால் நீங்கள் பேசினதைக் கேட்டுச் சகிப்பாரா? நீங்கள் அப்படிச் சொல்லலாமா? த்ஸௌகம் சீனுவையங்கார் பெருமை உங்களுக்கு என்ன தெரியும்? அவர் இருந்தால் இப்பொழுது உங்களை என்ன செய்திருப்பார் தெரியுமா? ஒரு சிறுபையனை இவ்வளவு தூரம் உயர்த்திப் பேசலாமா? அந்த ஸிம்ஹமெங்கே! இந்த பூச்சி எங்கே!" என்பவற்றைப்போன்ற பல கேள்விகளை சரசரவென்று ஆத்திரத்தோடு அவர் என்னைக் கேட்டுக்கொண்டே போனார். நான் என்ன சொல்வேன்!

"பொறுத்துக்கொள்ளவேண்டும்; பொறுத்துக்கொள்ள வேண்டும்" என்று கூறி நமஸ்காரம் செய்தேன்.

"நீங்கள் செய்தது எவ்வளவு பெரிய தவறு தெரியுமா?" என்று கேட்டார் கோபாலையர்.

"க்ஷமிக்கவேண்டும்; என்னவோ சொல்லிவிட்டேன். ஒரு வித்தையில் நூதனமாக முன்னுக்கு வருபவர்களை அப்படிப் பேசித்தானே பிரகாசப்படுத்தவேண்டும்? ஒன்றுக்குப் பத்தாகச் சொல்லியே உத்ஸாகத்தை உண்டாக்க வேண்டும்; அதனால் அப்படிச் சொன்னேன். வேறுவிதமாகத் தாங்கள் எண்ணிக் கொள்ளக் கூடாது" என்றேன்.

"எண்ணிக்கொள்வதா? நீங்கள் அப்படிப் பேசினதற்கு வேறு என்ன அர்த்தம்? கீழே உட்காருங்கள்; அந்த மகானாகிய த்ஸௌகம் சீனுவையங்கார் கீர்த்தனங்களைக் கேளுங்கள்" என்று சொல்லி அந்தக் கிழவர் உட்கார்ந்தார்; நானும் ஈரவேஷ்டியோடே உட்கார்ந்தேன். உடனே அவர் த்ஸௌகம் சீனுவையங்கார் இயற்றிய சில வர்ணங்களைப் பாடிக்காட்டினார்; அவை வெவ்வேறு ராகங்களில் அமைந்திருந்தன. அவர் வேறு சில கீர்த்தனங்களையும் பாடினார். நடுங்கிய குரலாக இருந்தும் அவற்றைப் பாடும்பொழுது கையை ஆட்டுவதும் தலையை அசைப்பதுமாகிய அவர் செயல்கள் அவருடைய உத்ஸாகத்தின் அளவைப் புலப்படுத்தின. மேல் ஸ்தாயியில் பாடத் தொடங்கும்போது அது பிடிபடாமையினால் தம் கையை உயர்த்தி உயர்த்திக் காட்டிக் காட்டி அவர் அபிநயம் செய்தபோது அவர் அடைந்த இன்பத்தை, உண்மையில் தம் சாரீர பலத்தினால் அந்த ஸ்தாயியில் பாடுபவர்கள்கூட அடைந்திருக்க மாட்டார்கள். முதிர்ந்த பிராயத்தில் அவர் அவ்வளவு பாடியது எனக்கு அளவற்ற வியப்பை உண்டாக்கியது. த்ஸௌகம்

சீனுவையங்காரிடம் அவருக்கிருந்த பேரன்பும், அவருக்கு குறைவு நேர்ந்ததைப் போக்க வேண்டுமென்ற எண்ணமும் அவரிடம் புதிய சக்தியை உண்டாக்கின.

"எப்படி இருக்கின்றன, பார்த்தீர்களா? அவருடைய பெருமையை நீங்கள் உண்மையில் தெரிந்துகொண்டிருந்தால் அப்படிச் சொல்லத் துணிந்திருக்க மாட்டீர்கள். இப்பொழுதாவது த்ஸௌகம் சீனுவையங்காருடைய சக்தியைத் தெரிந்து கொண்டீர்களா?" என்று கோபாலையர் கேட்டார்.

அப்போது நான், "தெரிந்துகொள்ளாமல் என்ன? முன்பும் தெரிந்துகொண்டுதான் இருக்கிறேன். இப்பொழுது பின்னும் நன்றாகத் தெரிந்துகொண்டேன். அவரெங்கே! இவரெங்கே! உபசாரத்துக்காக நான் சொன்னதை ஒரு பொருளாகத் தாங்கள் எண்ணக்கூடாது. பெரியவர்க ளெல்லாம் ஒரு வஸ்துவைப் பெருமைப் படுத்தவேண்டு மென்றால் இப்படிப் பாராட்டிச் சொல்வது வழக்கம். மாளிகைகள் மேருவைக் காட்டிலும் சிறந்தவை என்று சொல்வார்கள்; அதனால் மேருவுக்குப் பெருமை குறைந்து போகுமா? மேருவை எடுத்துச் சொல்வதனாலேயே அதன் பெருமை பின்னும் விளங்கும். அதுபோல இதுவும் த்ஸௌகம் சீனுவையங்காரை நான் குறைவாகக் கூறியதாகாது; இப்படிக் கூறியதால் பின்னும் அவருடைய பெருமையே விளங்கும்" என்று சொன்னேன்.

"அதெல்லாம் உங்கள் தமிழ்ப் புஸ்தகங்களில் வைத்துக் கொள்ளுங்கள்; சபையிலே பேசுவதென்றால் அப்படி யோசியாமல் சொல்லிவிடலாமா? தப்பு தப்புத்தான்" என்று தீர்ப்புக் கூறினார் கோபாலையர்.

அதற்குமேல் நான் என்ன சொல்ல முடியும்? ஒருவாறு சமாதானங் கூறி அனுப்பினேன். பழைய வித்துவானிடத்தில் அந்தக் கிழவருக்கு இருந்த அன்பும், அவ்வித்துவானுடைய பெருமையைக் காப்பாற்றுவதில் அவருடைய சக்திக்கு மேற்பட்டு விளங்கிய பற்றும், அப்பெருமைக்குக் குறைவு நேருங்காலத்தில் உண்டான மானமும் இந்நிகழ்ச்சியால் நன்றாக வெளியாயின.

கலைமகள், தொகுதி 10, பகுதி 55 – 60, 1936

8

'ஸ்வாமி இருக்கிறார்'

ஏறக்குறைய நாற்பத்தைந்து வருஷங்களுக்கு முன்பு கும்பகோணத்தில் அரசாங்கக் கலாசாலையில் உள்ள ஆசிரியர்களும் மாணாக்கர்களும் தாகம் தீர்த்துக்கொள்ளும்பொருட்டு அவர்களுக்குத் தீர்த்தம் கொடுக்க ஒரு பிராமணர் நியமிக்கப்பட்டிருந்தார். அவர் காவிரியில் ஜலம் உள்ள காலத்தில் அந்த ஜலத்தை எடுத்து வந்தும், ஜலம் இல்லாத காலத்தில் ஊற்றுப் போட்டு இறைத்து ஜலம் கொணர்ந்தும் சால்களிற் கொட்டி விளாமிச்சை வேர் முதலியன போட்டு வைப்பார்; தினந்தோறும் முதல் நாளில் எஞ்சியிருந்த தீர்த்தத்தை வெளியே கொட்டிப் பானைகளை நன்றாக அலசிச் சுத்தம் செய்துவிட்டு அவற்றிலே புதிய தீர்த்தத்தை ஊற்றி வைப்பார்; பானைகளின் கீழே நல்ல மணலை நிறையப் பரப்பிவைப்பார்; தமக்குக் கிடைக்கும் வருவாயை நினைந்தே அவர் அங்ஙனம் செய்து வந்தார்.

அவர் முகத்தில் ஒருநாளும் சந்தோஷத்தைக் காணமுடியாது. எப்பொழுதும் கடுகடுத்த முகத்தோடே இருப்பார். அவருடைய உடம்போ மிகவும் மெலிந்திருக்கும்; அவருக்கு எப்போதும் உள்ள வயிற்று வலியினால் அது பின்னும் மெலிந்து வந்தது. அவருக்கு யாருடனும் பேச விருப்பம் இருப்பதில்லை. பேசினாற் கடுமையாவே இருக்கும். ஆனால் தவறின்றி ஒழுங்காகவே தம்முடைய வேலையைப் பார்த்து வந்தார்.

இப்படியிருந்து வரும்போது ஒரு வருஷம் கோடைக் காலத்தில் ஒருநாள், அந்தக் காலேஜில்

டாக்டர் உ.வே. சாமிநாதையர்

தத்துவசாஸ்திர ஆசிரியராகவிருந்த கள்ளிக்கோட்டை நாராயணசாமி ஐயரென்பவர் அந்தப் பிராமணரிடம் தீர்த்தம் வாங்கிப் பருகினபோது அதில் ஒருவகையான கெட்ட நாற்றம் உண்டாயிற்று; உடனே அவர் தீர்த்தம் கொட்டுபவரைப் பார்த்து, "என்ன! இந்தத் தீர்த்தத்தில் ஏதோ நாற்றம் அடிக்கிறதே!" என்று கேட்டார்.

தீர்த்தம் கொட்டுபவர்: "நான் என்ன செய்வேன்? ஸ்வாமி இருக்கிறார்!" என்றார்.

நாராயணசாமி ஐயர் கும்பகோணம் வந்து சிலகாலமே ஆயிற்று; ஆதலின், தம்மை அவர் அவமதிப்பாக நினைத்தார்; தாம் கேட்டதற்கும் அவர் கூறியதற்கும் என்ன சம்பந்தமென்பது அவருக்கு விளங்கவில்லை. அவர், "நாம் கேட்கிறோம்; இந்த வயிற்றுவலிக்காரர், 'நான் சரியாகத்தான் பார்த்துக் கொட்டி வருகிறேன்; அநியாயமாக நீங்கள் பழி கூறுகிறீர்கள்; ஸ்வாமி இருக்கிறார்; அவர் இப்படி பழி கூறுபவர்களைக் கவனித்துக் கொள்வார்' என்ற பொருள்படும்படி பேசுகிறார்" என்று எண்ணினார். உடனே சற்றுச் சினம் அடைந்து, "என்ன ஐயா! தண்ணீர் நாற்றம் நாறுகிறதென்றால் ஸ்வாமி இருக்கிறாரென்று சொல்லுகிறீரே. நல்ல தீர்த்தமாக நீர் கொட்டக்கூடாதா?" என்று சிறிது கடுமையாகவே கேட்டார்.

மீண்டும் அவர், "என்னால் முடிந்ததை நான் செய்கிறேன்; ஸ்வாமி இருக்கிறார்! என்மேல் தப்பு ஏது?" என்றார்.

நாராயணசாமி ஐயருக்கோ கோபம் அதிகரித்தது. மீண்டும் ஏதோ கேட்க அப்பிராமணர், "ஸ்வாமி இருக்கிறார்!" என்றே கடுமையான தோற்றத்தோடு சொல்லிவந்தார். இந்த வாக்குவாதம் நடந்துகொண்டிருக்கையில் நான் அங்கே வந்து, "என்ன சமாசாரம்?" என்று நாராயணசாமி ஐயரைக் கேட்டேன். அவர் பொங்குகிற கோபத்தோடு, "இந்தத் தீர்த்தம் ஒரு கெட்ட நாற்றம் அடிக்கிறது. நான் ஏன் இப்படி யிருக்கிற தென்று கேட்டேன். இந்த மனிதர் ஸ்வாமி யிருக்கிறா ரென்று சாபமிடுகிறார். இவரை இன்றைக்கே விலக்கி விடவேண்டும்" என்று உரத்த குரலிற் சொன்னார்.

இருவருக்கும் இடையில் நிகழும் வாக்குவாதத்திற்குக் காரணமான விஷயம் இன்னதென்று எனக்கு முற்றிலும் விளங்கிவிட்டது. அவ்விருவர் மீதும் குற்றமில்லை யென்பதை நான் உணர்ந்தேன். தத்துவ சாஸ்திர ஆசிரியரை மெல்ல நோக்கி, "கோபித்துக் கொள்ள வேண்டாம். காவேரியில் சில இடங்களில் மணலுக்கடியே களி இருக்கும். அங்கே ஊற்றுப் போட்டு ஜலம்

எடுத்தால் அது கும்பி நாற்றம் நாறும். இந்த ஊரில் முக்கியமான கோவில் கும்பேசுவரர் கோயிலல்லவா? கும்பி யென்பதற்கும் கும்பேசுவர ரென்பதற்கும் சிறிதளவு ஒற்றுமையிருப்பதால் சிலர் கும்பியைக் கும்பேசுவர ரென்று சங்கேதமாகச் சொல்லுவார்கள்; ஸ்வாமி யென்றும் சொல்வதுண்டு. இந்த ஊரிற் பல இப்படியே சொல்வார்கள். இவர், கும்பி இருக்கிறது; அதற்கு நானென்ன செய்வேனென்ற கருத்தோடு ஸ்வாமி யிருக்கிறா ரென்று சொன்னாரே யொழிய உங்களை அசட்டை செய்யவில்லை; தெய்வம் தண்டிக்க வேண்டு மென்பதும் இவர் கருத்தன்று" என்று விளக்கிச் சொன்னேன். நாராயணசாமி ஐயருடைய கோபமெல்லாம் மாறிவிட்டது; அடக்க முடியாத சிரிப்பு உண்டாயிற்று. தண்ணீர் கொடுப்பவரை ஏற இறங்கப் பார்த்தார். "அடபாவி! ஈசுவரனுடைய அழகிய பெயரை இப்படியா உபயோகப்படுத்துவது! உன்னுடைய வார்த்தைக்கு இதுவா அர்த்தம்?" என்று சிரித்துக்கொண்டே கூறினார்.

"எல்லாருந்தான் சொல்லுகிறார்கள்; நான் சொல்லக் கூடாதா?" என்று அந்தப் பிராமணர் சமாதானம் சொன்னார்.

"சரி சரி! கும்பியில்லாத இடமாகப் பார்த்து நாளை முதல் தீர்த்தம் எடுத்து வந்து கொட்டும்" என்று சொல்லிவிட்டு நாங்கள் இருவரும் சென்றோம்.

புதியதும் பழையதும், 1936

9

திருடனைப் பிடித்த விநோதம்

கும்பகோணம் கலாசாலையில் நான் வேலை பார்த்து வந்த காலத்தில் அநேகமாக மற்ற எல்லா ஆசிரியர்களோடும் மனங்கலந்து பழகுவேன். ஒவ்வொருவரிடத்திலும் உள்ள விசேஷ குணங்களைக் கண்டு இன்புறுவேன். சிலரிடத்தில் எனக்கு மிக்க மதிப்பும் மரியாதையும் ஏற்பட்டன. அத்தகையவர்களில் ஆர்.வி. ஸ்ரீநிவாசையர் ஒருவர்.

கூரிய அறிவு, இடைவிடாத படிப்பு; நேர்மையான குணம், உபகாரசிந்தை என்பவை ஸ்ரீநிவாசையரிடத்தில் குடி கொண்டிருந்தன. அவர் நினைத்தாரானால் மற்றவர்களால் முடியாத காரியத்தை முயன்று சாதித்து விடுவார். கணிதத்தில் அவர் மிக்க புகழ் பெற்றவர். அதனால் 'யூக்ளிட் ஸ்ரீநிவாசையர்' என்றும் அவரைச் சொல்வதுண்டு.

காலேஜில் எந்த உபாத்தியாயரேனும் வராமற்போனால் அவருடைய பாடத்தைச் சிறிதும் சிரமமில்லாமல் நடத்துவார். அவருக்குத் தன் காடு, பிறன் காடு என்ற வேற்றுமை இல்லை.

சிறிய மனஸ்தாபங்களை யெல்லாம் பெரியவை யாகச் செய்துகொண்டு தாமும் கஷ்டத்துக் குள்ளாகிப் பிறரையும் கலங்கச் செய்யும் சிலரைப் போன்றவர் அல்லர் அவர். அவருடைய கம்பீரமான குணம் சிறு சிறு குற்றங்களிற் கவனத்தைச் செலுத்த விடுவதில்லை. அவருடன் பழகினவர்கள் எப்போதும் அவருடன் பழகிக்கொண்டே இருக்க விரும்புவார்கள். தமக்குப் பிற்காலத்தில் உதவுமே

என்று பொருளைச் சேர்த்துவைத்துக் கொள்ளாமல் உபகாரம் செய்யும் இயல்பு அவரிடம் இருந்தது.

ஸ்ரீநிவாசையர் சில காலம் கும்பகோணம் கலாசாலையில் உபாத்தியாயராக இருந்தார்; பிறகு சென்னை இராசதானிக் கலாசாலைக்கு வந்தார். அப்பாற் சிலகாலம் 'ரெவினியூ போர்டாபீஸி'ல் வேலை பார்த்து வந்து கடைசியில் பத்திரப் பதிவிலாகாவில் தலைமை ஸ்தானத்தை வகித்தார். எல்லா இடங்களிலும் அவருடைய மேதை பிரகாசித்துக்கொண்டு வந்தது.

சற்றேறக் குறைய நாற்பது வருஷங்களுக்கு முன் அவர் சென்னையில் இருந்தார். அப்பொழுது மயிலாப்பூரில் தெற்கு மாடவீதியில் மேலைக் கோடியில் உள்ள ஒரு வீட்டில் வாடகைக்குக் குடியிருந்து வந்தார். அவருடைய வீட்டில் எப்பொழுதும் விருந்தினர்களுடைய கூட்டத்தைக் காணலாம்.

ஸ்ரீநிவாசையருடன் படித்தவரும் அவருடைய நண்பரும் கும்பகோணம் காலேஜில் ஆசிரியராக இருந்தவருமாகிய ஒருவர் சென்னைக்கு ஒரு சமயம் வந்திருந்தார். அவர் ஸ்ரீநிவாசையர் வீட்டிலேயே தங்கினார்.

'யூக்ளிட்' ஆர்.வி. ஸ்ரீநிவாசையர்

அக்காலத்தில் மயிலாப்பூரில் இப்பொழுதுள்ள மாதிரி அவ்வளவு அதிகமான வீடுகள் இல்லை. திருட்டுப் பயம் அதிகமாக இருந்தது. அடிக்கடி வீடுகளில் திருட்டுப் போகும். ஸ்ரீநிவாசையருடைய வீட்டில் தங்கியிருந்த ஆசிரியர் இந்த விஷயத்தைக் கேள்வியுற்றார். அங்கே தங்கியிருந்த காலத்தில் ஒவ்வொரு நாளும், "இன்றைக்கு இன்ன பண்டம் களவுபோய் விட்டது", "இன்றைக்கு அந்த வீட்டில் துணிகள் களவு போயின" என்று பலர் கூறுவதைக் கேட்டார். அவருக்கு, 'இவ்வளவு மனிதர்கள் இங்கே வசிக்கிறார்கள்; இவர்கள் இந்தத் திருடர்களைப் பிடித்துச் சரியானபடி தண்டிக்கும் வீரமில்லாமல் இப்படிக் கதை பேசுவதோடு நிற்கிறார்களே!' என்ற எண்ணம் அடிக்கடி உண்டாயிற்று.

அந்த ஆசிரியர் தேகவன்மையோடு மனோதைரியமும் உடையவர். ஒருநாள் யாரோ ஒருவர் ஓரிடத்தில் நிகழ்ந்த திருட்டைப்பற்றிச் சொல்லிக்கொண்டே இருந்தார். உடனிருந்தவர்கள் திருட்டுப்போன வீட்டினருக்கு நேர்ந்த நஷ்டத்தைப்பற்றி இரங்கினார்கள். அந்த ஆசிரியரோ சிறிதேனும் இரங்கவில்லை; அவருக்குக் கோபந்தான் உண்டாயிற்று; "இவர்கள் திருடனைப் பிடிக்கத் தைரியம் சிறிது மில்லாதவர்கள்; ஆண் பிள்ளைகளென்று சொல்லிக் கொள்கிறார்களே" என்று பல்லைக் கடித்தார். அவருடைய கை அவரையறியாமலே மீசையை முறுக்கியது. 'நம்மிடம் மாத்திரம் ஒரு திருடன் அகப்படவேண்டும்; அப்பொழுது தெரியும் அவன் படும்பாடு' என்று நினைத்தார். தம் கையை இறுக்கிப் பிடித்துப் பல்லை மீண்டும் கடித்தார். அவர், ஒரு திருடன் வருவதுபோலவும் அவனைப் பிடித்து இறுக்கி நசுக்குவதுபோலவும் மனத்திலே கற்பனை செய்து கொண்டார்.

ஸ்ரீநிவாசையர் தம் வீட்டு மேல்மாடியில் கீற்றுக்கொட்டகை யொன்று போட்டிருந்தார். விருந்தினர்கள் அங்கே படுத்துத் தூங்குவது வழக்கம். கொட்டகைக்குத் தென்பக்கம் தனியே ஓரிடத்தில் மணல் பரப்பித் தட்டிகள் வைத்துத் தடுக்கப் பட்டிருந்தது. இரவில் கீழே இறங்கிவரும் அவசியமின்றி எல்லாச் சௌகரியங்களையும் மேலே அமைத்திருந்தார். மேற்கூறிய ஆசிரியரும் அக்கொட்டகையிலே இராத்திரி வேளைகளில் படுத்துவந்தார்.

ஒருநாள் அவ்வாசிரியர் அங்கே படுத்துக் கொண்டிருந்தபோது அவருடைய ஞாபகம் முழுவதும் திருட்டுக் கதைகளிலேயே இருந்தது. தம்முடைய வீரத்தைக் காட்ட வேண்டுமென்ற ஆவல்

திருடனைப் பிடித்த விநோதம்

அவருக்கு மிதமிஞ்சி இருந்தது. அதனால் அவருக்குத் தூக்கம் வரவில்லை; விழித்துக்கொண்டே யிருந்தார்.

நடுராத்திரி வேளை. அப்பொழுது ஏதோ சத்தம் கேட்டது. யாரோ ஓர் ஆள் சந்தடி செய்யாமல் அந்தக் கொட்டகைக்கு வெளியே நடப்பது தெரிந்தது; 'சரி, இன்று அகப்பட்டுக்கொண்டான் திருடன். இவனை லேசில் விடக்கூடாது' என்று ஆசிரியர் உறுதி செய்துகொண்டார். படுக்கையில் படுத்தபடியே மூச்சுக்கூட விடாமல் அந்த உருவத்தைக் கவனித்தார். அவர் தேகம் பதறியது. உடம்பு வேர்த்தது. கைகள் உடனே சென்று பற்ற வேண்டு மென்பதுபோலத் தினவெடுத்தன.

அவர் கண்ட ஆள் தட்டி உள்ள இடத்திற்கு மெல்லச் சென்றான். அப்பொழுது ஆசிரிய வீரர் சத்தம் செய்யாமல் எழுந்தார். ஓசைப் படாமல் நடந்தார். அந்த ஆள் தட்டி உள்ள இடத்திற்குள் சென்று உட்கார்ந்தான். அவன் உட்கார்ந்தானோ இல்லையோ உடனே ஆசிரியர் ஒரே தாவலாகத் தாவி அவன் முதுகுப்புறமாகச் சென்று இரண்டு கைகளாலும் அவனை இறுகப் பற்றிக்கொண்டார். பிடிபட்ட ஆள் உளற ஆரம்பித்தான். "திருட்டுப் பயலே, அகப்பட்டுக் கொண்டாயா? எல்லாரையும் ஏமாற்றுவதுபோல என்னையும் ஏமாற்றலாமென்றா பார்த்தாய்? இந்தத் துடைநடுங்கிகள் ஒரு திருடனையாவது பிடிக்கும் சாமர்த்திய மில்லாதவர்களென்று உங்கள் கூட்டத்தாருக்கு நன்றாகத் தெரிந்திருக்கிறது. அதுதான் இப்படி உங்கள் விளையாடல்களைத் தடையில்லாமல் நடத்திக்கொண்டு போகிறீர்கள் இன்றைக்கு அகப்பட்டுக் கொண்டாய்" என்று அவர் வீரம் பேசத் தொடங்கினார்.

பிடிபட்ட மனிதன் என்ன என்னவோ கூறினான். அவை ஆசிரியர் காதில் விழவில்லை.

இந்தக் கலவரத்தில் அங்கே படுத்திருந்த சிலர் எழுந்து வந்தார்கள். கீழேயிருந்து விளக்குகளோடு சிலர் வந்துவிட்டார்கள். அவர்களைக் கண்டவுடன் ஆசிரியர். "பார்த்தீர்களா? இந்தப் பயலைக் கட்டுங்கள். நானும் இவ்வளவு நாள் பார்த்தேன். இன்றைக்கு அகப்பட்டுக் கொண்டான்" என்று பலமாகக் கூவினார்.

வந்தவர்கள் விளக்கைக் கொண்டு வந்து ஆசிரியர் பிடிக்குள் அகப்பட்ட மனிதனைப் பார்த்தார்கள். உடனே அவர்களுக்குச் சிரிப்பு வந்துவிட்டது. "என்ன? என்ன?" என்று ஆசிரியர் கேட்கக் கேட்க அவருக்குப் பதில் சொல்லக்கூட அவர்களால்

முடியவில்லை; அவ்வளவு சிரிப்பு வந்துவிட்டது. அப்பொழுது ஸ்ரீநிவாசையரும் கீழிருந்து மேலே வந்தார்.

"இவன் எங்கள் வீட்டுச் சமையற்கார னல்லவா? இவனையா திருடனென்று பிடித்தீர்கள்?" என்று ஒருவர் விஷயத்தை வெளிப்படுத்தினார்.

"நான் இவனை இவர்களுக்கு ஏதாவது வேண்டியிருந்தால் கவனித்துக் கொள்வதற்காக இங்கே படுத்துக்கொள்ளச் சொல்லியிருந்தேன். இவன் எங்கே இவர் கையில் அகப்பட்டான்!" என்றார் ஸ்ரீநிவாசையர்.

"கீழே எல்லோரும் போஜனம் செய்த பிறகு நான் சாமான்களை யெல்லாம் ஒழுங்காக எடுத்து வைத்தேன். நாளைக்குச் சீக்கிரம் சமையலாக வேண்டுமென்று எஜமான் சொல்லியிருந்தபடியால் காய்கறியை இன்றைக்கே நறுக்கி வைத்துவிடலாமென்று நறுக்கினதில் பன்னிரண்டு மணியாகிவிட்டது. அப்பால் இங்கே வந்தேன். அந்தப் பக்கம் போனேன். அவ்வளவுதான்; திடீரென்று யாரோ என்னை இறுகப் பிடித்தது தெரிந்தது. யாராவது திருடனோ என்று நான் பயந்துவிட்டேன்; இந்த ஆலமரத்திலுள்ள பிசாசுதானோ வென்ற பயம் வேறு வந்துவிட்டது" என்று சமையற்காரன் சொன்னான். எல்லோரும் வயிறுகுலுங்கச் சிரித்தார்கள். அக்காலத்தில் அவ்வீட்டுக் கருகிலிருந்த ஆலமரமொன்றில் பேய் ஒன்று இருப்பதாகப் பெண்களும் வேறு சிலரும் பயந்துகொண்டிருந்தனர்.

ஆசிரிய வீரர் என்ன செய்வார் பாவம்? பேசாமற் போய்ப் படுத்துக்கொண்டார். அது முதல் திருட்டைப் பற்றிய பேச்சு அவர் இருக்கும்போது எங்கே நடந்தாலும் அங்கே இராமல் அவர் எழுந்து சென்று விடுவார்!

ஆனந்த விகடன் – தீபாவளி மலர், 1938

10

'அந்தத் தொடிசு'

கும்பகோணம் காலேஜில் நான் வேலை பார்த்து வந்தபோது, கடைசியாக 1894ஆம் வருஷம் முதல் காவிரியாற்றின் ஓரத்தில் சகாஜி நாயகர் தெருவில் உள்ள என் சொந்த வீட்டில் வசித்து வந்தேன். அப்போது ஒருநாள் என் புத்தக ஆராய்ச்சி வேலைக்கு உதவியாக இருந்த ஒரு நண்பரும் நானும் என் ஜாகையிலிருந்து தெருவழியாக மேற்கே சென்றுகொண்டிருந்தோம். எங்களுக்கு எதிரே பெரிய இரட்டை மாட்டு வண்டியொன்று வந்தது. அவ்வண்டி எங்கள் அருகே வந்ததும், "நிறுத்து; நிறுத்து" என்று வண்டிக்காரனுக்கு உள்ளேயிருந்தவர் உத்தரவுசெய்தார். வண்டி நின்றது. அதிலிருந்து ஒரு கனவான் கீழே குதித்தார். அவர் எங்களைக் கண்டுதான் இறங்கினாரென்று தெரிந்துகொண்டு நாங்களும் நின்றோம்.

அவர் ஒரு பெரிய தனவான். அறுபது பிராயத்திற்கு மேற்பட்டவர். நன்றாக உண்டு உடுத்து வாழவேண்டு மென்பது அவருடைய கொள்கை.

அக்கனவானை நான் கண்டவுடன், "வாருங்கள், வாருங்கள்" என்று சொன்னேன்.

அவர் எங்களருகே வந்தார்.

"எங்கே, உங்களை இப்பொழுது காண முடியவில்லையே. உங்களை நான் பார்த்து நாலு வருஷங்களுக்கு மேலே இருக்கும்" என்றேன்.

"ஆமாம்! அதெல்லாம் இருக்கட்டும்; இப்பொழுது அந்தத் 'தொடிசு' இருக்கிறதா? விட்டுவிட்டீர்களா?" என்று அவர் என்னைக் கேட்டார். என் பக்கத்தில் இருந்தவர் திகைத்தார்.

நான் சிரித்துக்கொண்டே, "நீங்கள் சொன்னதை நான் கேளாமல் இருப்பேனா? என்னுடைய சந்தோஷத்தையும் சௌக்கியத்தையும் கெடுத்துக்கொள்வேனா?" என்றேன்.

"நான் சொன்னதைக் கேட்பீர்க ளென்றுதான் சொன்னேன். சந்தோஷம். இப்போதாவது நான் நல்லதற்காகச் சொன்னேனென்று தெரிந்து கொண்டீர்களே! அதுவே போதும். உங்கள் தேகம் இப்போது கொஞ்சம் மினுமினுப்பாக இருக்கிறது. அதிலிருந்தே அந்தத் தொடிசை விட்டிருப்பீர்க ளென்று ஊகித்தேன். உங்கள் முகமும் தெளிவாக இருக்கிறது" என்றார் அவர்.

"உங்களுடைய அன்பையும் அநுகூல வார்த்தைகளையும் நான் மறக்கமாட்டேன்" என்று நான் சொன்னேன்.

உடனே அவருக்கு அதிக மகிழ்ச்சி உண்டாயிற்று. தம்முடைய வார்த்தையை நான் கேட்டுப் பயனடைந்தே னென்று அவர் எண்ணிக்கொண்டார்.

"நான் உங்களைவிட மிகவும் பெரியவன். தியாகராச செட்டியார்கூட இப்போது இல்லை. உங்களுக்குச் சொல்லுகிறவர்களும் இல்லை. நீங்கள் இப்போது இருக்கிறபடி முன்பே இருந்தால் இன்னும் சௌக்கியமாக இருக்கலாம். அநாவசியமாக உடம்பைக் கெடுத்துக் கொண்டீர்கள்" என்று சொல்லி அவர் விடைபெற்றுக் கொண்டு போய்விட்டார்.

அவரைக் கண்டது முதலே எனக்குச் சிரிப்பு அடக்க முடியவில்லை. அவர் போனபிறகும் சிரித்துக் கொண்டே சென்றேன். எங்கள் இருவருக்குமிடையே நடைபெற்ற சம்பாஷணையைக் கேட்டுக் கொண்டு என்னுடன் வந்த நண்பருக்கு விஷயம் ஒன்றும் விளங்கவில்லை. 'அந்தத் தொடிசு' என்று அக்கனவான் குறித்த விஷயம் இன்னதென்று அவருக்குப் புலப்படவில்லை. என்னைக் கேட்கவும் அவருக்குத் துணிவில்லை. அடிக்கடி ஒரு சந்தேகக் குறிப்போடு என் முகத்தைப் பார்த்துக் கொண்டே உடன் வந்தார்.

அவரை நான் கவனித்தேன். அவருடைய மனக்குழப்பத்தை அவருடைய முகக்குறிப்பினால் அறிந்துகொண்டேன்.

"எங்கள் சம்பாஷணை இன்ன விஷயத்தைப் பற்றியது என்று உங்களுக்கு விளங்கவில்லையோ?" என்றேன்.

"விளங்கவில்லை; அதைப்பற்றித்தான் யோசித்துக் கொண்டே இருக்கிறேன்" என்றார் அவர். நான் அவர் சந்தேகத்தைத் தெளிவிக்கத் தொடங்கினேன்.

"இந்தக் கனவானை உங்களுக்குத் தெரிந்திருக்கும். இவர் தியாகராச செட்டியாருக்கு மிகவும் பழக்கமானவர். நான் திருவாவடுதுறை மடத்தில் இருந்த காலமுதலே இவரை அறிவேன். தியாகராச செட்டியாரைப் பார்க்க வரும்போதெல்லாம் இவரைப் பார்த்திருக்கிறேன். இந்த ஊர்க் காலேஜுக்கு நான் வேலையாக வந்தபிறகு தியாகராச செட்டியார் ஜாகைக்கு ஒவ்வொரு நாளும் காலை மாலை வேளைகளில் நான் போய்வருவேன். அக்காலங்களிலும் பலமுறை இவரைப் பார்த்துப் பேசிப் பழகியிருக்கிறேன்."

"இவர் பெரிய பணக்காரர். ஆனால் பிறருக்குப் பொருளுதவி செய்வது அனாவசிய மென்னும் அபிப்பிராயம் உடையவர். 'நாம் எதற்காகப் பணம் சேர்க்க வேண்டும்? நன்றாகச் சாப்பிட வேண்டும். திருப்தியாக ஆடையாபரணங்களை அணிந்து கொள்ள வேண்டும். நம்முடைய சுகத்தில் சிறிதும் குறையாதபடி பார்த்துக்கொள்ள வேண்டும்' என்று அடிக்கடி சொல்லுவார். இவருடைய தூய உடையும் பட்டு உருமாலையும் வயிரக் கடுக்கனும் மோதிரங்களும் இவர் ஒரு சுகபுருஷ ரென்பதைக் காட்டுகின்றனவல்லவா?"

"தியாகராச செட்டியார் அடிக்கடி ஏதாவது புத்தகத்தைப் படித்துக் கொண்டிருப்பார்; அல்லது யாருக்காவது பாடம் சொல்லுவார். அவர் அப்படிச் செய்வதைக் காணும்போது இக்கனவானுக்கு மிகுந்த கோபம் உண்டாகும். 'இப்படியெல்லாம் உடம்பை வீணாகக் கெடுத்துக் கொள்ளக்கூடாது! இராத்திரி கண்விழித்துப் படிப்பதனால் யாருக்குப் பயன்? எதற்காக வாசிக்கிறோம்? தேக அசௌக்கியத்தை உண்டுபண்ணிக் கொள்ளவா படிக்கிறோம்? எல்லாவற்றைக் காட்டிலும் தேக சௌக்கியந்தான் முக்கியம். சுவரை வைத்துக் கொண்டல்லவா சித்திரம் எழுத வேண்டும்?' என்பார். இராத்திரி வேளைகளில் தியாகராச செட்டியார் கையில் புத்தகத்தை இவர் கண்டுவிட்டாற் போதும்; உடனே உபதேசம் செய்யத் தொடங்கிவிடுவார். சில சமயங்களில் அவர் கையிலிருந்து புத்தகத்தை வெடுக்கென்று பிடுங்கி வைப்பார்."

"இவர் சில சமயங்களில் கச்சேரிக்கு ஏதாவதொரு வழக்கின் சம்பந்தமாக வருவார். அப்போதெல்லாம் அருகிலுள்ள எங்கள் வீட்டுக்கு வந்து சிறிது நேரம் இருந்துவிட்டுப் போவார்."

"அச்சமயங்களில் இவர் தம்முடைய பெருமையையே அதிகமாகச் சொல்வார். தியாகராச செட்டியாருடைய நன்மைக்குத் தாமே பல வழிகளில் காரணமென்று கூறுவார். அவரிடம் சொல்லி எனக்கு வேலை பண்ணிவைத்ததாகவும் சில சமயங்களில் உரைப்பார். இவர் கூறுவது ஒன்றையும் நான் மறுப்பதில்லை. மறுப்பதிற் பயனில்லை யென்று சிரித்துக்கொண்டே கேட்டு வருவேன்."

"ஒருநாள் பகல் ஒரு மணிக்கு இவர் கச்சேரியிலிருந்து வந்தார். நான் காலேஜிலிருந்து வீட்டிற்கு வந்தேன். இடையே ஒருமணி நேரம் ஓய்வு இருப்பதால் அந்த வேளையில் ஏதாவது ஏட்டுச் சுவடியைப் பார்ப்பது வழக்கம். அந்தக் காலத்தில் நான் *சிலப்பதிகாரத்தை* ஆராய்ச்சி செய்துகொண்டிருந்தேன். இந்தக் கனவான் வந்தபொழுது நான் *சிலப்பதிகார* ஏட்டுப் பிரதியையும் கையெழுத்துப் பிரதியையும் வைத்துத் தனியே ஒப்பிட்டுக் கொண்டிருந்தேன். இவர் வந்ததுகூட எனக்குத் தெரியாது. அவ்வளவு மன ஒருமையோடு அதில் நாட்டம் செலுத்தியிருந்தேன். 'ஐயா, கீழே வையுங்கள்' என்று அதிகாரக் குறிப்போடு ஒரு குரல் கேட்டது. திடுக்கிட்டு நிமிர்ந்து பார்த்தேன். இந்தக் கனவான் நின்றார். 'நான் வந்ததைக்கூடப் பாராமல் அந்தப் புஸ்கத்தை அவ்வளவு அழுத்தமாகக் கவனிக்கிறீர்களே. நல்ல காரியம் செய்தீர்கள்! நீங்கள் நல்ல வழக்கங்களை உடையவர்கள். சிறுபிராயம். இப்போதே இந்த மாதிரியான காரியங்கள் செய்யத் தொடங்கிவிட்டீர்களே! உங்கள் உடம்பு எதற்காகும்? இங்கே பாருங்கள். நான் சொல்வதைக் கேளுங்கள். உங்களுக்கு வேலையாக வேண்டும், சௌக்கியமாக இருக்க வேண்டுமென்று செட்டியாரிடம் சொல்லி வேலை பண்ணி வைத்தேன். நீங்கள் செட்டியாரைப் போலப் பைத்தியக்காரராக இருக்கமாட்டீர்களென்று நம்பினேன். நான் அவரிடம் அடிக்கடி இம்மாதிரியான காரியங்களை யெல்லாம் செய்யக்கூடா தென்று சொல்லிவந்தேன். அதை நீங்களும் கவனித்திருக்கலாம். ஆனாலும் நான் சொன்னதை அவர் கேட்கவில்லை. அதனால்தான் சீக்கிரம் இறந்துபோய் விட்டார். புஸ்தகத் தொல்லையை விட்டுச் சுகமாக இருக்கலாம். அப்படி இருந்திருந்தால் இன்னும் பலகாலம் அவர் ஜீவித்திருக்கலாம். அவ்வளவுதான் அவர் கொடுத்து வைத்தது. என்ன புஸ்தகம் வேண்டியிருக்கிறது! இவைகளை யெல்லாம் எடுத்து அப்படியே காவிரியாற்றில் போட்டுவிட வேண்டுமென்ற ஆத்திரம் எனக்கு உண்டாகிறது' என்றார்."

"நான் ஒன்றும் பேசாமல் சிரித்துக்கொண்டே அந்தச் சுவடிகளைக் கட்டி உள்ளே வைத்துவிட்டேன். இவர் என்மேல்

"அந்தத் தொடிசு" 99

கொண்ட அளவற்ற ஆதரவினால் தம்முடைய ஆத்திரத்தைத் தீர்த்துக்கொள்ள முற்பட்டால் என்ன செய்வதென்ற பயம் என் உள்ளத்துள் உண்டாயிற்று. 'இந்தப் புஸ்தகங்களை யெல்லாம் கட்டிப் போட்டு விடுங்கள். நான் சொல்வதைக் கேளாவிட்டால் எனக்குக் கோபம் வந்துவிடும். உங்கள் முகத்திற்கூட விழிக்க மாட்டேன். உங்களுக்குச் சொல்லும் உரிமை எனக்கு உண்டு. ஜாக்கிரதையாக இருக்க வேண்டும்' என்று இவர் இரக்கமும் அதிகாரமும் கலந்த தொனியில் பேசினார். 'உங்கள் அன்பு எனக்குத் தெரியாதா? செட்டியார் காலமுதல் உங்களைத் தெரியுமே? உங்கள் விருப்பத்தை நான் அறிந்து கொண்டேன். எனக்கு நல்லது இன்ன தென்றுதானே நீங்கள் சொல்லுகிறீர்கள்? எனக்கு எது நல்லதோ அதைச் செய்வது என் கடமை' என்று சொன்னேன்.

"என்னுடைய வார்த்தைகளின் உட்கருத்தை அவர் உணரவில்லை. தமக்கு அநுகூலமாகவே நான் பேசியதாக நினைத்துக் கொண்டு திருப்தியோடு விடைபெற்றுப் போய்விட்டார்."

"அதுமுதல் இவர் வந்தால் என்னை இப்படி விசாரிப்பது வழக்கம். நான் ஒருவாறு பதிலளிப்பேன். இவர் வரும்போது இவர் கண்ணிலே புத்தகங்கள் படாதவாறு ஒளித்து வைத்துவிடுவேன். நான்கு வருஷங்களாக இவர் கச்சேரிக்கு வருவதில்லை. அதனால் நானும் பார்க்க நேரவில்லை. இப்போதுதான் பார்த்தேன். புத்தகப் படிப்பைத்தான் இவர் 'அந்தத் தொடிசு' என்று குறிப்பிட்டார்."

இந்த வரலாற்றைக் கேட்டவுடன் நண்பர் நகைத்தார். "அடபாவி! இதையா சொன்னான்? நான் என்ன வெல்லாமோ யோசனை செய்தேனே! அப்போது ஒன்றும் விளங்கவில்லை. இப்பொழுது தான் விளங்கியது" என்றார் அவர்.

கலைமகள், தொகுதி 15, பகுதி 85 – 90, 1939

11

'அடுத்த குறள்'

கும்பகோணம் காலேஜில் ஸ்ரீமான் ராவ்பகதூர் ஸாது சேஷைய ரென்னும் கனவான் பிரின்ஸிபாலுக்கு அடுத்தபடி பலகாலம் புரொபஸராக இருந்தார். அவர் 1880ஆம் வருஷம் மே மாதம் தம்முடைய மூத்த குமாரிக்குக் கல்யாணம் செய்வித்தார். அது திருப்பாதிரிப்புலியூரில் மிக்க விமரிசையாக நடைபெற்றது. அவர் பலபேர்களுக்கு உபகாரம் செய்தவர்; நல்ல செல்வாக்குடையவர். ஆதலின் அக்கல்யாணத்திற்குப் பல முன்சீபுகளும் சப்ஜட்ஜுகளும் வக்கீல்களும் பிரபுக்களும் மிராசுதார்களும் வந்திருந்தார்கள். காலேஜ் ஆசிரியர்களும் ஸம்ஸ்கிருத வித்துவான்களும் தமிழ் வித்துவான்களும் சங்கீத வித்துவான்களும் வந்திருந்தனர். அக்காலத்தில் கும்பகோணம் காலேஜில் இருந்த நானும் மற்ற ஆசிரியர்களுடன் போயிருந்தேன்.

நான்கு நாட்களும் கல்யாணம் பெரிய அரச குடும்பத்துத் திருமணத்தைப்போலவே மிகவும் சிறப்பாக நடைபெற்றது. வந்தவர்களுக்கு நடந்த உபசாரங்களுக்கு அளவே இல்லை. ஐந்தாவது நாள் யாவரும் ஊருக்குப் புறப்படுவதாக இருந்தார்கள். ஆனால், சென்னை ஹைகோர்ட்டில் ஜட்ஜாக இருந்த ஸ்ரீ ஸர் தி. முத்துசாமி ஐயர் அன்று கல்யாணம் விசாரிக்க வரப்போகிறா ரென்று தெரிந்தமையால் யாவரும் தங்கள் பிரயாணத்தை நிறுத்திக் கொண்டார்கள். முத்துசாமி ஐயரைப் பார்க்கவேண்டுமென்ற அவா எல்லோருக்கும் உண்டாயிற்று.

ஸ்ரீ ஸாது சேஷையர்

அக்காலத்தில் முத்துசாமி ஐயருடைய புகழ் தமிழ்நாடு முழுவதும் பரவியிருந்தது. அவர் ஏழையாக இருந்ததையும், முதலில் சொற்பச் சம்பளம் பெற்றுக் கணக்குப்பிள்ளை வேலை பார்த்ததையும், விளக்குக் கம்பத்தின் கீழிருந்து படித்ததையும் கதை கதையாகச் சொல்லிக் கொள்வார்கள். "படித்தால் முத்துசாமி ஐயரைப்போல் படிக்க வேண்டும்" என்று யாவரும் கூறுவார்கள். அவர் சென்னைக்குச் சென்று ஜட்ஜ் உத்தியோகம் பார்த்துவரும் திறமையைப்பற்றிப் பலர் பலவிதமாகப் பாராட்டிப் பேசிக்கொண்டிருப்பார்கள். வெளிப்பார்வைக்கு அவர் மிக்க அடக்க முடையவராக இருந்தாலும் அவருடைய அபிப்பிராயத்தை ஒருவராலும் மாற்ற முடியாதென்றும் சொல்லுவார்கள். வக்கீல்களுக்கும் முன்சீபுகள் முதலிய உத்தியோகஸ்தர்களுக்கும் அவரைப் பற்றிப் பேசுவது ஒரு பெருமையாக இருந்தது. அவருடைய பேராற்றல், சட்ட ஞானம், அடக்கம் முதலியவற்றைப் பற்றி ஸ்ரீமான் ராய்பகதூர் பூண்டி அரங்கநாத முதலியார் போன்ற பெரியோர் முக்கியமான சந்தர்ப்பங்களில் பாராட்டிக் கூறுவர்.

"இவ்வளவு உயர்ந்த உத்தியோகத்தைப் பெற்றும் இவர் தம்முடைய வைதிக ஒழுக்கங்களை விடவில்லையாம். பழைய ஏழைமை நிலையை மறக்கவில்லையாம். தமது இளமையில் தம்மை பாதுகாத்தவர்களுக் கெல்லாம் உபகாரம் செய்து வருகிறாராம்" என்று சிலர் சொல்வார்கள்.

"இவரைச் சீமைக்கு கூப்பிட்டார்களாம். இவர் வரமுடியாதென்று சொல்லிவிட்டாராம்" என்று சிலர் சிறிது கற்பனையையும் சேர்த்துக்கொண்டு கூறுவார்கள்.

ஸ்ரீ தி. முத்துசாமி ஐயர்

"இவர் தெய்வ அம்ச முடையவர். இலாமற் போனால் இப்படி வரமுடியுமா!" என்று ஆச்சரியப்படுவோர் சிலர்.

இவ்வாறு அவரைப் பற்றிப் பெருமையோடும் வியப்போடும் அங்கங்கே தமிழ்நாட்டினர் பாராட்டிக்கொண்டே இருந்தார்கள். அத்தகைய பராட்டுக்குரிய பெரியார் வருவதாக இருந்தால் பாராமற் போக எப்படி மனம் வரும்? 'அவர் எப்படிப் பேசுகிறார்? எப்படி உடை உடுத்துக் கொண்டிருக்கிறார்? எப்படி நடக்கிறார்?' என்று கவனிக்க வேண்டு மென்பது பலர் எண்ணம்.

பிற்பகல் இரண்டு மணிக்கு முத்துசாமி ஐயர் சென்னையிலிருந்து திருப்பாதிரிப்புலியூருக்கு வந்து சேர்ந்தார். ரெயில்வே ஸ்டேஷனுக்கு ஸாது சேஷையர் போய் அவரை வரவேற்றனர். கல்யாண வீட்டின்முன்பு பெரிய பந்தல் போடப்பட்டிருந்தது. நடுவிலே ஒரு மேஜையும் அதைச் சுற்றிலும் நான்கு நாற்காலிகளும் இருந்தன. முத்துசாமி ஐயரை ஸ்ரீ ஸாது சேஷையரும் வேறு இரண்டு பெரிய உத்தியோகஸ்தர்களும் அழைத்துக்கொண்டு வந்தார்கள். நான்குபேரும் நான்கு நாற்காலிகளில் உட்கார்ந்தனர்.

பலபேர் அந்தப் பந்தலில் அந்த நால்வரையும் நெருங்காமல் சிறிது தூரத்திலிருந்து முத்துசாமி ஐயரைப் பார்த்தபடியே இருந்தார்கள். பெரிய உத்தியோகஸ்தர்கள்கூட அச்சத்தினால் அவரை அணுகத் துணியவில்லை. அந்தக் கூட்டத்தில் நானும் இருந்தேன்.

முத்துசாமி ஐயர் வெள்ளைத் தலைப்பாகை தரித்திருந்தார். நெடுஞ்சட்டையையும் அதன்மேல் ஐயம்பேட்டைப் பட்டு உருமாலையையும் அணிவித்திருந்தார். இடையில் தூய வெள்ளை வஸ்திரத்தைப் பஞ்சகச்சமாக உடுத்திருந்தார்.

'அடுத்த குறள்'

காலில் 'பாபாஸ்' ஜோடு போட்டிருந்தார். கையில் ஒரு பிரம்பு இருந்தது. ஆஜானுபாகுவான அவருடைய உருவத்தில் ஒரு தனிச்சிறப்பு விளங்கியது. அவருடைய தூய்மையும் எளிமையும் அவருக்கு உள்ள மதிப்பை அதிகப்படுத்தின. அவர் வெள்ளைக்காரரைப்போல உடை யணிந்திருப்பா ரென்றும், ஆடம்பரமான ஆடைகளை உடுத்திருப்பா ரென்றும் பலர் எண்ணியிருந்தனர். அத்தகையவர்கள் அவருடைய உடை முதலியவற்றைக் கண்டு வியப்பை அடைந்தார்கள்.

பந்தலுக்கு நடுவில் வீற்றிருந்த நால்வரும் தமக்குள்ளே மெல்லப் பேசிக்கொண்டிருந்தனர். அவர்கள் என்ன பேசுகிறார்களென்பதைத் தெரிந்துகொள்ள எல்லோரும் ஆவலுள்ளவராக இருந்தனர்.

அந்தக் கூட்டத்தில் ஷாப்பு ராஜப்பைய ரென்ற முதியவர் ஒருவர் இருந்தார்; அவர் கும்பகோணவாசி; திவான் ஸர்.டி. மாதவராவ், மைஸூர்த் திவான் ரங்காசாரியார், புதுக்கோட்டைத் திவான் அ. சேஷையா சாஸ்திரியார் முதலிய மேதாவிகளின் பழக்கத்தை உடையவர். தமிழ், ஸம்ஸ்கிருதம், ஆங்கில மென்னும் மூன்று பாஷைகளிலும் தேர்ச்சி பெற்றவர். மிகவும் இனிமையாகச் சம்பாஷணை செய்யும் ஆற்றலுடையவர். அவர் கூட்டத்திலிருந்து நடுவிலுள்ளவர்களை நோக்கிச் சென்றார்.

அவர் செல்வதைப் பார்த்த சிலர், "இந்தக் கிழம் எதற்காக அங்கே போகிறது? எவ்வளவு துணிச்சல்!" என்று தம்முள் இகழ்ந்து பேசலாயினர். முத்துசாமி ஐயருக்குப் பின்புறத்திலிருந்து சென்றாராதலின் ராஜப்பையரை அவர் கவனிக்கவில்லை. உடனே அம்முதியவர் முத்துசாமி ஐயருக்கு முன்பக்கத்திலே போய், அங்கிருந்து மேஜையினருகே சென்றார். தம் கண்ணில் அவர் பட்டவுடன், "ராஜப்பையர்வாள்! வாருங்கோ. சௌக்கியமா?" என்று கேட்டார் முத்துசாமி ஐயர்.

ராஜப்பையரைப் பற்றித் தாழ்வாக எண்ணியவர்கள் பிரமித்துப் போனார்கள். அங்கே இருந்த ஒரு பெரிய உத்தியோகஸ்தர் ஒரு நாற்காலியை எடுத்து மேஜையின் அருகே போட்டார். "உட்காருங்கள்" என்று முத்துசாமி ஐயர் சொல்லவே அந்த முதியவர் உட்கார்ந்தார். அவர் மெல்லப் பேசத் தொடங்கினார்.

"உங்களைக் கண்டவுடன் இங்கே உள்ளவர்களுக்கு உண்டாகும் சந்தோஷம் சொல்லி முடியாது. சந்திரனைக் கண்ட கடல்போல யாவருக்கும் ஆனந்தம் பொங்குகிறது. எல்லோரும் உங்களுடைய வரவை ஆவலுடன் எதிர்பார்த்துக்கொண்டே

இருந்தார்கள். நீங்கள் சென்னப்பட்டணத்தில் உயர்ந்த பதவி வகித்து வருவதை அறிந்து எல்லோரும் மகிழ்கிறார்கள். உங்களுக்குக் கிடைத்த கௌரவத்தால் இந்த ராஜதானி முழுவதும் சந்தோஷிக்கிறது. தஞ்சை ஜில்லாவாசிகள் தங்கள் ஜில்லாவிலே பிறந்த நீங்கள் இவ்வாறு உலகமெல்லாம் கொண்டாடும்படி இருப்பது பற்றி எண்ணி எண்ணிப் பூரிக்கிறார்கள்.

*தம்மிற்றம் மக்க ளறிவுடைமை மாநிலத்து
மன்னுயிர்க் கெல்லா மினிது

என்று குறளில் திருவள்ளுவர் சொல்லியிருக்கிறார். அதை இப்போது உங்கள் விஷயத்தில் பிரத்தியக்ஷமாகப் பார்க்கிறோம். உங்களுடைய மேதை உலகத்துக்கெல்லாம் இனிதாக விளங்குகின்றது."

கிழவர் பேசிக்கொண்டே இருந்தார். "இந்தக் கிழவர் என்ன தைரியமாகப் பேசுகிறார்! எவ்வளவு உசிதமாகப் பாராட்டுகிறார்!" என்று அங்கிருந்தவர்கள் எண்ணித் தம் கவனம் முழுவதையும் அந்த எழுபது பிராயமுள்ள கிழவர்மீதும் ஜட்ஜ் முத்துசாமி ஐயர் மீதும் செலுத்தினர்.

கிழவர் பேசி நிறுத்தினார்; முத்துசாமி ஐயர், "ஐயர்வாள், நீங்கள் ஒரு குறள் சொன்னீர்களே; அதற்கு அடுத்த குறளையும் சொல்லி அதனுடைய அர்த்தத்தையும் சொல்லுங்கள் பார்க்கலாம்" என்றார்.

நான் இந்தச் சம்பாஷணையில் மிகவும் ஊக்கத்தோடு கருத்தைப் பதித்திருந்தேன். அந்த முதியவர் ஒரு குறளைச் சொல்லிப் பாராட்டும்போது எனக்குத் தனிமகிழ்ச்சி உண்டாயிற்று. அதன்பிறகு அதற்குப் பதிலாக, அடுத்த குறளைச் சொல்லும்படி முத்துசாமி ஐயர் கூறினதைக் கேட்டவுடன் எனக்கு மிக்க வியப்பு ஏற்பட்டது. "இவருக்குக் குறளில் இவ்வளவு ஞாபகம் இருக்கிறதே; அடுத்த குறளில் இந்த ஸந்தர்ப்பத்துக்குப் பொருத்தமான செய்தியிருப்பதை இவர் தெளிவாக அறிந்து வைத்திருக்கிறாரே!" என்று நினைத்தேன்.

"ஈன்ற பொழுதிற் பெரிதுவக்குந் தன்மகனைச்
சான்றோ னெனக்கேட்ட தாய்

என்பது அடுத்த குறள்தானே? அதற்குப் பொருள் சொல்லுங்கள்" என்று முத்துசாமி ஐயர் மறுபடியும் சொன்னார்.

அங்கிருந்த கனவான்களிற் பலர், "நாமும் காலேஜில் தமிழ் படித்தோம்; திருக்குறளையும் படித்தோம்; நமக்கு இவ்வளவு

* 'தம்மக்களது அறிவுடைமை பெரிய நிலத்து மன்னா நின்ற உயிர்கட்கெல்லாம் தம்மினும் இனிதாம்' என்பது பரிமேலழகர் உரை.

'அடுதத் குறள்' 105

ஞாபகம் இல்லையே; இவர் எப்போதும் இங்கிலீஷிலே பழகுகின்றவர்; தமிழ்ச் செய்யுளை மறக்கவில்லையே!" என்று பேசிக்கொண்டது என் காதிலே பட்டது.

ராஜப்பையர், "ஆமாம்! உங்களைப் பெற்ற தஞ்சாவூர் ஜில்லா இப்போது மிகவும் சந்தோஷிப்பதற்கு நீங்கள் மற்றொரு குறளை உதாரணமாகக் காட்டுகிறீர்கள். தன்னுடைய பிள்ளை அறிவிற் சிறந்தவனென்று உலகத்தார் கூறக்கேட்ட தாய் அப்பிள்ளையைப் பெற்ற காலத்தில் அடைந்த மகிழ்ச்சியைக் காட்டிலும் பன்மடங்கு அதிக மகிழ்ச்சியை அடைவாளென்று அந்தக் குறளிலே சொல்லியிருக்கிறது. நீங்கள் உங்கள் ஜில்லாவைத் தாய்போல எண்ணியிருப்பதையும் சுருக்கமாகத் தெரிவித்து விட்டீர்கள். நீங்கள் தீர்க்காயுஸோடு வாழ வேண்டும்" என்று வாழ்த்தினார்.

அன்று இரவு அங்கே விருந்துணவு ஆன பிறகு முத்துசாமி ஐயர் விடைபெற்று மாயூரம் சென்றார். "அடுத்த குறளைச் சொல்லுங்கள்" என்று அவர் அன்று கூறியபோது அவருடைய தமிழபிமானத்தையும் சந்தர்ப்பத்திற்கேற்பச் சுருக்கமாகப் பேசும் திறமையையும் உணர்ந்தேன். அவர் குறளைக் கூறியதுபோலத் தாமும் சொல்லவேண்டுமென்று அதுமுதல் சிலமாதங்கள் சில ஆசிரியர்களும் கனவான்களும் முயன்றார்கள். அவருடைய தமிழபிமானம் இயல்பானது. இவர்களுடையதோ அத்தகையதன்று. வெறும் கௌரவத்திற்காகத் தமிழ் படிப்பது, புகழ்பெறுவ தென்பது சாத்தியமாகுமா?

அந்தக் காலத்துக்குப் பிறகு பலமுறை முத்துசாமி ஐயரை நான் பார்த்திருக்கிறேன். அவரோடு பேசிப் பழக வேண்டுமென்ற அவா எனக்கு நெடுநாளாக இருந்தது. *சிலப்பதிகாரப்* பதிப்பு நடந்து கொண்டிருந்தபோது நான் ஒருமுறை சென்னைக்கு வந்திருந்தேன். அப்போது ஸாது சேஷையரும் வந்திருந்தார். அவரோடு அப்பெரியாரைத் தரிசிக்கலாமென்று ஒருமுறை சென்றேன். ஒரு பெரிய 'ஹாலி'ல் நாற்காலி மேஜைகள் இருக்குமென்றும் அங்கே அவர் இருந்து வேலைபார்த்துக் கொண்டிருப்பா ரென்றும் எண்ணினேன். அங்கே போனபோது நான் பார்த்த காட்சி வேறு விதமாக இருந்தது. 'ஹால்' இருந்தது; மேஜை நாற்காலிகளும் இருந்தன; ஆனால் அப்பெரியார் அங்கே காணப்படவில்லை. முன்பக்கத்தில் தரையின்மேல் கோரைப்பாய்கள் விரிக்கப்பட்டிருந்தன. அங்கே அவர் ஒரு தூணில் சாய்ந்து கீழே உட்கார்ந்திருந்தார்; ஒரு கை மேஜையை முன்னால் வைத்துக் கொண்டிருந்தார். அவரைச் சுற்றிலும் சிறிய சிறிய காகிதத் துண்டுகள் சில சில குறிப்புகளோடு

வைக்கப்பெற்றிருந்தன. அருகில் நாலைந்து பென்ஸில்கள் இருந்தன. தனியே ஒரு காகிதத்தில் கொட்டைப் பாக்குச் சீவல்மாத்திரம் இருந்தது.

முத்துசாமி ஐயர் எங்கேனும் பிரசங்கம் செய்வதாக இருந்தால் முன்பே நன்றாக ஆராய்ந்து குறிப்பெடுத்துக் கொண்டு போவாரென்று சொல்வார்கள். அன்று அப்பேரறிஞர் தம்மைச் சுற்றிலும் கரடாக் காகிதங்களைச் சிறிய சிறிய அளவில் கிழித்துக் குறிப்பெடுத்து அடுக்கி வைத்துக் கொண்டிருந்ததைப் பார்த்தபோது நான் கேள்வியுற்றது உண்மை என்றே புலப்பட்டது.

நான் அப்பெரியாருக்கு வந்தனம் புரிந்தேன். ஸாது சேஷையர் என்னைப் பற்றி அவரிடம் சொன்னார். “அடுத்த குறளைச் சொல்லுங்கள்” என்று அவர் கூறியது என் நினைவிலே நின்றமையின் நான் செய்யும் தமிழ்ப்பணி அப்பெரியாருடைய ஆசீர்வாதம் இருந்தால் நன்றாக நடைபெறுமென்ற உறுதி எனக்கு இருந்தது. நான் பழந்தமிழ் நூல்களை ஆராய்ந்து அச்சிட்டு வருவதைச் சேஷையர் அவரிடம் தெரிவித்தார். அவர், “நல்ல காரியந்தான். இந்தக் காலத்திலே படிக்கிறது வேலை பார்க்கத் தானென்று எல்லோரும் நினைக்கிறார்கள். வேலை கிடைத்துவிட்டால் சௌக்கியமாகச் சாப்பிட்டுக்கொண்டு இருந்து விடுகிறார்கள். புத்திக்கு வேலை கொடுப்பதே இல்லை. தமிழ் பாஷையிலே இப்படி வேலை செய்து வருவது மிகவும் நல்லது” என்று ஆசீர்வாதம் செய்தார். நான் ஒரு பெரும்பேறு பெற்றவனைப்போல இன்புற்றேன்.

பெரும்பாலும் மௌனமாகவே இருந்து தம் காரியங்களைக் குறைவின்றி நிறைவேற்றும் அவ்வுத்தமருடைய ஆசி எனக்கு மனவுறுதியையும் ஊக்கத்தையும் உண்டு பண்ணியது. தாம் பிறந்த நாட்டுக்குப் பெருமை அளித்த அப்பெரியார் தமிழினிடத்தில் மிக்க அன்பும் பழக்கமும் உடையவராக இருந்தாரென்பதை ஆங்கிலம் படித்த யாவரும் உணர்ந்துகொள்ள வேண்டுவது மிகவும் அவசியம்.

கலைமகள், தொகுதி 15, பகுதி 85 – 90, 1939

12

ஆத்திரத்திற்கு ஏற்ற தண்டனை

கும்பகோணம் காலேஜில் நான் வேலை பார்த்து வந்தபோது ஆரம்பத்தில் சுந்தரராவ் என்ற ஒருவர் ஆங்கில ஆசிரியராக இருந்தார். பிரின்ஸிபாலாக இருந்த ஸ்ரீ தண்டலம் கோபாலராவின் மருமகர் அவர்; சிறந்த ரஸிகர்; வேடிக்கையாகப் பேசுவார். அவரோடு பேசிக் கொண்டிருந்தால் நிமிஷத்திற்கு நிமிஷம் சிரிப்பு உண்டாகும். பொழுது போவதே தெரியாது.

காலேஜில் உள்ள ஆசிரியர்கள் யாவரும் அவரிடத்தில் மிக்க அன்போடு இருந்தனர். அவர் பிரின்ஸிபாலுக்கு அடுத்தபடியாக இருந்தாராயினும் எல்லா ஆசிரியர்களோடும் சாதாரணமாகப் பழகி வந்தார்.

அவர் நல்ல சுகபுருஷர். அழகான மேனியை உடையவர். சுந்தரராவென்னும் பெயர் அவருக்குத் தகுதியானதே. ஒவ்வொரு நாளும் காலேஜ் ஆசிரியர்கள் இடைவேளையில் உண்பதற்குரிய உணவுகள் அவரவர்கள் வீடுகளிலிருந்து வரும். சுந்தரராவுக்குக் காலேஜில் முற்பகலில் வேலை முடியும் சமயத்தில் அவருடைய சமையற்காரன் ஏதேனும் சிற்றுண்டியை எடுத்து வருவான். அது சுடச்சுட இருக்கும். எல்லோரும் உண்டு பேசி இளைப்பாறுவதற்காக ஒரு தனி அறையுண்டு. அங்கே கொண்டுவந்து சிற்றுண்டியை அவன் வைத்துவிடுவான். சுந்தரராவ் பெரும்பாலும்

வகுப்பில் குறிப்பிட்ட நேரத்துக்குமேல் இருந்து பாடம் சொல்லிவிட்டுத் தாமஸமாகவே வருவார். இடைவேளை மணி அடித்த உடனே வகுப்பை விடமாட்டார்; மேலும் கால்மணியோ இருபது நிமிஷமோ பாடம் சொல்லிவிட்டுத்தான் வருவார். சில நாட்களில் உரிய நேரத்தில் பாடத்தை முடித்துவிட்டும் வருவதுண்டு.

அவருக்கு ஒவ்வொரு நாளும் இடைவேளை யாகாரத்தின் பொருட்டு வரும் சிற்றுண்டிகள் புதிய புதிய மாதிரியாக இருக்கும்; அதிகமாகவும் வரும். அவர் அவற்றை மற்ற ஆசிரியர்களுக்கும் கொடுத்து உண்பார். இதனால் அவருக்கு வரும் ருசியான சிற்றுண்டிக்காக மற்ற யாவரும் ஒவ்வொரு நாளும் அவர் வரும்வரைக்கும் ஆவலோடு காத்திருப்பார்கள்.

ஒருநாள் சுந்தரராவ் ஆகாரம் செய்ய வருவதற்கு நேரமாயிற்று. அவருக்கு என்ன ஆகாரம் வந்துள்ளதென்று அறிவதில் ஓர் ஆசிரியருக்கு மிக்க ஆவல் உண்டாயிற்று. "அவர் வருவதற்குள் பார்த்து விடலாமே" என்று சொல்லி அவருக்காக வந்திருந்த பாத்திரத்தைத் திறந்து பார்த்தார். திறக்கும்போதே நெய்வாசனையும் உளுந்தின் வாசனையும் கம்மென்று வீசின. சுடச்சுட உளுத்தம் வடைகள் பாத்திரத்தில் நிறைய இருந்தன. "இவ்வளவு பக்குவமாகச் சுடச்சுட வடை வந்திருக்கும்போது இந்தச் சூடு ஆறுவதற்குள் தின்னாமல், இன்னும் பாடம் சொல்லிக் கொண்டிருக்கிறாரே! மணி அடித்துக் கால் மணிக்குமேல் ஆகிறது. இன்னும் என்ன பாடம் வேண்டியிருக்கிறது!" என்று அந்த ஆசிரியர் சொன்னார். மற்றோர் ஆசிரியர், "அந்த வடையில் ஒன்றை எடுத்துத்தான் பாருமே. சூட்டோடு தின்பதற்கு அவருக்குத்தான் வகையில்லை யென்றால் நாம் கொஞ்சம் ருசி பார்ப்போமே. எப்படியும் நமக்குப் பங்கு கிடைக்கப்போகிறது. அந்தப் பங்கை அவர் வந்த பிறகு சாப்பிடுவதைவிட இப்போதே சுடச்சுட எடுத்துக்கொண்டு விடுவோம்" என்றார். அருகில் இருந்த ஆசிரியர்கள் அந்த ஏற்பாட்டுக்கு இணங்கினார்கள். எல்லோரும் சம்மதித்தபோது தடை என்ன? பாத்திரத்தில் இருந்த வடைகள் ஒவ்வொன்றாக அவர்கள் வயிற்றில் சென்றன.

"எல்லாவற்றையும் தின்றுவிட்டால் அவருக்கு வேண்டாமா?" என்றார் ஒருவர்.

"வடை மிகவும் ருசியாய் இருக்கிறது. இன்றைக்கு எல்லாவற்றையும் தீர்த்துவிடுவோம். அவர் வந்தால் நம்முடைய ஆகாரத்தைக் கொடுத்துவிடலாம். ஒருநாள் அவருடைய ஆகாரம் அவருக்கு இல்லாவிட்டால் என்ன?" என்று ஒருவர் சமாதானம் சொன்னார்.

சிலர் ஆக்ஷேபிப்பதும் சிலர் சமாதானம் கூறுவதுமாக அந்த வடைகள் அவ்வளவையும் அவர்களே உண்டுவிட்டார்கள். உண்ட பிறகு ஒருவர், "இதுவும் நல்லதற்குத்தான். இனிமேலாவது காலத்தில் வந்து சாப்பிடவேண்டுமென்று அவர் தெரிந்து கொள்வார்" என்று சொன்னார்.

அப்பால் சுந்தரராவ் வந்தார். அவரோடு மிகவும் நெருங்கிப் பழகும் ஓர் ஆசிரியர் அவரைப் பார்த்து, "நீங்கள் இப்படி வகுப்பில் நெடுநேரம் இருந்து பாடம் சொல்வது நன்றாக இல்லை. நாங்கள் காத்துக் காத்துப் பார்த்தோம். உங்கள் வடைகள் எங்கள் மனத்தைக் கொள்ளை கொண்டன. நாங்கள் அவற்றைக் கொள்ளை கொண்டு விட்டோம். சரியான காலத்தில் நீங்கள் வராததனால் வந்தது இது" என்றார்.

"என்ன? என்ன சமாசாரம்?"

"சமாசாரம் இதுதான். உங்கள் வீட்டிலிருந்துவந்த வடைகளைச் சுடச்சுட நாங்கள் உண்டுவிட்டோம்; பாத்திரந்தான் மிஞ்சியிருக்கிறது. உங்களுக்கு எங்கள் ஆகாரத்தைக் கொடுப்பதாக எண்ணியிருக்கிறோம்."

சுந்தரராவ் சிரித்துக்கொண்டே, "இதுதானா பிரமாதம்? உங்களுக்கு இன்னும் வேண்டுமானாலும் கொண்டுவரச் சொல்லுகிறேன்" என்றார்.

"வேண்டாம்; வேண்டாம்; இதுவே போதும். நீங்கள் ஆகாரம் செய்துகொள்ளுங்கள்."

சுந்தரராவ் அன்று மற்றவர்கள் கொடுத்த சிற்றுண்டிகளை உண்டார்.

அது முதல் இந்த மதிரியான திருட்டு அடிக்கடி நிகழ்ந்து வந்தது. சுந்தரராவ் வருவதற்கு நேரமானால் அவர் ஆகாரத்தில் சிறிதளவு எடுத்து மற்ற ஆசிரியர்கள் ருசிபார்த்து வந்தார்கள். இது வழக்கமாகப் போயிற்று.

ஒருநாள் சுந்தரராவ் வர நேரமாயிற்று. மற்ற நாட்களைக் காட்டிலும் அன்று அதிகமான தாமஸம் நேர்ந்தது. மற்ற ஆசிரியர்கள் வழக்கபடி தங்கள் காரியத்தை ஆரம்பித்தனர். சுந்தரராவின் பாத்திரத்தின் மூடி திறக்கப்பட்டது. அதனுள் பெரிய பெரிய வடைகள் இருந்தன. "இன்றைக்கு நல்ல வேட்டைதான். பாவம்! சுந்தரராவுக்கு ஒன்றும் மிஞ்சப் போகிறதில்லை" என்று சொல்லிக் கொண்டே ஒருவர் சர்வ சுதந்திரத்தோடு அந்த வடைகளை எடுத்து மற்றவர்களிடம்

அளித்துவிட்டுத் தாமும் அவசர அவசரமாகத் தம் பங்கை எடுத்துக்கொண்டார். எல்லோரும் அதிக ஆவலோடு அந்த வடைகளை முறித்து வாயில் போட்டுக்கொண்டனர். ஆனால் அவற்றை மெல்லும்போது அவர்கள் முகத்தில் ஒருவித மாறுதல் தோற்றியது. முன் இருந்த உத்ஸாகம் காணப்படவில்லை. ஒவ்வொருவரும் வடையை விழுங்க முடியாமல் தவித்தனர். சிலர் வாந்தியெடுக்க ஆரம்பித்தனர். தாழ்வாரத்திற்குச் சென்று எல்லாவற்றையும் கீழே துப்பினார்கள்; காறிக் காறி உமிழ்ந்தார்கள்.

"இதென்ன, வேப்பிலை வாசனை வருகிறதே" என்றார் ஒருவர்.

"ஒரே கசப்பு; வயிற்றைக் குழப்புகிறது. ராயர் வேண்டுமென்றே இப்படி ஏற்பாடு செய்திருக்கிறாரென்று தெரிகிறது. வேப்பிலையை உளுந்தோடு சேர்த்து அரைத்து வடை செய்யச் சொல்லியிருக்கிறார். நம்முடைய ஆத்திரத்திற்கு ஏற்ற தண்டனை இது" என்று சொல்லிக் கொண்டே எல்லோரும் அருகிலுள்ள காவிரிக்குச் சென்று நன்றாக வாயைக் கொப்புளித்துச் சுத்தம் செய்து கொண்டு வந்தனர்.

"இனிமேல் இந்த மாதிரியான காரியத்தை நாம் செய்யக் கூடாது என்று ராயர் புத்தி புகட்டிவிட்டார். உணவில் கை வைக்கக் கூடாது" என்று அவ்வாசிரியர்கள் நிச்சயித்துக்கொண்டார்கள்.

சிறிது நேரத்திறகுப் பின் சுந்தரராவ் வந்தார்; அவர் வரும்போதே அவரைப் பார்த்துச் சில ஆசிரியர்கள், "நல்ல காரியம் செய்தீர்கள்! எங்கள் நாக்கு நீளத்திற்கு இதுதான் வழியென்று யோசித்து வேப்பிலை வடையைக் கொண்டுவரச் சொன்னீர்களோ?" என்று கேட்டனர்.

"நீங்கள் சொல்வது எனக்கு ஒன்றும் விளங்கவில்லையே!" என்றார் அவர்.

"விளங்குமா? இன்னும் அந்த வேப்பிலை வாசனை எங்கள் வாயை விட்டு நீங்கவே இல்லை. நாங்கள் பண்ணுவது தவறென்று எங்களிடம் நேரே சொல்லியிருக்கலாமே. இந்தத் தண்டனையை அளிக்க வேண்டுமா?"

சுந்தரராவ் சிரித்தார்; "அடே!" என்று அங்கே காத்துக் கொண்டிருந்த சமையற்காரனைக் கூப்பிட்டார். "மற்றொரு பாத்திரம் கொண்டுவரவில்லையா? எங்கே? கொண்டுவா" என்றார்.

அவன் வேறோரிடத்தில் வைத்திருந்த மற்றொரு பாத்திரத்தை எடுத்துவந்தான். அதில் நல்ல வடைகள் இருந்தன.

"இந்தாருங்கள்; எடுத்துக் கொள்ளுங்கள்" என்று சுந்தரராவ் சொன்னார்.

"நாங்களாக இனிமேல் அதைத் தொடமாட்டோம். நீங்களே எடுத்துத் தாருங்கள். போதும், நாங்கள் பட்டபாடு!" என்று சொல்லிக்கொண்டே ஆசிரியர்கள் அந்த வடைகளை உண்ணத் தொடங்கினர்.

கலைமகள், தொகுதி 18, பகுதி 103 – 108, 1940

13

தடைப்பட்டு நிறைவேறிய கல்யாணம்

சென்னைக் கிறிஸ்டியன் காலேஜில் தமிழாசிரியராக இருந்த கா.ஸ்ரீ. கோபாலாசாரியா ரென்பவர் இலக்கண இலக்கியப் பயிற்சியிலும் பிரசங்கம் செய்வதிலும் செய்யுள் இயற்றுவதிலும் பத்திரிகைகளுக்கு விஷயம் எழுதுவதிலும் சிறந்தவராக இருந்தார். *திவ்யப்பிரபந்த* வியாக்கியானங்களில் நல்ல தேர்ச்சி பெற்றிருந்தமையின் பல வைஷ்ணவப் பிரபுக்கள் அவரை அன்புடன் ஆதரித்து வந்தார்கள். அவர் பல வருஷங்கள் சென்னை ஸர்வகலாசாலை யில் தமிழ் பரீக்ஷகராகவும் இருந்தார். அவர் கௌரவ மான நிலையிலே வாழ்ந்துவந்தார். அவருடைய சொந்த ஊர் ராஜமன்னார்குடிக்குப் பக்கத்தேயுள்ள காரப்பங்காடு என்பது.

அவர் எனக்கு முக்கியமான நண்பர். திருவல்லிக்கேணியில் திருக்குளத்துக்குக் கீழ்கரையில் ஒரு வீட்டில் வசித்து வந்தார்.

கோபாலாசாரியார் தம்முடைய குமாரிக்கு விவாகம் செய்ய எண்ணிப் பல இடங்களில் வரன் தேடினார். கடைசியில் மன்னார்குடியில் பந்துக்களுள் செல்வமுள்ள குடும்பத்தைச் சார்ந்த ஒரு பிள்ளையைப் பார்த்து நிச்சயம் செய்து முகூர்த்தம் வைத்தார். கல்யாணத்தை மிக்க செலவில் விமரிசையாக நடத்துவதற்கு வேண்டிய ஏற்பாடுகளைச் செய்திருந்தார். கல்யாணம் நடத்துவதற்காகத் தனியே ஒரு ஜாகையைத்

திட்டம் செய்தார். பந்தல் மிகவும் சிறப்பாக அமைக்கப்பட்டது. சம்பந்திகள் தங்குவதற்குக் குளத்தின் வடகரையில் ஒரு பெரிய ஜாகையைத் திட்டம் செய்திருந்தார்.

கல்யாணத்திற்கு முன்னே நடைபெறவேண்டிய சுபகாரியங்கள் எல்லாம் சிறப்பாக நடைபெற்றன. கல்யாணத்துக்கு முதல்நாள் காலையிலேயே சம்பந்திகள் மன்னார்குடியிலிருந்து சென்னைக்கு வந்துவிட்டார்கள். அவர்களைத் தக்கபடி வரவேற்று அவர்களுக்காக அமைக்கப்பெற்ற ஜாகையில் அவர்களை இருக்கச் செய்தார். அவர்களுக்கு வேண்டிய ஆகார வகைகளை அனுப்பி உபசரித்தார். முதல்நாள் இரவு மாப்பிள்ளை அழைப்பு (ஜான்வாஸா) உயர்ந்த முறையில் நடைபெற்றது. கல்யாண தினத்தன்று காலையில் பெண் வீட்டிலும் பிள்ளை வீட்டிலும் தனித்தனியே நடைபெற வேண்டிய வைதிக காரியங்களும் ஒழுங்காக நடந்தன. அப்பால் மாப்பிள்ளை பரதேசக் கோலம் வந்தார். பிறகு பெண்ணும் மாப்பிள்ளையும் கல்யாண வீட்டு வாசலில் மாலை மாற்றிக்கொண்டார்கள்.

மாலை மாற்றிக்கொள்கையில் பெண்ணையும் மாப்பிள்ளையையும் அவர்களுடைய அம்மான்மார்கள் தோளில் எடுத்துச் செல்வது வழக்கம். அவர்களுக்குப் பதிலாக வேறு சிலர் அவர்களை எடுத்துக்கொண்டு இடசாரி வலசாரியாகச் செல்வதும் ஆடுவதும் ஸ்ரீ வைஷ்ணவ குடும்பங்களில் நடைபெற்று வருகின்றன. இவ்வாறு தோளெடுப்பதற்காகவே காஞ்சீபுரத்தில் தேகவன்மையுள்ள ஒரு கூட்டத்தினர் உண்டு.

கோபாலாசாரியார் வீட்டுக் கல்யாணத்திலும் இந்த வைபவம் நிகழ்ந்தது. தோள் எடுப்பவர் இருவரும் ஒருவருக்கு ஒருவர் சலியாமல் குதித்தும் ஆடியும் ஓடியும் மேளதாளத்திற்கேற்ப நடனம் செய்தும் உத்ஸாகத்தோடு தங்கள் வன்மையைக் காட்டினர். கல்யாணத்துக்காக வந்திருந்த ஜனங்களோடு வேறு ஜனங்களும் இந்த வேடிக்கையைப் பார்க்கக் கூடிவிட்டனர். ஜனங்களுடைய சந்தோஷ ஆரவாரமும் வாத்திய கோஷமும் கல்யாணத்துக்கு வந்திருந்தவர்களுடைய குதூகலமும் நிறைந்திருந்த அந்தக் காட்சியைக் கண்டு கோபாலாசாரியார் மனம் சந்தோஷ சாகரத்தில் நீந்தியது. அவருடைய சம்பந்தியாகிய கனவானும் மிக்க சந்தோஷத்தோடு திண்ணையில் உட்கார்ந்து இந்தக் காட்சியை அனுபவித்துக் கொண்டிருந்தார்.

இவ்வாறு இருந்த சமயத்தில் யாரோ ஒருவர் மெதுவாகச் சம்பந்திக்கு அருகில் சென்றார். இரகசியமாக அவர் காதண்டை சில வார்த்தைகள் சொன்னார். அந்த வார்த்தைகளைக் கேட்டவுடன் சம்பந்தியின் முகமலர்ச்சி மாறியது. அவர்

திடீரென்று திண்ணையிலிருந்து கீழே குதித்து இறங்கினார். ஒருவர் தோளில் ஆரோகணித்திருந்த தம் குமாரரிடம் சென்றார். "கீழே இறங்கு" என்று கூறி அவரை அழைத்துக் கொண்டு நேரே தாம் தங்கியிருந்த ஜாகைக்குப் போய்விட்டார். அங்கிருந்த யாவருக்கும் 'அவர் ஏன் அப்படிச் செய்தார்?' என்பது விளங்கவே இல்லை. அவரைச் சேர்ந்தவர்களும் அவர் போவதைக் கண்டு ஒருவர் பின் ஒருவராகச் சென்றுவிட்டனர். ஒரு நிமிஷத்தில் அங்கிருந்த ஆரவாரம் எல்லாம் மாறிவிட்டது.

கோபாலாசாரியார் பல நண்பர்களுக்கு விவாக முகூர்த்தப் பத்திரிகை அனுப்பியிருந்தார். எனக்கும் வந்திருந்தது. கல்யாண தினத்து மாலையில் பாட்டுக் கச்சேரி ஒன்று ஏற்பாடாகியிருந்தது. நான் முகூர்த்தத்தன்று பிற்பகலில் கல்யாணம் விசாரிப்பதற்காகக் காலேஜ் விட்டவுடன் நேரே விவாகம் நடைபெறும் ஜாகைக்குச் சென்றேன். நான் போன சமயம் நான்கு மணி இருக்கும்.

அங்கே என்னைப்போலப் பலபேர்கள் கல்யாணம் விசாரிக்க வந்திருந்தார்கள். கோபாலாசாரியாரும் வேறு சிலரும் வந்தவர்களுக்குச் சந்தனம், புஷ்பம், கற்கண்டு, தாம்பூலம், தேங்காய் முதலியவற்றை வழங்கிக் கொண்டிருந்தனர். வந்தவர்களிற் சிலர் தாம்பூலம் பெற்றுக் கொண்டு திரும்பினர். சிலர் அங்கேயே உட்கார்ந்திருந்தனர்.

நான் போனவுடன் கோபாலாசாரியார் எனக்கும் சந்தன தாம்பூலம் கொடுத்தார்; அவர் முகத்தில் சோர்வுதான் காணப் பட்டது. நான் சாதாரணமாக, "முகூர்த்தம் சரியான காலத்தில் நடந்ததா?" என்று விசாரித்தேன்.

"அதுதான் இல்லை" என்றார் அவர்.

"ஏன்? நாழிகை ஆகிவிட்டதோ?" என்று கேட்டேன்.

"முகூர்த்தமே நடக்கவில்லை" என்று அவர் சொன்னார். நான் திடுக்கிட்டேன்; "என்ன? முகூர்த்தம் நடக்கவில்லையா? சந்தன தாம்பூலம் கொடுக்கிறீர்களே!"

"நாளை ஆறுமணிக்கு வேறு பையன் வந்துவிடுவான். காஞ்சீபுரத்திற்குச் சொல்லியனுப்பி யிருக்கிறேன். இதைப்போல இரண்டு மடங்கு விமரிசையாக முகூர்த்தம் நடந்துவிடும்."

எனக்கு ஆச்சரியத்தின்மேல் ஆச்சரியம் உண்டாயிற்று.

"என்ன சொல்லுகிறீர்கள்? வேறு பையனாவது! வரவாவது! இந்தப் பையன் என்ன ஆனான்? விஷயத்தை விளங்கச் சொல்லுங்கள்" என்றேன்.

"சொல்வது என்ன இருக்கிறது? மனுஷ்யர் சமயத்தில் இப்படி அவமானப்படுத்துவாரென்று எண்ணவே இல்லை. ஹூம்! நம்மேல் தப்பு. மனுஷ்யருடைய தராதரம் அறிந்து நிச்சயம் செய்திருக்க வேண்டும்!" என்று சொல்லிக்கொண்டே அவர் பெருமூச்சு விட்டார்.

அருகில் இருந்த ஒருவர் என்னிடம் விஷயத்தை விரிவாகச் சொல்லலானார்; "முகூர்த்தத்திற்கு முன்பு நடக்கவேண்டிய காரியங்க ளெல்லாம் நன்றாகவே நடந்தன. எல்லோரும் திருப்தியாகவே இருந்தோம். பெண்ணும் பிள்ளையும் மாலை மாற்றிக்கொண்டார்கள். அப்போது எங்கிருந்தோ சனீசுவரன்போல் ஒருவன் வந்தான். சம்பந்தி காதைப் போய்க் கடித்தான். அந்த மனுஷ்யர் கொஞ்சமாவது மரியாதையைக் கவனிக்காமல் திடீரென்று பையனை அழைத்துக் கொண்டு ஜாகைக்குப் போய்விட்டார். அவர் பிறகு வருவாரென்று எதிர்பார்த்துக்கொண்டே யிருந்தோம். அங்கிருந்து ஒருவரும் வரவில்லை. இங்கிருந்தும் ஒருவரும் அங்கே போகவில்லை."

"மத்தியான்னம் போஜனம் செய்தீர்களா?"

"போஜனமா? காலையில் ஆகாரம் பண்ணினதுதான்; அப்பால் ஒன்றும் சாப்பிடவே இல்லை."

'இதில் ஏதோ சிறு விஷமம் நடந்திருக்கிறது. கௌரவத்தைப் பெரிதாக எண்ணிக்கொண்டு ஒருவருக்கொருவர் மனஸ்தாப மடைந்திருக்கிறார்கள். சமாதானம் செய்வார் யாரும் இல்லை' என்று நான் தெரிந்துகொண்டேன். பிள்ளை வீட்டுக்காரரும் எனக்குத் தெரிந்தவராதலின், 'நாம் இதில் தலையிட்டுச் சமாதானம் பண்ணவேண்டும்' என்று நிச்சயம் செய்து கொண்டேன்.

"சரி; என்னுடன் சம்பந்தி ஜாகைக்கு நம்பிக்கை உள்ள ஒருவரை அனுப்புங்கள்" என்று கோபாலாசாரியாரிடம் சொன்னேன்.

"தாங்கள் ஒன்றும் சிரமப்படவேண்டாம். அவர்கள் செய்த அவமானத்தால் அவர்களைப் போய்ப் பார்த்துக் கெஞ்சுவதற்கு என் மனம் சம்மதிக்கவில்லை" என்றார் அவர். கௌரவத்தை விடாமல் அவர் இவ்வாறு சொன்னாலும், 'எப்படியாவது இதற்கு ஒரு வழி ஏற்படாதா!' என்ற எண்ணம் அவருக்கு இருந்த தென்பதில் சந்தேகம் சிறிதும் இல்லை.

"நீங்கள் இவ்வாறு சொல்லுவது தவறு. இவ்வளவு ஏற்பாடு செய்துவிட்டு இப்படிப் பிடிவாதம் செய்வதனால் லாபம் என்ன? பொருள் நஷ்டம், அவமானம் முதலியவையே உண்டாகும்.

ஆக்ஷேபிக்காமல் என்னுடன் ஒருவரை அனுப்புங்கள்" என்று நான் வற்புறுத்திக் கூறினேன். அவர் தம் பந்து ஒருவரை அனுப்புவதாகச் சொல்லி உள்ளே சென்றார்.

அவர் சென்ற சமயம் பார்த்து அங்கே உட்கார்ந்திருந்தவர்களில் ஒருவர், "இந்தப் பயலுக்கு இது வேணும்" என்றார்.

"ஏன்?" என்றேன் நான்.

"நான் அப்பொழுதே சொன்னேன். இந்தச் சம்பந்தம் வேண்டாமென்று முட்டிக்கொண்டேன். ஒரு வார்த்தை என்னிடம் சொன்னானா? ஏதடா, பெரியவன் ஒருவன் இருக்கிறானே, அவனைக் கேட்போமென்று நினைத்தானா? இப்போது அதன் பலனை அநுபவிக்கிறான்."

"இவ்வளவு கோபமாகப் பேசும் இந்த ஸ்வாமி யார்?" என்று அருகிலுள்ள ஒருவரைக் கேட்டேன்.

"இவர் கோபாலாசாரியாருடைய தமையனார்" என்றார் அவர்.

இதற்குள் கோபாலாசாரியார் தம் பந்து ஒருவரை அழைத்து வந்து என்னுடன் அனுப்பினார். அவரைக் கையில் சந்தனம், தாம்பூலம் புஷ்பம் எடுத்துக்கொள்ளச் சொல்லி உடன் அழைத்துக் கொண்டு சம்பந்திகள் தங்கியிருக்கும் ஜாகைக்குச் சென்றேன்.

அங்கே சம்பந்தி ஒரு நாற்காலியில் முகவாட்டத்துடன் உட்கார்ந்திருந்தார். அருகே ஒரு பலகையில் சிலர் இருந்தனர். சிலர் கீழே ஜமுக்காளத்தின்மேல் அமர்ந்திருந்தனர். எல்லோருடைய முகங்களும் சோர்வடைந்திருந்தன. யாவரும் உத்ஸாகத்தை இழந்து மத்தியான்ன உணவில்லாமையால் பசி ஒரு பக்கம் வருத்த, இன்னது செய்வதென்று தோற்றாமல் இருந்தனர்.

நான் சம்பந்தியிடம் போய், "என்ன இப்படிச் செய்து விட்டீர்களே! கல்யாணம் எவ்வளவு சிறப்பாக நடந்திருக்க வேண்டும்!" என்றேன்.

அவர், "நீங்கள் எப்படிச் சொல்லுகிறீர்களோ, அப்படி நடக்கிறேன்" என்றார்.

சமாதானம் பண்ணுவதற்கு ஒருவரும் வராமையால் அவர் மிகவும் மனம் கலங்கி உட்கார்ந்திருந்தா ரென்று தோற்றியது.

"கல்யாணத்துக்காக எவ்வளவு விரிவான ஏற்பாடுகள் செய்திருக்கிறார்? எவ்வளவு பந்துக்கள் வந்திருக்கிறார்கள்?

எவ்வளவு சிநேகிதர்கள் வந்து வந்து விசாரிக்கிறார்கள்? நீங்கள் திடீரென்று இப்படிச் செய்யலாமா? ஏதாவது தோஷத்தைக் கண்டீர்களா? முன்பே தீர யோசித்துத்தானே இந்தச் சம்பந்தத்துக்கு ஒப்புக்கொண் டிருப்பீர்கள்?"

அவர் பதில் சொல்லாமல் எதையோ யோசித்தார்; பெருமூச்சு விட்டார்; பிறகு பேசலானார்:

"ஏதோ நடந்தது நடந்துவிட்டது; அவர்கள் எங்களை மதித்திருந்தால் உடனே வந்து கூப்பிட்டிருக்கலாமே. நாங்கள் மத்தியான்னம்கூடச் சாப்பிடவில்லை; காலையில் ஆகாரம் பண்ணியதுதான். அவர்களில் யாராவது வருவார்கள் வருவார்கள் என்று எதிர்பார்த்துக்கொண்டே இருந்தோம். எங்களை இவ்வளவு சங்கடமான நிலைமையில் அவர்கள் வைத்தது நியாயமா?"

"நீங்கள் திடீரென்று வந்துவிட்டீர்களாமே; உங்களுடைய அபிப்பிராயம் என்னவென்று தெரியாமல் உங்களிடம் வருவதில் அவர்களுக்குத் தைரியமில்லை. என்ன காரணமெனறு சொல்லக் கூடுமானால் சொல்லுங்கள்."

"அதெல்லாம் இப்போது எதற்காகச் சொல்லிக் கொண்டிருக்க வேண்டும்? ஏதோ சகுனம் சரியாக இல்லை என்று தெரிந்தது. அதனால் வரவேண்டியதாயிற்று."

"இப்போது கல்யாணம் நடப்பதில் தங்களுக்கு எவ்விதமான ஆக்ஷேபமும் இல்லையே? முகூர்த்தத்தை நிறைவேற்றிவிடலா மல்லவா?"

"பேஷாக நடத்தலாம்"

உடனே கல்யாண ஜாகைக்கு உடன் வந்தவரை அனுப்பி, பிள்ளை வீட்டுக்காரருக்கு அந்தச் சமயத்தில் பசியை அடக்கக் கூடிய பலகாரங்களை அனுப்பச் செய்தேன். விசாரித்ததில் அஸ்தமனத்துக்குப் பின் ஒரு முகூர்த்தம் இருப்பாகத் தெரிந்தது. அதற்கு முன் சதிபதிகளாக உள்ள சிலரைக் கற்கண்டு, சர்க்கரை, சந்தனம், புஷ்பம், தாம்பூலம் முதலியவற்றோடும் வாத்தியத்தோடும் மாப்பிள்ளை வீட்டார்களை அழைப்பதற்கு வரும்படி செய்தேன். யாவரிடமும் அதுவரையிலும் மனஸ்தாபத்தாலும் சோர்வினாலும் மறைந்திருந்த உத்ஸாகம் இரண்டு மடங்கு அதிகமாயிற்று. சம்பந்திகள் புறப்பட்டார்கள். வாசலில் அடி வைத்தவுடன் ஒரு சுமங்கலி நிறைகுடத்தோடு எதிரே வந்தாள். அடுத்தபடி கையில் பால் எடுத்துக்கொண்டு இரண்டு பிராமணர்கள் வந்தனர். இப்படியே கல்யாண ஜாகைக்கு அவர்கள் போகும் வரையில் நல்ல சகுனங்கள் உண்டாயின.

அவ்வாறு வரும்வண்ணம் ஜாக்கிரதையாக ஏற்பாடு செய்ய வேண்டுமென்று சொல்லியிருந்தேன்.

கல்யாண ஜாகையின் வாசலில் மீண்டும் மாலை மாற்றும் வைபவம் சுருக்கமாக நடைபெற்றது. உடனே முகூர்த்தமும் நிறைவேறியது. திருமங்கலியதாரணம் ஆகும் வரையில் நான் இருந்தேன். தாலி கட்டியவுடன் சம்பந்தியிடம் என்ன சகுனத்தடை உண்டாயிற்றென்று கேட்டேன். அவர், “எங்களுக்குத் தெரிந்த ஜோஸ்யர் ஒருவர் என்னிடம் வந்து பெண்ணின் ஜாதகத்தில் தோஷம் இருக்கிறதென்றும், காலையில் புறப்படும்போது நல்ல சகுனம் ஆகவில்லை யென்றும் சொன்னார் சகுனம் ஆகாதது எனக்கும் தெரியும். என் மனத்தில் அந்த விஷயம் உறுத்திக்கொண்டே இருந்தது. அதோடு அவர் தோஷமென்று சொன்ன காரணமும் சேரவே, நான் பொறுமையை இழந்து அவ்வாறு செய்தேன். ஜாகைக்குப் போன பிறகு மற்றொரு ஜோஸ்யரைக் கொண்டு பார்த்ததில் தோஷமே இல்லையென்று தெரிந்தது. ஆனால் நாங்களாக வலிந்து வந்தால் கெளரவக் குறைவென்றும், அவர்கள் வந்து கூப்பிட்டால் போகலாமென்றும் எண்ணினோம். அவர்கள் வராமையால் ஒன்றும் செய்ய இயலாத நிலையில் இருந்தோம். தாங்கள் வந்து எங்கள் சங்கடத்தைப் போக்கினீர்கள். காலையில் சகுனமாகாததன் பலன் மத்தியான்னம் பட்டினி கிடந்ததோடு சரியாகப் போய்விட்டது” என்றார்.

தாலி கட்டினவுடன் மிக்க திருப்தியோடு முதல் தாம்பூலத்தை நான் வாங்கிக்கொண்டு விடைபெற்று வீடுவந்து சேர்ந்தேன். கல்யாண கோஷ்டியில் இரு சாராரும், இந்த விஷயத்தை அறிந்த பிறகும் என்னை வாழ்த்தினர்.

***கலைமகள்*, தொகுதி 18, பகுதி 103 – 108, 1940**

14

பெற்ற மனம்

கும்பகோணத்தில் நான் வேலைபார்த்துவந்த காலத்தில் அங்கே ஒரு வக்கீல் குமாஸ்தா வாழ்ந்து வந்தார். அவர் சுறுசுறுப்பும் முயற்சியும் உள்ளவர். அவருடன் அவருடைய தாயும் இருந்தாள். அவள் தன் குமாரரிடம் மிக்க அன்புள்ளவள். தன் பிள்ளை சாப்பிடுவதற்கு முன் உணவு கொள்ள அவளுக்கு மனம் வருவதில்லை. குமாஸ்தாவும் தம்முடைய அன்னையிடம் அன்புடையவராகவே இருந்தார்.

அநேகமாகக் குடும்பங்களில் ஒற்றுமை நிலை எப்போதும் ஒரே மாதிரியாக இருப்பதில்லை. கல்யாணம் ஆவதற்கு முன் உள்ள அமைதியும், ஆனபின்பு வீட்டில் உண்டாகும் கலகங்களும் அந்தக் கலகங்களைப் பெண்கள் விருத்தி செய்வதும் புதுமையான விஷயங்கள் அல்ல. முன்னே குறித்த வக்கீல் குமாஸ்தாவுக்கு விவாகம் ஆயிற்று. அவருடைய மனைவி வீட்டிற்கு வந்தாள். அன்று முதல் வீட்டில் முன்பு தடையில்லாமல் வளர்ந்து வந்த அன்பும் அமைதியும் கலக்கத்தை அடைந்தன. தாயினிடம் உள்ள குறையோ, வந்த பெண்ணிடம் உள்ள குறையோ, இருவருடைய குறைகளுமேயோ தெரியவில்லை; அந்த வீட்டில் மூவரும் சேர்ந்து சந்தோஷமாக இருக்க முடியவில்லை.

மாமியாருக்கும் மருமகளுக்கும் மனப்பொருத்தம் ஏற்படவில்லை; பகைமைதான் உண்டாயிற்று; அது வரவர விருத்தியடைந்தது.

வந்த பெண்ணுக்கு அதிகாரம் செலுத்த வேண்டுமென்ற ஆசை அதிகமாக உண்டாயிற்று.

தன் கணவன் இருக்கும்போது ஒரு விதமாகவும், இல்லாதபோது வேறு விதமாகவும் மாமியாரை நடத்தி வந்தாள். 'இது வரையில் நாம் இந்த வீட்டில் நடத்தி வந்த அதிகாரத்தை இந்தச் சிறு பெண்ணா தடுப்பது?' என்ற ரோஷம் அந்தக் கிழவிக்கு உண்டாயிற்று. அப்புறம் யுத்தம் உண்டாவதன்றி அமைதிக்கு வழி ஏது?

வீட்டுக்காரரிடம் இரண்டு பேர்களும் முறையிட்டார்கள். ஒவ்வொருவரும் தம்தம் கட்சியே நியாயமானதென்று தோன்றும்படி சொல்லினர். அவருக்கோ மனைவியின்மேல் ஆசை: அன்னையின் பால் அன்பு. இரண்டுக்கும் இடையில் இருந்து தவித்தார். 'இந்தக் கலகத்தை வளரவிடக்கூடாது' என்று மட்டும் நினைத்தார்.

"இனிமேல் உங்கள் அம்மா இந்த வீட்டில் இருந்தால் நான் இருக்க முடியாது. என்னை எங்கள் வீட்டில் கொண்டுபோய் விட்டு விடுங்கள். என்றைக்கு உங்கள் அம்மாவை அனுப்புகிறீர்களோ, அன்றைக்கு என்னை அழைத்துக்கொண்டு வரலாம்" என்று மனைவி கண்டிப்பாக உத்தரவு போட்டாள். வீட்டுக்காரர் ஆசைக்கு அடிமைப்பட்டவர்; மோகத்தினால் தைரியத்தை இழந்தவர். தம்முடைய வீட்டிலே தனியாக ஓரிடத்தைப் பிரித்துக்கொடுத்து அங்கே தம் தாயை இருக்கச் செய்தார். அவள் தனியே சமைத்துச் சாப்பிட்டு வந்தாள்.

இந்த ஏற்பாடுகூட அவர் மனைவிக்குப் பிடிக்கவில்லை. "என் கண்ணில் படவே கூடாது" என்று கூப்பாடு போட்டாள். தனியே ஒரு வீட்டில் தம் தாயை இருக்கச் செய்து வேண்டிய சாமான்களை அவர் அனுப்பி வந்தார். கிழவி முணுமுணுத்துக் கொண்டே தனிமையாக இருந்துவர லானாள்.

நாளடைவில் இந்த ஏற்பாடும் மனைவியின் உபதேசத்தால் கைவிடப்பட்டது; கிழவிக்குச் சாமான்கள் கொடுப்பதைக் குமாஸ்தா நிறுத்திக்கொண்டார்.

கிழவி தன் தலையெழுத்தை நொந்துகொண்டு கும்பகோணத்திலேயே தெருத்தெருவாய் அலைந்து உபாதானம் எடுத்து வயிறு வளர்க்க ஆரம்பித்தாள். "நான் எத்தனையோ கஷ்டப்பட்டு அவனை வளர்த்தேன். இப்போது அவனுக்கு முன்னாலே பிச்சையெடுத்துச் சாப்பிடும்படி ஆகிவிட்டது தலைவிதி" என்று அவள் அழுது கொண்டே உபாதானம் வாங்கினாள். அவளுடைய நிலையைக் கண்டு ஊராரெல்லோரும் இரங்கினார்கள். அவளுடைய பிள்ளையைத் தூற்றாதவர் யாருமில்லை. அவரோ காவேரியில் விடியற்காலம் ஸ்நானம்

பெற்ற மனம்

பண்ணுவதிலும் முறைப்படி அனுஷ்டானம் பூஜை செய்வதிலும் தவறுவதில்லை.

"அப்படியாவது சமர்த்தாய்ப் பிழைத்தால் நல்லதாயிற்றே; அவளுக்கு ஒன்றுமே தெரியாதே. அவனைக் கெடுத்துக் குட்டிச் சுவராக்கி விடுவாளே!" என்று கிழவி இரங்குவாள். அவளுடைய அன்பு குறையவில்லை.

ஒரு சமயம் குமாஸ்தாவுக்கு ஜ்வரம் வந்தது. மிகவும் கடுமையாக இருந்தது. அவருடைய தாய் அதைக் கேள்வியுற்றாள். அவள் நெஞ்சம் படபடத்தது. 'பெற்ற மனம் பித்து' அல்லவா? வீட்டிற்குள் போய்த் தன் பிள்ளையைப் பார்க்க வேண்டுமென்ற ஆவல் அவளுக்கு உண்டாயிற்று. உள்ளே போனால் தன் மருமகள் ஏதாவது அவமானப்படுத்தினால் என்ன செய்வதென்ற பயம் வேறு இருந்தது. அப்பால் துணிவோடு அந்த வீட்டிற்குச் சென்றாள்; திண்ணையில் உட்கார்ந்தாள். உள்ளே போக அவளுக்கு மனம் துணியவில்லை. பயம் பாதி; 'அவள் முகத்தில் விழிக்கக்கூடாது' என்ற எண்ணம் பாதி. உள்ளே போய் அவள் பிள்ளையைப் பலர் பார்த்து வந்தனர். அவர்களைப் பார்த்துப் பார்த்து, "இப்பொழுது எப்படியிருக்கிறது?" என்று கேட்டுக்கொண்டேயிருந்தாள்.

"உள்ளேதான் வந்து பாரேன்" என்று சிலர் அழைத்தார்கள்.

"நான் எதற்கு வரவேண்டும்? அவள்தான் இருக்கிறாளே. அவளிடம் சொல்லுங்கள். அவனுக்கு வேண்டியதைப் பண்ணிப் போட அவளுக்குத் தெரியாது. வாய்க்கு ருசியாகச் சமையல் பண்ணத் தெரியாது. மருந்து குழைத்துக் கொடுக்க தெரியாது. மருந்து காரமாக இருக்கும். தேன் நிறைய விட்டுக் குழைத்துக் கொடுக்கச் சொல்லுங்கள்" என்று சொன்னாள் கிழவி.

தன் பிள்ளைக்கு அபாயம் ஒன்றும் இல்லையென்று தெரிந்து கொண்ட பிறகே அன்று அவள் உபாதானம் எடுக்கச் சென்றாள். அவருக்கு உடல் நிலை வரவரக் குணமாகிக் கொண்டிருந்தது. ஒவ்வொரு நாளும் அந்தக் கிழவி அந்த வீட்டுத் திண்ணைக்குப் போய் அயலார் மூலமாக விஷயத்தை விசாரித்து அறிந்து வந்தாள்.

ஒருநாள் நான் அந்தத் தெரு வழியே சென்று கொண்டிருந்தேன். கிழவி திண்ணையில் இருந்தாள். அங்கே வந்த ஒருவரிடம் அவள் பேசிக்கொண்டிருந்தாள். "அவனுக்கு அதிகக் காரம் கூடாது. ஜ்வரம் கிடந்த உடம்பு. வாய்க்கு இதமாகவும் பத்தியமாகவும் பண்ணிப் போடச் சொல்லுங்கள்; மோர்க் குழம்பு பண்ணினால் அவள் தேங்காய் அரைத்துவிட

மாட்டாள். நிறைய அரைத்துவிடச் சொல்லுங்கள். அப்படிச் செய்கிறதனால் அவள் அப்பன் வீட்டுச் சொத்து ஒன்றும் குறைந்து விடாது. நான் தான் மகாபாவி. அவனுக்கு ஏற்றபடி பண்ணிப் போடக் கொடுத்து வைக்கவில்லை" என்று அவள் கூறியது என் காதில் விழுந்தது.

'நான்தான் மகாபாவி' என்ற போது அவளுக்குப் பேச முடியவில்லை; குரல் தடுமாறியது. அந்தத் தடுமாற்றத்தில் அவளுடைய அன்பின் நிலையும் பெற்ற மனத்தின் இயல்பும் வெளிப்பட்டன. அந்த ஒரு கணத்தில் என் கால்கள்கூட மேலே செல்லாமல் தடுமாறின.

" 'மகாபாவி' என்று இவள் சொல்லிக் கொள்கிறாளே. யார் பாவி?" என்று என்னை நானே கேட்டுக்கொண்டு மேலே நடந்து சென்றேன்.

மணிக்கொடி, கொடி 7, மணி 10, 1939

15

பழைய மேஜை

கும்பகோணம் காலேஜிலிருந்து நான் சென்னைக்கு மாற்றப்பெற்று, 'பிரஸிடென்ஸி காலேஜில்' 1903ஆம் வருஷம் நவம்பர் மாதத்தில் வந்து சேர்ந்தேன். எனக்கு முன்பு தமிழ்ப் பண்டிதராகச் சிலகாலம் ஸ்ரீ வை.மு. சடகோப ராமாநுஜாசாரிய ரென்பவர் வேலை பார்த்து வந்தார். ஸ்ரீமான் ஜே.பி. பில்டர்பெக் துரை அப்பொழுது காலேஜ் தலைவராக இருந்தார். அவர் சிறந்த கல்விமான். சில வருஷங்கள் கும்பகோணத்தில் இருந்தவர்; ஆதலின் என்னை முன்னமே நன்றாக அறிந்தவர்; என்னிடம் மிக்க அன்புடையவர்.

நான் காலேஜுக்குச் சென்றதும் முதலில் அவரைப் போய்ப் பார்த்தேன்; அவர் சிறிது நேரம் அன்போடு பேசியிருந்து விட்டு, "இப்பொழுது வேலைபார்க்கும் பண்டிதரிடமிருந்து வேலையை ஒப்புக்கொள்ளுங்கள்; ஏதாவது வேண்டுமானால் சொல்லுங்கள்" என்று சொன்னார். உடனே நான் தமிழ் வகுப்புக்குச் சென்றேன். பண்டிதர் என்னிடம் வேலையை ஒப்பித்தார்.

வகுப்பில் ஒரு பழைய மேஜையும் பழைய நாற்காலி யொன்றும் பண்டிதருடைய உபயோகத்துக்காக இருந்தன. மேடை *(Platform)* இல்லை.

நான் கும்பகோணத்தில் இருந்தபோது தமிழ் வகுப்புக்கென்று தனியே அறை இல்லை. ஒவ்வொரு வகுப்பிற்கும் தனித்தனி அறை இருந்தமையின் பாடஞ் சொல்லுபவர்கள் அவ்வவ்விடத்திற்கு உரிய

ஸ்ரீ வை.மு. சடகோப ராமாநுஜாசாரியர்

நேரங்களிற் போய்ப் பாடஞ் சொல்லிவிட்டு வருவார்கள். அவ்வறைகளுள் ஒவ்வொன்றிலும் கீழே பலகைகளாலாகிய மேடையும் அதன்மேல் சிறந்த மேஜையும் நாற்காலியும் உண்டு. அத்தகைய வகுப்புக்களில் பாடஞ் சொல்லிய நான் இராசதானி நகரமாகிய சென்னையிலுள்ள கலாசாலையில் பின்னும் சிறப்பான அமைப்புக்கள் இருக்குமென்று எண்ணியிருந்தேன். ஆனால் எல்லாம் நான் எண்ணியதற்கு மாறாக இருந்தன. பிள்ளைகளுடைய முகத்தை நன்றாகப் பார்க்க முடியாதபடி மேஜை தரையிலே போடப்பட்டிருந்தது; அம்மேஜையோ பூட்டினால் திறக்கமுடியவில்லை; திறந்தால் பூட்ட முடியவில்லை. மேஜையின் மேற்பாகம் பல இடங்களில் பிளந்து உள்ளே வைத்திருக்கும் பொருள்கள் இன்னவென்பதை யாவரும் அறியும்படி தெரிவித்தது. ஒரு பக்கத்தில் சிலேட்டு (கற்பலகை)கள் வைப்பதற்குரிய பள்ளம், அதற்கருகில் பலப்பங்கள் (எழுதுகோல்) வைப்பதற்குரிய பள்ளம், வேறொரு பக்கத்தில் மைக்கூடு பேனா முதலியவை வைப்பதற்குரிய குழிகள் ஆகிய இவ்வளவும் எனக்கு அதன் பழமையை நினைவுறுத்தின.

ஜே.பி. பில்டர்பெக்

அந்தக் காலேஜின் பிறப்பு முதல் அன்று வரையில் உடனிருந்த பழைய பொருள்களுள் அந்த அருமையான மேஜையும் ஒன்றாக இருக்கவேண்டுமென்று தெளிந்தேன். நாற்காலியும் அந்த மேஜைக்கு ஏற்ற துணையாகவே இருந்தது.

நூறு வருஷங்களாக அந்தக் காலேஜில் பண்டிதர்களாக இருந்து வந்தவர்களைப் பற்றி நான் கேள்வியுற்றிருந்தேன். *பஞ் சதந்திர வசனம்* எழுதிய தாண்டவராய முதலியார், *திருவாசகம்* பதிப்பித்த சிவக்கொழுந்து தேசிகர், இலக்கணம் எழுதிய மகாலிங்கையர், இயற்றமிழாசிரியராகிய விசாகப்பெருமாளையர், புரசபாக்கம் பொன்னம்பல முதலியார், ஸ்ரீநிவாசராகவாசாரியர், ராஜகோபால பிள்ளை முதலிய பெரும்புலவர்கள் அந்தக் கலாசாலை சிறிய பள்ளிக்கூட மாக *(High School)*இருந்தது முதல் தமிழாசிரியராக முறையே இருந்து புகழ்பெற்றவர்கள். அவர்களுடைய புலமையையும் புகழையும் அறிந்திருந்த நான், “அவர்கள் வகித்த ஸ்தானத்தை வகிக்கப்போகிறோம்” என்ற எண்ணத்தாற் சிறிது பெருமையை அடைந்திருந்தேன். அவர்கள் கைபட்டுப் பழகிய மேஜையும், நாற்காலியும் எனக்கு

உரியனவாகுமென்று நான் நினைத்திலேன். அவற்றைக் கண்டபோது எனக்கு மேலே கூறிய பெரியார்களுடைய ஞாபகம் உண்டாயிற்று. அந்தப் பழைய பொருள்களை மாற்றி அமைக்க முயலாமல் பொறுமையோடு இருந்த அவர்களுடைய நிலையும், அவர்களுடைய வகுப்பைத் தாமே கவனித்து வேண்டியன செய்யாத மேலதிகாரிகளுடைய நிலையும் அவ்வளவு காலம் நிலையாக அவை அங்கே யிருக்கக் காரணமாயின வென்பதை உணர்ந்தேன். "இந்தக் காலத்திற்கு ஏற்றபடி இராவிட்டாலும் பழமையை வெளிப்படுத்திக்கொண்டு பழம் புலவர்களுடைய நினைவை இவை உண்டாக்குகின்றன" என்று ஆறுதல் செய்துகொண்டேன்; வேறு என்ன செய்யமுடியும்?

அன்று 'பிரின்ஸிபால்' வழக்கம்போல் காலேஜைச் சுற்றி மேற்பார்வையிடும்போது என் வகுப்பின் பக்கமும் வந்தார்; என்னைக் கண்டு, "எல்லாம் செளகரியமாக இருக்கின்றனவா?" என்று விசாரித்தார்.

நான், "இங்கே செளகரியங்களுக்கு என்ன குறை? இதோ இந்த மேஜையைப் போல வேறொன்றை எங்கும் பார்க்க முடியாது. ஏறக்குறைய நூறு வருஷ சரித்திரத்திற்குச் சாட்சியாக இது விளங்குகிறது. அக்காலத்துப் பண்டிதர்கள் கற்பலகையையும் பலப்பங்களையும் உபயோகப்படுத்தி வந்தனரென்பதை இந்தப் பள்ளங்கள் தெரிவிக்கின்றன. இதனோடு பழகிய புலவர்களைப் பற்றிய செய்திகள் எனக்குத் தெரியும். அவர்களுடைய ஞாபகத்தை இம்மேஜை உண்டாக்குகிறது. இந்த நாற்காலியும் இதற்கேற்ற 'ஜோடி' யென்றே தோற்றுகிறது. இந்த இரண்டினுடைய பெருமையையும் நான் மட்டும் அறிந்து மகிழ்வதுதான் ஒரு குறை. பலபேர் அறியும்படி ஒரு காட்சிச்சாலையில் இருந்தால் நன்றாக இருக்கும்" என்றேன்.

கலாசாலைத் தலைவர் சிரித்தார்.

"மாணாக்கர்களுள் ஒருவராக இருந்து ஆசிரியர் பாடஞ் சொல்லவேண்டுமென்று அறிஞர்கள் சொல்லுகிறார்கள். அந்த உண்மையை இந்த வகுப்பில் நன்றாக அநுசரிக்கலாம். மாணாக்கர்களும் ஆசிரியரும் சமமான உயரத்தில் இருக்கும்படி இந்த மேஜை தரையின் மேலே இருக்கிறது. மாணாக்கர்களுடைய முகத்தைப் பார்ப்பதில் என்ன பயன்? அவர்களுடைய காதுக்குத்தானே சப்தம் கேட்க வேண்டும்?" என்று பின்னும் கூறினேன்.

'பிரின்ஸிபால்' சிரித்துக்கொண்டே போய்விட்டார்.

இடைவேளை உணவு அருந்த நான் சென்றேன். அப்பால் வகுப்புக்கு வந்தேன்; பார்த்தேன்; ஆச்சரியத்தால்

மலைத்துப்போனேன். என்னுடைய அறை ஒரு நாடக அரங்கைப் போல மாற்றப்பட்டிருந்தது! 'தவறி வேறொரு வகுப்புக்கு வந்துவிட்டோமோ?' என்ற சந்தேகங்கூட உண்டாகிவிட்டது.

அறை முழுவதும் கீழே பிரப்பம்பாய் விரிக்கப்பட்டிருந்தது; நான் மனக்கோட்டை கட்டியிருந்தபடி பலகையாலான பெரிய மேடையொன்று போடப்பட்டிருந்தது; அதன்மேல் அழகிய மேஜையும் இரண்டு நாற்காலிகளும் காணப்பட்டன. யாரேனும் தெரிந்தவர்கள் வரின் என்னுடன் உட்கார்ந்து பேசுவதற்காக அந்த இரண்டாவது நாற்காலி உதவும். வகுப்பின் ஒரு மூலையில் அழகிய 'பீரோ' ஒன்று வைக்கப்பட்டிருந்தது; எனக்கு உபயோகப்படும் புத்தகங்களை அதில் வைத்துக்கொள்ளலாம்.

'தலைவ ரென்றால் இவரல்லவா தலைவர்! குறிப்பறிந்து தம் கீழுள்ள ஆசிரியர்களுக்கு உதவிபுரியும் இந்தக் குணந்தான் குணம்! எவ்வளவு சீக்கிரம் ஏற்பாடு செய்துவிட்டார்!' என்று நினைந்து நினைந்து மகிழ்ந்தேன். உடனே சென்று என்னுடைய நன்றியறிவைத் தலைவரிடம் தெரிவித்துக் கொண்டேன்.

பழைய மேஜைகூட என் விருப்பப்படி என் அறையில் ஒரு பக்கத்தில் இருந்தது. அதன் பூட்டைச் செப்பஞ்செய்து அமைத்து அம்மேஜையையும் பயன்படுத்திக்கொண்டேன்; வந்தவர்களுக்கு அதன் பெருமையைச் சில சமயங்களில் சொல்லிவந்ததும் உண்டு.

சில வருஷங்களுக்குப் பின் ஸ்ரீமான் ஜே.எச். ஸ்டோன் என்பவர் 'பிரின்ஸிபா'லாக வந்தார். அவரும் கும்பகோணத்தில் சில வருஷங்கள் இருந்தவராதலின் என்னை நன்றாக அறிந்திருந்தார். அவர் காலத்தில் ஒருசமயம் (1908ஆம் வருஷம்) நான் ஒருவாரம் அனுமதி பெற்று அயலூருக்குப் போயிருந்தேன். அப்பொழுது வந்திருந்த புதிய ஆங்கில ஆசிரியர் ஒருவருக்கு நல்ல மேஜை, மேடை முதலியன அமைக்கும்படி தலைவர் உத்தரவிட்டிருந்தார். உத்தரவிடப்பட்டவர்கள் அவசரத்தில் வேறொன்றும் செய்யமுடியாமல் என்னுடைய மேஜை, நாற்காலி முதலியவற்றை யெடுத்துப் புதியவர் அறையில் அமைத்துவிட்டு என்னுடைய அறையில் பழைய மேஜை யொன்றையும் சிறிய மேடை யொன்றையும் அமைத்தனர். அந்த மேடையோ குறுகியதாதலின் மேஜையையும் நாற்காலியையும் போடுவதற்கு மாத்திரம் போதியதாக இருந்தது. முன்பின் இடம் இல்லை; பக்கத்திலும் இடம் இல்லை. அவசரப்பட்டு அந்த நாற்காலியில் உட்கார வந்தால் வந்த வேகத்தில் ஒருசமயம் நாற்காலி நகர்ந்து கீழே விழும் நிலையில் இருந்தது.

நான் அயலூரிலிருந்து திரும்பிவந்து பார்த்தேன்; பழைய மேஜையையும் குறுகிய மேடையையும் கண்டேன். 'முன்பு

பழைய மேஜை போய்ப் புதியது வந்தது; இப்பொழுது அதுபோய் வேறொரு பழைய மேஜை வந்துவிட்டது; இந்த இடத்திற்கும் நல்ல மேஜைக்கும் ராசியில்லை போலும்!' என்று எண்ணி அந்த அமைப்பை மாற்றுவதற்குரிய சமயத்தை எதிர்பார்த்துக்கொண்டிருந்தேன்.

நல்லவேளையாக அன்று பிற்பகலிலேயே 'பிரின்ஸிபால்' என்னுடைய அறைப்பக்கம் வந்தார். மற்ற நாட்களில் அவர் வரும்போது நான் பாடஞ் சொல்லிக்கொண்டிருப்பேன். அன்று அவரைக் கண்டவுடன் எழுந்து அவரிடம் சென்றேன். வழக்கம்போலன்றி நான் அங்ஙனம் வருவதைக் கவனித்த அவர், ஏதோ விசேஷம் இருக்கலா மென்றெண்ணி, "எல்லாம் ஒழுங்காக நடக்கிறதா?" என்று கேட்டார்.

"அதற்கென்ன சந்தேகம்? ஆனால் ஒரு விஷயம் மட்டும் இங்கே தெரிவித்துக்கொள்ள விரும்புகிறேன்."

"என்ன அது? சொல்லலாமே."

"பெரிய விஷயம் ஒன்றுமில்லை. இவ்வளவு காலமாக இங்கிருந்த மேஜை முதலியன இப்போது மாற்றப்பட்டிருக்கின்றன. இந்த மேஜை பழையதாக இருந்தாலும் தோஷமில்லை. இந்த மேடைதான் யோசிக்கக்கூடியதாக இருக்கிறது. பிள்ளைகளுடைய முகத்தைப் பார்த்துக்கொண்டு பாடஞ் சொல்லும்போது எனக்கு ஞாபகமெல்லாம் நாற்காலியிலேயே இருக்கிறது. இந்த மேடையோ மிகவும் குறுகியது. பாடஞ் சொல்லிக்கொடுக்கும் உத்ஸாகத்தில் என் உடம்பு அசையுமானால் நாற்காலி நகரும்; உடனே நானும் நாற்காலியும் கீழே விழவேண்டியதுதான். அதனால் நான் பயந்துகொண்டே பாடஞ் சொல்லுகிறேன்."

ஸ்டோன் துரைக்கு நான் சொல்வதைக் கேட்டபோது சிரிப்பு உண்டாயிற்று; அதனையடுத்து, "யார் இந்தக் காரியம் செய்தார்கள்?" என்ற கோபமும் தோன்றியது. ஒன்றும் சொல்லாமல் வேகமாகப் போய்விட்டார். மறுநாளே என் மேஜையும் மற்றவையும் திரும்பி வந்து பழையபடியே அமைக்கப்பட்டன.

கலைமகள், தொகுதி 11, பகுதி 61 – 66, 1937

16

மாணாக்கர் விளையாட்டுக்கள்

முன்னுரை

ஒரு கலாசாலையில் வேலை பார்ப்பது எளிதான காரியமன்று. உபாத்தியாயருக்கு அடிக்கடி கோபம் வரும்படி மாணாக்கர்கள் நடப்பார்கள். பாடம் சொல்லும் முறை, அடக்கியாளும் முறை இரண்டிலும் நல்ல பழக்கம் இருந்தாலன்றி ஒரு கலாசாலையில் காலந்தள்ள முடியாது. ஆசிரியர்களிடத்திலுள்ள குறைபாடுகளை யெல்லாம் விளம்பரப்படுத்துவதில் மாணாக்கர்களுக்கு ஒரு தனி ஊக்கம் இருக்கும். ஆனால் தம்முடைய ஆசிரியர் சிறந்தவரென்ற எண்ணம் அவர்களுக்கு ஏற்பட்டுவிட்டால் அவர்களுக்கு உண்டாகும் அன்பு வேறுவிதமாகவே இருக்கும். தங்கள் வாழ்நாள் முழுவதும் தங்கள் ஆசிரியர்களை அவர்கள் போற்றி வருவார்கள். அத்தகைய மாணாக்கர்களுக்கும் ஆசிரியர்களுக்கும் இடையே உண்டாகும் அன்பு மிக உயர்ந்தது; ஆசிரியராக இருக்கும் கால முழுவதும் இன்பமாக இருப்பதற்கு அவ்வன்பே உதவி செய்யும்; இல்லையெனில் ஏதோ கடமைக்கு வேலை பார்த்ததாகத்தான் முடியும்.

1880ஆம் வருஷத்தில் கும்பகோணம் காலேஜில் வேலையில் நியமிக்கப்பெற்று அது முதல் 1903ஆம் வருஷம் வரையில் அவ்விடத்திலும், அப்பால் 1919ஆம் வருஷம் வரையில் சென்னைப் பிரஸிடென்ஸி காலேஜிலும் வேலை பார்த்து வந்தேன். ஏறக்குறைய 40 வருஷ காலம் கலாசாலை உபாத்தியாயராக இருந்துவரும் நிலை இறைவனருளால் எனக்கு

ஏற்பட்டது. கும்பகோணம் வருவதற்கு முன்பு நான் திருவாவடுதுறை மடத்தில் படித்துக்கொண்டும் பாடஞ் சொல்லிக்கொண்டும் இருந்தேன்; பிரஸிடென்ஸி காலேஜிலிருந்து விலகிய பின்பும் சிதம்பரம் ஸ்ரீ மீனாட்சி தமிழ்க் காலேஜில் பாடஞ் சொல்லியதுண்டு. ஆயினும் கும்பகோணத்திலும் சென்னையிலும் இருந்த காலமே என்னுடைய தமிழ்ப்பணியில் ஒரு சிறந்த பகுதியாக அமைந்தது.

நான் காணும் கனவுகளில், கலாசாலையிற் பல மாணாக்கர் களிடையே இருந்து அவர்களுடைய உத்ஸாகமான செயல்களையும் அவர்கள் பேசும் பேச்சுக்களையும் அறிந்து மகிழுங் காட்சிகளே பல. தம்முடைய குடும்பத்தையே மறந்துவிட்டுக் கல்விகற்றல் ஒன்றையே நாடிப் பறவைகளைப்போலக் கவலையற்றுப் படித்து வந்த மாணாக்கர்களுடைய கூட்டத்திடையே பழகுவதைப் போன்ற இன்பத்தை வேறு எங்கும் நான் அனுபவித்ததில்லை. அவர்களுடைய அன்பை நினைத்தாலே என் உள்ளத்தில் ஒரு புதிய ஊக்கம் உண்டாகும். அந்தக் காலம் போய்விட்டதானாலும் அக்காலத்து நிகழ்ச்சிகளின் நினைவு இன்னும் என் மனத்தைவிட்டு நீங்கவில்லை. அதனால், நான் நினைக்கும் போதெல்லாம் உள்ளத்தால் மீண்டும் கலாசாலையிலிருந்து பாடஞ் சொல்கிறேன்; இன்புறுகிறேன்.

இக்காலத்து மாணாக்கர்களுக்கும் அக்காலத்து மாணாக்கர் களுக்கும் எவ்வளவோ வித்தியாசம் உண்டு. நல்ல பொருளை நல்ல பொருளென்று உணர்ந்து பாராட்டும் சக்தி அவர்களுக்கு இருந்தது. தெய்வபக்தி, மரியாதை, அடக்கம் முதலியன அவர்களால் உயர்ந்த குணங்களாகக் கருதப்பட்டன. அத்தகைய மாணாக்கர்களுக்குப் பாடஞ் சொல்வதற்குப் புண்ணியம் பண்ணியிருக்க வேண்டுமென்றே நான் கருதினேன்.

இளைஞர்களுக்கு விளையாட்டுத்தனம் இருப்பது இயல்பு. வகுப்பில் சில விளையாட்டுக்களை மாணாக்கர்கள் காட்டுவார்கள். ஆயினும் அவர்களை அடக்கும் முறையில் அடக்கினால் அவர்கள் பெட்டிப் பாம்புபோல் அடங்கிவிடுவார்கள்; பின்பு தாம் செய்த குற்றத்திற்கு இரங்குவார்கள். அவர்கள் பெருங்குற்றம் செய்தார்களென்றும், அதற்குத் தண்டனை விதிப்பதற்குரிய அதிகாரி தாமென்றும் எண்ணுவது ஆசிரியருக்குத் துன்பத்தையே விளைவிக்கும். உலகியல்பு நன்றாகத் தெரியாத அவர்கள் பேதைமையாற் செய்கின்றார்க ளென்று எண்ணிப் பிரியமாக நல்லறிவு புகட்டினால் அவர்கள் வணங்கிவிடுவார்கள்.

வகுப்புக்களில் யாரேனும் குற்றம் செய்தால் அம் மாணாக்கரைச் சுட்டி, “ஏன் இங்ஙனம் செய்தாய்?” என்று

வெளிப்படையாகக் கேட்பது என் வழக்கம் அன்று. அவர் செய்த குற்றத்தை மனத்தில் வைத்துக்கொண்டு, பொதுவாக இத்தகைய குற்றங்களைச் செய்வதால் மாணாக்கர்களுடைய அபிவிருத்திக்கே பாதகம் நேருமென்று பாடத்தில் ஒரு சந்தர்ப்பத்தைக் கற்பித்துக் கொண்டு குறிப்பாகச் சொல்வேன்; அல்லது ஒரு கதையைக் கூற ஆரம்பித்து அதன் முகமாக, அத்தகைய குற்றம் செய்வது கெடுதலென்பதைப் புலப்படுத்துவேன். இதனால் குற்றஞ் செய்த மாணாக்கர் மனம் வருந்தி இரங்கித் தனியே என்னிடம் வந்து மன்னிப்புக் கேட்பார்; பிறகு திருந்தி விடுவார்.

மாணாக்கர்கள் செய்யும் இத்தகைய விளையாட்டுச் செயல்களில் ஒவ்வொன்றும் விநோதமாக இருக்கும். ஆசிரியர் களாக இருந்தவர்கள் யாவரும் இத்தகைய செயல்களைப் பற்றி அனுபவத்தில் நன்கு அறிந்திருப்பார்கள். இவற்றை விஷமமென்றோ, குறும்பென்றோ, அசட்டுச் செயலென்றோ கூறுவதைவிட விளையாட்டென்று சொல்லுவதே மிகவும் பொருத்தமாக எனக்குத் தோற்றுகிறது. இத்தகைய மாணாக்கர் விளையாட்டுக்களில் எனக்கு இப்பொழுது ஞாபகம் வந்தவற்றுள் சிலவற்றை எழுத விரும்புகின்றேன்:

அண்டருலகம்

நான் கும்பகோணம் காலேஜில் சேர்ந்தவுடன், என்னைத் தம்முடைய ஸ்தானத்தில் வைத்து உபகாரம் செய்தவரும் எனக்கு முன் அங்கே தமிழாசிரியராக இருந்தவருமாகிய வித்துவான் ஸ்ரீ தியாகராச செட்டியார், மாணாக்கர்களுக்குப் பாடஞ் சொல்லும் முறையை எனக்குக் கற்பித்தார். அதற்கு முன் ஆங்கிலப் பள்ளிக்கூடத்திற் பாடஞ்சொல்லும் பழக்கம் எனக்குச் சிறிதும் இல்லை. மடத்திற் பாடஞ் சொல்லிக் கொடுப்பதற்கும் காலேஜில் பாடஞ் சொல்லிக் கொடுப்பதற்கும் எவ்வளவோ வேற்றுமை உண்டு.

பாடஞ் சொல்லும்போது செய்யுளைப் படிக்கச் செய்து அதிலுள்ள விஷயத்தைச் சுருக்கமாக முதலிற் சொல்லிவிடுவேன்; அப்பால் கடினமான பதங்களுக்கு உரை கூறுவேன். இயன்ற வரையிற் பிள்ளைகளை இசையுடன் படிக்கச் சொல்வேன். இசைப் பயிற்சி யில்லாதவர்களை வற்புறுத்தமாட்டேன். படிக்கும் போது சொற்கள் நன்றாக விளங்குமாறு பிரித்துத் திருத்தமாகப் படிக்கும்படி கற்பிப்பேன். முதல்நாள் நடைபெற்ற பாடத்தில் மறுநாள் கேள்வி கேட்ட பிறகே புதுப்பாடத்தைத் தொடங்குவது எனது வழக்கம்.

ஒருமுறை எப்.ஏ., முதல் வகுப்பில் நைடதம் பாடஞ்சொல்லி வந்தேன். அதில் இந்திரப் படலம் பாடமாக அமைந்திருந்தது.

ஒருநாள் வழக்கம்போல் முதல்நாள் நடந்த பாடத்திற் கேள்வி கேட்டுக்கொண்டு வந்தேன். ஒரு செய்யுட்பகுதியாகிய, 'அண்டருலகத் திறைவ னவ்வுழி யிருப்ப' என்பதிலுள்ள அண்டருலக மென்பதன் பொருளென்ன வென்று ஒரு மாணாக்கரைக் கேட்டேன். அவர் சிறிதும் யோசியாமல் "நாகருலகம்" என்று சொன்னார். அவர் சொல்லும் விடை என் காதில் விழுவதற்குமுன் வகுப்பில் உள்ள பிள்ளைகள் யாவரும் கொல்லென்று சிரித்தார்கள். சிலர் சிரிப்புத் தாங்கமாட்டாமல் வாயைத் துணியாற் பொத்திக்கொண்டனர். விடை கூறியவர் பிழையாகக் கூறினா ரென்பது யாவருக்கும் தெரியும். 'ஆனால் அதற்காக இவ்வளவு சிரிப்பு ஏன்?' என்று நான் நினைத்தேன். விடை சொன்ன மாணாக்கரும் ஒன்றும் விளங்காதவரைப்போல் நின்றுகொண்டிருந்தார். நான் எல்லோரையும் சும்மா இருக்கும்படி குறிப்பித்துவிட்டு, "ஏனப்பா நாகருலகம் என்றாய்?" என்று கேட்டேன். அவர் மிக்க மயக்கத்தை உடையவராய்ப் பிள்ளைகளையும் என்னையும் மாறிமாறிப் பார்த்துப் பசபசவென்று விழித்தார். அவர் ஒன்றும் சமாதானம் கூறவில்லை யென்பதை யறிந்த வேறொரு மாணாக்கர் எழுந்து, "இங்கிலீஷில் அண்டர் *(Under)* என்பதற்குக் கீழென்று பொருள். அண்டருலகம் என்பதைக் கீழுலகமென்றெண்ணி இப்படிக் கூறினாரென்று தோற்றுகின்றது" என்று சொன்னார். பின்புதான் எனக்கு விஷயம் விளங்கியது.

ஸம்ஸ்கிருதமும் தமிழும் கலந்த தொடர் மொழிகளே தமிழில் வருவதுண்டென்றும், இங்கிலீஷ் கலந்த மொழிகள் வருவதற்கு நியாயமில்லை யென்றும், இங்கிலீஷ் இந்நாட்டுக்கு வருவதற்கு முன் இருந்த நைடத ஆசிரியருக்கும் இங்கிலீஷுக்கும் சம்பந்தமேயில்லை யென்றும் ஒருவாறு சொல்லி அம்மாணாக்கரை உட்காரச் செய்தேன்.

அப்பால், "பாடம் படிக்கும்போது வார்த்தைகளை நன்றாக ஆராய்ந்து படிக்கவேண்டும். ஒவ்வொரு வார்த்தையும் எந்த உருவத்திலிருந்து எப்படி மாறி வந்ததென்று தெரிந்துகொள்வது நலம். எந்தச் சொல்லுக்கும் மனம் போனபடி பொருள் செய்யக்கூடாது. வடமொழிப் பதங்களாக இருந்தால் அவற்றினுடைய மூலத்தை அறிந்துகொள்ள வேண்டும்" என்று மற்ற வகுப்புப் பிள்ளைகளுக்கும் சொன்னேன்.

வயலிலுள்ள முத்துக்கள்

நைடதம் நாட்டுப்படலத்தில் உள்ள,

அருமறைக் கிழவ ருள்ளத் தவாக்கெட வன்பி னல்கும்
பெருநிதிக் குப்பை யோடு பெய்புனல் பெருகி யோடி

வரிவளை யலறி யீன்ற மணியிள நிலவு காலும்
திருவநீள் கழனி தோறுஞ் செந்நெலை வளர்க்கு மாதோ

என்ற பாடலை ஒருமுறை பாடஞ் சொல்ல நேர்ந்தது.

“நிடத நாட்டிலுள்ள செல்வர்களின் பெருங்கொடையையும் நாட்டுவளத்தையும் கூறுவது இச்செய்யுள். அரிய வேதத்தை உணர்ந்த அந்தணர்களுடைய உள்ளத்திலுள்ள ஆசை நீங்கும்படி அந்நாட்டிலுள்ளோர் அன்போடு பெரிய திரவியத் தொகுதிகளைத் தானமாக அளிப்பார்கள். அங்ஙனம் தானஞ் செய்யும் போது தாரை வார்க்கும் ஜலம் ஓடிச் சென்று வயல்களிற் பாய்ந்து அங்குள்ள செந்நெற்பயிரை நன்றாக வளரச் செய்யும். அவ்வயல்களில் சங்குகள் முழங்கிப் பல முத்துக்களைப் பெறும். அம்முத்துக்களின் ஒளி இளநிலவைப் போல இருக்கும்” என்று பொருள் சொல்லி அரும்பதங்களுக்குப் பொருளும் வேறு விசேடங்களும் சொன்னேன். அப்படிச் சொல்லி முடித்தவுடன் வகுப்பிலிருந்த மாணாக்கர்கள் குறிப்பெடுத்துக் கொண்டார்கள். அப்பொழுது ஒரு மாணாக்கர் எழுந்து நின்றார். அவருக்கு 14 பிராயம் இருக்கும். “ஏன் நிற்கிறாய்?” என்று கேட்டேன். “இந்தப் பாட்டில் ஒரு சந்தேகம் உண்டாயிற்று” என்றார்.

நான்: சொல்லலாமே!

மாணாக்கர்: யாசகத்துக்கு வருகிறவர்கள் வயல்களை யெல்லாம் தாண்டிக்கொண்டுதானே ஊருக்குள் வரவேண்டும்? அப்படி வரும்போது வயல்களில் முத்துக்கள் நிரம்பியிருப்பதைப் பார்ப்பார்களே. அவற்றை எடுத்துத் தங்கள் மடியிலே கட்டிக் கொண்டு போய் விற்றுச் செல்வத்தை அடையலாமே! எதற்காக அவர்கள் யாசிக்க வேண்டும்?

இப்படிக் கேட்டவர் உண்மையில் விளங்காமையால் கேட்கிறா ரென்பது எனக்குத் தெரியும். நல்ல குணமுடையவராதலின் இயற்கையாகவே அவர் சந்தேகித்துக் கேட்டாரென்று உணர்ந்தேன். இத்தகைய வருணனைகளை அவர் முன்பு படித்திருக்க மாட்டாரென்று தோற்றியது.

“இந்தப் பாட்டினுடைய தாத்பரியம் நிடத நாட்டில் தர்மவான்கள் அதிகமாக இருந்தார்க ளென்பதுதான். அதைச் சாதுர்யமாக இவ்வாசிரியர் வருணித்திருக்கிறார். இப்படிச் சொல்லுவது கவிகளுடைய இயல்பு. இதைக் கவிமதமென்று சொல்லுவார்கள். இந்த வருணனை உயர்வு நவிற்சியணி யென்னும் இலக்கணத்தின்பாற் படும். நாம் பேசும்போது கூடச் சில சமயங்களில் இயற்கைக்கு மாறான விஷயங்களைச் சொல்லுகிறோம். ஒரு குதிரையைப் பற்றிப் பாராட்டும் போது,

'அதுவா! மணிக்கு நூறுமைல் போகாதா!' என்கிறோம். ஒருவனுடைய ஆற்றலைச் சொல்லுகையில், 'இவன் அவனை எடுத்துச் சாப்பிட்டு விடுவான்' என்று கூறுகிறோம். ஒருவருடைய கைராசியை, 'நீ தொட்டதெல்லாம் பொன்னாகுமே!' என்று புகழ்கிறோம். இத்தகைய வார்த்தைகளுக்கு உள்ளவாறே பொருள் கொள்ளக் கூடாதல்லவா? உப்பில்லாமல் கலக்கஞ்சி குடிப்பவனென்று ஒருவனைப் பாராட்டினால், உடனே கலக்கஞ் சியை முன்னே வைத்து, 'இதைக் குடி' என்று சொல்லிவிடலாமா? மற்றவர்கள் சிரமப்பட்டுச் செய்யும் காரியத்தை எளிதில் முடிப்பவ னென்றுதானே கொள்ளவேண்டும்? இவை போலவே கவிகள் தங்கள் நூல்களில் வருணனைகளை அமைத்திருக்கிறார்கள். ஒரு நகரத்தினுடைய மதில் உயர்ந்து கற்பக மரத்துக்கு வேலியாக இருக்குமென்று சொல்வார்கள்; மதில் மிக உயர்ந்த தென்பதுதான் கருத்து. ஒரு நகரத்தை வருணிக்கும்போது வீதியின் இருபக்கங்களிலு முள்ள தென்னைமரங்கள் மிக உயர்ந்து வளர்ந்திருத்தலால் சூரியனுடைய குதிரைகள் மேலே போகும்போது மிதிக்க அம்மரங்களிலுள்ள இளநீர்கள் உடைந்து அவற்றிலிருந்து நீர் வீதிகளில் ஓடிச் சேறாவதற்குக் காரணமாகு மென்று சொல்லியிருப்பார்கள். அந்தச் சேற்றில் நெல் விளைக்கலாமே யென்று கேட்கலாமா? தென்ன மரங்கள் மிக்க செழிப்புடையனவென்ற கருத்தை மட்டும் தெரிந்துகொள்ளவேண்டும். இப்படி உள்ள வருணனைகள் நம் தேசபாஷைகளி லுள்ள பிற்கால நூல்களில் மிக அதிகம்" என்று சொன்னேன். அம் மாணாக்கர் ஒருவாறு சமாதான மடைந்து உட்கார்ந்தார். ஆனாலும் முழுச்சமாதானமும் அடைந்தாரா வென்பது எனக்குச் சந்தேகமாகவே இருந்தது.

மற்ற வகுப்பிலுள்ள பிள்ளைகளுக்கும் இத்தகைய சந்தேகங்கள் நேராமலிருக்குமாறு, இவ்வருணனைகளை உள்ளபடியே பொருள் செய்துகொண்டு அதன்மேல் ஆராய்ச்சி செய்வது விபரீதமாகுமென்றும், கவியினுடைய கருத்தை யறிந்து சந்தோஷிக்க வேண்டுமென்றும் சொன்னேன்.

எங்கள் ஐயா

ஸ்ரீ தியாகராச செட்டியார் காலேஜ் வேலையிலிருந்து விலகிய பின்பும் சில மாதங்கள் கும்பகோணத்தில் மகாதளம்பேட்டைத் தெருவில் இருந்து வந்தார். ஒவ்வொரு நாளும் காலேஜ் வேலை முடிந்தவுடன் பிற்பகலில் அவர் வீட்டுக்குச் சென்று பார்த்துப் பேசியிருந்துவிட்டுத் தெரிந்து கொள்ளவேண்டியவற்றைத் தெரிந்து கொண்டு வருவேன்.

அக்காலத்தில் எப்.ஏ., பரீட்சைக்கு நைடதத்தில் ஒரு பகுதி பாடமாக இருந்தது. செட்டியார் வேலையிலிருந்து நீங்கும்போது அதில் ஒரு பாகத்தைச் சொல்லி முடித்திருந்தார். நான் வேலைக்கு வந்த பிறகு எஞ்சியிருந்த பாகத்தைப் பாடஞ் சொன்னேன்.

ஒருநாள் வழக்கம்போல் காலேஜ் வேலை முடிந்தவுடன் தியாகராச செட்டியாரைப் பார்க்கச் சென்றேன். அங்ஙனம் செல்லும்பொழுது என்னுடன் சில மாணாக்கர்களும் வந்தார்கள். மகாமகக் குளத்தைச் சுற்றிக் கரையில் ஸ்ரீ கோவிந்த தீக்ஷிதரால் மிக அழகாகக் கட்டப்பெற்ற பதினாறு சிவாலயங்கள் உண்டு. அவற்றுள் மேல்புறமாக இருக்கும் ஆலயம் ஒன்று ஜபம் செய்வதற்கும் மாலைவேளையில் இருந்து பொழுதுபோக்குவதற்கும் வசதியாக இருக்கும்.

அங்கே தியாகராச செட்டியார் இருந்தார்; உடனிருந்த இராமகிருஷ்ண பிள்ளை யென்ற ஒரு மாணாக்கருக்கு ஸ்ரீ மீனாட்சிசுந்தரம் பிள்ளை யவர்கள் இயற்றிய *திருவிடைக்கழி முருகன் பிள்ளைத் தமிழைப்* பாடஞ் சொல்லிக்கொண்டிருந்தார். அப்பொழுது நாங்கள் போய் உடன் அமர்ந்து கேட்டுக் கொண்டிருந்தோம். பாடஞ் சொல்லிவந்த செட்டியார் ஒரு செய்யுட்பகுதியை விளக்கி அதற்கு அநுகூலமாகக் *கம்பராமாயணத்திலிருந்து* ஒரு செய்யுளைச் சொன்னார். சொல்லும்போது அவர் உள்ளமுழுதும் கம்பர் வாக்கிற் பதிந்தது; மிகவும் உருகி அச்செய்யுளைப் பாராட்டினார். அப்பொழுது அங்கே வந்திருந்தவரும், மகாமகக் குளத்தின் மேல்கரையில் வசிப்பவரும், செட்டியாரிடம் பாடங்கேட்டு முதல் வருஷத்தில் பி.ஏ., பரீட்சையில் தேறியவருமாகிய பி. கோபாலையரென்பவர், செட்டியார் சொன்ன கம்பராமாயணச் செய்யுளை அடுத்துள்ள இரண்டு மூன்று பாடல்களைச் செட்டியார் சொல்லுகிற ஓசையின்படியே சொல்லிவிட்டு, “ஐயா அவர்கள் இந்தப் பாட்டுக்களைப் பாடஞ் சொல்லும்போது எவ்வளவு ஆனந்தமாக இருக்கும்!” என்று மிகப் பாராட்டினார்.

செட்டியார் உள்ளங் குளிர்ந்து என்னை நோக்கி, “இப்படிப் பிள்ளைகளுடைய மனத்திற் படும்படியும் அவர்களாகச் செய்யுட்களில் ஈடுபட்டு மனப்பாடம் செய்யும்படியும் நீங்கள் பாடஞ் சொல்லுவீர்களா?” என்று கேட்டார். “நான் என்ன சொல்வேன்! உங்களைப் போலச் சொல்வதற்கு யாரால் முடியும்? நீங்களெங்கே? நானெங்கே? ஏதோ ஒருவாறு உங்களை நினைத்துக்கொண்டு சொல்லுவேன். உங்களைப்போல், பிள்ளைகள் பாடம் பண்ணிக்கொள்ளும்படி சொல்ல இயலாது” என்று பணிவாகச் சொன்னேன். செட்டியாருக்கு

இந்த வார்த்தைகளைக் கேட்டதில் உள்ளத்துள் சிறிது திருப்தி யுண்டாயிற் றென்பதை அவர் முகம் புலப்படுத்தியது.

அப்பொழுது என்னுடன் வந்தவருள் ஒருவரும், முற்கூறிய கோபாலையருடைய வீட்டிற்கு அடுத்த வீட்டில் வசிப்பவரும் எப்.ஏ., வகுப்பில் படித்துக்கொண்டிருந்தவரும், தைரியசாலியுமாகிய எம். ராமசந்திரைய ரென்பவர் கனைத்துக் கொண்டு செட்டியாருடைய முகத்தைப் பார்த்தார்; “என்ன ஐயா சொன்னீர்கள்! என் கண்ணுக்குமுன் எங்கள் ஐயாவை இப்படிக் கேட்கிறீர்களே. இந்தத் தர்மசங்கடமான கேள்வியை நீங்கள் இவர்களிடம் கேட்கலாமா? இவர்களும் என்னால் முடியாதென்று சொல்லிவிட்டார்கள். எனக்கு மிக்க வருத்தமாக இருக்கிறது. நீங்களே இவர்களை வேலையிற் சேர்க்கும்போது நல்ல படிப்பாளி யென்றும் நன்றாகப் பாடஞ்சொல்லுவா ரென்றும் சொல்லியிருக்கிறீர்களே; அப்படிச் சொல்லிவிட்டு இப்பொழுது எங்களுக்கு முன்னே இப்படிச் சொல்வது நன்றாக இல்லையே! இவர்கள் நன்றாகத்தான் பாடஞ் சொல்லுகிறார்கள்; மனத்திற் படும்படியே கற்பிக்கிறார்கள்” என்றார்.

செட்டியார்: அதெல்லாம் சரி; பாடமாகும்படி சொல்வாரா?

ராமசந்திரையர்: ஏன் சொல்லமாட்டார்கள்? இவர்கள் சொல்லும்போதே செய்யுட்கள் தாமாக எங்களுக்குப் பாடமாகி விடுகின்றன.

செட்டியார்: அப்படியானாற் சில செய்யுட்களைப் பாராமற் சொல்லுவாயா?

ராம: அதில் என்ன தடை? இதோ, ஒப்பிக்கிறேன்; கேளுங்கள்.

இவ்வாறு சொல்லிவிட்டு அந்த மாணாக்கர் தம்முடைய பாடமாகிய நைடதம், பிரிவுறு படலத்தி லிருந்து சில பாடல்களைச் சொன்னார்; அப்பால், “போதுமா? இன்னும் சொல்ல வேண்டுமா?” என்றார்.

செட்டியாரோ அதோடு விடாமல், “நீ என் மாணாக்கன் தானே?” என்றார். அவர் செட்டியாரிடம் சிலகாலம் பாடங் கேட்டவர்.

ராம: ஆமாம்; ஆனாலும், இந்தப் பாடல்க ளெல்லாம் இவர்கள் சொல்லிக்கொடுத்தவை. நீங்கள் சொன்ன பாடத்திற் சில மறந்தாலும் மறந்திருக்கும்; இவர்கள் பாடத்தில் சிறிதளவும் மறதியில்லை. உங்கள் பிரிவினால் எங்களுக்கு வருத்தமில்லாதபடி பாடஞ் சொல்லி உங்கள் ஸ்தானத்தின் கௌரவத்தை இவர்கள்

பாதுகாத்து வருகிறார்கள். அத்தகைய எங்கள் ஐயாவைப் பார்த்து நீங்கள் இப்படிக் கேட்கலாமா?

செட்டியார்: உன்னுடைய பழைய உபாத்தியாயரைப் பார்த்து இவ்வளவு தைரியமாகப் பேசலாமா?

ராம: எங்கள் புதிய உபாத்தியாயரைப் பார்த்து நீங்கள் மட்டும் இப்படிச் சொல்லலாமா? உங்களிடம் படித்த நான் இந்தத் தைரியத்தை உங்களிடமே கற்றுக்கொண்டேன்.

செட்டியார் சிரித்தார்; "நீ சொல்லியது சரிதான். நான் கொண்டுவந்து வைத்தவரைப் பற்றி நீ இவ்வளவு புகழ்ந்து பேசுவது எனக்குத்தான் முதலில் சந்தோஷத்தை அளிக்கிறது" என்று சாதுரியமாகக் கூறி முடித்தார்.

'செட்டியார் பாடஞ் சொன்ன இடத்திலிருந்து கற்பிக்க வந்திருக்கிறோமே; நாம் பாடஞ் சொல்வதில் பிள்ளைகளுக்கு எத்தகைய அபிப்பிராயம் இருக்குமோ!' என்று எண்ணியிருந்த எனக்கு இந்த நிகழ்ச்சி ஆறுதலையும் ஊக்கத்தையும் அளித்தது.

பாடஞ் சொல்லாத பாட்டு

கும்பகோணம் காலேஜில் நான் வேலையை ஒப்புக்கொண்ட இரண்டு வருஷங்களுக்குப் பின் பி.ஏ., பரீட்சைக்குப் *பிரபோத சந்திரோதய* மென்னும் நூலிலிருந்து ஒரு பகுதி பாடமாக வந்தது. அகலிகையை விரும்பிய தோஷத்தால் இந்திரனுடைய *தேக முழுவதும் விகாரமடைந்த தென்ற ஒரு செய்தி அதில் சொல்லப்பட்டுள்ளது. இச்செய்தி ஏனைய நூல்களிற் சொல்லியபடி இல்லாமல் வேறு ஒரு விதமாக இருந்தது. அந்தச் செய்யுள் மாணாக்கர்களுக்குப் பொருளை விளக்கிப் பாடஞ் சொல்லத் தக்கதன்று. நான் பாடஞ் சொல்லி வருகையில் அச்செய்யுளுக்குமட்டும் பொருள் சொல்லாமல் மற்றச் செய்யுட்களுக்குப் பொருள் சொன்னேன்; அன்றியும், "இந்தச் செய்யுளை நீங்கள் கவனிக்கவேண்டாம். இதில் அருவருப்பான செய்தியொன்று சொல்லப்பட்டிருக்கிறது. இதிற் கேள்வி வராது" என்றும் சொன்னேன். பாடமாக வைப்பதற்கே தகுதியில்லாத அச்செய்யுளில் யாரும் கேள்வி கேளாரென்பது என் எண்ணம்.

அக்காலத்தில் பி.ஏ., பரீட்சையானது சென்னையில் மட்டும் நடந்து வந்தது. கும்பகோணம் காலேஜ் பிள்ளைகள் அவ்வருஷம் சென்னைக்குச் சென்று பரீட்சையில் விடையெழுதிவிட்டு வந்தார்கள். அவர்களுள் ஒருவர் தமிழ்ப் பரீட்சை முடிந்தவுடன் சென்னையிலிருந்தே தபால் மூலம் தமிழ் வினாப்பத்திரத்தை

---

* பிரபோத சந்திரோதயம், விவேகன் ஒற்றுக் கேள்விச் சருக்கம், 12.

எனக்கு அனுப்பினார். நான் அதைப் பார்த்தேன். எந்தச் செய்யுளுக்கு நான் பொருள் சொல்லாமல் விட்டுவிட்டேனோ அதற்குப் பொருளெழுதும்படி ஒரு கேள்வியும் வேறு சில சிறு கேள்விகளும் அதில் இருந்தன. அப்போது என்னுடைய மனநிலை இன்னபடி யிருந்ததென்பதை இங்கே எழுதுதல் இயலாது. நான் வேலைக்கு வந்து சில வருஷங்களே ஆகியிருந்தன; 'நம்மைப் பிள்ளைக ளெல்லாம் நன்றாக வைதிருப்பார்கள்; நாம் செய்தது பெரும்பிழை' என்று எண்ணித் தவித்தேன்; 'இதை அறிந்தால் பிரின்ஸிபாலாகிய ராயரவர்கள் என்ன எண்ணுவாரோ!' என்றும் பயந்தேன்.

பரீக்ஷையானபின், மாணாக்கர்கள் கும்பகோணம் வந்து சேர்ந்தனர். வந்த தினத்திலே அவர்களுள் பத்துப்பேர்கள் சேர்ந்து என்னிடம் வந்தார்கள். அவர்கள் வருதலை நோக்கிய நான், 'இவர்கள் நம்மிடம் சண்டைபோடத் தான் வருகிறார்கள்' என்று நிச்சயம் செய்துகொண்டேன். செய்தது செய்தாகிவிட்டது; அப்பால் அதை எப்படி மாற்றுவது!

அவர்கள் அருகில் வந்தவுடன் நான் மிக்க வருத்தத்தோடு. "நான் உங்கள் விஷயத்தில் துரோகம் செய்துவிட்டேன். அந்தச் செய்யுள் அருவருப்பான கருத்தையுடையதாக இருந்தாலும் பொருள் சொல்லியிருக்க வேண்டியது என் கடமை. என்னுடைய பொல்லாத வேளையினால் இப்படி வந்து சேர்ந்தது" என்றேன்.

அம்மாணாக்கர்கள் முகமலர்ச்சியோடு, "நீங்கள் சிறிதும் கவலைப்பட வேண்டாம். வினாப்பத்திரத்தை நீங்கள் கண்டவுடன் வருத்தத்தை அடைந்து கவலையோ டிருப்பீர்க ளென்றெண்ணினோம்; உங்கள் கவலையைப் போக்குவதற்காகவே நாங்கள் இவ்வளவு அவசரமாக உங்களிடம் வந்தோம். அந்தச் செய்யுளை நீங்கள் பாடஞ் சொல்லவில்லை யென்ற குறையே எங்களுக்கு இல்லை. மற்றக் கேள்விகளைக் காட்டிலும் இந்தக் கேள்விக்கே நாங்கள் நன்றாக விடையெழுதி யிருக்கிறோம்" என்றார்கள்.

நான், "உங்களுக்கு அந்தச் செய்யுளின் பொருள் எவ்வாறு தெரிந்தது?" என்று ஆச்சரியத்துடன் கேட்டேன்.

மாணாக்கர்கள்: நீங்கள் அந்தப் பாட்டிற்கு அர்த்தம் சொல்லாமல் விட்டமையால், அதில் ஏதோ விசேஷம் இருக்கு மென்று எங்களுக்குத் தோன்றிவிட்டது. நாங்கள் எல்லோரும் ஒருங்கு சேர்ந்தோம். அகராதிகளை யெல்லாம் புரட்டிப் புரட்டி வார்த்தைகளுக்கு அர்த்தம் தெரிந்துகொண்டோம். வடமொழி வித்துவான்களைக் கேட்டு அதிலுள்ள வரலாற்றைத் தெளிவாக

உணர்ந்துகொண்டோம். சிறிதேனும் சந்தேகமே இல்லை. இந்தக் கேள்விக்கு எங்களைப் போல ஒருவரும் செவ்வையாக விடை எழுதவில்லை.

நான்: அப்படியா! ஆனாலும் நான் சொல்லாமலிருந்தது பிழைதானே?

மாணாக்கர்கள்: நீங்கள் சொல்லாமல் இருந்ததனாலேதான் அதில் எங்களுக்கு அதிக ஞாபகமும் கவனமும் உண்டாயின. பிழை செய்ததாக நீங்கள் எண்ணவேண்டாம்.

'இந்த மட்டில் நம்மைக் கடவுள் காப்பாற்றினாரே!' என்று எண்ணி ஆறுதலடைந்தேன்.

ஆஜானுபாகு

கம்பராமாயணப்பகுதி ஒன்றை ஒரு சமயம் பாடஞ் சொல்லி வந்தேன். அதிலுள்ள ஒருசெய்யுளில் இராமபிரான், 'முழங்காலளவும் நீண்ட கைகளை உடையவன்' என்று கூறப்பட்டுள்ளார். அப்பொழுது, "சிறந்த புருஷ லக்ஷணங்களுள் ஒன்று இது. இராமரைப் போலவே வேறு சிலரிடத்திலும் இந்த லக்ஷணம் அமைந்திருந்ததாகச் சொல்வார்கள். இங்ஙனம் முழங்காலளவும் நீண்ட கைகளை யுடையவரை ஆஜானு பாகு வென்று வடமொழியிற் சொல்வது வழக்கம். அவர்கள் கல்வி, வீரம், செல்வம் முதலியவற்றிற் சிறந்தவர்களாக இருப்பார்கள்; எளிதிற் பிறர் மனத்தைக் கவரும் சக்தி அவர்களுக்கு இருக்கும்" என்று சொல்லி விளக்கி வேறு சில செய்யுட்களிலிருந்து ஆதாரங்களை எடுத்துக் காட்டினேன்.

பாடத்தில் விசேஷமான செய்திகளை நான் சொல்லும்போது, மாணாக்கர்கள் அவற்றை யெல்லாம் குறித்துக் கொள்ளுகிறார்களா வென்று கவனிப்பது என் வழக்கம். மேற்கூறிய விஷயத்தைச் சொல்லிவிட்டு, அவ்வாறு வகுப்பு முழுவதும் பார்த்தேன். நெருக்கமாகப் பிள்ளைகள் உட்கார்ந்திருந்த வரிசையில் ஒரு கோடியிலுள்ள ஒருவர் மெல்ல எழுந்துநின்று தம் கையைக் கீழே நீட்டிப் பார்த்துக்கொண்டிருந்தார். நான் சொன்ன லக்ஷணம் தம்மிடம் அமைந்திருக்கிறதா வென்று பார்த்துத் தெரிந்துகொள்ள வேண்டுமென்பது அவரது ஆசை. அதைக் கவனித்த நான், "சரியாக இருக்கிறதா, அப்பா?" என்று கேட்டேன். அவர் வெட்க முற்று அப்படியே உட்கார்ந்துவிட்டார். பிள்ளைகள் யாவரும் சிரித்தார்கள். அது முதல் அந்த மாணாக்கரை யாவரும் ஆஜானுபாகு வென்றே அழைக்கலாயினர்.

தேனுசுவாஸபுரம்

ஒவ்வொரு வருஷமும் நூதனமாக வந்து சேரும் மாணாக்கர்களுடைய ஊர், அவ்வூரிலிருந்த பெரியவர்கள், கோயில், அவ்வூர் ஸம்பந்தமான சரித்திரம் முதலிய விஷயங்களை அவர்களிடம் நான் விசாரித்துத் தெரிந்துகொள்வேன். பிள்ளைகளுக்கும் தங்கள் ஊர்ப் பெருமைகளைப் பற்றிச் சொல்லிக்கொள்வதில் விருப்பம் இருக்கும். அவ்வாறு வினாவித் தெரிந்துகொண்டவற்றிற் பல செய்திகள் மிகவும் அருமையானவை.

ஒருமுறை ஒரு மாணாக்கரைப் பார்த்து, "உன் ஊர் எது?" என்று கேட்டேன். "அவர், தேனுசுவாஸபுரம்" என்றார். அதுகாறும் அத்தகைய ஊரொன்றை நான் கேட்டிராமையால், "அந்த ஊர் எங்கே இருக்கிறது?" என்று வினவினேன். "கும்பகோணம் தாலூகாவில் தான்" என்றார் அவர்.

கும்பகோணம் தாலூகாவிலுள்ள ஊர்களிற் பெரும்பாலன எனக்குத் தெரிந்தவை. ஆனால் தேனுசுவாஸ புரத்தைப் பற்றி நான் கேள்விப்பட்டதுகூட இல்லை. ஆகையால் மறுபடியும், "அப்படியா! எனக்குத் தெரியவில்லையே; எந்த ஊருக்கு அருகில் இருக்கிறது அது?" என்று கேட்டேன்.

"ஆவூருக்கு அருகில்" என்று கூறினார் அவர்.

"ஆவூருக்கு அருகிலா? ஆவூருக்கு அருகில் இப்படி ஒரூர் இருப்பது இதுவரையில் எனக்குத் தெரியவில்லையே! ஆவூரும் அதற்கு அருகிலுள்ள ஊர்களும் எனக்கு நன்றாகத் தெரியுமே" என்றேன்.

அவர், "ஊற்றுக்காடுதான் அது" என்றார்.

ஏதோ புதிய ஊரென்று நினைக்கும்படி அம் மாணாக்கர் சொன்னமையால் நான் மயங்கினேன்; "ஊற்றுக்காடா? அதற்கு அந்தப் பேர் எப்படி வந்தது?" என்று விசாரித்தேன்.

"அருகில் உள்ள ஆவூரில் காமதேனு சிவ பெருமானைப் பூசை செய்தது; செய்துவிட்டு எங்கள் ஊருக்கு வரும்போது மூச்சு விட்டது; அதனால் இதற்குத் தேனுசுவாஸபுரமென்ற பேர் வந்தது; அது தமிழில் மூச்சுக்காடென்று வழங்கிப் பிறகு ஊற்றுக்காடென்று ஆயிற்று" என்று அவர் வியாக்கியானம் செய்தார்.

வகுப்பிலுள்ள பிள்ளைகள் சிரித்தார்கள்; தேனுசுவாஸபுரவாஸி அவர்கள் சிரிப்பதைக் கேட்டு வெறுப்போடு அவர்களைப் பார்த்தார்.

"சந்தோஷம்! உங்கள் ஊர் மாகாத்மியம் எனக்கு இன்று தெரிந்தது. நீ முதலில் ஊற்றுக் காடென்று சொல்லியிருந்தால் இவ்வளவு சிரத்தையாக விசாரிக்கமாட்டேன். ஏதோ புதிய ஊரென்று தோற்றும்படி நீ சொல்லி மயங்கச் செய்தாய்; அதனால் இவ்வளவு விவரங்கள் தெரியவந்தன. ஆனாலும் நீ முதலிலே ஊற்றுக்காடென்று சொல்லியிருந்தால் நான் மயங்காமல் இருந்திருப்பேன். வழங்கும் பெயரை விட்டுவிட்டுப் புராணப் பெயரைச் சொல்லி வியாக்கியானம் செய்தாய்; இப்படிச் சொன்னதில் உன் நண்பர்களுக்கு ஒருகால் விருப்பமில்லாமல் இருக்கலாம்" என்றேன். நண்பர்க ளென்றது மற்ற மாணாக்கர்களையே. அவர்கள் மீண்டும் ஒருமுறை சிரித்தார்கள். அதுமுதல் அம்மாணாக்கருக்குத் தேனுசுவாஸபுர மென்ற புனைபெயர் வழங்கலாயிற்று.

'உரையாசிரியர் எழுதியிருக்கிறார்'

நாலடியார் பாடஞ்சொல்லி வந்தேன்; முதல்நாட் பாடத்தில் வழக்கம்போலக் கேள்வி கேட்கும்போது ஒரு மாணாக்கர் ஒரு தொடருக்குச் சிறிதேனும் பொருத்தமில்லாத பொருளொன்றைச் சொன்னார். அதை நான் கேட்டு, "பொருத்தமில்லாதபடி அர்த்தம் சொல்லுகிறாயே; நான் சொன்னதைக் கவனித்துப் படித்துவரலாகாதா?" என்றேன்.

அவர், "நீங்கள் நேற்றுச் சொன்னது எனக்கு ஞாபகம் இல்லை; அதனால் உரையைப் படித்தேன்; உரையாசிரியர் இப்படித்தான் எழுதியிருக்கிறார்" என்றார்.

'உரையாசிரியர் இப்படித்தான் எழுதியிருக்கிறார்' என்றபோது கையினால் அவர் புத்தகத்தை வேகமாகச் சுட்டிக்கொண்டே உத்ஸாகத்தோடு பேசினார்; அந்த அபிநயம், உரையாசிரியரே எழுதியிருக்கிறபோது நீங்கள் எவ்வாறு பிழையென்று சொல்லலாம்?" என்ற கருத்தை வெளியிடுவதுபோல இருந்தது.

நான், "இப்படி யாரும் எழுத நியாயமில்லை. எழுதியிருந்தால் அதைக் கிழித்தெறிய வேண்டியதுதான். எங்கே, அந்த உரையைக் கொண்டுவா, பார்க்கலாம்" என்றேன்.

அவர் கையில் ஒரு புத்தகத்தை எடுத்துக்கொண்டு கம்பீரமாகவும் வேகமாகவும் என் மேஜைவரையில் நடந்து வந்தார். வகுப்பில் இருந்த பிள்ளைகளும் உரையாசிரியர் யாரென்பதை அறியவேண்டுமென்ற விருப்பத்தோ டிருந்தனர்.

என் மேஜைவரையில் மிக வேகமாக வந்த அந்த மாணாக்கரோ, மேஜைக்கு வந்தவுடன் மெல்லக் குனிந்தார்;

அவர் முகத்திலே கம்பீரம் இல்லை; ஏதோ ஒரு குற்றம் செய்தவன் மன்னிப்பை வேண்டும்போது இருக்கும் தோற்றம் அதில் உண்டாயிற்று; "நான் படிக்கவில்லை; தெரியாமல் சொன்னேன். மன்னிக்க வேண்டும். உரையாசிரியர் எழுதியிருக்கிறா ரென்றால் நீங்கள் பயந்துவிடுவீர்களென்று எண்ணி அவ்வளவு கம்பீரமாகச் சொன்னேன். இனிமேல் இப்படிச் செய்யமாட்டேன்" என்று பணிவாகக் கூறினார். "இனியாவது கவனமாகப் படி" என்று நான் உரைத்தேன். அப்பால் முகம் கவிழ்ந்துகொண்டே தம் இடத்திற்போய் அவர் உட்கார்ந்தார்.

தேர்வலான்

கம்பராமாயணம், அயோத்தியா காண்டத்தி லுள்ள ஒரு செய்யுளில் சுமந்திரனைப் பற்றி, 'தேர்வலா னினைய கூற' என்ற தொடர் வருகிறது. அதற்குப் பொருள் சொல்லும் போது "தேர்வலான்" என்பதற்குத் தேரைச் செலுத்துதலில் வல்ல சுமந்திரனென்பது பொருள். சுமந்திரன் மந்திராலோசனை செய்வதற்குரிய மந்திரிகளுட் சிறந்தவனாதலின் ஆராய்ச்சியில் வல்லவனென்பதும் இங்கே பொருத்தமாக இருக்கிறது. தேர் என்பது தேர்தல் என்னும் பொருளைத் தந்து முதனிலைத் தொழிற்பெயராக நின்றது என்றேன்.

இந்தப் பொருளை மாணக்கர் யாவரும் கேட்டு மகிழ்ந்தார்கள். அவர்களுடைய அக மகிழ்ச்சியை முகமலர்ச்சி தெரிவித்தது; அவர்களுள், கோவிந்தராவ் என்ற ஒருவர் அந்தப் பொருள் மிகவும் பொருத்தமாக இருப்பதை யெண்ணி இன்புற்றார்; தாம் அடைந்த சந்தோஷ மிகுதியால், "ஐயா, இந்த அர்த்தம் மிகவும் நன்றாக இருக்கிறது!" என்று சொல்லிப் பாராட்டினார். அவ்வார்த்தைகள் அவருடைய மனங்கனிந்து வந்தனவாதலின் எனக்குத் திருப்தியை விளைவித்தன; "இவ்வளவு கவனித்து நீ கேட்பதைப்பற்றி எனக்கு மிக்க சந்தோஷம் உண்டாகிறது. நீ நல்ல நிலைக்கு வருவாய்" என்று சொன்னேன்.

இது நடந்து சற்றேறக்குறைய 15 வருஷங்கள் சென்ற பின், தஞ்சாவூரில் வந்திருந்த புதுக்கோட்டை ஜாகீர்தாரராகிய ஸ்ரீமான் ராமசந்திரத் தொண்டைமா னவர்கள் பங்களாவுக்கு அவரைப் பார்க்கும்பொருட்டு நானும் அந்நகரிற் பிரபல வக்கீலாக இருந்த கே. கல்யாணசுந்தரைய ரவர்களும் சென்றோம். நாங்கள் வந்திருப்பது தெரிந்தவுடன் தொண்டைமான் எங்களை நோக்கி வந்து வரவேற்றார்; அவரோடு வேறொருவரும் வந்து அமர்ந்தார். புதியவர் என்னை நோக்கி, "நமஸ்காரம்" என்று சொன்னார். அவருடைய தோற்றப் பொலிவையும் உயர்ந்த

உடைகளையும் காதில் இருந்த கடுக்கன் முதலியவற்றையும் கண்டபோது அவர் யாரோ மகாராஷ்டிர அரச பரம்பரையினராக இருக்கலாமென்று எண்ணினேன். அவர் யாரென்று என்னுடன் வந்த கனவானை விசாரித்தேன். "இவர் ஜாகீர்தாரவர்களின் அந்தரங்கக் காரியதரிசி" என்றார் அவர். நான் கேட்பதை அறிந்து அக்காரியதரிசியே, "நான் தங்கள் மாணாக்கன்" என்றார். அப்போதிருந்த அவருடைய தோற்றப் பொலிவினால் அவரை இன்னாரென்று தெரிந்துகொள்ள என்னால் இயலவில்லை.

நான்: பேர் என்ன?

அவர்: கோவிந்த ராவ்.

நான்: தேர்வலானோ?

அவர்: ஆமாம்!

எனக்கு அளவற்ற மகிழ்ச்சி உண்டாயிற்று. அருகிலிருந்த வேறு இருவருக்கும் எங்கள் சம்பாஷணை விளங்கவில்லை. அப்போது நான் 15 வருஷங்களுக்கு முன் காலேஜில் நடந்ததைச் சொன்னேன்; "அடிக்கடி எனக்கு இவருடைய ஞாபகம் வரும்; அப்பொழுதே இவர் நல்ல புத்திசாலி என்றும், நல்ல நிலைக்கு வரக்கூடியவ ரென்றும் நான் கண்டுகொண்டேன். படித்தபொழுது இருந்த உருவத்தையே நான் மனக்கண்ணால் பார்ப்பவனாதலின், இந்தத் தோற்றம் எனக்குப் புதிதாக இருந்தது. அதனால் தெரிந்து கொள்ளவில்லை. சுமந்திரன் தேர்ச்சியில் வல்லவனாக இருந்ததுபோலவே இவரும் ஜாகீர்தா ரவர்களுக்கு ஆலோசனை கூறுவதில் வல்லவராக இருப்பதனால் இவரையும் தேர்வலா னென்று சொல்லலாம்" என்றேன்.

கோவிந்த ராவ், "தாங்கள் என்னை நினைத்துக் கொண்டிருப்பதுபோல நானும் உங்களை நினைத்துக்கொண்டே இருக்கிறேன். அன்று தாங்கள் 'நீ நல்ல நிலைமைக்கு வருவாய்' என்று ஆசீர்வாதம் செய்ததன் பலனே இந்த ஸ்திதியில் நான் இருப்பது" என்று பழைய விசுவாசத்தோடே பேசியபோது என் மனம் சந்தோஷக்கடலில் முழுகியது.

'எங்கள் ஊர், ஐயா!'

வில்லிபுத்தூரார் *பாரதப்* பகுதியொன்றை எப்.ஏ., வகுப்புக்கு ஒரு வருஷம் பாடம் சொல்லி வருகையில் திருக்கோவலூரைப் பற்றிச் சொல்லும் சந்தர்ப்பம் நேர்ந்தது. அது *புறநானூற்றை* நான் பதிப்பித்துவந்த காலம்; ஆதலின் அந்நூலிலிருந்து

அவ்வூரைப் பற்றித் தெரிந்த விஷயங்களையும் வேறு சில செய்திகளையும் சொல்லத் தொடங்கினேன்: "திருக்கோவலூர் மிகவும் பழைய ஊர். சங்ககாலத்தில் மலையமான் திருமுடிக்காரி யென்ற சிற்றரசன் ஒருவன் அங்கே இருந்து வந்தான். அவன் கடையெழு வள்ளல்களுள் ஒருவன்; மகாவீரன். போரில் சேர சோழ பாண்டியர்களுள் யாருக்கு அவன் படைத் துணையாகச் செல்வானோ அவ்வரசனுக்கே வெற்றி உண்டாகும். திருக்கோவலூருக்கு அருகில் முள்ளூர்க்கான மென்ற காடொன்று இருந்தது. அதைப்பற்றிப் பழைய தமிழ்நூல்கள் மிகச் சிறப்பாகச் சொல்லுகின்றன. சங்கப் புலவர்களுட் சிறந்தவராகிய கபிலரென்பவர் தம்முடைய இறுதிக் காலத்தில் திருக்கோவலூருக்கு வந்து தங்கியிருந்தார். அன்றியும் அவ்வூர் ஒரு பெரிய ஸ்தலம். சிவபெருமானுக்குரிய அட்டவீரட்டங்களுள் ஒன்று. திருமால் திருப்பதிகளில் ஒன்றாகவும் அது விளங்குகின்றது. முதலாழ்வார்கள் மூவரும் அங்கே ஒரு சமயத்தில் ஒருங்கிருந்து திருமாலை வழிபட்டார்கள்" என்று அவ்வூர்ப் பெருமையை ஒருவாறு கூறி நிறுத்தினேன்.

நிறுத்தினவுடன் இந்தச் செய்திகளைக் காதுகுளிரக் கேட்டுக்கொண்டிருந்த மாணாக்கர் ஒருவர் எழுந்து நின்றார். ஏதாவது சந்தேகம் இருக்கக் கூடுமென்று நான் எண்ணினேன்; "ஏன் நிற்கிறாய்?" என்றேன். அவர் மிகவும் பணிவாக, "அந்த ஊர் எங்கள் ஊர், ஐயா!" என்று சொல்லிவிட்டு உட்கார்ந்தார். அவருடைய முகத்தில் ஒரு பிரகாசம் அப்பொழுது காணப்பட்டது. ஞானிகளுக்கே தங்கள் தங்கள் ஊரினிடத்தில் அபிமானம் இருக்கும்போது அம்மாணாக்கருக்கு இருந்ததில் அதிசயம் ஒன்றுமில்லை. நான் திருக்கோவலூர்ப் பெருமையைச் சொல்லச் சொல்லத் தாம் அந்த ஊர்க்கார ரென்பதை வெளியிட வேண்டுமென்ற ஆவல் சிறிது சிறிதாகப் பெருகி, நான் சொல்லி நிறுத்திய மறு கணத்திலேயே அதனை வெளியிட வைத்ததென்பதை உணர்ந்தேன்; "அப்படியா! மிக்க சந்தோஷம்! அந்த ஊருக்கு ஏற்றபடி நீ நல்ல புகழை அடையவேண்டும்" என்று அம்மாணாக்கரிடம் சொல்லிவிட்டு, மற்றவர்களையும் பார்த்து, "எல்லோருக்கும் இப்படியே தங்கள் தங்கள் ஊரினிடத்து அபிமானம் இருக்கவேண்டும்" என்று கூறி மேலே பாடத்தை நடத்தலானேன்.

"கேள்விமுறை யில்லையா?"

விநோதரஸ மஞ்சரியில் ஒருபகுதி பாடமாக வந்திருந்தது. அதில் ஓரிடத்தில் முகம்மதிய அரசரொருவரைப் பற்றிக் கடுமையான வரலாறு ஒன்று எழுதப்பட்டிருந்தது. அவர் கோவில்களை

இடித்தாரென்றும், குடிகளைத் துன்புறுத்தினாரென்றும், வேறு சில தீமைகளைப் புரிந்தாரென்றும் அதில் கூறப்பட்டிருந்தது. வகுப்பில் அந்தப் பகுதி நடக்கும் போது, மாணாக்கர்களுள் ஒரு முகம்மதியர் திடீரென்று எழுந்து நின்று, "இதற்கொன்றும் கேள்விமுறை யில்லையா? இவ்வளவு அவதூறாக அவ்வரசரைப் பற்றி எழுதியிருக்கிறார்களே!" என்றார்.

அவர் மிகப் பணிவாகவும் அடக்கமாகவும் இருப்பவர். ஆயினும் தம்முடைய மதத்தினரைப்பற்றிக் குறைகூறி யிருப்பதைக் காண அவர் உள்ளம் பொறுக்கவில்லை. அவருக்கு உண்டான உணர்ச்சியின் மிகுதி, அது வகுப்பென்றும், பல பிள்ளைகளும் உபாத்தியாயரும் இருக்குமிடமென்றும் நினையாமல் இந்த வார்த்தைகளைச் சொல்லச் செய்தது. அபாண்டமான பழி சுமத்தப்பட்ட ஒருவன் பெருங்கூட்டத்தின் நடுவில் முறையிடுவதைப்போல இருந்தது அவர் பேச்சின் தொனி. நான் அவரைநோக்கி, "இத்தகைய பாடங்கள் உங்களைப் போன்றவர்களுக்கு ஏற்றனவல்ல. எவ்வளவோ பொது விஷயங்கள் இருக்கையில், ஒரு வகுப்பார் மனத்தைப் புண்படுத்தும்படியுள்ள விஷயங்களைப் பாடமாக வைப்பது பெரும்பிழை. இந்த விஷயம் சரித்திர ஸம்பந்தமானது. ஆதலால் இதிற் கூறப்பட்ட வரலாறு உண்மையா வென்பதை ஆராய்ச்சிக்காரர்கள் தேர்ந்து துணியவேண்டும். நீ இதைக்குறித்து வருந்தவேண்டாம். உன்னிடத்தில் யாவரும் பிரியமாக இருக்கும்படி நடந்துகொள். உண்மையில் ஒருவன் குற்றம் செய்தவனாக இருந்தால் அவனை யாவரும் குறைகூறுவது இயல்பே. அத்தகைய குற்றவாளி நம் சாதியினன், நம் சமயத்தா னென்பதற்காக அவனைக் குறைகூறுவதைப் பிழையாகக் கருதக்கூடாது. குற்றமுள்ளவனை உலகமே வெறுக்கும். நம் வீட்டு நெருப்பென்று நமது வஸ்திரத்துக்குள் வைத்துக் கொள்ளலாமா?" என்று ஒருவாறு ஆறுதல் கூறினேன்.

கணபதி சுப்பிரமணியர்

ஒருசமயம் பி.ஏ., வகுப்பில் கணபதி ஐயர், சுப்பிரமணிய ஐயரென்ற இருவர் படித்துவந்தனர். இருவரும் சிறந்த புத்திமான்கள்; ஒருவருக்கொருவர் நெருங்கிய நட்புடையவர். ஆயினும், வகுப்பில் ஒருவருக்கொருவர் மாறுபாடுடையவர்போல நடந்து வருவர். நாள்தோறும் ஒருவர்மீது ஒருவர் ஏதேனும் குறைகூறிக்கொண்டே யிருப்பர். பாடத்தில் கேட்கும் கேள்விக்கு ஒருவர் விடை சொன்னால், அது பிழையென்று மற்றொருவர் சொல்லி வாதிப்பார். இங்ஙனம் நடந்துவந்ததை எவ்வாறேனும் குறைக்க வேண்டுமென்று எண்ணினேன்.

ஒருநாள் ஏதோ ஒரு சந்தர்ப்பத்தில் துறை மங்கலம் ஸ்ரீ சிவப்பிரகாச ஸ்வாமிகளைப் பற்றிப் பேச நேர்ந்தது. அவர் கற்பனைக் களஞ்சியமென்று சிறப்பிக்கப்படுவா ரென்றும். சாதுரியமான செய்யுட்களைப் பாடும் வன்மையை யுடையவரென்றும் சொல்லிவிட்டு அவர் இவற்றிய செய்யுளொன்றைச் சொல்லிக்காட்ட எண்ணி, அதிலுள்ள விஷயத்தை முதலிலும் அப்பாற் செய்யுளையும் சொல்லலானேன்:

“ஒருசமயம், சிவபெருமானும் உமாதேவியாரும் கைலாசத்தில் வீற்றிருக்கையில் அவர்களிடம் கணபதி அழுதுகொண்டே வந்தார்; வந்து, தம்முடைய துதிக்கையால் காதைத் தடவித் தடவிச் சிணுங்கினார். அவரைக் கண்ட சிவபிரான், ‘ஏனப்பா அழுகிறாய்?’ என்று கேட்டார். அவர், ‘சுப்பிரமணியன் என் காதில் அழுத்திக் கிள்ளிவிட்டான்!’ என்று சொல்லி விட்டு மேலும் மேலும் அழத் தொடங்கினார். உடனே சிவபெருமான் முருகக் கடவுளை வேகமாக அழைத்து, ‘நீ ஏன் இப்படிச் செய்தாய்?’ என்று கேட்டார். முருகக் கடவுள், ‘அவன் மட்டும் என் முகத்தில் எத்தனை கண்கள் இருக்கின்றன வென்று எண்ணலாமோ?’ என்று கோபத்துடன் கூறினார். தந்தையார் விநாயகரைப் பார்த்து, ‘ஏன் அப்பா இப்படி வேடிக்கை பண்ணினை?’ என்று கேட்டார். அவர், ‘என் துதிக்கையைப் பிடித்திழுத்து முழம்போட்டு அளந்தால் நான் சும்மா இருப்பேனா?’ என்று சொன்னார். முருகக் கடவுள் அதைக் கேட்டுச் சிரித்துக்கொண்டு நின்றார். இந்தப் பிள்ளைகளின் விளையாட்டை விசாரிக்கத் தொடங்கினால் அதற்கொரு முடிவே இராதென்று சிவபிரான் எண்ணி, உமாதேவியாரைப் பார்த்து, ‘உன் பிள்ளைகளின் லக்ஷணத்தைப் பார்!’ என்று சொன்னார். உடனே அத்தேவியார், அழுது கொண்டிருந்த கணபதியை அழைத்து முதுகைத் தடவிக்கொடுத்து, ‘அவன் கிடக்கிறான் விஷமக்காரன்; நீ அழாதேயப்பா!’ என்று ஆறுதல் கூறினார். இந்த விஷயமே,

அரனவ னிடத்திலே யைங்கரன் வந்துதான்
ஐயவென் செவியை மிகவும்
அறுமுகன் கிள்ளினா னென்றே சிணுங்கிடவும்
அத்தன்வே லவனை நோக்கி
விரைவுடன் வினவவே யண்ணனென் சென்னியில்
விளங்குகண் ணெண்ணி னனென
வெம்பிடும் பிள்ளையைப் பார்த்துநீ யப்படி
விகடமேன் செய்தாயென
மருவுமென் கைந்நீள முழமளந் தானென்ன
மயிலவ னகைத்து நிற்க
மலையரைய னுதவவரு முமையவளை நோக்கிநின்
மைந்தரைப் பாராயெனக்

கருதரிய கடலாடை யுலகுபல வண்டங்
கருப்பமாய்ப் பெற்ற கன்னி
கணபதியை யருகழைத் தகமகிழ்வு கொண்டனள்
களிப்புட னுமைக் காக்கவே

என்ற பாட்டில் அமைந்திருக்கிறது. கணபதி சுப்பிரமணியர்களுக்கிடையில் விஷமம் நடப்பது இயல்பென்று தோன்றுகிறது. இந்த வகுப்பிலுள்ள இந்த இரண்டு பேரே அதற்குச் சாக்ஷி" என்று சொல்லிக்கொண்டே முற்கூறிய இருவரையும் சுட்டிக் காட்டினேன். பிள்ளைக ளெல்லாம் கொல்லென்று சிரித்தார்கள். அதுமுதல் அவ்விருவரும் ஒருவர்மேல் ஒருவர் குறை கூறுவதை நிறுத்திவிட்டனர்.

'இது கும்பகோணமல்ல'

சென்னை இராசதானிக் கல்லூரியில் நான் 1903ஆம் வருஷம் டிசம்பர் முதல் வேலைபார்க்கத் தொடங்கினேன். இங்கே வருவதற்குமுன் பலர், "அது பெரிய நகரம்; பிள்ளைகள் அடங்க மாட்டார்கள்" என்று கும்பகோணத்தில் பயமுறுத்தினார்கள். கடவுளே துணையென்று நான் வந்துசேர்ந்தேன். வந்த சிலகாலத்தில் அவர்கள் கூறியது உண்மை என்பதை உணர்ந்தேன். நாகரிகம் அதிகமாகவுள்ள சென்னையில் மாணாக்கர்கள் சுதந்தரபுத்தி மிக்கவர்களாகவே இருந்தார்கள். உபாத்தியாயரைப் பாடஞ் சொல்லிக்கொடுக்கும் யந்திரமாகவே அவர்கள் கருதினார்களென்று தோற்றியது. ஆசிரியர்களிடம் மரியாதையாக நடக்க வேண்டுமென்ற விஷயமே அவர்களுக்குத் தெரியவில்லை. 'பிரின்ஸிபால்' முதலிய அதிகாரமுள்ள பெரிய ஆசிரியர்களிடத்தில் மாத்திரம் பயத்தினால் அடங்குவதும் மற்றவர்களிடம் மனம்போனவாறு நடப்பதுமாக இருந்தார்கள்.

ஒரு சமயம் பல மாணாக்கர்கள் ஒரு வகுப்புப் பரீட்சைக்காக வந்து அமர்ந்திருந்தார்கள். தேசபாஷா பண்டிதர்களுக்குத் தலைவராக இருந்த ஸ்ரீமான் ராவ்பகதூர் ம. ரங்காசாரியரவர்கள் வந்து வினாப்பத்திரங்களைக் கொடுப்பது வழக்கம். அவர் வரும் வரையில் பண்டிதர்களும் மாணாக்கர்களும் காத்திருந்தார்கள். அப்பொழுது பிள்ளைகள் கூச்சலிட்டுக் கொண்டும் சிரித்துக்கொண்டும் கால்களால் பெஞ்சுகளை ஓசையுண்டாகும்படி இடித்துக்கொண்டும் இருந்தார்கள். பின் வரிசையில் இருந்த சில மாணாக்கர், தம் தொப்பியை மேலே வீசினர். அதை முதல் வரிசையில் இருப்பவர் தலையால் ஏந்தினர். காகிதம், புஸ்தகம், பென்ஸில்கள் முதலியன ஒருவர் கையிலிருந்து மற்றொருவர் கைக்கு ஆகாய மார்க்கமாகப் பிரயாணம் செய்தன.

இந்தக் குழப்பத்தை நான் பார்த்தேன்; 'சென்னப் பட்டணத்துக்கே உரியதாகச் சிறப்பித்துச் சொல்லப்படும் காட்சி இதுதான் போலிருக்கிறது!' என்றெண்ணினேன். மெல்ல ஒரு மாணாக்கரிடம் சென்று, "பேசாமல் இரும்; ஏன் சத்தம் போடுகிறீர்?" என்று கூறினேன். அவர் என் பேச்சைக் கடுகளவுகூட லக்ஷியம் செய்யவில்லை. "நீங்கள் பேசாமல் போங்கள்! இங்கே இப்படித்தான் நடக்கும். இது கும்பகோணமல்ல" என்று கம்பீரமாக விடைகூறினார். நான் மேலே பேசுவதனாற் பயனொன்று மில்லையென்று அறிந்தேன். 'இதையும் கும்பகோணம் போல் ஒரு காலத்தில் ஆக்கிவிடலாம்' என்று நம்பியிருந்தேன். தெய்வானுகூலத்தால் விரைவில் மாணாக்கர்கள் பின்பு அடங்கி நடப்பாராயினர். கும்பகோணத்தைப் போலவே சென்னையும் எனக்குத் திருப்தியைத் தந்தது. கும்பகோணத்தைக் காட்டிலும் இந்நகரில் அதிகப் பிள்ளைகளுக்குப் பாடஞ்சொல்லி வந்தமையால் என்னுடைய சந்தோஷம் மிக்கது.

சமயத்திற்கு உபகாரம்

முன் எழுதிய நிகழ்ச்சி நடந்த மறுநாள் வகுப்பில் பாடஞ் சொல்லத் தொடங்கினேன். முதல் வரிசையில் இருந்த மாணாக்கர் ஒருவர் வலது காலைத் தூக்கி இடது துடைமேற் போட்டு அவ்வலது முழங்காலை இரண்டு கைகளாலும் கட்டி மேலே உயர்த்திக்கொண்டும், இடையிடையே காலை அசைத்துக்கொண்டும் உட்கார்ந்திருந்தார்; என்னையாவது பாடத்தையாவது அவர் சிறிதும் கவனிக்கவே யில்லை. நான் அவரைக் கவனித்தேன். அவர் வேறு ஊரில் படித்துவிட்டு இந்தக் காலேஜில் வந்து சேர்ந்தவர். இங்கே உள்ள சிறந்த கட்டிடங்களையும் வசதியான இடங்களையும் போன்ற அமைப்புக்களை அவர் முன் படித்த ஊரிற் காணாதவர். அவருடைய இருப்பு, 'இவ்வளவு அழகான இடத்திலிருந்து படிக்கும் பாக்கியம் நமக்கு ஏற்பட்டிருக்கிறது; இந்தக் கடற் காற்றும், கட்டிடமும் நம்மோடு கீழ் வகுப்புக்களில் படித்த எல்லோருக்கும் கிடைக்குமா? நமக்கல்லவா கிடைத்திருக்கிறது!' என்று எண்ணமிட்டுக் கொண்டிருந்தாரென்று காட்டியது.

அப்பொழுது நடந்த பாடம் கம்பராமாயணம். அனுமானைப் பற்றிச் சொல்லும் சந்தர்ப்பம் தற்செயலாக நேர்ந்தது. "அனுமான் மகா தீரர். அவர் இராவணனுடைய சபைக்குச் சென்றார். இராவணன் உயர்ந்த சிங்காதனத்தில் ராஜஸத்தோடு வீற்றிருந்தான். வந்த அனுமானுக்கு ஆசனம் கொடுக்கவுமில்லை; உட்காரச் சொல்லவுமில்லை. அனுமான் பார்த்தார். அவனை

அவமானப்படுத்த வேண்டுமென்பது அவருடைய எண்ணம். மிகவிரைவாக இராவணனுடைய சிங்காதனத்தின் அருகில் தம் வாலைச் சுற்றிச் சுற்றி அச்சிங்காதனத்தைவிட உயரமாக ஓர் ஆசனத்தை உண்டாக்கி அதன் மேல் தாவினார். கால்மேல் காலைப்போட்டு முழங்காலை உயர்த்திக் கைகளாற் கட்டிக் கொண்டு பேச ஆரம்பித்தார். அவர் உட்கார்ந்திருந்த நிலையை எப்படி நான் தெளிவாகச் சொல்ல முடியும்? இதோ இவர் உட்கார்ந்திருக்கிறாரே, இப்படித்தான்!" என்று அந்த மாணாக்கரைச் சுட்டிக் காட்டினேன். பிள்ளைகளுடைய சிரிப்புக் கோஷம் அடங்கச் சிறிது நேரம் ஆயிற்று. எல்லாரையும்போல அதைக் கேட்டுக்கொண்டிருந்த அந்த மாணாக்கர் அந்தக் கதை தம்மிடத்தில் வந்து முடிந்தவுடன் திடுக்கிட்டார். அவர் கைகள் கட்டவிழ்ந்தன; காலை மெல்ல நழுவவிட்டார்; சரியானபடி வைத்துக்கொண்டார்.

பாடம் முடிந்தபிறகு பிள்ளைகள் வேறு வகுப்புக்குச் சென்றார்கள். முன்னே குறிப்பிட்ட மாணாக்கர் என்னிடம் தனியே வந்து, "என்னை இப்படி அவமானம் பண்ணலாமா?" என்று கேட்டார். "உன்னுடைய தோற்றமும் நீ உட்கார்ந்திருந்த நிலையும் நன்றாக இருந்தன. நான் மட்டும் பார்த்துச் சந்தோஷிப்பதில் என்ன பயன்? எல்லோரும் பார்க்கவேண்டு மென்றுதான் காட்டினேன். அன்றியும், நீ அப்படியிருந்தது சமயத்திற்கு நல்ல உபகாரம் செய்தது. இல்லாவிட்டால் நான் உதாரணம் சொல்லமுடியாமல் விழித்திருப்பேன்" என்றேன்.

அவர் பேசாமல் சென்றார். 'அவர் உட்கார்ந்திருந்த கோலத்திற்குக் கதை உதாரணமாக வந்ததா? கதைக்கு உதாரணமாக அக்கோலம் ஆயிற்றா?' என்ற சந்தேகம் யாருக்கும் இராதென்றே கருதுகிறேன்.

ஒரு கிழவியின் வாழ்த்து

வில்லிபுத்தூரார் பாரதம் பாடம் நடக்கையில், திருமாலுக்குரிய நாமங்களுள் பன்னிரண்டு ஒருவகை யென்றும் அவை கேசவாதிக ளென்றும் சொல்ல நேர்ந்தது. அப்பொழுது ஒரு பிராமண மாணாக்கரைப் பார்த்து, "கேசவாதி நாமங்கள் பன்னிரண்டும் ஸந்தியாவந்தனத்தில் வருவதுண்டே; தெரியுமா? தெரிந்தால் சொல்" என்றேன்.

"எனக்குத் தெரியாது" என்றார் அவர்.

"ஆசமன மந்திரம் தெரியுமா?" என்றேன்.

"தெரியாது" என்றார்.

பின்பு வேறு சில மந்திரங்களைக் கேட்டேன். அவர் ஒன்றும் சொல்லவில்லை.

அப்பால், "ஒவ்வொருவரும் தம் தம் குலாசாரங்களைக் கடைப்பிடித்து அனுஷ்டானம் செய்துவரவேண்டும். தெய்வப் பிரார்த்தனையை மனிதராகப் பிறந்த ஒவ்வொருவரும் உரியகாலத்திற் செய்யவேண்டியது அவசியம். உலகத்திலுள்ள ஒவ்வொரு மதத்தினருக்கும் ஒவ்வொரு ஜாதியினருக்கும் உரிய பிரார்த்தனைகள் பெரியோர்களால் அமைக்கப்பட்டிருக்கின்றன. அவற்றைச் செய்துவந்தால் நமக்குக் கடவுள் அருளால் நன்மை உண்டாகும். சந்தியாவந்தனமும் ஒருவகையான தெய்வப் பிரார்த்தனையே. அதனை ஒழுங்காகச் செய்துவந்தால் ஞாபகசக்தியும் கூரிய அறிவும் உண்டாகும்" என்று சொல்லிவிட்டு மேலே பாடத்தை நடத்தலானேன்.

சிலநாட்கள் சென்றன. ஒருநாள் காலேஜ் வேலை முடிந்தவுடன், நான் யாரைச் சந்தியாவந்தன மந்திரங்களைப் பற்றிக் கேட்டேனோ அந்த மாணக்கர் என்னிடம் வந்து, "பலநாளாக என் தகப்பனார் தங்களைப் பார்க்கவேண்டுமென்று விரும்புகிறார். இன்று எங்கள் வீட்டுக்கு வந்துபோகவேண்டும்" என்றார். அவர் வீடு காலேஜிலிருந்து என் வீட்டுக்குப் போகும் வழியிலுள்ள தெருவில் இருந்தமையால் நான் உடன்பட்டேன். அங்கே சென்றதும் அவர் தந்தையார் மிகவும் உபசரித்துச் சிற்றுண்டிகள் கொடுத்துப் பிரியமாகப் பேசிக்கொண்டிருந்தார். அவர் என்னிடம் கும்பகோணத்திற் படித்தவர்.

அப்பொழுது சமையலறையி லிருந்து ஒரு கிழவியின் தலை மட்டும் வெளியிலே தெரிந்தது. அதைக் கண்டவுன் அவர், "இவர்தான்" என்று விரைவாகச் சொல்லி என்னை அந்தக் கிழவிக்குச் சுட்டிக்காட்டினார்.

என்மனம் திடுக்கிட்டது. என்னை யாருக்கு எதற்காகச் சுட்டிக்காட்டினா ரென்று விளங்கவில்லை. ஏதேனும் அவர்களுக்கு வெறுப்பான காரியத்தை நான் செய்துவிட்டேனோ வென்று பயந்தேன்.

என்னுடைய பார்வையினால் நான் விஷயமறியாமல் மயங்குகிறே னென்பதை யுணர்ந்த அம்மாணாக்கரின் தந்தையார், "அவள் என்னுடைய தமக்கை. சிலகாலமாக என்னுடைய பிள்ளை ஒழுங்காகச் சந்தியாவந்தனம் செய்து வருகிறான். தனியே பஞ்சபாத்திரம், உத்தரணி, விபூதிப்பை ஆகியவற்றை வாங்கியிருக்கிறான். வேளை தவறாமல் சந்தியாவந்தனம் செய்கிறான். என்னுடைய தமக்கை முன்பு எத்தனையோமுறை

அதை விடக்கூடாதென்றும், செய்ய வேண்டுமென்றும் சொல்லிவந்தும் இவன் கவனிக்கவேயில்லை. அதனால் அவளுக்கு வருத்தமாக இருந்தது. திடீரென்று இவன் ஒருநாள் சாஸ்திரிகளை அழைத்து வந்து அவரிடம் மந்திரங்களை நன்றாகக் கற்றுக்கொண்டு சந்தியாவந்தனம் செய்யத் தொடங்கினான்; ஒழுங்காகச் செய்யலானான். எங்களுக்கு உண்டான ஆச்சரியத்துக்கு அளவில்லை. 'ஏதப்பா இவ்வளவு தூரம் உனக்குப் புத்தி வந்தது?' என்று விசாரித்தோம். இவன், 'எங்களுக்கு ஒரு புதிய தமிழ் வாத்தியார் வந்திருக்கிறார். அவர் சந்தியாவந்தன மந்திரம் கேட்கிறார்; வேறு மந்திரங்களையும் கேட்கிறார்; சந்தியாவந்தனம் பண்ணாமல் இருக்கக்கூடாதென்றும் சொல்கிறார்' என்றான். அதுமுதல் ஒவ்வொருநாளும் என் தமக்கை தங்களை வாழ்த்திக்கொண்டே இருக்கிறாள். 'இந்தப் புதிய நாகரிகத்தில் இப்படியும் சொல்லுகிறவர் ஒருவர் இருக்கிறாரா! அவரை ஒருமுறை பார்க்க வேண்டும்' என்று அவள் தினந்தோறும் சொல்லி வந்தாள். அதனால்தான் தங்களை இன்று அழைத்து வரச் சொன்னேன்" என்றார்.

"தாயார் தகப்பனாரைவிட்டுப் பல பிள்ளைகள் இங்கே வந்து படிக்கிறார்கள். தங்கள் பிள்ளைகள் ஒழுங்காக நடந்து வருவார்களென்று அவர்கள் எண்ணிக்கொண்டிருப்பார்கள். இங்கே பிள்ளைகளைப் பற்றிக் கவலை கொள்ளுவோர் யாரும் இல்லை. உபாத்தியாயர்களே கவனிக்கவேண்டும். இந்தக் காலத்திற் சிலருக்கு நான் செய்வது சரியாகத் தோற்றாது. ஆனாலும் நான் பிள்ளைகளின் நன்மையை உத்தேசித்தே செய்வதனால் அவர்கள் அபிப்பிராயத்தை நான் பொருட்படுத்துவதில்லை. உங்களைப் போன்ற சிலராவது என் செயலை நல்லதென்று ஆமோதிக்கிறார்களென்று தெரிந்ததில் எனக்கு உண்டாகும் திருப்தி சொல்வதற்கரியது" என்று நான் என் சந்தோஷத்தைத் தெரிவித்துக் கொண்டேன்.

உள்ளே யிருந்த கிழவி தட்டு நிறையப் பழமும் தாம்பூலமும் வைத்து ஒரு குழந்தையின் மூலம் அனுப்பினாள்.

பேச்சுக்குத் தடை

ஒருநாள் பாடஞ் சொல்லிக்கொண் டிருக்கையில் வகுப்பில் இடை வரிசையிலிருந்த இரண்டு பிள்ளைகள் பாடத்தைக் கவனியாமல் பேசிக்கொண்டே யிருந்தனர். நான் சிலமுறை கவனித்தேன். அவர்கள் என்னைக் கவனிக்க வில்லை. உடனே நான் பாடம் சொல்லுவதை நிறுத்திவிட்டுப் பேசாம லிருந்தேன். நிறுத்தினதற்குக் காரணத்தை மாணாக்கர்கள்

தெரிந்துகொள்ளவில்லை. முதல் வரிசையில் இருந்த மாணாக்கர் ஒருவர் எழுந்திருந்து, "மேலே சொல்லவேண்டும்" என்றார்.

"சொல்லலாம். அந்த இரண்டு பேர்களும் மிக அருமையாகச் சம்பாஷித்துக்கொண் டிருக்கிறார்கள். அவர்கள் பேச்சுக்குத் தடையாக நான் பாடஞ் சொல்வது உசிதமாக இராதென்று எண்ணுகிறேன். இருவரும் ஒருவருக்கொருவர் நெடுந்தூரத்தில் வசித்து வருபவர்களாக இருக்கலாம். அவசியமான விஷயங்களைப் பேசவேண்டுமென்றால் அவ்வளவு தூரம் வந்து பேச முடியாதல்லவா? இந்தச் சமயத்தைப் போலக் கடற்காற்று வீசும்போது சந்தோஷமாகப் பேசுவதற்கு அவகாசம் கிடைப்பது அருமை. அதனால் அவர்கள் பேசுகிறார்கள். நாம் அதற்கு அனுகூலமாக இராவிட்டாலும் பிரதிகூலமாவது செய்யாமல் இருக்கலாமே. அதனால்தான் பாடத்தை நிறுத்தினேன்" என்று நான் சொல்லிவிட்டு அவ்விருவர்களையும் பார்த்து, "ஏன், இன்னும் சிறிது நேரம் ஆகலாமா?" என்று கேட்டேன். மலர்ந்த தாமரைகளுக்கு நடுவில் இரண்டு வாடிய தாமரைகளைப்போல் அவ்விருவர் முகங்களும் மாறியதைக் கண்டு மேலே பாடஞ் சொல்லத் தொடங்கினேன்.

துரைராஜா நாற்காலி

புதுக்கோட்டை மன்னருடைய இளைய சகோதரர்களில் ஒருவரான ஸ்ரீ சுப்பிரமணிய துரைராஜா என்பவர் காலேஜில் படித்து வந்தார். 'பிரின்ஸிபா'லுடைய உத்தரவின்படி அவருக்கு மட்டும் தனி நாற்காலி யொன்று வகுப்பில் போடப்பட்டிருந்தது. அதில் அவர் இருந்து பாடங் கேட்டுவந்தார்.

ஒருசமயம் அவர் சிலநாட்கள் கலாசாலைக்கு வரவில்லை. அவர் வரமாட்டா ரென்பதை ஒரு மாணாக்கர் அறிந்துகொண்டார். வகுப்பிற்கு வந்தவுடன் அவருடைய நாற்காலி வறிதே இருப்பதை யறிந்து அதிற்போய் உட்கார்ந்துகொண்டார். மாணாக்கர்களும் நானும் அதைக் கவனித்தோம். மாணாக்கர்கள் அவரை அடிக்கடி பார்த்து நறுமொறுத்தார்கள்.

மறுநாள் அந்த மாணாக்கர் உயர்ந்தமுறையிற் கூடியவரையில் துரைராஜாவைப் போல உடையணிந்துகொண்டு வந்தார். நாற்காலிக்கு ஏற்றபடி தம் உடை இருக்கவேண்டு மென்பது அவர் நினைவு. நெடுநாட்களாக அந்த நாற்காலியில் உட்காரவேண்டுமென்ற அவா அவருக்கு இருந்திருக்கலாமென்று தோற்றியது. அவர் வெகுவேகமாக நாற்காலிக்குரிய இடத்திற்கு வந்தார். அங்கே அது காணப்படவில்லை. ஏமாந்துபோய் நின்றார். அப்பால் வேறு எங்கேனும் இருக்கிறதாவென்று ஆராய்ந்தார்.

வகுப்பில் இருந்த நான், "ஏனப்பா? ஏதாவது விழுந்து விட்டதா? எதைத் தேடுகிறாய்?" என்று கேட்டேன்.

அவர் விடை யளிப்பதற்குள் வகுப்பிலிருந்த நாராயணசாமி ஐயரென்பவர், "நாற்காலியைத் தேடுகிறார்!" என்றார். எனக்கு விஷயம் தெரியுமாயினும் தெரியாதவனைப் போலவே இருந்தேன்:

"நாற்காலியா? எந்த நாற்காலி?"

"துரைராஜா நாற்காலி. நேற்று உட்கார்ந்தது போல இன்றைக்கும் உட்கார எண்ணித் தேடுகிறார்."

"அப்படியா? எங்கே அது?"

"அது பத்திரமாக இருக்கிறது; துரைராஜா வரும்போது வரும். இவ்வளவு பேர் தங்கள் தங்கள் ஆசனத்தில் இருக்கும்போது இவருக்குமட்டும் நாற்காலி என்ன? பிறருடைய நாற்காலியில் உட்காருவதனால் திருப்தியடைவது நியாயமாகுமா?"

"வாஸ்தவந்தான். துரைராஜாவுக்குப் பிரின்ஸிபா லவர்களே நாற்காலியிலிருக்க உத்தரவு கொடுத்திருக்கிறார்கள். அவர் ராஜ வம்சத்தினர். எல்லோரும் நாற்காலியில் இருப்பது சாத்தியமாகுமா? அன்றி, இங்கே நாற்காலியில் உட்காரவா வருகிறீர்கள்? வருவது பாடம் கேட்பதற்கல்லவா? நாற்காலியில் உட்கார்ந்தால்தான் பாடம் கேட்க முடியுமோ? இன்றைக்கு இவர் அந்த நாற்காலியில் உட்காருவதற்குத் தக்கபடி உடையணிந்து வந்திருக்கிறார். ஆனாலும் பாதகமில்லை. பழைய இடத்திற்கூட உட்காரலாம்" என்றேன். அம்மாணாக்கர் பேசாமல் ஓரிடத்திற் போய் அமர்ந்தார்.

நாமம் இட்டுக்கொண்டு வந்த மாணவர்

ஒருநாள் நெற்றியில் விபூதி முதலியன தரிப்பதைப் பற்றிய செய்தி பாடத்தில் வந்தது. இந்துக்கள் சூன்யமான நெற்றியுடன் இருக்கலாகாதென்று சொன்னேன்.

மறுநாள் அந்த வகுப்பில் பாடஞ் சொல்லத் தொடங்குகையில் மாணாக்கர் பெயர்கள் வாசிக்கப்பட்டன ஒரு ஸ்மார்த்த மாணாக்கரின் பெயரைக் கூப்பிடுகையில், விடையளித்தவர் வேறொருவராக எனக்குத் தோற்றினார். அவரைப் பார்த்தேன் முகத்தில் மிகவும் பிரகாசமாக அவர் திருமண் இட்டுக்கொண்டிருந்தார்.

"அவனுக்காக நீ ஏன் விடையளிக்கிறாய்?"என்று அவரைக் கேட்டேன்.

"நான்தான் அவன்" என்றார் அவர்.

நான் அவரை உற்றுக் கவனித்தேன்; "அடடா! நாமமல்லவா உன்னை மறைத்துவிட்டது! இதை ஏன் இட்டுக்கொண்டாய்?" என்று கேட்டேன்.

"நேற்று நீங்கள், எல்லோரும் நெற்றிக்கு இட்டுக்கொண்டு வரவேண்டுமென்று சொன்னீர்கள்!"

"இதை நீயாக இட்டுக்கொண்டாயா? வேறு யாராவது இட்டார்களா?"

"இவனே எனக்கு நாமம் போட்டான்" என்று அவர் ஒருவரைச் சுட்டிக்காட்டினார். எல்லோரும் சிரித்தார்கள்.

"நீ செய்தது சரியன்று. அவரவர்கள் எந்த எந்தச் சின்னங்களைத் தரித்துக்கொள்ள வேண்டுமோ அவற்றைத்தான் தரிக்கவேண்டும். உங்கள் முன்னோர்கள் எப்படி நெற்றிக்கு வைத்துக்கொண்டார்களோ அப்படியே நீங்களும் செய்யவேண்டும். உனக்குப் பதிலாக ஐயங்கார் யாரோ வந்திருக்கிறாரே யென்று நான் மயங்கினேன். நீ இன்று செய்தது ஒருவகையில் நல்லதுதான்; நெற்றிக்கு வைத்துக்கொள்ள வேண்டுமென்ற எண்ணம் தோன்றியதே; அது போதும்!"

அதுமுதல் அவர் சரியாக நெற்றிக்கு இட்டுக்கொண்டு வரலானார்.

'ரஸத்தைச் சொல்லுங்கள்'

ஒருநாள் பாரதத்தில் துரோணாசாரியர் இறந்தபோது அசுவத்தாமன் வருந்துவதாக உள்ள செய்யுட்களைப் பாடஞ் சொன்னேன். சொல்வதற்குமுன் வில்லிபுத்தூராழ்வாரது பெருமையையும் கல்வியாற்றலையும் எடுத்துச் சொல்லிவிட்டு, "இந்தப் பகுதி மிகவும் ரஸமுள்ள பாகம்" என்று கூறினேன். பாடஞ் சொல்லி முடித்த பிறகும், "பார்த்தீர்களா? இந்தச் செய்யுட்கள் எவ்வளவு ரஸமுள்ளனவாக இருக்கின்றன! இப்படியே தமிழில் ஆயிரக்கணக்கான செய்யுட்கள் உண்டு. தமிழ்ச் சுவையை அனுபவிப்பதைக் காட்டிலும் சிறந்த இன்பம் வேறொன்று இருப்பதாக எனக்குத் தோற்றவில்லை" என்றேன்.

பாடம் முடிந்தவுடன் பிள்ளைகள் வெளியே சென்றார்கள். ஒருவர் மாத்திரம் தனியே உட்கார்ந்திருந்தார். அவர் தம் கையில் பென்ஸிலும் குறிப்புப் புத்தகமும் வைத்துக்கொண்டு என்னைப் பார்த்தவண்ணம் எதையோ எழுதத் தொடங்குபவரைப் போல இருந்தார்.

"ஏன் நீ மட்டும் இருக்கிறாய்?" என்று கேட்டேன்.

"ஒன்றும் இல்லை. நீங்கள் அந்தச் செய்யுளில் ரஸம் இருக்கிறதென்று சொன்னீர்களே. அந்த ரஸத்தைச் சொன்னால் எழுதிக் கொள்ளலாமென்று காத்திருக்கிறேன்" என்றார்.

எனக்கு வந்த சிரிப்பை அடக்கிக்கொண்டேன். செய்யுளின் ரஸம் எலுமிச்சம்பழ ரஸமா? இன்ன விடை கூறுவதென்று எனக்குத் தோற்றவில்லை; பிறகு, "ரஸத்தை நம்முடைய அறிவினால் அறிந்துகொண்டு சந்தோஷிக்க முடியுமேயன்றி எழுதவும் சொல்லவும் முடியாது. தமிழில் அன்பும் பழக்கமும் அதிகமாக ஆக அந்த ரஸம் உனக்கே புலப்படும்" என்று சொல்லி அனுப்பினேன்.

தாம் எதிர்பார்த்தபடி எழுதிக்கொள்ள முடியவில்லையே யென்ற வருத்தம் அவருக்கு இருந்திருக்கக் கூடும். அதற்கு நான் என்ன செய்வேன்!

மாப்பிள்ளைகள்

காலேஜில் படிக்கும் தங்கள் மாப்பிள்ளைகளைப் பற்றிப் பலர் என்னிடம் குறை கூறுவதுண்டு. அவர்களை நான் திருத்தக்கூடுமென்பது அவர்கள் எண்ணம். மாப்பிள்ளைகளால் நேரும் செலவு, மனவருத்தம் முதலியவற்றை அவர்கள் மூலம் நன்றாக நான் அறிந்தேன்.

பாடஞ் சொல்லும்போது மாப்பிள்ளைகளைப் பற்றிப் பேசும் சந்தர்ப்பம் ஒன்று வாய்த்தது; "இந்தக் காலத்து மாப்பிள்ளைகள் சிலரை நினைத்தால் வருத்தமடைய வேண்டியிருக்கிறது. காலேஜில் படிக்கிற மாப்பிள்ளைகள் தம் தகப்பனாரிடமிருந்து வருகிற பணம் போதாமையால், மாமனாருக்கும் எழுதிப் பணம் பெற்றுப் பலவகையான வீண் செலவு செய்கிறார்கள்; மாமனாருக்கு அதிகாரத் தொனியோடு எழுதி அவரைப் பயமுறுத்துகிறார்கள். நீங்கள் அப்படிச் செய்யமாட்டீர்கள். ஆனாலும், உலகிலுள்ள இயல்பைச் சொல்ல வந்தேன்" என்றேன்.

அப்பொழுது பின்வரிசையில் இருந்த இருவர் ஏதோ பேசிக்கொண்டிருந்தனர்.

"நீங்கள் இன்ன விஷயத்தைப்பற்றிப் பேசிக்கொண் டிருக்கிறீர்க ளென்று எனக்குத் தெரியும். இந்த உபாத்தியாயருக்கு மாப்பிள்ளைகளால் தொந்தரவு உண்டாயிருக்கிறதென்று பேசுகிறீர்க ளல்லவா?" என்று அவர்களைக் கேட்டேன்.

"ஆமாம்" என்று அவர்கள் ஒப்புக்கொண்டார்கள்.

"நீங்கள் நினைத்தது தவறு. எனக்குப் பெண்களே இல்லை. ஆனாலும் பல மாமனார்களோடு பழகுவதனால் இந்த விஷயங்கள் தெரிய வந்தன. உங்களுக்குச் சொன்னால் இந்த அபக்கியாதிக்கு நீங்கள் பாத்திரராகாமல் இருப்பீர்களென்று சொல்லலானேன்" என்றேன்.

பல்லவி ராகம்

வகுப்பில் பாடஞ் சொல்லும்போது செய்யுட்களை இசையோடு படிக்க வேண்டுமென்பதை நான் அடிக்கடி வற்புறுத்துவதுண்டு. இனிய சாரீரமுடையவர்களைப் படிக்கச் செய்து யாவருக்கும் ஊக்கம் உண்டாக்குவேன். நானும் பல ராகங்களிற் படித்துக் காட்டுவேன்.

செய்யுட்களை இசையுடன் படிப்பதே முறை யென்று பிள்ளைகளுக்கு நான் சொல்லும்போது சிலர், "இவன் செய்யுட்களை நன்றாகப் பாடுவான்" என்று யாரையேனும் சுட்டிக் காட்டிக் கூறுவர். "கீர்த்தனங்களைப் பாடுவதும் ராகங்களைப் பாடுவதும் ஆகிய இவைகளையே பாடுதலென்று சொல்லவேண்டும். ஸங்கீத வித்துவான்கள் அங்ஙனம் பாடுவார்கள். இந்தச் செய்யுட்களை இசையுடன் படித்த மாத்திரத்தாலே அது பாடுவதாகாது; அப்படிப் படித்தவன் சங்கீத வித்துவானாக ஆக மாட்டான். இசையோடு படிக்கத்தக்க முறையிலே தமிழ்ச் செய்யுட்கள் அமைந்திருக்கின்றன. அவற்றைப் படிக்கும்போது இசையோடு படித்தால்தான் அச்செய்யுட்களின் ஓசை நயம் புலப்படும். செய்யுளிலக்கணத்திற் சொல்லப்படும் சீர் என்பது தாளத்தைக் குறிக்கும் பெயர். இசையைப் போல ஓசையை வரையறுத்து அமைத்த செய்யுளுறுப்பிற்குச் சீர் என்ற பெயர் ஏற்படுத்தி யிருக்கிறார்கள். எல்லோரும் செய்யுட்களைச் சிறிதளவாவது இசையோடு படித்துப் பழகவேண்டும்" என்று நான் சொல்லி அவர்களை அங்ஙனம் கூறாதவாறு செய்வேன்.

ஒருநாள் சில விருத்தங்களைப் பலவகை ராகத்திற் படித்துக் காட்டினேன். மாணாக்கர்களைப் பார்த்து, "உங்களுக்குத் தெரிந்த ராகங்களைச் சொல்லுங்கள். அவற்றிற் படித்துக் காட்டுவேன்" என்று சொன்னேன். ஒவ்வொருவரும் தாம் தாம் கேட்டறிந்த ராகப் பெயர்களைக் கூறினர். நான் படித்துக் காட்டிக் கொண்டே வந்தேன். அப்பொழுது ஒரு மாணாக்கர் திடீரென்று "பல்லவி ராகம்" என்றார். சங்கீதத்தைப் பற்றிச் சிறிதளவு தெரிந்த மாணாக்கர்களும் கொல்லென்று சிரித்தனர். நானும் சிரித்தேன். அவர் ஒன்றும் விளங்காமல் மயங்கி நின்றார். 'மற்றவர்கள் சொன்ன ராகத்திலே இவர் படித்தார். நாம் சொன்ன ராகத்தில் மட்டும் படிக்காமல் சிரிக்கிறாரே' என்று அவர் நினைத்திருப்பார்.

"ஏன் எல்லாரும் சிரிக்கிறார்கள் என்று உனக்குத் தெரியுமோ?" என்று அவரை நான் வினாவினேன்.

"தெரியவில்லையே!" என்றார் அவர்.

"பல்லவி யென்பது ஒரு ராகத்தின் பெயரன்று. கீர்த்தனங்களில் முதலில் உள்ள உறுப்புக்குப் பல்லவி என்றுபெயர். எல்லாக் கீர்த்தனங்களுக்கும் பல்லவி உண்டு" என்றேன்.

"பல்லவி பாடுகிறது என்று சொல்கிறார்களே" என்று அவர் கேட்டார்.

"அந்தப் பல்லவியைப் பலவகையாக மாற்றி மாற்றிப் பலவகையான சங்கதிகளை அமைத்து விரித்துப் பாடுவதைப் பல்லவி பாடுவது என்று சொல்வார்கள். சில வித்துவான்கள் அவ்வாறு பாடுவதிற் புகழ்பெற்றவர்கள். பல்லவி கோபாலையர் முதலியோர் அத்தகையவர்களே. ஆதலால் பல்லவி யென்பது ராகமன்று. நீ இது தெரியாமல் அதையும் ராகமாக எண்ணிக் கேட்டதனால் யாவரும் சிரித்தார்கள்" என்று சொன்னேன்.

மாங்காய் பறித்த மாணாக்கர்

கும்பகோணம் காலேஜ் கட்டிட எல்லைக்குள் சில மாமரங்கள் உண்டு. அவை காய்ப்பதற்குரிய காலத்தில் நிறையக் காய்க்கும். ஒரு சமயம் பிற்பகல் ஒரு மணிக்கு மேல் இடைவேளையில் நான் இரண்டாம் வேளை ஆகாரம் செய்துகொண்டபிறகு அவ்வழியே திரும்பி வந்தேன். காய்த்த மாமரமொன்றன்மேல் ஒரு தமிழ் மாணாக்கர் ஒரு கிளையில் இருந்து உத்ஸாகத்தோடு மாங்காய் தின்று கொண்டிருந்தார். அவர் நல்ல அறிவுடையவர்; மிக்க இளைஞர்.

நான் அவரைப் பார்த்தேன்; அவரும் என்னைப் பார்த்தார். அவர் கீழே விழுந்துவிடுவாரோ என்று பயந்தேன். என்னைக் கண்டவுடன் அவர் கீழே இறங்கிவிடுவா ரென்று நான் எண்ணினேன். அவரோ சிறிதேனும் மாறுபாடின்றிப் பழைய படியே அக்கிளையிலிருந்த மாங்காயைப் பறித்துத் தின்றார்.

"மாங்காய் அதிக ருசியாயிருக்கிறதோ?" என்று கீழே இருந்தபடி நான் கேட்டேன்.

அவர் திடுக்கிடவும் இல்லை; கீழே இறங்கவும் இல்லை; "நன்றாய்த்தான் இருக்கிறது!" என்று அங்கிருந்தபடியே சொன்னார்.

"அப்படியா! அங்கே மாங்காயை எப்படி உடைப்பது?"

“கல் கொண்டுவந்திருக்கிறேன். மரத்தில் வைத்து அடித்து உடைத்துத் தின்கிறேன்.”

“இவ்வளவு சிரமப்பட்டுத் தின்பதற்குக் கொஞ்சம் உப்பும் இருந்தால் நன்றாக இருக்குமே!”

“இதோ அதுவும் கொண்டுவந்திருக்கிறேனே. மாங்காய்க்கு உப்பு இல்லாவிட்டால் என்ன ஸ்வாரஸ்யம்?”

அதற்குமேல் பேச்சை வளர்த்த எனக்கு விருப்பமில்லை; “பூர்ண திருப்தியடையும் வரைவில் அந்தக் காரியத்தைச் செய்துவிட்டு வா” என்று சொல்லி நான் சென்றேன்.

சிறிது நேரத்துக்கப்பால் அம்மாணாக்கருள்ள வகுப்பில் நான் பாடஞ் சொன்னேன். அப்பொழுது அவரைப் பாடத்தில் கேள்வி கேட்டேன். விடை சரியாகச் சொன்னார். நான், “இவர் படிப்பில் தான் சாமர்த்தியசாலியாக இருக்கிறாரென்று எண்ணவேண்டாம். மற்ற விஷயங்களிலும் அஸஹாய சூரர். நாமெல்லாம் மாங்காய் தின்ன வேண்டுமென்றால் விலைக்கு வாங்கி வீட்டிலே கொடுத்து நறுக்கச் சொல்லி உப்புக் காரம் போட்டுத் தரச்செய்து தின்போம். இவர் அவ்வளவு தூரம் செய்து சிரமப்படுவதில்லை. தாமே மாங்காய் இருக்கிற இடத்துக்குப் போய்விடுகிறார். புதிதாகப் பறித்து உப்புப் போட்டுத் தின்று ருசி காண்கிறார். இந்தக் காலேஜ் மாமரத்திலுள்ள காயின் சுவை இவருக்கு நன்றாகத் தெரியும். இன்று மத்தியான்னம் இவரை ஒரு மரத்தின்மேல் பார்த்தேன். என்ன பலம்! என்ன சாமர்த்தியம்! என்ன பேச்சு! அந்த மாங்காயைத் தின்றுகொண்டிருக்கும் போது என்னோடு பேசக்கூட இவருக்கு அவகாசம் ஏற்பட்டது. ருசி பார்ப்பதும் பேசுவதும் நாக்குத்தானே? இரண்டையும் ஒரே சமயத்தில் செய்வதென்றால் என்ன சிரமம் பாருங்கள்! அந்த மரத்தின் மீது இவர் உட்கார்ந்திருந்ததற்கும் இங்கே உட்கார்ந்திருப்பதற்கும் சிறிதும் வித்தியாசம் காணப்படவில்லை. அங்கே இன்னும் அதிக உத்ஸாகத்தோடு இருந்தார்” என்று விரிவாக அவர் மாங்காய் பறித்த மகிமையை வர்ணித்தேன். மாணாக்கர்களெல்லாம் நான் கூறாது விட்டவற்றை அவரையே கேட்டுத் தெரிந்துகொண்டார்கள். ஆனால் மாங்காய் தின்றபோது அவருக்கு இருந்த உத்ஸாகம் திடீரென்று மறைந்துவிட்டது.

அமைதியின் காரணம்

ஏதோ ஒருநாள் ஒரு முக்கியமான காரியத்தால் காலேஜிற்கு நான் வரப் பத்து நிமிஷகாலம் தாம தமாகிவிட்டது. அதற்கு முன்பு ஒருநாளும் அப்படி நேர்ந்ததில்லை. வரும்போதே

எனக்கு மனத்துள் கலக்கம் உண்டாயிற்று; 'இன்று நமக்குப் பொல்லாத நாள். நாம் வாராமையினால் பிள்ளைகள் ஆரவாரித்துக் கொண்டிருப்பார்கள். பிரின்ஸிபால் வந்து நம்முடைய தாமதத்தை அறிந்துகொள்வார். அதன் பயனாக என்ன நமக்கு நேருகிறதோ, தெரியவில்லை' என்ற கவலையோடே காலேஜுக்குள் நுழைந்தேன். வகுப்பை அணுகினேன். ஒரு நாளும் இல்லாத அமைதி அவ்வகுப்பில் அப்போது காணப்பட்டது. 'நாம் வாராமையை அறிந்து நம்முடைய மானத்தைக் காப்பாற்றும் பொருட்டு இவர்கள் அமைதியாக இருக்கிறார்கள்' என்று எண்ணினேன். "இன்றைக்கு நீங்கள் என் விஷயத்தில் செய்த உபகாரத்தை நான் என்றும் மறக்க மாட்டேன். நான் வரும் வரையில் பேசாமல் இருந்தீர்களே! உங்களுக்கு நான் என்ன கைம்மாறு செய்யப் போகிறேன்!" என்று நன்றியறிவோடு சொன்னேன்.

ஒரு மாணவர் எழுந்திருந்தார்; "அவ்வளவு தூரம் நாங்கள் நல்லவர்களாக இருந்தால் இந்த உலகமே சுவர்க்கமாகவல்லவா ஆகிவிடும்? எங்களுடன் பிறந்த துஷ்டத்தனத்தை நாங்கள் விடுவோமா? இப்பொழுது காணும் அமைதிக்கு எங்கள் நல்ல குணம் காரணமல்ல. நாங்கள் உத்ஸாகத்தோடுதான் இரைந்துகொண்டிருந்தோம். பில்டர்பெக் துரை வந்தார். ஆளுக்கு இரண்டணா அபராதம் போட்டுச் சென்றார். அந்த அபராதத்தின் மகிமையே இந்த அமைதியை உண்டாக்கியது" என்றார்.

நான் விஷயத்தை உணர்ந்தேன்; "என் பிழையால் உங்களுக்கு இந்த அபராதம் விதிக்கப்பட்டதற்கு வருந்துகிறேன்" என்றேன்.

"இப்படி நேர்ந்ததுதான் நல்லது. இனிமேலாவது நீங்கள் நினைத்தபடி இருக்க முயல்வோம்" என்று அம்மாணாக்கர் விடையளித்தார்.

கலைமகள், தொகுதி 10, பகுதி 55 – 60, 1936 &
தொகுதி 23, பகுதி 137, 1943

17

வில்லைச் சேவகன்

"இந்தா அப்பா, உன்னைத்தான். எனக்குப் பல தபால்கள் வரும். அவைகளை எடுத்துக்கொண்டு வந்து கொடுப்பாயா?" என்று நான் கேட்டேன்.

நான் சொன்ன வார்த்தைகளை அந்த மனிதன் காதில் போட்டுக் கொண்டதாகவே தெரியவில்லை. வேறு முக்கியமான வேலையைக் கவனிப்பவன்போ லிருந்தான்.

"உன்னைத்தான், அப்பா. என் தபால்களையும் சேர்த்து வாங்கி வைத்திருந்து கொடுக்கிறாயா?" என்று மறுபடியும் நான் மெல்லக் கேட்டேன்.

அவன் அருகிலிருந்த மற்றொருவனை அலக்ஷியமாகப் பார்த்து, "டே, இவர் என்ன சொல்லுகிறார், கேள்" என்று சொல்லிப் போய் விட்டான். நேரே நான் சொல்வதைக் கேட்டுக் கவனிப்பது அவன் அந்தஸ்திற்குத் தாழ்ந்ததென்று அவன் நினைத்தான் போலும்! இல்லாவிட்டால், உண்மையில் நான் சொல்வதைக் கவனிக்க அவனுக்கு அவகாசம் இல்லையோ, என்னவோ?

சென்னைப் பிரஸிடென்ஸி காலேஜுக்கு நான் வந்த காலத்தில் காலேஜ் திறந்தபோது இது நிகழ்ந்தது. திருவேட்டீசுவரன் பேட்டையில் குடியிருக்கும் எனக்கு வரும் தபால்களை மாலையில் வீட்டிற்குச் சென்று பார்ப்பதைவிடக் காலேஜுக்கே வருவித்துப் பார்த்துவிடுவது நல்லதென்று தபால் ஆபீஸில் ஏற்பாடு செய்திருந்தேன். அந்தத் தபால்கள்

மற்றத் தபால்களோடு சேர்ந்து காலேஜுக்கு வரும். அவற்றைத் தனியே எடுத்துவைத்துக் கொடுக்கவேண்டு மென்பதைத்தான் அந்தச் சேவகனிடம் சொன்னேன். நான் சொல்வதைக் கேட்கக்கூட அந்தப் பியூனுக்கு அவகாசமில்லை; தன் உதவி உத்தியோகஸ்தனாகிய சின்னப் பியூனை ஏவினான்.

வில்லைச் சேவகனென்றால் அவனுடைய பரபரப்பும் உத்ஸாகமும் கௌரவமும் தனி. பள்ளிக்கூடம் திறக்கும்போது அவனுடைய சுறுசுறுப்பு நூறு மடங்கு அதிகமாகிவிடும். அந்தக் காலத்தில் பம்பரம்போலச் சுற்றிச் சுற்றி அவன் தன் வேலையைப் பார்ப்பதைக் கவனித்தால் நமக்கே ஆச்சரியம் உண்டாகும். வாசலில் நின்று துரையின் குடையை வாங்கி வைப்பான். அடுத்த நிமிஷம் தாழ்வாரத்தில் வெகு வேகமாகப் போய்க்கொண்டிருப்பான்; மறு விநாடியில் 'ரைட்ட'ருடைய அறையில் இருப்பான்; புதிய மாணாக்கர்களை அழைத்து வருவான்; பழைய மாணாக்கர்களை வரவேற்பான்; இடையிடையே யாரையாவது பார்த்து ஓர் அதட்டல் போடுவான். எங்கும் இருப்பான், எல்லோரோடும் பேசுவான்.

என்ன சுறுசுறுப்பு! என்ன பரோபகாரம்! பள்ளிக்கூடப் பிள்ளைக ளிடத்தில்தான் அவனுக்கு எத்தனை அன்பு! பணக்கார வீட்டுப் பிள்ளைகளிடத்தில் அவன் பழகுகின்ற விதமே வேறு. பையன் வண்டியிலிருந்து இறங்கும்போதே புஸ்தகங்களை வீசியெறிவான். அவைகளைப் பந்துபோல அப்படியே பிடித்துக்கொள்வான் 'பியூன்'. மாணாக்கன் பள்ளிக்கூடத்தைச் சுற்றி உலா வந்து தன் சிநேகிதர்களுடன் சல்லாபம் செய்து முடித்தபிறகு வகுப்புக்குப் போகலாமென்று திருவுள்ளங்கொண்டு அங்கே போனால் அவன் புஸ்தகங்கள் அவனுடைய மேஜையின்மேல் முன்பு தயாராக இருக்கும். வெற்றிலை பாக்கு, பொடி, காபி, பக்ஷணம், பழம் எது வேண்டுமானாலும் வில்லைச் சேவகன் மனம் குளிர்ந்தால் வருவித்துவிடுவான். அந்தக் காலத்தில் சிகரெட் பள்ளிக்கூடத்திற்கு வரவில்லை.

பள்ளிக்கூடத்தில் வேலைசெய்யும் ஆசிரியர்களுக்கும் மேலதிகாரிகளுக்கும் மாணாக்கர்களிடத்தில் உள்ள சிரத்தையை விடப் பள்ளிக்கூடச் சேவகனுக்குத்தான் அதிக சிரத்தை. மாணாக்கர்களுடைய மனம் கோணாமல் நடப்பதற்கு ஆசிரியர்கள் பழகவில்லை. சேவகனோ அதைத்தான் முதலில் கற்றுக்கொள்கிறான். பிள்ளைகளோடு எப்படிப் பழகவேண்டு மென்பதை ஆசிரியர்கள் எவ்வளவோ புஸ்தகங்களைப் படித்து ஆராய்ந்து பரீட்சை கொடுத்து தெரிந்துகொண்டதாகச்

சொல்கிறார்கள். ஒரு புஸ்தகத்தையும் வாசியாமல் ஒரு பரீட்சையும் கொடுக்காமல் அவர்கள் மனநிலையை அறிந்துகொண்டவன் சேவகன்தான். அவன் ஓர் அதிசய மனிதனல்லவா?

நான் யாருடைய தயவை விரும்பினேனோ அந்தப் பியூன் என்னைக் கண்டு முதலில் மதிக்கவில்லை. என்னுடைய தலைப்பாகையையும் நெடிய வெள்ளைச் சட்டையையும் பஞ்சகச்ச வேஷ்டியையும் கண்டு, 'இவரோடு பேசும் நேரத்தில் இன்னும் இரண்டு பேர்களுக்குப் பயனுள்ள காரியத்தைக் கவனிக்கலாம்' என்று எண்ணிப் போய்விட்டான். அவனுக்கு எவ்வளவோ வேலை.

பள்ளிக்கூடம் திறந்தால் எல்லோருக்கும் வேலை அதிகமாகவே இருக்கும். ஆசிரியர்களுக்குப் பாடத்திட்டத்தில் ஓர் ஒழுங்கு ஏற்படும் வரையில் வேலை அதிகம்; காலேஜ் தலைவருக்கோ புதிய மாணாக்கர்களையும் அவர்களை அழைத்து வருபவர்களையும அவர்களுடைய நண்பர்களையும் பார்த்துப் பேசுவதும், அவர்கள் கொண்டுவரும் சிபார்சுக் கடிதங்களைப் பார்ப்பதுமாகப் பல வேலைத் தொல்லைகள் இருக்கும். ரைட்டருக்கோ சொல்லவேண்டியதே இல்லை. இவ்வளவு பேர்களும் தங்கள் தங்கள் வேலையைக் கடமையென்று எண்ணிச் செய்துவந்தார்கள். அதனால் அவர்களுக்குப் புதிய சந்தோஷம் ஒன்றுமில்லை.

ஆனால் ஸ்ரீமான் வில்லைச் சேவகனுக்கோ பள்ளிக்கூடம் திறந்ததென்றால் புது வருஷம் பிறந்ததுபோன்ற குதூகலம் உண்டாகும். அப்பொழுது அவன் உடம்பில் ஒரு புதிய முறுக்கு, முகத்தில் புதிய களை, உள்ளத்தில் புதிய சந்தோஷம் ஏற்படுகின்றன.

அவனால் ஆகாத காரியமே இல்லை. புத்திசாலியான மாணாக்கர்கள் அந்த முன்னடியானைத் திருப்தி செய்து எவ்வளவோ காரியத்தைச் சாதித்துக்கொள்வார்கள். அவனுடைய கோபத்துக்கு இலக்காகிவிட்டாலோ எவ்வளவோ தடைகள் உண்டாகும்.

கும்பகோணம் காலேஜில் ஹென்ஸ்மன் என்பவர் பிரின்ஸிபாலாக இருந்தபோது ஒரு சேவகனை எதற்காகவோ கண்டித்தார். அவன் சிறிதும் அஞ்சவில்லை; "அதிகமாகப் பேச வேண்டாம். நீங்களும் சர்க்கார் சம்பளக்காரர். நானும் சர்க்கார் சம்பளக்காரன். உங்களுக்குள்ள சுதந்திரம் எனக்கும் உண்டு" என்று எதிர்த்துப் பேசத் தொடங்கினான். ஹென்ஸ்மன் தயையுள்ளவ ராகையால் ஒன்றும் செய்யவில்லை.

அவருக்குப் பின்பு பிரின்ஸிபாலாக வந்த நாகோஜிராவ் என்பவர் இந்த விஷயத்தைத் தெரிந்துகொண்டார். ஒரு நாள் ஓர் ஆசிரியர், "நான் கூப்பிட்டபோது ஒரு பியூனும் வரவில்லை" என்று ஒரு விண்ணப்பம் எழுதியனுப்பினார். அதன்மேல் நாகோஜிராவ் பியூன்களுக்கெல்லாம் ஓர் உத்தரவு போட்டார்: "பியூன்கள் எப்போதும் இந்தக் காலேஜைச் சுற்றிக்கொண்டே யிருக்கவேண்டும். யார் கூப்பிட்டாலும் தயாராக இருக்கவேண்டும். எந்த இடத்திலும் நிற்கக்கூடாது" என்பது அவ்வுத்தரவு. அது முதல் அந்தச் 'சர்க்கார்ச் சம்பளக்கார'ரோடு மற்றச் சேவகர்களும் சுற்றிச் சுற்றிக் காலோய்ந்து போயினர். அவனுக்கும் கால் வலி எடுத்தது. விஷயம் தெரிந்த மற்றச் சேவகர்கள் அவனை, "அட படுபாவி! உன்னால் அல்லவோ எங்களுக்குக் கஷ்டம் உண்டாயிற்று?" என்று கண்டிக்கத் தொடங்கினர். இதைக் காட்டிலும் வேறு தண்டனை எதற்கு? அவன் வர வரப் பழைய முறுக்குத் தளர்ந்துபோய்ப் பெட்டிப் பாம்புபோல் ஆகிவிட்டான்.

வில்லைச் சேவகர்களே ஒரு தனி வகுப்பு. ஜனங்களுடைய ஆவலை அளந்து பார்த்துச் சமயத்தில் 'பிகு' பண்ணுவதும், கல் நெஞ்சர்களையும் கலங்க வைப்பதும், எந்தச் சமயத்தில் மனிதர்களிடமிருந்து லாபம் பெறலாமென்பதை அறிந்து நடப்பதும் அவர்களுடைய தொழில் இரகசியங்கள். பள்ளிக்கூடத்துச் சேவகனைப் பரம சாதுவென்று சொல்ல வேண்டும்; கலெக்டர் கச்சேரி, மற்ற ஆபிஸுகள், ஆஸ்பத்திரிகள் முதலிய இடங்களிலுள்ள வில்லை மார்பு வீரர்கள் எல்லோர் கண்ணிலும் விரலை விட்டு ஆட்டிவிடுவார்கள். ஆஸ்பத்திரியைத்தான் பார்க்கலாமே. அந்தப் பியூன்களுக்குப் பிரீதி செய்யாவிட்டால் சாமான்யமாக ஆஸ்பத்திரிக் கோட்டைக்குள் நுழைய முடிகிறதா? எத்தனை கேள்விகளை அவர்கள் சரமாரியாகப் போடுகிறார்கள்? எவ்வளவு சட்டம் பேசுகிறார்கள்? எவ்வளவு அலக்ஷியமாகப் பார்க்கிறார்கள்! அந்தப் பார்வையிலேதான் எத்தனை கம்பீரம்! அவர்கள் கையில் அதிகமாக வேண்டாம்; இரண்டணாவை இரகசியமாக வைத்து அழுத்துங்கள்; அப்புறம் அவர்கள் உங்களுக்கு அடிமையாகிவிடுகிறார்கள். அவர்களுக்குத் தெரியாமல் அவர்கள் தயையை எதிர்பாராமல் ஆஸ்பத்திரியில் நுழைபவர் யாரும் இல்லை; யமன் ஒருவனுக்குத்தான் அந்தச் சுதந்திரம் உண்டு.

சப்ரிஜிஸ்டிரார் ஆபீஸ், கோர்ட்டு முதலிய காரியாலயங்களில் விநாயகக் கடவுளைப்போல முதலில் காட்சி கொடுக்கும் வில்லைச் சேவகர்களிடம் அகப்பட்டுக் கொண்டவர்களுடைய அநுபவங்களைக் கேட்டால் மிகவும் ரஸமுள்ள புராணமாக விரியும். "ஸ்வாமி வரங் கொடுத்தாலும் பூசாரி வரங் கொடுக்க

வேண்டாமா?" என்ற பழமொழியை மாற்றி, "அதிகாரி வரங் கொடுத்தாலும் வில்லைச் சேவகன் வரங் கொடுக்க வேண்டாமா?" என்று புதுமொழியாக்கிவிட்டால் இக்காலத்தில் எல்லோருக்கும் விளங்கும்.

ஆனாலும், இந்த வில்லைச் சேவகர்கள் அற்ப சந்தோஷிகள். சில அணாக்களால் அவர்களைத் திருப்தி பண்ணிவிடலாம். 'மலையத்தனை சாமிக்குக் கடுகத்தனை கற்பூரம்' என்பதுபோல மலைபோல நிற்கும் வில்லைச் சேவகனுக்கு ஓரணா இரண்டணா அவ்வப்போது வீசி எறிந்துவிட்டால் நம் காரியம் பாதி ஜயமானது போலவே எண்ணிவிடலாம்.

இந்த மர்மம் எனக்கு அநுபவத்தில் தெரிந்தபிறகு எந்தச் சேவகனையும் நான் சுலபத்தில் வசப்படுத்திவிடத் தொடங்கினேன். காலேஜில் முதலில் என்னிடம் பராமுகமாக இருந்த 'பியூன்' அப்பால் என் வேலை எதையும் தட்டாமல் செய்யத் தொடங்கினான். என்னிடம் அவனுக்கு அளவற்ற பிரீதி உண்டாகிவிட்டது. என்னிடம் தமிழ் நூலைப் பாடம் கேட்டு அப்படியாகிவிட்டதாக எண்ண வேண்டாம். விசேஷ காலங்களில் அவனை நான் 'கவனித்துக் கொள்வேன்'. நாம் அவனை அடிக்கடி கவனித்துக்கொண்டால் அவனும் நம்மைக் கவனிப்பதற்கு என்ன தடை?

நான் காலேஜ் வேலையிலிருந்து ஓய்வு எடுத்துக்கொண்டேன். அந்தப் பியூனும் வேலையிலிருந்து 'பிஞ்ஜின்' பெற்றுக்கொண்டான். நான் கிழவனாகிவிட்டேன்; அவனும் கிழவனாகிவிட்டான். இப்போதும் விசேஷ காலங்களில் என் வீட்டிற்கு வந்து என்னிடம் பழைய கதைகளைச் சொல்லிவிட்டு வழக்கம்போல ஏதாவது பெற்றுக்கொண்டு போகிறான். காலேஜ் உறவு விட்டுப்போய் எவ்வளவோ வருஷங்களாகியும் அவனுடைய உறவு மட்டும் விடவே இல்லை.

***ஆனந்த விகடன்*, 20.7.1941**

18

மன்னார்சாமி

கும்பகோணத்திலிருந்து நான் சென்னை இராசதானிக் கலாசாலைக்கு மாற்றப் பெற்று வந்த சில மாதங்களுக்குப் பின் ஒருநாள் மாலையில் ‘ப்ளாக் டௌ’னுக்குப் போக வேண்டியிருந்தது. அந்தக் காலத்தில் அதற்கு ‘ஜார்ஜ் டௌன்’ என்னும் பெயர் வரவில்லை. என் குமாரனையும் உடன் அழைத்துக்கொண்டு போனேன். போன வேலையை முடித்துக்கொண்டு திரும்புகையில் டிராம் வண்டிக்காகப் பச்சையப்ப முதலியார் கல்லூரிக்கு எதிரிலே நானும் என் குமாரனும் ஓரிடத்தில் காத்திருந்தோம். அங்கே எனக்குத் தெரிந்த கனவான் ஒருவர் நின்று கொண்டிருந்தார். அவர் ஒரு காலேஜில் தலைமையாசிரியராக இருந்தவர்.

அவர் என்னைக் கண்டவுன் க்ஷேம சமாசாரம் விசாரித்தார்; “நீங்கள் இவ்வூர்க் காலேஜிற்கு வந்துவிட்டதாகத் தெரிந்தது. மிகவும் சந்தோஷம். உங்களுடைய தமிழ் ஆராய்ச்சிக்கு இந்த இடம் அனுகூலமாக இருக்கும். இப்போது என்ன ஆராய்ச்சி நடந்து வருகிறது?” என்று அவர் கேட்டார். நான் உசிதமாக விடை கூறினேன். அவருக்கு அருகில் வேறொருவர் நின்றுகொண்டிருந்தார். அவரை அதற்குமுன் நான் பார்த்ததில்லை. அவரிடம் என் நண்பர் என்னைப்பற்றிக் கூறத் தொடங்கினார். “இவர்கள் *மணிமேகலையை* அச்சிட்டிருக்கிறார்கள். பௌத்தமத சம்பந்தமான அதை வெளியிடுவதில் மிக்க சிரமம் எடுத்துக்கொண்டார்கள். தமிழ்நாட்டில் பௌத்தமதத்தைப் பற்றிய விஷயங்கள் வழக்கத்தில் இல்லை. இவர்கள் சிறிது சிறிதாக ஆராய்ந்து அந்த

நூலுக்குக் குறிப்புரை எழுதி வெளியிட்டதோடு புத்தபகவானது சரித்திரத்தையும் பௌத்த தர்மம், பௌத்த சங்கம் என்பவற்றைப் பற்றியும் தெளிவாக எழுதியிருக்கிறார்கள். தமிழில் முதல் முதலாக இந்தப் புஸ்தகந்தான் பௌத்த சமயத்தைப் பற்றித் தமிழ் நாட்டாருக்கு உபயோகப்படும்படி வெளிவந்த நூல். பலபேருக்கு இவர்கள் எழுதியுள்ள விஷயங்கள் பயன்படுகின்றன" என்றார்.

அவர், "அப்படியா? நான் *மணிமேகலை*யைப் பற்றிக் கேள்வியுற்றிருக்கிறேன். இவர் சாமிநாதையரா?" என்றார்.

"ஆம்" என்றார் என் நண்பர்.

"உங்களைத் தெரிந்துகொண்டது மிகவும் சந்தோஷம். பௌத்த தர்மத்தைப் பற்றி ஆராய்ச்சி செய்பவர்கள் இந்தப் பக்கத்தில் அருமை. நீங்கள் தமிழில் அந்த மத விஷயங்களைப் பற்றிப் புஸ்தகம் எழுதியிருப்பது சிறந்த உபகாரமாகும்" என்று புதியவர் என்னைப் பார்த்துச் சொன்னார்.

"நான் என்ன செய்து விட்டேன்! பௌத்த மதத்தைப் பற்றி எனக்கு இயல்பாக என்ன தெரியும்! எங்கள் காலேஜ் புரொபஸர் ஸ்ரீமான் மளூர் ரங்காசாரிய ரவர்கள் பல அருமையான புஸ்தகங்களைப் படித்தறிந்து எனக்கு விஷயங்களை விளக்கினார்கள். அவற்றைக் கிரகித்துக் கொண்டு அந்த அறிவோடு பார்க்கும்போது *மணிமேகலை* விளங்கியது. *வீரசோழியம்* முதலிய நூல்களில் சிதறிக் கிடக்கும் பல பழைய செய்யுட்களுக்கும் நன்றாகப் பொருள் தெரிந்தது. நம்மைப்போல மற்றவர்களும் கஷ்டப்படுவார்களே என்ற எண்ணத்தால் நான் அறிந்து கொண்ட விஷயங்களைத் தொகுத்து ஒரு புஸ்தகமாக எழுதினேன்" என்றேன்.

இந்தச் சம்பாஷணை நடக்கும்போது அந்தப் புதியவர் இன்னாரென்பதை நான் அறிந்துகொள்ளவில்லை. '*சீவக சிந்தாமணி*, *பத்துப்பாட்டு* முதலிய பழைய நூல்களைப் பற்றி இவரிடம் சொல்லாமல் *மணிமேகலை*யைப் பற்றி மாத்திரம் நம் நண்பர் சொன்னதற்கு காரணம் என்ன? அவற்றைவிட இது சிறந்த நூலென்பது இவர் அபிப்பிராயமா?' என்று நான் எண்ணமிட்டுக் கொண்டிருந்தேன். அப்போது என் நண்பர் அந்தப் புதியவரைப் பற்றி என்னிடம் கூறத்தொடங்கி, "இவர் ஒரு காலேஜில் ஆசிரியராக இருக்கின்றார். பௌத்தமத சம்பந்தமாகவே எப்போதும் ஆராய்ச்சி செய்து வருகிறார். பௌத்தமத நூல்களை யெல்லாம் படித்திருக்கிறார்" என்று சொல்லி அவர் பெயரையும் கூறினார்.

அந்த ஆசிரியர் தொடர்ந்து என் நண்பரிடம் பேசத் தொடங்கினார்; அவர் ஆங்கிலத்திலே பேசினாலும் அருகிலிருந் தவர்கள் எனக்கு அதை மொழிபெயர்த்துச் சொன்னார்கள். பௌத்த மதத்தைப்பற்றியே அவர் பேசினார். பேசும்போது அவருக்கு உத்ஸாகம் உண்டாகிவிட்டது. பக்கத்தில் வேறு சிலரும் நின்று அவர் பேச்சைக் கேட்டுக் கொண்டிருந்தனர்.

"தமிழ்நாட்டில் பௌத்தமதம் எங்கும் பரவியிருந்தது. ஆதிகால முதல் இங்கே புத்தர் வழிபாடு தொடர்ச்சியாக இருந்தது. அதற்கு ஆயிரக்கணக்கான அடையாளங்கள் இருக்கின்றன" என்றார் அவர்.

"ஆயிரக்கணக்கான அடையாளமா? நான் பார்த்த தில்லையே? *சிலப்பதிகாரத்தினாலும் மணிமேகலையாலும்* காவிரிப்பூம்பட்டினத்தில் பௌத்த விஹாரங்கள் இருந்தன வென்றும் காஞ்சிபுரத்தில் பௌத்தர்கள் இருந்தனரென்றும் தெரிகின்றது. ராஜாராஜ சோழன் காலத்தில் நாகபட்டினத்தில் உள்ள சூடாமணி விஹார மென்ற பௌத்த ஆலயத்திற்கு அவ்வரசன் மானியங்கள் வழங்கினானென்று சிலாசாஸனத்தால் தெரியவருகிறது. இன்னும் சில இடங்களில் புத்தவிக்கிரகங்கள் இருக்கின்றன; வேறு சில அடையாளங்களும் உள்ளன. ஆனால் நீங்கள் தமிழ்நாடு முழுவதும் இருப்பதாகச் சொல்லுகிறீர்களே!" என்று நான் கேட்டேன்.

"நான் சொல்வது கற்பனை அல்ல. உண்மை இந்தத் தேசத்தில் உள்ள கோவில்களில் அநேகம் பௌத்த விஹாரங்கள்; பல வழக்கங்கள் பௌத்த சம்பிரதாயங்கள்; மனிதர்கள் பௌத்தர்கள்."

எனக்கு மேலும் மேலும் ஆச்சரியம் உண்டாகிக் கொண்டிருந்தது. அவர் தமிழ் பேசுபவரல்லவென்று நான் அறிந்து கொண்டேன். ஆதலால் தமிழ் நூல்களைப் படித்துத் தெரிந்து கொண்டவரென்று சொல்வதற்கில்லை. 'இவர் கூறும் செய்திகளுக்கு வேறு என்ன ஆதாரம்?' என்ற கேள்வி என் மனத்துள் எழுந்தது. 'இன்னும் பொறுத்துப் பார்க்கலாம்; இவர் சொல்லுகிறாரா இல்லையாவென்று கவனிப்போம்' என்றெண்ணி அவர் பேச்சைக் கவனிக்கலானேன்.

"பௌத்த விஹாரங்களைப் பின்னால் வந்தவர்கள் சிவ விஷ்ணு ஆலயங்களாக மாற்றிக் கொண்டார்கள். இந்த ரகசியத்தை நான் தெரிந்து வைத்துக்கொண்டிருக்கிறேன். *மணிமேகலை* போன்ற தமிழ்ப் புஸ்தகங்கள் இந்த நாட்டில் உண்டாக வேண்டுமானால் பௌத்தமதம் எவ்வளவு பரவியிருந்திருக்க வேண்டும்?"

“மற்ற மதங்களும் அவற்றிற்குரிய நூல்களும் தமிழ்நாட்டில் வழங்கி வந்தன. பௌத்த நூல்கள் மற்றவற்றை நோக்க அளவில் குறைந்தனவே” என்று நான் இடைமறித்துச் சொன்னேன்.

“அது சரியல்ல. பௌத்த சாஸ்திரங்களை மற்றவர்கள் அழித்துவிட்டார்கள். பௌத்த விஹாரங்களை மாற்றிவிட்டார்கள். பௌத்தர்களையும் தங்கள் தங்கள் மதத்திற் சேரச் செய்தார்கள்.”

“இதற்கெல்லாம் ஆதாரம் என்ன?” என்று கேட்டேன்.

“ஆதாரமா? ஆயிரம் காட்டுவேன். உங்களுக்கு மிகவும் ஆச்சரியத்தை உண்டாக்கும் உதாரணம் ஒன்று சொல்லுகிறேன். இந்த ஊரில் ராயபுரத்தில் மன்னார்சாமி கோவில் இருக்கிறது; தெரியுமா? அந்தக் கோவில் பௌத்த விஹாரந்தான். மன்னார்சாமியை யாரென்று நினைக்கிறீர்கள்? புத்தருடைய வடிவந்தான் அது.”

எனக்குக் களுக்கென்று சிரிப்பு வந்ததுவிட்டது. சாந்தமே வடிவாக எழுந்தருளியிருக்கும் புத்தபகவானது அழகிய திருவுருவம் எங்கே! கையில் வாளும் முகத்தில் முறுக்கிய மீசையும் பயங்கர உருவமும் உடைய மன்னார்சாமி எங்கே! ‘இவர் பௌத்த சமயத்தில் தீவிரமான ஆராய்ச்சி யுடையவர். அந்த ஆராய்ச்சியில் இவர் தம்மையே இழந்துவிட்டார். தாம் காணும் பொருள்களைப் புறம்பே நின்று பற்றின்றிக் காணுவதை விட்டு அந்தப் பொருள்களின் வசப்பட்டு மயங்குகிறார்’ என்று நான் நிச்சயம் செய்துகொண்டேன்.

அவர் வரவர எடுப்பான தொனியில் பேசுவதை அருகில் இருந்தவர்கள் திறந்த வாய் மூடாமல் கேட்டுக் கொண்டிருந்தனர்.

மன்னார்சாமியை நானும் பார்த்திருக்கிறேன். தமிழ்நாட்டில் பல கிராமங்களில் மன்னார்சாமி கோவில்கள் இருக்கின்றன. ஒரு திண்ணையில் உட்கார்ந்தபடியே யுள்ள அந்தச் சாமியின் உருவம் மிகவும் பெரியதாக இருக்கும். சுற்றுமுள்ள சுவர் ஓர் ஆள் உயரம் இருக்கும். அந்தச் சுவருக்கு மேலும் அரைப் பனைமர உயரத்திற்கு அந்தப் பிம்பம் காணப்படும்.

புத்த தேவருடைய விக்கிரகமும் மன்னார்சாமியின் கோலமும் என் அகக்கண் முன் நின்றன. பகலுக்கும் இரவுக்கும், மலைக்கும் மடுவுக்கும், நீருக்கும் தீக்கும் உள்ள வேற்றுமையை நான் கண்டேன்.

“தமிழ்நாட்டில் பல இடங்களில் மன்னார்சாமி கோவில்கள் இருக்கின்றன. ஆனால் அந்த உருவத்தைப் பார்த்தவர் யாரும் அதைப் புத்த விக்கிரகமென்று சொல்லமாட்டார்களே” என்று

நான் அந்த ஆசிரியரிடம் கூறினேன். அவர் அதோடு விடுபவராகத் தோற்றவில்லை. சொல்லாராய்ச்சியிலே புகுந்துவிட்டார்.

"அந்தப் பெயரை ஆராய்ந்து பாருங்கள். மன்னார்சாமி! ஆகா என்ன அழகான பெயர்!" தமிழ் அதிகமாய்த் தெரியாத அவருக்கு அந்தப் பெயரில் மட்டும் அழகு எவ்வாறு தோன்றிய தென்பது எனக்கு விளங்கவேயில்லை.

"புத்தபகவானுக்குத் தர்மராஜா என்பது ஒரு பெயரென்று தெரியுமா?"

"ஆம்; தெரியும்" என்று தலையசைத்தேன்.

"தர்மராஜா என்ற பெயரைத்தான் தமிழில் மன்னார்சாமி யென்று சொல்லுகிறார்கள்."

எனக்குத் தூக்கிவாரிப்போட்டது. எனக்குத் தெரிந்த தமிழைக் கொண்டு அவர் கூறியதைத் தெளிந்துகொள்ள இயலவில்லை!

அவரோ தம் ஆராய்ச்சியை விளக்கத் தொடங்கினார்: "மன் – ராஜா. ஆர் – தர்மம். மன்னார்சாமி – தர்மராஜா" என்று அழுத்தந்திருத்தமாக அவர் சொல்லிவிட்டு அருகில் நின்ற என் நண்பரைப் பார்த்தார்.

அவரோ, "எக்ஸாக்ட்லி (Exactly), எக்ஸாக்ட்லி" என்று சொல்லிச் சொல்லி மகிழ்ந்தார்.

"ஆர் என்பதற்குத் தர்மமென்று அர்த்தம் இல்லையே. அறம் என்றால் தானே தர்மத்துக்கு ஆகும்?" என்று நான் மெல்லச் சொன்னேன். அந்த ஆராய்ச்சியாளருடைய உத்ஸாகமான தொனியிலும், அருகிலிருந்த நண்பர் அவர் பிரசங்கத்தில் ஈடுபட்டுப்போய்ச் சொல்லும் "எக்ஸாக்ட்லி" என்னும் பல்லவியிலும் என் தடை மங்கி மறைந்தது. நான் 'இனி இங்கே இருப்பதில் பயனில்லை. நம் வேலையைக் கவனிப்போம்' என்றெண்ணி விடைபெற்றுக் கொண்டு பிரிந்தேன்.

அன்று அந்தச் சம்பாஷணையினால் நான் புதிய லாபம் ஒன்றும் அடையவில்லை. ஆயினும், இங்கிலீஷே தெரியாத எனக்கு 'எக்ஸாக்ட்லி' என்ற பதத்தை எந்த சமயத்தில் எந்த அர்த்தத்தில் உபயோகிக்க வேண்டுமென்பது தெளிவாக விளங்கியது. அந்த வார்த்தையை நினைக்கும்போது புத்தபகவானும் மன்னார்சாமியும் எவ்வளவோ யோஜனை தூரத்தில் இருந்தாலும் நெருங்கி வந்து காட்சியளிக்கிறார்கள்.

கலைமகள், தொகுதி 17, பகுதி 97 – 102, 1940

19

என்னுடைய ஞாபகங்கள்

பிரஸிடென்ஸி காலேஜிலிருந்து நான் விலகி இருபது வருஷங்களுக்கு மேலாகின்றன. ஆனாலும் இப்போது இந்தக் காலேஜ் சம்பந்தமாக எனக்குத் தெரிந்தவற்றை எழுதும்படி ஒரு சந்தர்ப்பமளித்த பிரின்ஸிபால் ஸ்ரீ எச்.ஸி. பாப்வொர்த் துரை யவர்களுக்கு முதலில் நன்றி பாராட்டிவிட்டு என் ஞாபகத்திலுள்ளவற்றைச் சுருக்கமாகத் தெரிவிக்கிறேன்.

கும்பகோணம் காலேஜிலும் பிரஸிடென்ஸி காலேஜிலும் நான் ஏறக்குறைய 39 வருஷங்கள் தமிழ்ப் பாடஞ் சொல்லிக் கொடுக்கும் வேலையில் இருந்தேன். ஆயிரக்கணக்கான அன்பர்களுடைய பழக்கத்தை உண்டாக்கி அவர்களுடைய அன்பு என்றும் குன்றாமல் இருக்கும்படி செய்வதற்குக் காரணமாக இருந்தவை இந்த இரண்டு காலேஜுகளும் ஆகும். இவற்றுள் பிரஸிடென்ஸி காலேஜுக்கு வந்த பிறகு பல அன்பர்களுடைய பழக்கம் எனக்கு அதிகமாக ஏற்பட்டது.

ஏறக்குறைய 65 வருஷங்களுக்கு முன்பு நான் திருவாவடுதுறையில் தமிழ் படித்த காலத்திலே என் ஆசிரியர் மகாவித்துவான் ஸ்ரீ மீனாட்சிசுந்தரம் பிள்ளை யவர்கள் மூலமாக முதல் முதலில் பிரஸிடென்ஸி காலேஜைப்பற்றியும் இங்கே தமிழ்ப் பண்டிதராக இருந்த மகாலிங்கையரைப் பற்றியும் கேள்வியுற்றேன். 1880ஆம் வருஷம் கும்பகோணம் காலேஜில் நான் வேலை யொப்புக்கொண்ட பிறகு இந்தக் காலேஜைப்பற்றி அதிகமாகத் தெரிந்து கொண்டேன்.

எச்.ஸி. பாப்வொர்த்

பிரஸிடென்ஸி காலேஜ் முதலில் ஹைஸ்கூலாகவே இருந்ததும் பிறகு காலேஜானதும் அநேகருக்குத் தெரியும். காலேஜான பிறகுகூட இதை ஹைஸ்கூலென்றே பாமர ஜனங்கள் வழங்குவது உண்டு. ரிக்ஷாக்காரர்களுக்கும் வண்டிக்காரர்களுக்கும் ஹைஸ்கூல் என்றால்தான் தெரியும். நான் இந்த காலேஜுக்கு வந்தபோது சில பழைய மேஜைகளில் சிலேட், பலப்பம் முதலியன வைப்பதற்குரிய பள்ளங்கள் இருந்தன. அவை இது ஹைஸ்கூலாக இருந்ததை ஞாபகப்படுத்தின.

ஹைஸ்கூலாக இருந்தபோது இதில் தலைமையாசிரியராக இருந்து அப்பால் காலேஜானபோது முதல் பிரின்ஸிபாலான ஸ்ரீமான் இ.பி. பவல் துரை யவர்களிடம் கல்வி பயின்றவர்கள் யாவரும் சிறந்த அறிவாளிகளாயினர். சிலர் திவான் முதலிய பெரிய உத்தியோகங்களில் இருந்து விளங்கினர். மாணாக்கர்களுக்குப் பழங்கள், வேண்டிய புஸ்தகங்கள் முதலியவற்றை அவர் கொடுப்பாராம்; பலவகையில் அவர்களுக்கு அநுகூலம் செய்வாராம்.

இ.பி. பவல்

புதுக்கோட்டையில் திவான் ரீஜண்டாக இருந்த ஸ்ரீ அமராவதி சேஷையா சாஸ்திரிகள் இந்தக் காலேஜில் படித்தவர். அவர் பல சமயங்களில் இதன் பெருமையையும் தமக்கு ஆசிரியராக இருந்த ஸ்ரீமான் பவல் துரையின் அறிவாற்றலையும் எடுத்துச் சொல்லியிருக்கிறார். ஒருமுறை சாஸ்திரிகள் தம்மைப்பற்றி, "தென்னிந்தியாவாகிய கடலில் பவல் துரை 14 கப்பல்களை ஓடவிட்டார். மற்றவையெல்லாம் போய்விட்டன. இந்த ஒரு கப்பல்தான் மிஞ்சி இருக்கிறது" என்று சொன்னார்.

பவல் துரைக்குத் தம்முடைய மாணாக்கர்களிடத்தில் அளவற்ற பிரீதி இருந்துவந்தது. அவர் சீமைக்குச் சென்ற பிறகும், தம்மிடம் படித்தவர்களை மறவாமல் அவர்களுக்குக் கடிதம் எழுதி வந்தார். ஸ்ரீ சேஷையா சாஸ்திரிகளுக்கு ஒரு முறை பவல் துரை தம்முடைய மாணாக்கராகிய ஸ்ரீ ரங்காசார்லு என்பவரைப்பற்றி விசாரித்து, அவர் எங்கே உளளாரென்று எழுதினார். ரங்காசார்லு மைசூரில் திவானாக இருந்து பல சீர்த்திருத்தங்களைச் செய்தவர். பவல் துரை விசாரித்த காலத்தில் அவர் இறந்துவிட்டார். சாஸ்திரிகள் அச்செய்தியைத்

தெரிவித்தவுடன் பவல் துரை மிகவும் வருத்தமுற்று ஒரு கடிதம் எழுதினார். அக்கடிதத்தைச் சேஷையா சாஸ்திரிகள் என்னிடமும் உடன் வந்த சில நண்பர்களிடமும் காட்டினார். அவருடைய கையெழுத்து மிகவும் நன்றாக இருந்தது. முதுமைப் பிராயத்திலும் அழகாக எழுதியிருப்பதைக் குறித்து யாவரும் வியந்தார்கள்.

மகாலிங்கையரிடம் தமிழ்ப் பாடங் கேட்டதையும் அவருக்குத் தாம் சில புஸ்தகங்கள் பிரதி பண்ணிக் கொடுத்த செய்தியையும் சாஸ்திரிகள் என்னிடம் சொல்லியிருக்கிறார்.

த. கோபாலராவ்

கும்பகோணம் காலேஜில் இருந்த பலர் சென்னைக் காலேஜுக்கு வந்து பிரின்ஸிபாலாகவும் ஆசிரியராவும் இருந்து விளங்கினார்கள். தண்டலம் கோபாலராவ் கும்பகோணம் காலேஜில் இருந்து மிகவும் புகழ் பெற்றார். இக்காலேஜிலும் சில வருஷங்கள் சரித்திர ஆசிரியராக இருந்தார். அவர் தாமே படித்து முன்னுக்கு வந்தவர். படித்தல், பாடஞ் சொல்லுத லென்னும் இவற்றைத் தவிர மற்ற விஷயங்களில் அவருடைய மனம் செல்லவே செல்லாது. அவர் இங்கிலீஷ் பாடம் சொல்வதை மாணாக்கர்கள் மிகவும் பாராட்டுவார்கள். இங்கே தமக்குப் பிரியமான இங்கிலீஷ் பாடத்தை விட்டுச் சரித்திர பாடஞ் சொல்ல நேர்ந்ததில் அவருக்கு அதிருப்தி இருந்து வந்தது. அவர் தமிழிலும் பயிற்சி உடையவர். தம்முடைய புஸ்தகங்களில்,

அருமை யுடைத்தென் றசாவாமை வேண்டும்
பெருமை முயற்சி தரும்

என்ற குறளை முதலில் எழுதி வைத்திருப்பார்.

பூ. அரங்கநாதர்

பூண்டி அரங்கநாத முதலியார் கும்ப கோணத்திலும் சென்னையிலும் இருந்தார். அவர் இங்கே கணித புரொபஸராக விளங்கி னார். ஆச்சரியமான சக்தியுடைய மேதாவி யென்று அவரை அறிந்தோர் யாவரும் பாராட்டு வார்கள். அவர் ஏகசந்தக்கிராகி. தமிழில் சிறந்த பயிற்சி உடையவர். *கச்சிக்கலம்பக*மென்னும் நூலொன்றும் வேறு பல தனிப்பாடல்களும் இயற்றியிருக்கின்றார். தமிழ் வித்வான்களை நன்கு ஆதரிப்பவர். அவர் எனக்கு மிகவும் சிறந்த நண்பர். எங்களிருவருக்கும் செய்யுளுருவத்திற் கடிதப் போக்குவரத்து நடைபெற்றதுண்டு.

ஸ்ரீநிவாஸையர்

பத்திரப் பதிவிலாகாத் தலைவராக இருந்த திவான் பகதூர் ஆர்.வி. ஸ்ரீநிவாஸைய ரென்னும் பெரியார் கும்பகோணம் காலேஜில் இருந்தவர்; இங்கும் சில காலம் ஆசிரியராக இருந்தார். அவர் கணிதத்தில் மிகச் சிறந்த அறிவுள்ளவர். அவரை "யூக்ளிட் ஸ்ரீநிவாஸையர்" என்று சொல்வார்கள். அவருடைய அறிவுக்கு விளங்காத புதிய விஷயம் எதுவும் இல்லை. எந்த விஷயத்தையும் உழைத்து விரைவில் கற்றுக்கொண்டு பாடஞ்சொல்வார். தமக்குரிய பாடமல்லாத மற்றப் பாடங்களைக்கூட அவர் திறம்படக் கற்பித்திருக்கிறார். அவர் தமிழிலும் அறிவுள்ளவர். ஒருமுறை அவரைச் சர்வகலாசாலையார் தமிழ்ப் பரீட்சகராக நியமித்த போது அவர், 'நான் இதற்கேற்ற தகுதியுடையவ னல்லன்' என்று மறுத்து விட்டனர். இங்ஙனம் தம்முடைய தகுதியை அறிந்து அதற்கு மேற்பட்ட முயற்சிகளில் தலையிடாமல் இருப்பவர்கள் இவ்வுலகில் மிக அரியர்.

எல்.டி. ஸ்வாமிக்கண்ணு

இங்கே சிலகாலம் 'லாடின் *(Latin)* மாஸ்ட'ராக இருந்த திவான் பகதூர் எல்.டி. ஸ்வாமிக்கண்ணுப் பிள்ளை யவர்கள் எனக்குப் பழக்கமானவர். அவர் இங்கே வேலை பார்த்த பிறகு பல பெரிய பதவிகளில் இருந்து நற்புகழ் பெற்றவர். கணித சாஸ்திரத்தில் மிகவும் உழைத்துச் சில புஸ்தகங்கள் வெளியிட்டிருக்கிறார். தமிழ் இலக்கியங்களிலும் சிலாசாஸனங் களிலும் வரும் காலக் குறிப்புக்களை அவர் ஆராய்ந்து விளக்கியுள்ளார். அவை சரித்திர ஆராய்ச்சியாளர்க்கு மிகவும் உபயோகமாக உள்ளன. அவர் எல்லோரிடமும் சுலபமாக பழகும் இயல்புடையவர்.

இக்காலேஜில் ஸ்ரீ எம். சேக்ஷகிரி சாஸ்திரியா ரென்பவர் சில காலம் ஸம்ஸ்கிருத புரொபஸராக இருந்தார். அவருக்கு ஆறு பாஷைகளிலும் சங்கீதத்திலும் பயிற்சி உண்டு. வீணை வாசிப்பார். மொழியிலக்கண ஆராய்ச்சியில் அவர் அதிகமாக ஈடுபட்டிருந்தார்.

கும்பகோணத்திலும் பின்பு சென்னையிலும் புரொபஸராக இருந்த ஸ்ரீ மளூர் அரங்காசாரியா ரென்பவர் ஸயன்ஸிலும், தத்துவ சாஸ்திரத்திலும், ஸம்ஸ்கிருதத்திலும் சிறந்த பண்டிதர்.

ம. அரங்காசாரியார்

வெளிநாடுகளிலிருந்து எந்த அறிஞர் வரினும் அவரைக் கண்டு பேசிவிட்டுச் செல்வது வழக்கம். அவருடைய உபந்நியாசம் மிகச் சிறந்ததாக இருக்கும். *மணிமேகலை* யென்னும் தமிழ்க் காவியத்தை நான் ஆராய்ந்து பதிப்பித்த காலத்தில் பௌத்தமத சம்பந்தமான பல விஷயங்களை அவர் எனக்குத் தெரிவித்து உதவிபுரிந்தார்.

இந்தக் காலேஜில் ஸம்ஸ்கிருத புரொபஸராக உள்ளவர்கள் சென்னை அரசாங்கத்துக் கையெழுத்துப் புஸ்தகசாலையின் தலைவராகவும் இருப்பதால் இந்தக் காலேஜுக்கும் அந்தப் புஸ்தகசாலைக்கும் நெருங்கின சம்பந்தம் இருந்திருக்குமென் றெண்ணுகிறேன்.

ஜி. எச். ஸ்டுவர்ட்டு

இந்தக் காலேஜில் பிரின்ஸிபாலாக இருந்த பிறகு டைரக்டர் பதவியை வகித்த ஸ்ரீமான் ஜி.எச். ஸ்டுவர்ட்டு துரை யவர்களால் நான் கும்பகோணத்திலிருந்து இங்கே மாற்றப்பெற்றேன். அவர் சிறந்த நுண்ணறிவுடையவர். பிறருடைய கருத்தைக் குறிப்பினாலே அறிந்துகொள்ளும் திறமையினர்.

ஜே.பி.பில்டர் பெக்

*1903*ஆம் வருஷ முடிவில் நான் இந்தக் காலேஜுக்கு வந்தேன். அதுமுதல் *1919*ஆம் வருஷம் மார்ச்சு மாதம் முடியப் பதினாறு வருஷகாலம் இங்கே இருந்து தமிழ்ப் பாடம் சொல்லிவந்தேன். நான் இங்கே வந்த காலத்தில் ஸ்ரீமான் ஜே.பி.பில்டர் பெக் துரை யவர்கள் பிரின்ஸிபாலாக இருந்தார். அவர் கும்பகோணத்தில் இருந்த போதே எனக்குப் பழக்கமானவர். அங்கே இருந்த காலத்தில் அவருடைய கல்விப் பெருமையை நான் அறிந்தேன். நான் *சீவகசிந்தாமணி* என்னும் ஜைன காவியத்தை முதன் முறை பதிப்பித்த காலத்தில் அவர் ஐந்து பிரதிகளை விலைக்கு வாங்கிக் கேம்பிரிட்ஜ் யூனிவர்ஸிடி முதலிய இடங்களுக்கு அனுப்பி அங்கிருந்து ரசீது வருவித்துக் கொடுத்தார்.

பாரிஸ் யூனிவர்ஸிட்டியில் ஆசிரியராக இருந்த புரொபசர் ஜூலியன் வின்ஸோன் என்பவர் சிந்தாமணியைப் பற்றிப் பிரெஞ்சு பாஷையில் ஒரு கட்டுரை எழுதி அந்நூலிலிருந்து சில பகுதிகளையும் மொழிபெயர்த்து வெளியிட்டார். அந்தப்

வின்ஸோன்

புஸ்தகத்தில் ஒரு பிரதி அவர் எனக்கு அனுப்பவே, பிரெஞ்சு தெரிந்தவர் பில்டர் பெக் துரையையன்றி வேறு ஒருவரும் இல்லாமையால் அவரிடம் காட்டினேன். அவர் படித்துப் பார்த்துவிட்டு, "நீங்கள் அச்சிட்ட நூலைப்பற்றி எழுதியிருக்கிறார். உங்களையும் பாராட்டியிருக்கிறார். உங்களால் காலேஜின் பெயர் விளங்குகிறது" என்றார். ஆக்ஸ்போர்டு யூனிவர்ஸிடியில் தமிழாசிரியராக இருந்த ரெவரெண்டு ஜி.யூ. போப் துரை அவருடைய நண்பர். அவர் தம்மிடம் என்னைப் பற்றிப் பலமுறை சொல்லியிருப்பாதாகப் பில்டர் பெக் துரை கூறுவதுண்டு.

என்னுடைய தமிழாராய்ச்சியைக் குறித்துத் துரைத் தனத்தாருக்குத் தெரிவித்து 1905ஆம் வருஷம் எனக்கு ஆயிரம் ரூபாய் கொடுக்கும்படி செய்வித்தவர் அவரே. அவர் சீமைக்குப் போகும் காலத்தில் நான் பார்க்கச் சென்றிருந்தேன். அவர் அன்போடு சில நேரம் பேசியிருந்துவிட்டு, "நான் அங்கே ரெவரெண்டு ஜி.யூ. போப்பைக் காண்பேன். அவர் உங்களைப்பற்றி விசாரிப்பார். வைதிகக் கோலத்தோடுள்ள உங்கள் படம் ஒன்று வேண்டுமென்று முன்பே அவர் கேட்டிருக்கிறார். நீங்கள் கொடுத்தால் அவரிடம் சேர்ப்பிப்பேன்" என்றார். நான் அப்படியே கொடுத்தேன். சீமைசென்ற பிறகும் அவர் அன்புடன் சில கடிதங்கள் எழுதியிருக்கிறார். தம் கையெழுத்திட்டு அவர் கொடுத்த அவரது படத்தை எனக்கு அருகிலே இன்னும் வைத்துக்கொண்டிருக்கிறேன்.

அவருக்குப்பின் பிரின்ஸிபாலாக இருந்த ஸ்ரீமான் ஜே. எச். ஸ்டோன் துரையவர்களும் எனக்குப் பலவித அநுகூலங்களைச் செய்திருக்கிறார். அவர் மிக்க கருணையுடையவர். பகைவர் களுக்கும் நன்மையையே செய்ய விரும்புபவர். அவர் கும்பகோணத்திலும் இருந்தார். அப்பொழுதே எனக்குப் பழக்கம் உண்டு. அங்கே அவர் இருந்த காலத்தில் மாணாக்கர்கள் கல்வியில் அபிவிருத்தி யடைவதோடு தேகப் பயிற்சியிலும் அதிகமான கவனம் செலுத்த வேண்டுமென்னும் விருப்பமுடையவ ராதலின் முதல் முதலாகக் காற்பந்து, கிரிக்கட் முதலிய விளையாட்டுக்களை மாணாக்கர்களுக்குப் பழக்கிவைத்தார்; ஒரு வருஷம் ஷேக்ஸ்பியர் இயற்றிய *நடுவேனிற் கனவு* என்னும் நாடகத்தையும் அடுத்த வருஷம் *வெனிஸ் வணிகன்* என்னும் நாடகத்தையும் ஆங்கிலத்தில் மாணாக்கரைக் கொண்டு நடிக்கச் செய்தார்; அவ்விரண்டு நூல்களையும் தமிழிலும் மொழிபெயர்க்கச் செய்தார். அவருக்கு

அம் மகாகவியினிடத்திருந்த அபிமானமும் ஈடுபாடும் அப்போது வெளியாயின.

பிரஸிடென்ஸி காலேஜில் அவர் இருந்த காலத்தில் ஒரு சமயம் காலஞ்சென்ற தூத்துக்குடி வ.உ. சிதம்பரம் பிள்ளை சிறையிலிருந்து திருக்குறளிற் சில சந்தேகங்களை எனக்கு எழுதியனுப்பி விடையெழுத விரும்பினார். சிறையிலுள்ள அவருக்கு நான் கடிதம் எழுதுவது உசிதமாக இருக்குமா என்று ஸ்டோன் துரையைக் கேட்டேன். "அவசியம் எழுதவேண்டும்; சிறைச்சாலைக்குள் ஒருவரது பழக்கமும் இல்லாமல் கஷ்டப் படுபவர்களுக்கு நாம் உதவிசெய்வது அவசியம். ஆனால் கடிதத்தை நீங்கள் நேரே அனுப்ப வேண்டாம். எழுதி என்னிடம் கொடுங்கள்; நான் சிறையதிகாரி மூலம் அவருக்கு அனுப்பி விடுகிறேன்" என்றார். நான் அங்ஙனமே செய்தேன்.

ஸ்டோன்

ஸ்டோன் துரைக்குப் பிறகு காலேஜுக்குத் தலைவராகச் சில காலம் ஸ்ரீமான் ஈ. டபிள்யூ. மிடில் மாஸ்டு துரை இருந்தார். அவர் முதலில் உதவிக் கல்வியிலாகாத் தலைவர் வேலையையும் சேர்த்துப் பார்த்து வந்தார். அவர் எப்பொழுதும் முயற்சியோடு இருப்பவர். ஒவ்வொரு காரியத்தையும் திருத்தமாகக் கவனிப்பார். வேலைகளைப் பார்த்த காலம் போக மற்றக் காலங்களிற் படித்துக் கொண்டே இருப்பார்.

மிடில் மாஸ்டு

சென்னைக் கவர்னராக இருந்த லார்ட் கார்மைகேல் பிரபு அவர்கள் 1911ஆம் வருஷம் மகாபலிபுரத்துக்கு விஜயம் செய்தார். அதற்கு முன் அத்தலத்தைப் பற்றிய செய்திகளைத் தெரிவிக்க வேண்டுமென்று செங்கற்பட்டு ஜில்லாக் கலெக்டர் விரும்பியபடி ஸ்ரீ மிடில் மாஸ்டு முகமாக நான் தெரிந்தவற்றைத் தொகுத்து எழுதி அனுப்பினேன். துரைத்தனச் சிற்ப இலாகாக் காரியாலயத்துக்கு அந்தக் கவர்னர் வந்த காலத்தில், அங்குள்ள விக்கிரகங்கள் முதலியவற்றைப் பற்றித் தெரிவிக்கும் பொருட்டு மிடில் மாஸ்டு துரை என்னை அனுப்பினார். நான் சென்று அங்ஙனமே அவற்றை விவரமாக விளக்கிச் சொல்லிவிட்டு வந்தேன்.

சில தினங்களுக்குப் பின்பு அக்கவர்னர் இந்தக் காலேஜிற்கு விஜயஞ் செய்தார். அப்போது அவர் விஷயமாக இரண்டு

செய்யுட்களை எழுதி வாசித்தேன்; பிறகு, தமிழ் வகுப்புக்கு வந்தபோது நான் பதிப்பித்த நூல்களின் ஏட்டுச் சுவடிகளையும், அச்சுப் பிரதிகளையும், எழுத்தாணியையும் காட்டினேன். கவர்னர் துரை அந்த வகுப்பில் மட்டும் அரை மணிக்கு மேல் இருந்து அவற்றைப் பார்த்து மகிழ்ந்து சென்றார். மிடில் மாஸ்டும், அக்காலத்தில் கல்வியிலாகாத் தலைவராக இருந்த ஸ்ரீ போரன் துரையும் நான் கவர்னருக்கு வாழ்த்துப் பாடல் கூறியதையும் ஏட்டுச் சுவடிகள் காட்டியதையும் மிகவும் பாராட்டினார்கள்.

மேற்கூறிய பிரின்ஸிபால்களுள் பெரும்பாலோர் என் ஜாகைக்கு வந்து என்னுடைய புஸ்தகசாலையைப் பார்த்து மகிழ்ந்து சென்றதுண்டு.

எச். ஜே. ஆலன்

மிடில் மாஸ்டுக்குப் பிறகு பிரின்ஸிபாலாக வந்தவர் ஸ்ரீமான் எச். ஜே. ஆலன் துரை யவர்கள். அவர் காலத்தில் 1919ஆம் வருஷம் காலேஜிலிருந்து நான் விடை பெற்றுக் கொண்டேன். அப்போது, "தங்களுக்கு ஏதாவது என்னால் ஆகவேண்டியதிருந்தால் கவனிப்பேன்" என்றார். நான், "என்னுடன் இருந்து தமிழாராய்ச்சியில் எனக்கு உதவி செய்துவரும் பண்டிதராகிய இ.வை. அனந்தராமையருக்கு என் ஸ்தானத்தை அளிக்க வேண்டும். இதுதான் என் விருப்பம்" என்றேன். அவர் அதை மனத்தில் வைத்திருந்து என் விருப்பத்தை நிறைவேற்றினார்.

அதே வருஷத்தில் சில அன்பர்கள் சேர்ந்து என் படத்தைக் காலேஜில் வைக்க ஏற்பாடு செய்தார்கள். அதை ஏற்றுக்கொண்டு மேற்கூறிய ஆலன் துரை அரை மணி நேரம் என்னைப் பாராட்டிப் பேசினார். அவர் பேச்சின் கருத்தை நண்பர்கள் முகமாக அறிந்த போது, என்னைப் பற்றி அவர் அவ்வளவுதூரம் அறிந்து கொண்டிருப்பது ஆச்சரியமாக இருந்தது.

ஹெச். எஸ். டங்கன்

ஆலன் துரைக்குப் பின் பிரின்ஸிபாலாக வந்த ஸ்ரீ ஹெச். எஸ். டங்கன் துரை எனக்குப் பழக்கமானவரே. அவருடைய தந்தையாராகிய ஸ்ரீ.டி. டங்கன் துரை இங்கே பிரின்ஸிபாலாகவும் அப்பால் கல்வியிலாகாத் தலைவராகவும் இருந்தார். அவர் சிறந்த தத்துவ சாஸ்திர ஆசிரியராகிய ஸ்ரீ ஹெர்பர்ட் ஸ்பென்ஸருடைய மாணாக்கர். அவர் காலேஜை விட்டு நீங்கும்போது, "என்னுடைய

குருவாகிய ஹெர்பர்ட் ஸ்பென்ஸர் பல அரிய வேலைகளைச் செய்து வைத்திருக்கிறார். நான் சீமைக்குப் போய் அவருக்குச் சகாயம்செய்ய எண்ணியிருக்கிறேன்" என்றார். தம்முடைய குருபக்திக்கு அறிகுறியாகத் தம் குமாரருக்கு ஹெர்பர்ட் ஸ்பென்ஸர் டங்கன் என்று பெயர் வைத்தார்.

ஹெர்பர்ட் ஸ்பென்ஸர் டங்கன் தம்முடைய தந்தையாரைப் போலவே முதலில் இந்தக் காலேஜில் பிரின்ஸிபாலாக இருந்ததோடு பிறகு கல்வியிலாகாத் தலைவராகவும் விளங்கினார். அவர் என் வீட்டிற்கு வந்து என்னுடைய புஸ்தகசாலையைப் பார்த்துச் சென்றிருக்கிறார்.

வில்ஸன்

இக்காலேஜில் கெமிஸ்ட்ரி புரொபஸராக இருந்த ஸ்ரீமான் வில்ஸன் துரை யென்பவர் எனக்குப் பழக்கமானவர். அவர் அஞ்சாத நெஞ்சர். யாரிடத்திலும் தாக்ஷிண்யம் காட்டமாட்டார். ஸயன்ஸ் ஆராய்ச்சிக்குரிய பல அருமையான கருவிகளைச் சேகரித்தார். அவர் இந்தக் காலேஜை விட்டு நீங்கும்போது ஒரு சபை கூட்டி அவரை ஆசிரியர்களும் மாணாக்கர்களும் உபசரித்தார்கள். அந்தச் சபையில் அவர் பேசியபோது, "நான் எவ்வளவோ சிரமப்பட்டுப் பல கருவிகளைச் சேகரம் செய்தேன். அவற்றின் அருமையை இங்குள்ளவர்கள் உணர்வார்களோ என்று சந்தேகிக்கிறேன். என்னிடம் பல மாணாக்கர்கள் படித்தார்கள். நானும் உழைத்துக் கற்பித்தேன். சிலர் சிறந்த புத்திசாலிகளாக விளங்கினர். ஆனாலும், எல்லோரும் படிப்பின் உண்மையான பிரயோஜனத்தை அடையவில்லை. மேலும் மேலும் ஆராய்ச்சி செய்து அந்த வித்தையை உலகத்துக்கு உபயோகப்படுத்தவில்லை. உத்தியோகமே பெரிதென்று எண்ணிப் போய்விட்டார்கள்" என்றார். ஸயன்ஸ் ஆராய்ச்சியில் அவருக்கு இருந்த பற்றின் தன்மை அப்போது நன்கு வெளிப்பட்டது.

இங்கே ஸம்ஸ்கிருத புரொபஸராக இருந்த ஸ்ரீமான் ஜி. ஆபர்ட் துரையைப் பார்த்துப் பழகியிருக்கிறேன். அவர் பண்டிதர்களுடைய உதவியினால் சுக்கிர நீதியைத் தமிழில் மொழிபெயர்த்து வெளியிட்டார். அவர் தமிழிலும் அபிமானமுடையவர்.

இதுகாறும் கூறிவந்த ஐரோப்பிய ஆசிரியர்களுக்குத் தமிழ் அன்னிய பாஷையாக இருந்தும் அவர்களுக்கும் எனக்கும் நேர்முகமான சம்பந்தம் ஏற்பட இயலாமலிருந்தும் அவர்களில் ஒவ்வொருவரும் என்னிடத்தில் மிக்க அபிமானத்தையும்

ஆதரவையும் காட்டியதை இன்றும் நினைத்து மனமாரப் பாராட்டுகின்றேன். அவர்கள் பணத்தை மட்டும் கருதி மதிப்பவர்களல்ல ரென்பதை நன்கு தெரிந்து கொண்டேன்.

இந்தக் காலேஜில் தமிழ்க் கல்வியின் சம்பந்தம் மிகச் சிறந்த நிலையிலேயே இருந்து வந்திருக்கின்றது. இங்கே தமிழாசிரியராக விளங்கியவர்கள் சிறந்த மதிப்புடையவர்களாக இருந்தார்கள். அக்காலத்தில் சென்னையில் கல்விச் சங்கமென்ற சங்கமொன்று இருந்தது. அச்சங்கத்தார் பல அரிய நூல்களை வெளியிட்டிருக்கிறார்கள். இக்காலேஜில் பண்டிதர்களாக இருந்த பலர் அச்சங்கத்தில் சேர்ந்து உழைத்திருக்கிறார்கள்.

ஆரம்பகாலத்தில் இந்தக் காலேஜில் ஸம்ஸ்கிருத பாடமே கற்பிக்கப்படவில்லை யென்று தெரிகின்றது. தேச பாஷைகளுக்குத் தனியே புரொபஸர்கள் இருந்திருக்கிறார்கள். தமிழுக்கு இரண்டு ஆசிரியர்கள் இருந்த காலமும் உண்டு.

நான் இருந்த காலத்தில் பல வருஷங்கள் தமிழ்ப் பாடமே இல்லாமல் தமிழ் வியாசம் மாத்திரம் பாடமாக இருந்து வந்தது. நல்ல செய்யுட்களைப் பாடம் சொல்வதற்கில்லை என்ற வருத்தம் எனக்கு இருந்தது. இப்போது தமிழ் நூல்கள் பாடமாக வைக்கப் பெற்று வருவது திருப்தியை அளிக்கிறது.

பி. பார்ஸிவல்

இது காலேஜான ஆரம்பத்தில் தமிழாசிரியராக இருந்தவர் முற்கூறிய மகாலிங்கைய ரென்பவர். அவர் ஆதிசைவர். மழவராயனேந்த லென்னும் ஊரினர். அக்காலத்தில் இந்நகரில் தமிழ் விஷயமாக எந்த நிகழ்ச்சி நடைபெற்றாலும் அவருடைய சம்பந்தம் இருக்கும். அவர் முதல் முதலில் சிறுவர்களுக்கு உபயோகமாகும்படி வசன நடையில் ஓர் இலக்கணம் எழுதினார். *தொல்காப்பிய* எழுத்ததிகார நச்சினார்க்கினியர் உரையைப் பதிப்பித்தார். *மழவைச் சிங்கார சதகம்* முதலிய சில செய்யுள் நூல்களையும் இயற்றினார். யாழ்ப்பாணத்து நல்லூர் ஆறுமுக நாவலரைக் கொண்டு ரெவரண்ட், பி. பர்ஸிவல் துரை யவர்கள் மொழிபெயர்த்த பைபிளை மகாலிங்கையர் பார்த்துத் திருத்தமாக இருப்பதாக ஒப்புக்கொண்ட பின்னரே பாதிரிமார்கள் திருப்தியுற்றனர். இச்செய்தி ஆறுமுக நாவலர் சரித்திரத்தால் விளங்கும். பர்ஸிவல் துரை இந்தக் காலேஜில் முதல் தமிழ்ப் புரொபஸராக இருந்தார். அவர் *இங்கிலீஷ் – தமிழ் அகராதி* ஒன்று வெளியிட்டிருக்கிறார். அவ்வகராதி இப்போதும் அதிகமாக வழங்கி வருகிறது.

மகாலிங்கையர் காலேஜை விட்டு விலகும்போது தம்முடைய ஆசிரியராகிய விசாகப்பெருமாளைய ரென்னும் வீரசைவ வித்துவானைத் தம் ஸ்தானத்தில் இருக்கும்படி செய்வித்தார். விசாகப் பெருமாளையர் பரம்பரையாக வித்துவான்களாக இருந்த குடும்பத்தில் உதித்தவர். அவருடைய தந்தையார் திருத்தணிக்கைக் கந்தப்பையரென்னும் சிறந்த தமிழ் வித்துவான். விசாகப் பெருமாளையர் இயற்றமிழாசிரிய ரென்று வித்துவான்களால் அளிக்கப்பட்ட பட்டத்தைப் பெற்றவர். பல தமிழ் இலக்கண இலக்கிய நூல்களுக்கு உரை எழுதிப் பதிப்பித்திருக்கிறார். பொருளிலக்கணத்தைத் தவிர மற்ற நான்கு இலக்கணத்தையும் வினா விடையாக எழுதியிருக்கின்றார். *பால போத இலக்கண* மென்ற வசன இலக்கணத்தையும், திருக்குறளுக்குத் தெளிபொருள் விளக்கமென்ற ஓர் உரையையும், *நன்னூலுக்குக் காண்டிகை* உரையொன்றையும் எழுதி அச்சிட்டார். இவை யாவும் மாணாக்கர்களுக்குப் பெரிதும் உபகாரமாக உள்ளன.

அவருக்கு அப்பால் வந்தவர்களுள் ஸ்ரீநிவாஸ ராகவாசரியா ரென்பவர் ஒருவர். அவர் வடமொழியிலும் தென்மொழி யிலும் புலமை வாய்ந்தவர். *விஷ்ணு புராணத்தையும் உத்தர ராமாயணத்தையும்* தமிழில் மொழிபெயர்த்து வெளியிட் டிருக்கிறார். *தண்டியலங்கார சாரம்* என்ற அலங்கார இலக்கண வசன நூலொன்றையும் இயற்றினார். அது மிகவும் அருமையானது.

ஸ்ரீ மகாவித்துவான் மீனாட்சிசுந்தரம் பிள்ளை யவர்களின் மாணாக்கராகிய பொன்னம்பல முதலியா ரென்பவரும், கோமளபுரம் இராசகோபால பிள்ளை யென்பவரும் பின்பு தமிழாசிரியராக இருந்தனர். இராசகோபால பிள்ளை *கம்பராமாயணத்தில்* நல்ல பழக்கமுடையவர். பல வைஷ்ணவ நூல்களை அச்சிட்டிருக்கிறார்.

தொழுவூரார்

பின்வந்த தொழுவூர் வேலாயுத முதலியா ரென்பவர் இலக்கண இலக்கியப் பயிற்சியிலும் செய்யுள் செய்வதிலும் வசனம் எழுதுவதிலும் பிரசங்கம் செய்வதிலும் சமர்த்தர். பல செய்யுள் நூல்களை இயற்றியிருக்கிறார். *பெரியபுராண வசனம், வேளாண் மரபியல், சங்கர விஜயம், பராசர ஸ்மிருதி* முதலிய வசன நூல்கள் அவரால் எழுதப்பட்டன.

ஸ்ரீ கிருஷ்ணமாசாரியார், பு.ம. ஸ்ரீநிவாஸாசாரியா ரென்போர் எனக்கு முன்பு பண்டிதர்களாக இருந்தனர். கிருஷ்ணமாசாரியார் *சண்ட கௌசிக* மென்னும் வடநூலைத் தமிழில் மொழிபெயர்த்தார்.

வை.மு. சடகோபன்

ஸ்ரீநிவாஸாசாரியார் ஸங்கீதப் பயிற்சி யுள்ளவர்; ஹரிகதை செய்பவர். ஒரு ஸங்கீத சபைக்குத் தலைவராக இருந்து நடத்தினார். அவர் 1903ஆம் வருஷம் தேக அசௌக்கியத்தால் சில காலம் ஓய்வு பெற்றுக் கொண்டிருந்தபோது. ஸ்ரீ வை.மு. சடகோப ராமாநுஜாசாரியார் அவரது ஸ்தானத்தில் இருந்துவந்தார். சடகோப ராமாநுஜாசாரியார் புத்தி தீக்ஷண்யமும் சுறுசுறுப்பும் உடையவர். மெட்றிகுலேஷன், எப்.ஏ., பி.ஏ., பரீட்சைகளுக்குரிய பாட புஸ்தகங்களுக்கு உரையெழுதி வெளியிட்டார்.

இந்தக் காலேஜில் மாணவர் தமிழ்ச் சங்கமொன்று நெடுநாட்களாக நடந்து வருகிறது. நான் இருந்த காலத்தில் அந்தச் சங்கத்தில் மதுரையில் இப்போதுள்ள தமிழ்ச் சங்கத்தை ஸ்தாபித்தவரும் பாலவனத்தம் ஜமீன்தாருமாகிய ஸ்ரீமான் பொ. பாண்டித்துரைத் தேவர், துரைத்தன நிர்வாக அங்கத்தினராக இருந்த வி. கிருஷ்ணசாமி ஐயர், ஜஸ்டிஸ் பி.ஆர். சுந்தரமையர் முதலியவர்கள் ஆண்டு நிறைவு விழாக்களில் அங்கிராசனம் வகித்துப் பேசியிருக்கிறார்கள். ஸ்ரீ ஸி. சுப்பிரமணிய பாரதியார் இரண்டு மூன்று முறை பிரசங்கம் செய்திருக்கிறார். வேறு அறிஞர் பலரும் பிரசங்கங்கள் செய்ததுண்டு.

இந்தக் காலேஜ் தொடங்கி இப்போது நூறு ஆண்டுகள் ஆயின வென்பதை நினைக்கும்போது இந்த நூறு ஆண்டுகளிலும் எத்தனை மாணாக்கர்களை இக்காலேஜ் உண்டாக்கியிருக்கின்ற தென்பதை எண்ணி மகிழ்கின்றேன். இது மேன்மேலும் அபிவிருத்தி யடைந்து இந்த நாட்டுக்கு அறிவையும் பெருமையையும் அளித்துக் கொண்டு நிலவ வேண்டுமென்று ஸர்வேசுவரனைப் பிரார்த்திக்கின்றேன்.

சென்னைப் பிரஸிடென்ஸி காலேஜ்
நூற்றாண்டு விழா மலர், பிப்ரவரி, 1940

20

எனது நோக்கம்

"உங்களுடைய நோக்கம் என்ன?" என்று கேட்பது எளிது; அதற் குண்மையாக விடையளிப்பது அரிது. "உங்களுடைய நோக்கத்தைப் பற்றிச் சில வரிகள் எழுதுங்கள்" என்று கலைமகள் ஆசிரியர் விரும்பினார். 'என்னுடைய நோக்கத்தை அறிவதால் உண்டாகும் பயன் என்ன? பெரியோர்களுடைய நோக்கத்தை அறிந்து அதன்படி நடக்க முயன்றால் பயன்படும்' என்று எண்ணினேன்; ஆனாலும் அன்பினால் அவர் கேட்பதற்கு ஒருவகையாக விடையளிக்கத் துணிந்து சிலவற்றை எழுதலானேன்.

என்னுடைய வாழ்வின் நோக்கமெல்லாம் பெரும்பாலும் தமிழ்த் தொடர்புடையதுதான். தமிழ் நூல்களை ஆழ்ந்து பயிலவேண்டும். பலமுறை பயின்றால்தான் உண்மை புலப்படும். முதலிலே கடினமாகத் தோன்றினாலும் பலகால் பயின்றால் வரவரத் தெளிவுண்டாகும். ஒரு நூலிலுள்ள சொற்சுவை பொருட்சுவைகளை அனுபவித்துப் படிக்கவேண்டும். அவற்றைப் பிறரும் அறியும்வண்ணம் எளிய நடையிற் சொல்லவும் எழுதவும் வேண்டும்.

பழைய நூல்களைத் தெளிவாக ஆராய்ந்து உண்மைக் கருத்தை அறியவேண்டும். தெரியாத வற்றைத் தெரிந்தனவாகக் காட்டலாகாது. அந்நூல்களைப் பாதுகாக்கவேண்டும். புதிய கருத்துக் களை அவற்றில் ஏற்றிவிடலாகாது. அவசியமல்லாத கருத்துக்களை மேற்கொண்டு நூலையோ உரையையோ எழுதிப் பிறரை வற்புறுத்தி

மகிழச்செய்தல் நலமன்று. பழைய நூல்களிற் சொற்பொருட் குற்றம் இருப்பதாகத் தோற்றினால் அங்ஙனம் அமைத்ததற்குக் காரணம் என்னவென்று ஆராயவேண்டும். நமக்கு விளங்காததனால் ஒன்றைக் குற்றமென்று துணிந்துவிடுவதால் பயன் இல்லை. நாமே நன்றாக அறிந்துவிட்டோமென்று மதித்து அயலாரைத் தாழ்வாக நினைத்தலும் பேசுதலும் கூடா. பிறர் எழுதியுள்ளவற்றை அவமதியாமல், குணமான பாகங்களை அறிந்து உபயோகித்துக் கொள்ளவேண்டும்.

கற்றவர்களிடத்தில் முறையாகப் பாடங் கேட்கவேண்டும். கேட்டவற்றைச் சிந்தித்து முறையாகப் பாடஞ் சொல்ல வேண்டும். அதைவிடப் பெரிய உபகாரம் வேறு இல்லை. எப்பொழுதும் படித்துக்கொண்டே இருக்க வேண்டும்.

முன்னோர் ஒழுகிவந்த முறையைப் பெரும்பாலும் பின்பற்றுதலே மன ஒருமைக்கு வழியாகும். புதுக் கொள்கைகள், புதிய மதங்கள், புதிய தெய்வவழிபாடு முதலியவற்றை ஆராய்ச்சியின்றி மேற்கொண்டால் அவை நம் மன இயல்போடு பொருந்துவதற்குப் பலகாலம் செல்லும்; ஜனங்களிடையே ஒற்றுமையும் கடைப்பிடிப்பும் தவறிவிடும். பிற மதங்களையும் தெய்வங்களையும் தூஷித்தல் கூடாது. அயல் மதக் கொள்கைகளையும் வேறுபாஷையி லுள்ள அரிய செய்திகளையும் அறிந்து வைத்தல் அறிவை விரிவுறச்செய்யும்.

எந்தச் சமயத்தாரோடும் எந்தத் தேசத்தாரோடும் சகோதர பாவத்துடன் ஒற்றுமையாயிருந்து காலங்கழிக்க வேண்டும்.

மேற்கொண்ட காரியத்தைச் சிறிது சிறிதாகப் பலநாள் ஆராய்ந்து ஆராய்ந்து திருத்தமாக நிறைவேற்ற வேண்டும். முயற்சியிடையே யாரேனும் அவமதித்தால் அதனைப் பொருட்படுத்தாமல் காரியத்தைச் செய்துவர வேண்டும். நம்முடைய நெஞ்சறிய நற்காரியத்தை மேற்கொண்டு கடமையைச் செய்துவந்தால் இறைவன் அருளால் முடிவில் நன்மையே கிடைக்கும் என்பதில் ஐயமில்லை. செய்யும் காரியத்தைப் பயனால் தெரிவிக்க வேண்டுமேயன்றித் தொடங்கியது முதல், 'இப்படிச் செய்தேன், அப்படிச் செய்தேன்' என்று தாமே பாராட்டிப் பேசுதல் உயர்வன்று.

பிறர் செய்த குற்றத்தை மறந்துவிடுதலும் பலரிடையே எடுத்துக் கூறாமையும் நன்மை பயக்கும். சிற்றுதவி செய்தாரையும் மறவாமல் என்றும் நன்றி பாராட்டுதலினின்றும் தவறலாகாது. மனிதனை மனிதனாகச் செய்வது நன்றியறிவே யாகும்.

முதியவர்கள் படியாதவர்களாயினும் அவர்களுடைய பழக்கம் நன்மைகளை உண்டாக்கும். திருவாவடுதுறை யாதீனகர்த்தராக விளங்கிய மேலகரம் ஸ்ரீ சுப்பிரமணிய தேசிகரவர்கள் இதனை அடிக்கடி வற்புறுத்திக் கூறுவார்கள்.

நன்மையும் தீமையும் கடவுள் நம் வினைக்கேற்ப அமைப்பன வென்று எண்ணவேண்டும். ஆதலின் தீமை செய்தாரென்று நெஞ்சிற் பகையுற்று யாரையும் கடிதல் ஆகாது. தெய்வம் நன்மையையே உண்டாக்கும் என்ற நம்பிக்கை உறுதிப்பட வேண்டும். அது பலவிதமான இடையூறுகளை எளிதில் வெல்லக்கூடிய வன்மையை அளிக்கும்.

பெரியோர் வாயிலாகவும் அநுபவத்தினாலும் அமைந்த நோக்கங்கள் பலவற்றுள் இவை சில. இவற்றின்படி நடக்கவே நான் முயன்று கொண்டுவருகிறேன்.

இன்பம் விழையான் வினைவிழைவான் தன்கேளிர்
துன்பந் துடைத்தூன்றுந் தூண்.

***கலைமகள்*, தொகுதி 7, பகுதி 37 – 42, 1935**

21

தமிழ்மகள் திருநாள்

[சதாபிஷேக பாராட்டுக் கூட்ட ஏற்புரை]

இருந்தமிழே உன்னால் இருந்தேன் இமையோர்
விருந்தமிழ்தம் என்றாலும் வேண்டேன் – திருந்த
உதிப்பித்த பன்னூல் ஒளிர அடியேன்
பதிப்பிக்க வேகடைக்கண் பார்.

அக்கிராசனாதிபதி யவர்களே! பெண்மணிகளே! அன்பர்களே!

என்னுடைய 81ஆவது ஜன்ம தினமாகிய இன்று உங்களெல்லோரையும் கண்டு உங்களுடைய அன்பு நிறைந்த உபசாரங்களைப் பெறவைத்த இறைவன் திருவருளை வழுத்துகின்றேன்.

இப்பொழுது வாசிக்கப் பெற்ற உபசார பத்திரங்களில் என்னை அளவுக்குமேலே புகழ்ந் திருக்கிறீர்கள். அவை உங்களுடைய பேரன்பை விளக்குகின்றன. அவற்றில் என்பால் உள்ளனவாகச் சொல்லப்பட்ட இயல்புகள் யாவும் என்னிடத்தில் இல்லையாயினும் இன்னபடி இருப்பது நலம் என்ற எண்ணத்தை அவை உண்டாக்குகின்றன. என்னுடைய இளம்பிராயந் தொடங்கித் தமிழ்த்தாயின் திருப்பணியை எனக்குத் தெரிந்த வரையில் செய்து வருகிறேன். எனது உழைப்பு உங்களுக்கெல்லாம் உவப்பைத் தந்திருக்கின்ற தென்பதை இந்த உபசாரபத்திரங்கள் மூலமாக உணர்ந்து என் உள்ளம் நிறைவடைந்து குளிர்கின்றது. நீங்கள் அளித்த நிதி முதலியவைகளைத் தமிழ் அன்னையின் அருள்வடிவென்றே எண்ணுகிறேன். தமிழ்நாட்டின் பல வேறிடங்களிலிருந்து பல

வகையினரும் சேர்ந்து அளிப்பன வாதலின், இவை தமிழ் நாட்டார் என்பாற்கொண்ட பேரன்புக்கும் தமிழபிமானத்திற்கும் அடையாளங்களாக இருக்கின்றன.

இப்பொழுது என்னுடைய மனம் சந்தோஷ சாகரத்தில் மூழ்கியிருக்கின்றது. இறைவன் தரிசனம் அளித்ததைச் சொல்லும்போது, 'சொல்லுவ தறியேன் வாழி தோற்றிய தோற்றம் போற்றி' என்று சேக்கிழார் கூறியது நினைவுக்கு வருகிறது. மீண்டும் இளமை வந்தாற்போன்ற ஊக்கம் உண்டாகிறது. இன்னும் நான் செய்ய எண்ணியிருக்கும் பல தமிழ்ப்பணிகளும் இடையூறின்றி நிறைவேறும், தமிழர் ஆதரவு கிடைக்கும் என்ற நம்பிக்கை ஏற்படுகிறது.

இந்தக் கொண்டாட்டத்தை நடத்த முன்வந்த நிர்வாக சபையார்பால் நான் மிக்க நன்றியறிவு பாராட்டுகின்றேன். இந்த ஸந்தர்ப்பத்தில் தமிழ் நாட்டாருடைய நல்லன்பை நான் நன்கு அறிந்து ஊக்கம் பெற அவர்கள் முயற்சி உபகாரமாயிற்று. நிதிக்கு உதவி செய்தவர்களுக்கும் உபசாரபத்திரங்கள் வாசித்தளித்த ஸ்தாபனங்களுக்கும், அன்பர்களுக்கும், பத்திரிகைகளில் என்னைப் பாராட்டி எழுதிய பத்திரிகாசிரியர்களுக்கும், பிற அன்பர்களுக்கும் என் நன்றியறிவைத் தெரிவிப்பதையன்றி வேறு என்செய்ய வல்லேன்!

இவ்வளவு உபசாரத்திற்கும் நான் ஒருவனே உரியவனல்லன். என் இளமை தொடங்கி எனக்குப் பாடம் சொல்லி வந்த ஆசிரியர்களுக்கும் அவ்வப்போது என்னை ஆதரித்து வந்தவர் களுக்கும் என்னுடைய பதிப்புக்களுக்கு ஏடு தருதல் முதலிய பலவகை உதவிகளைச் செய்தவர்களுக்கும் உடனிருந்து ஸஹாயம் செய்தவர்களுக்கும் பிறருக்கும் இவ்வுபசாரத்திற் பங்கு உண்டு. அவர்கள் உதவி இன்றி நான் என்னுடைய தமிழ்ப்பணிகளை இயற்றமுடியுமோ?

பவ வருஷமாகிய இவ்வாண்டு என்னுடைய ஆசிரியராகிய ஸ்ரீ மீனாட்சிசுந்தரம் பிள்ளை யவர்கள் பிறந்த வருஷம். எனது ஜன்ம தினமாகிய உத்தரட்டாதி அவர்களுடைய ஜன்ம தினமாகிய பூரட்டாதியை அடுத்துள்ளது. அவர்களுடைய ஜனனத்தை நினைவுறுத்தும் இவ்வாண்டில் நான் இத்தகைய உபசாரங்களைப் பெற்றது அவர்களுடைய அன்பு இன்னும் என்னை பாதுகாத்து நிற்கின்றது என்பதைக் குறிக்கின்றது. எனக்குத் தம்முடைய தமிழாசிரியர் ஸ்தானத்தை அளித்துப் பாதுகாத்த ஸ்ரீ தியாகராச செட்டியா ரவர்களுடைய அன்பை நினைக்கின்றேன். அவர்கள் முயற்சியால் ஒரு நல்ல ஸ்தானம் எனக்குக் கிடைத்ததற்கு அறிகுறியாக நான் இருக்கும் இடத்திற்குத் தியாகராஜ விலாஸம்

என்ற பெயரை வைத்தேன். புகழுடம்பில் இருந்து என்னைப் பாதுகாக்கும் அவர்களுடைய இயல்பு என் நெஞ்சைவிட்டு என்றும் அகலாது. திருவாவடுதுறை யாதீனத்தில் இளமை தொடங்கி நான் அடைந்துவரும் பலவகையான ஆதரவுகளை நினைந்து உள்ளம் உருகுகின்றேன். தக்கயாகப் பரணி முதலிய ஏட்டுச் சுவடிகளை எனக்கு வழங்கிய தருமபுரமடத்தார் உபகாரத்தை என்றும் மறவேன். எனது உருவப் படத்தை இங்கே அமைக்கத் தந்து என்னைப் பிரகாசப் படுத்திய திருப்பனந்தாள் காசி மடாலயத் தலைவர்களை மனமார வாழ்த்துகின்றேன்.

இந்தக் கொண்டாட்டத்திற் கலந்து கொண்டு தங்களுடைய அன்பைப் புலப்படுத்திய எல்லோருக்கும் எனது மனப்பூர்வமான நன்றியை மீண்டும் செலுத்துகின்றேன்.

அயர்ச்சியினாலும் மறதியினாலும் பல அன்பர்களையும் பற்றிச் சொல்ல நேரமின்மையினாலும் இங்கே சொல்லப்படாத அன்பர்கள் யாவரும் இதுகாறும் சொன்னவற்றைத் தமக்கும் உரியனவாகக் கொள்ளும்படி வேண்டுகின்றேன். எல்லோருக்கும் நன்மையை உண்டாக்கியருளும்படி ஸர்வேசுவரனைப் பிரார்த்திக்கின்றேன்.

கலைமகள், தொகுதி 7, பகுதி 37 – 42, 1935

டாக்டர் உ.வே. சாமிநாதையர்

(II)
சுவடிதேடியது

22. நிலவில் மலர்ந்த முல்லை	191
23. திருமலைராயன் பட்டினத்தில் ஏடு தேடியது	200
24. இன்னும் அறியேன்!	209
25. மணிமேகலையும் மும்மணியும்	215
26. 'பவ்ய ஜீவன்'	222
27. உதிர்ந்த மலர்கள்	230
28. கும்மாயம்	245
29. படக்காட்சி	249
30. கடல் கடந்துவந்த தமிழ்	255
31. மாவிந்த புராணம்	267
32. செண்டலங்காரர்	272
33. 'இடையன் எறிந்த மரம்'	277
34. கள்ளனும் புலியும்	282

22

நிலவில் மலர்ந்த முல்லை

சீவகசிந்தாமணியை நான் முதன்முறை ஆராய்ந்து பதிப்பித்து வருகையில் (1887இல்) அதிலுள்ள மேற்கோள்கள் இன்ன இன்ன நூலிலுள்ளனவென்று கவனித்தபொழுது பல பழைய தமிழ் நூல்களைப் பற்றி அறிந்தேன். *பத்துப்பாட்டென்று* ஒரு தொகைநூல் உண்டென்பதும், அது **திருமுருகாற்றுப்படை* முதலிய பத்துத் தனிநூல்களை உடையதென்பதும் நாளடைவில் தெரியவந்தன. அதனால், *பத்துப்பாட்டைத்* தேடிப்பெற்று ஆராய வேண்டுமென்ற ஆவல் உண்டாயிற்று. பல நண்பர்களுடைய உதவியால் *பத்துப்பாட்டின்* ஏட்டுப் பிரதிகள் சில கிடைத்தன. ஆனாலும் அவற்றில் பத்துப் பாட்டுக்களும் இல்லை. இருந்த பாட்டுக்களும் தனியே மூலமில்லாமல் உரைமட்டும் உள்ளனவாகவும், இடையிடையே குறைந்தனவாகவும் இருந்தன; உள்ள பகுதிகளும் திருத்தமாக இல்லை. ஆகையால் மேலும் மேலும் *பத்துப்பாட்டுப்* பிரதிகளைத் தேடிவந்தேன்.

நான் கும்பகோணம் காலேஜில் வேலை பார்த்துவந்த அக்காலத்தில் விடுமுறைகளில் வெளியூர்களுக்கு இதன் பொருட்டுப் பிரயாணம் செய்து வருவதுண்டு.

---

* 1. திருமுருகாற்றுப்படை, 2. பொருநராற்றுப்படை, 3. சிறுபாணாற்றுப்படை, 4. பெரும்பாணாற்றுபடை, 5. முல்லைப்பாட்டு , 6. மதுரைக்காஞ்சி, 7. நெடுநல்வாடை, 8. குறிஞ்சிப்பாட்டு, 9. பட்டினப்பாலை, 10. மலைபடுகடாம் என்பன.

ஒருசமயம்* ஆவணியவிட்டத்தோடு தொடர்ந்து ஒருவாரம் விடுமுறை கிடைத்தது. திருநெல்வேலிப் பக்கத்திற் பரம்பரை வித்துவான்களுடைய வீடுகளில் தேடினால் சுத்தமான பிரதிகள் கிடைக்கக் கூடுமென்று எண்ணியிருந்தேன். ஆதலின் அவ்விடுமுறையில் திருநெல்வேலிக்கும் ஆழ்வார்திருநகரி முதலிய ஊர்களுக்கும் சென்றுவர நிச்சயித்து அங்கங்கேயுள்ள சில அன்பர்களுக்கு நான் வருவதை எழுதியிருந்தேன். இதனை என் தந்தையாரிடம் தெரிவித்தபோது அவர், "சிராவணத்திற்கு இங்கே இராமல் வெளியூருக்குப் போகவேண்டாம். அடுத்த விடுமுறையில் பார்த்துக்கொள்ளலாம்" என்று எனது எண்ணத்திற்குத் தடையை உண்டாக்கினர். நான் போக வேண்டிய அவசியத்தைச் சொன்னேன். அவர் சிறிதேனும் இணங்காமல், போகக் கூடாதென்று தடுத்தனர். சிராவணத்தைக் காட்டிலும் *பத்துப்பாட்டு* எனக்குப் பெரிதாயிருந்தமையால் மிகவும் சிரமப்பட்டு அவரிடம் தக்க சமாதானம் கூறி விடைபெற்றுப் புறப்பட்டேன்.

இரவு எட்டுமணி. 'ரெயில்வே ஸ்டேஷ'னுக்கு ஓர் ஒற்றை மாட்டுவண்டி பேசிக்கொண்டு ஏறினேன். என் தந்தையார் அரைமனத்தோடு விடைகொடுத்தனுப்பினார். ஒரு தகரப்பெட்டி மட்டும் உடன் வந்தது. வண்டி வாணாதுறை என்னும் இடத்துக்குத் தென்பாற் செல்லும்போது எதன்மேலோ மோதிக் குடைசாய்ந்துவிட்டது. நான் கீழே விழுந்தேன்; என்மேலே பெட்டி விழுந்தது. இந்த நிலையிலும் எனக்கு ஊக்கக் குறைவு உண்டாகவில்லை. என் மனம் முழுவதும் திருநெல்வேலியில் இருந்தது. ஏதாவது ககன குளிகையை ஒரு மகான் கொடுத்து 'இதை மிகவும் அவசரமான சமயத்தில் உபயோகி' என்று சொல்லியிருந்தால், அந்தச் சமயத்தில் அதை உபயோகித்திருப்பேன். என் மனவேகத்துக்கு நேர்மாறாக வண்டியின் வேகம் இருந்ததோடு இடைவழியில் கீழேயும் வீழ்த்திவிட்டது.

திரும்பி வீட்டுக்குப் போய் இருந்து மறுநாள் புறப்படலா மென்று முதலில் என்னினேன்; முன்பே எனது பிரயாணத்தைத் தடுத்த என் தந்தையாருக்கு வண்டி குடைசாய்ந்த அபசகுனமும் துணைசெய்து பின்னும் என் பிரயாணத்தைத் தடுக்க ஏதுவாகுமென்று நினைந்து அங்ஙனம் செய்வது தக்கதன்றென்று பின்பு துணிந்தேன். ஆதலால் உடனே வண்டிக்காரனுக்குரிய சத்தம் முழுவதையும் கொடுத்துவிட்டுப் பெட்டியைத் தூக்கிக் கொண்டு 'ஸ்டேஷனை' நோக்கி நடந்தேன். நல்லவேளையாக

---

* 1888ஆம் வருஷமென்று ஞாபகம்.

நான் உத்தேசித்துச்சென்ற புகைவண்டி கிடைத்தது; ஏறிச் சென்றேன்.

தஞ்சாவூருக்கு அப்பால் வரும்போது நடுவழியில் ஒரு காட்டில் வந்து வண்டி திடீரென்று நின்றது. ரெயில்வே அதிகாரிகள் பலர் வந்து நான் இருந்த வண்டியைக் கீழும் மேலும் பார்த்தார்கள். தூக்கமயக்கத்தோடு இருந்த என்னைக் கீழே இறங்கி வேறு வண்டிக்குப் போகும்படி அதட்டிச் சொன்னார்கள். நான் இருந்த வண்டிக்கு முன்னே இருந்த வண்டியில் தீப்பிடித்து விட்டதாம். அதனால் இரண்டு வண்டிகளையும் கழற்றிவிட அவர்கள் எண்ணினார்கள். நான் ஈசுவரத்தியானம் செய்துகொண்டு வேறு வண்டியிற்போய் ஏறினேன். புறப்பட்டதுமுதல் உண்டான இந்த இடையூறுகளால் மனத்துக்குள் சிறிது சஞ்சலம் உண்டாயிற்று; எனக்கு இருந்த ஊக்கமிகுதியாற் பிறகு அது நீங்கிற்று.

மறுநாள் காலையில் சௌக்கியமாக நான் திருநெல்வேலியை அடைந்தேன். அங்கே அக்காலத்தில் கனகசபை முதலியா ரென்ற கனவான் ஒருவர் ஸப்ஜட்ஜாக இருந்தார். அவர் தஞ்சாவூரில் உத்தியோகத்தில் இருந்து பிறகு அங்கிருந்து திருநெல்வேலிக்குப் போனவர். தஞ்சாவூரில் இருந்த காலத்தில் அவர் எனக்குப் பழக்கமானார். அப்பொழுது ஒருமுறை என்னுடைய நண்பர் ம-ா-ா-ஸ்ரீ கே. சுந்தரராமைய ரவர்கள் மூலம், தாம் திருநெல்வேலிக்கு மாற்றப்பட்டிருப்பதாகவும், அங்கே ஏடுகள் தேடும் விஷயத்தில் தம்மால் இயன்ற உபகாரம் செய்வதாகவும் சொல்லியனுப்பியதுண்டு. அது நினைவி லிருந்தமையாலும், நான் புறப்படுவதற்கு முன் அவருக்கு எழுதியிருந்தமையாலும், திருநெல்வேலியில் அவர் இருப்பிடத்தை விசாரித்துக்கொண்டு அவரிடம் சென்றேன். என்னை அவர் கண்டவுடன் எனது க்ஷேம சமாசாரத்தைக்கூட விசாரியாமல், "உங்களுக்கு இப்போதுதான் ஒரு கடிதம் எழுதித் தபாலுக்கு அனுப்ப இருந்தேன்; உங்களிடம் சொல்லவேண்டியவற்றை இந்தக் கடிதத்திலே எழுதியிருக்கிறேன்" என்று சொல்லி ஒரு கடிதத்தை என்னிடம் நீட்டினார். அது விலாஸ மெழுதித் தபால் தலையும் ஒட்டப்பெற்று அனுப்பத்தக்க நிலையில் இருந்தது. அதனை நான் பிரித்துப் பார்த்தேன். அதிலிருந்த செய்திகளின் கருத்து வருமாறு:

"நான் தங்களுக்கு வாக்களித்தபடி ஏட்டுச் சுவடிகள் விஷயத்தில் உதவிசெய்ய இயலாதவனாக இருக்கிறேன். இளமை முதற்கொண்டு என்னுடைய நண்பராயுள்ள ஸ்ரீ சி.வை. தாமோதரம் பிள்ளையவர்கள் தமக்குச் சில ஏட்டுச்சுவடிகள் வேண்டுமென்று எழுதியிருக்கிறார்கள். நான் தேடித்தருவதாக அவர்களுக்கு வாக்களித்திருக்கிறேன். தங்களுக்கு வேண்டியனவாகச்

சொன்ன புஸ்தகங்களையே அவர்களும் கேட்டிருக்கிறார்கள். அதனால் தங்களுக்கு உதவிசெய்ய இயலாதென்பதைத் தெரிவித்துக்கொள்ளுகிறேன். இப்பக்கங்களில் வந்து தேடிச் சிரமப்பட வேண்டாம்."

இதைப் படித்துப் பார்த்தேன்; முதலியாரை நோக்கி, "மெத்த ஸந்தோஷம். நீங்கள் உதவி செய்வதாகச் சொல்லியிருந்தமையால் உங்களைத் தேடி வந்தேன். தங்களுக்கு என்னைப்பற்றிய கவலை வேண்டாம். இந்தப் பக்கங்களிற் பல பிரபுக்களும் வித்துவான்களும் எனக்குப் பழக்க முள்ளவர்களாக இருக்கிறார்கள். அவர்கள் மிக்க அன்போடு எனக்கு உதவி செய்வார்கள். ஆதலால் நான் போய்வருகிறேன்" என்றேன்.

நான் மிக வருத்தப்படுவே னென்று முதலியார் நினைத்திருப்பார் போலும்! எனது விடை அவருடைய முகத்தில் ஒரு வியப்புக் குறிப்பை உண்டாக்கிற்று: "அப்படியா! உங்களுக்கு யார் யார் நண்பர்கள்? எந்த எந்த ஊர்களுக்குப் போகப் போகிறீர்கள்?" என்று அவர் கேட்டார்.

நான், "இந்தப் பக்கத்திலே பெரிய கனவான்கள் பலருடைய ஆதரவு எனக்குக் கிடைக்கும். பல ஜமீன்தார்களுடைய பழக்கம் எனக்கு உண்டு. ஆழ்வார்திருநகரி, ஸ்ரீவைகுண்டம், தென்றிருப்பேரை முதலிய இடங்களுக் கெல்லாம் போய்த் தேட எண்ணி யிருக்கிறேன்" என்று சொல்லிவிட்டு மெய்யன்பர்களாகிய பல உத்தியோகஸ்தர்கள் பெயர்களையும் கனவான்கள் பெயர்களையும் சொன்னேன். நான் குறிப்பிட்டவர்க ளெல்லாம் முதலியாருடைய அதிகாரத்திற்குப் புறம்பானவர்கள்.

கேட்ட முதலியார், "அப்படியானால், கிடைக்கும் புஸ்தகங்களில் எனக்கும் ஏதாவது கொடுத்தால் தாமோதரம் பிள்ளை யவர்களுக்கு அனுப்புவேன்" என்றார்.

நான் நகைத்துக்கொண்டே, "நானே பறந்துகொண்டிருக்கிறேன். இந்த நிலையில் உங்களுக்கு வேறு கொடுக்கவேண்டுமா? நீங்கள் பெரிய உத்தியோகத்தில் இருப்பவர்கள். உங்களுடைய செல்வாக்குக்கு எவ்வளவோ சுவடிகள் கிடைக்கலாம்" என்று சொல்லி விடைபெற்று வந்துவிட்டேன்.

பிறகு கைலாசபுரத்தில் இருந்த வக்கீலும் ஜனோபகாரியுமாகிய அன்பர் ஸ்ரீ ஏ. கிருஷ்ணசாமி ஐயரென்பவரது வீடு சென்றேன். அவர் மிக்க அன்போடு, "எப்போது வந்தீர்கள்? நீங்கள் வருவதை முன்பே தெரிவிக்கக் கூடாதா?" என்று சொல்லி உபசரித்து உணவு முதலிய சௌகரியங்களைச் செய்வித்தார். ஆழ்வார்திருநகரிக்குப்போய் அங்கேயுள்ள கவிராயர்கள்

வீடுகளில் ஏடு தேடுவதற்கு வந்த என் கருத்தை அவரிடம் நான் தெரிவித்தேன். அவர், நீங்கள் சிறிதும் கவலைப்பட வேண்டாம். என்னுடைய நண்பரும் வக்கீலுமாகிய சுப்பராய முதலியா ரென்பவர் ஸ்ரீவைகுண்டத்தில் இருக்கிறார். அவருக்கு ஒரு கடிதம் எழுதித் தருகிறேன். உங்களுக்கு வேண்டிய அனுகூலங்களை யெல்லாம் அவர் செய்து கொடுப்பார்” என்று கூறினார். பிறகு ஸ்ரீவைகுண்டத்திற்கு ஒரு வண்டி ஏற்பாடுசெய்து கொடுத்து என்னை அனுப்பினார்.

அங்ஙனமே ஸ்ரீவைகுண்டம் போய்ச் சேர்ந்து ஸ்ரீ சுப்பராய முதலியாரைக் கண்டேன். அவர் மிக்க அன்போடு உபசரித்துப் பேசினார்; தம்மால் இயன்ற உதவிகளை யெல்லாம் செய்வதாக வாக்களித்தார். பிறகு அவருடன் அங்கிருந்து அருகிலுள்ள ஆழ்வார்திருநகரிக்குச் சென்றேன். நான் கடிதம் அனுப்பியிருந்த ஆழ்வார்திருநகரி அன்பர்கள் என் வரவை எதிர்பார்த்திருந்தனர். அப்போது திருவாவடுதுறை மடத்து அதிபர்களாக இருந்த ஸ்ரீ அம்பலவாண தேசிகரவர்களும் அவ்வூர் மடத்திலுள்ள காரியஸ்தருக்கு என்னைக் கவனித்துக்கொள்ளும்படி உத்தரவு செய்திருந்தார்கள். அவர்கள் யாவரும் முயன்று கவிராயர்கள் வீட்டிலுள்ள சுவடிகளை யெல்லாம் தேடி எடுத்து நான் வந்தவுடன் பார்க்கத்தக்க நிலையில் வைத்திருந்தனர்.

நான் முதலில் லக்ஷ்மண கவிராய ரென்ற ஒருவருடைய வீட்டிற்குப் போனேன். அவர் மிகச் சிறந்த வித்துவானாகிய தீராதவினைதீர்த்த திருமேனி கவிராய ரென்பவருடைய பரம்பரையினர். அவர் வீட்டில் ஆயிரக்கணக்கான சுவடிகள் இருந்தன. பல பழைய நூல்களும், இலக்கணங்களும், பிரபந்தங் களும், புராணங்களும் இருந்தன. எல்லாவற்றையும் பிரித்துப் பிரித்துப் பார்த்து வந்தேன். நான் தேடிவந்த *பத்துப்பாட்டு* மட்டும் கிடைக்கவில்லை. ஒரு சுவடியில் மூவாயிரத்துக்கு மேற்பட்ட நூல்களின் 'ஜாப்தா' இருந்தது. அதிற்கண்டவற்றுள் *பத்துப்பாட்டி*ன் முதல் ஏழு பாடல்களுள்ள பிரதியின் பெயர் ஒன்று. ஊரைவிட்டுப் புறப்பட்டது முதல் அநுகூலமான செய்தி யொன்றையும் பெறாமல் தளர்ச்சியடைந்திருந்த என் மனத்தில் அப்பொழுது சிறிது ஊக்கம் பிறந்தது. அந்தச் சுவடிக் குவியல்களிலே *பத்துப்பாட்டு* அகப்படக்கூடு மென்றே நம்பினேன்.

மூன்று நாட்கள் ஆழ்வார் திருநகரியில் இருந்தேன். வந்த முதல்நாள் ஆவணியவிட்டம். ஸ்ரீ வைகுண்டததில் இருந்த பள்ளிக்கூடப் பரிசோதகரும் என் நண்பருமாகிய சிவராமைய ரென்பவருடைய வீட்டில் தங்கியிருந்தேன். ஒவ்வொருநாளும்

லக்ஷ்மண கவிராயர் வீட்டில் ஏடு பார்ப்பதும், இடையிலே சில சமயங்களில் தாயவலந்தீர்த்த கவிராயர், அமிர்த கவிராயர் முதலிய வேறு கவிராயர்கள் வீடுகளி லுள்ளவற்றைப் பார்ப்பதும் என்னுடைய வேலைகளாக இருந்தன. முப்பது கவிராயர்கள் வீடுகளில் தேடினேன். லக்ஷ்மண கவிராயர் வீட்டிலுள்ள ஏடுகளெல்லாவற்றையும் பார்த்தேன். பத்துப்பாட்டு அகப்படவில்லை. இது நான் புறப்பட்ட காலத்துச் சகுனங்களின் பயன் என்றெண்ணி வருத்தினேன். என் உள்ளம் சோர்ந்தது.

அப்பொழுது லக்ஷ்மண கவிராயர், "எங்கள் வீட்டில் அளவற்ற ஏடுகள் இருந்தன. எங்கள் முன்னோர்களில் ஒரு தலைமுறையினரில் மூன்று சகோதரர்கள் இருந்தார்கள். அவர்களில் ஒருவர் இறந்துவிட்டனர். அவருடைய மனைவியாரின் பிறந்தகம் தச்சநல்லூர். தம் புருஷர் இறந்தவுடன் அவர்கள் தச்சநல்லூர் சென்றுவிட்டார்கள். போகும்போது இங்கிருந்த சுவடிகளை யெல்லாம் பாகம் பண்ணி மூன்றில் ஒரு பகுதியை எடுத்துக்கொண்டு போய்விட்டார்களாம்" என்றார். "பத்துப்பாட்டும் அந்தச் சுவடிகளோடு தச்சநல்லூருக்குப் போயிருக்க வேண்டும். சரி; இவ்வளவு சிரமப்பட்டும் பயனில்லாமற் போயிற்றே!" என்று வருந்தி நான் கூறினேன்.

அவர் திடீரென்று எதையோ நினைத்துக்கொண்டு, "ஒரு விஷயம்: மறந்துவிட்டேன்; இவ்வூரில் என்னுடைய மாமனார் இருக்கிறார். தேவர்பிரான் பிள்ளை யென்பது அவர் பெயர். அவருக்கும் எனக்கும் இப்பொழுது மனக்கலப்பில்லை. என்னுடைய வீட்டிலிருந்த வேலைக்காரன் ஒருவன் சில சுவடிகளைக் கொண்டுபோய் அவரிடம் கொடுத்துவிட்டான். அவரிடம் நீங்கள் தேடும் புஸ்தகம் இருக்கிறதாவென்று பார்க்கச் செய்யலாம். ஆனால் நான் அவரோடு பழகுவதை இப்போது நிறுத்திவிட்டேன்" என்றார்.

"அவற்றையும் பார்ப்போம். தாங்கள் மட்டும் தயைசெய்ய வேண்டும். எனக்காகவும் தமிழுக்காகவும் மனஸ்தாபத்தை மறந்து தாங்களே அவர் வீட்டில் இருப்பவற்றை வாங்கித் தரவேண்டும்; என்னை வரச்சொன்னாலும் உடன்வருவேன்" என்று நான் அவரைக் கேட்டுக்கொண்டேன்; அருகிலுள்ளவர்களும் சொன்னார்கள். கவிராயர் அங்ஙனமே செய்வதாக ஒப்புக் கொண்டார்.

ஏடுகளைப் புரட்டிப் புரட்டிப் பார்த்துக் கையும் மனமும் சோர்ந்து, அவ்வூரில் ஸப் ரிஜிஸ்திராராக இருந்த இராமசாமி ஐயரென்பவர் வீட்டுக்குப் போனேன். இரவு அவர் வீட்டிற்

போஜனம் செய்துவிட்டுத் திண்ணையில் உட்கார்ந்தேன். அவ்வூரிலிலுள்ள ஸ்ரீ வைஷ்ணவப் பெரியார் சிலர் என் விருப்பப்படி *திவ்யப் பிரபந்தத்திலுள்ள* சில பாசுரங்களின் பழைய வியாக்கியானங்களைச் சொல்லிக்கொண்டிருந்தனர். நான் மிக்க விருப்பத்துடன் கேட்டு மகிழ்ந்தேன். இயல்பாகவே அவ்வியாக்கியானங்களைக் கேட்டு அடையும் முழுமகிழ்ச்சியும் எனக்கு அப்பொழுது உண்டாகவில்லை. அதற்குக் காரணம் அவற்றைச் சொன்னவர்களது குறையன்று; என் உள்ளத்துக்குள்ளே யிருந்த, 'பத்துப்பாட்டு அகப்படவில்லையே!' என்ற கவலையே.

இங்ஙனம் இருக்கையில், அன்று ஏதோ விசேஷமாதலின், திருவீதியில் பெருமாளும் சடகோபாழ்வாரும் எழுந்தருளினார்கள்; ஆழ்வார் அவதரித்த திவ்யதேசம் அவ்வூரென்று நான் சொல்வது மிகை. நானும் பிறரும் எழுந்து தரிசனம் செய்தோம். நான் வணங்கினேன். பட்டர்கள் சந்தனம், புஷ்பமாலை முதலியவற்றை அளித்தார்கள். எல்லோருடைய அன்பும் ஒருமுகப்பட்டு அத்தகைய மரியாதைகளை நான் பெறும்படி செய்தது. அப்பொழுது நம்மாழ்வார் திருக்கோலத்தைத் தரிசித்தேன்; அவரைப் பார்த்து, "ஸ்வாமீ! வேதம் தமிழ் செய்தவரென்று தேவரீரைப் பாராட்டுகின்றார்கள். தேவரீருடைய ஊருக்குத் தமிழ் நூலொன்றைத் தேடிக்கொண்டு வந்திருக்கிறேன். தமிழுக்குப் பெருமையருளும் தேவரீருக்கு, நான் பட்ட சிரமம் தெரியாததன்றே! நான் தேடிவந்தது கிடைக்கும்படி கருணைசெய்யாமல் இருப்பது நியாயமா!" என்று சொல்லிப் பிரார்த்தித்தேன். உள்ளம் அயர்ந்துபோய் 'இனிமேல் செய்வது ஒன்றும் இல்லை' என்ற முடிவிற்கு வந்தமையினால் இங்ஙனம் பிரார்த்தனை செய்தேன்.

பெருமாளும் ஆழ்வாரும் அவ்விடத்தைக் கடந்து அப்பால் எழுந்தருளினார்கள். நாங்கள் திண்ணையில் வந்து உட்கார்ந்தோம். நிலா ஒளி நன்றாக வீசியது. அப்பொழுது லக்ஷ்மண கவிராயர் எதையோ தம் மேலாடையால் மறைத்துக்கொண்டு மிகவும் வேகமாக எங்களை நோக்கி வந்தார். திருக்கோயிலில் பிரஸாதங் களைப் பெற்று அவற்றை மறைத்துக்கொண்டு வருகிறாரென்று நான் நினைத்தேன். வந்தவர், "இந்தப் புஸ்தகத்தைப் பாருங்கள்; இந்த ஒன்றுதான் என் மாமனாரிடம் இருக்கிறது; பார்த்துவிட்டுத் திருப்பியனுப்பி விடுவதாகச் சொல்லி வாங்கிவந்தேன்" என்று கூறி மேல் வஸ்திரத்தால் மூடியிருந்த சுவடியை எடுத்தார். அவர் என்னிடம் கொடுப்பதற்கு முன்பே ஆத்திரத்தால் நான் அதனைப் பிடுங்கினேன்; மேலே கட்டியிருந்த கயிற்றை அவிழ்த்து அந்த நிலாவின் ஒளியிலேயே பிரித்தேன். சட்டென்று

முல்லைப் பாட்டு என்ற பெயர் என் கண்ணிற் பட்டது. நிலவில் மலர்ந்த அம் *முல்லையினால் என் உள்ளம் மலர்ந்தது. எனக்கு உண்டான சந்தோஷத்திற்கு எல்லையில்லை. மிகவிரைவாக முதலிலிருந்து திருப்பித் திருப்பிப் பார்த்தேன். ஆரம்பத்தில் திருமுருகாற்றுப்படை, அப்பால் *பொருநராற்றுப்படை*, அதன்பின் *சிறுபாணாற்றுப்படை* – இப்படி *நெடுநல்வாடை* முடிய ஏழு பாட்டுகள் இருந்தன. ஒவ்வோர் ஏட்டையும் புரட்டிப் புரட்டிப் பார்க்கையில் என்னையே மறந்துவிட்டேன். சந்தோஷ மிகுதியினால் அப்பொழுது என் வாயிலிருந்துவந்த வார்த்தைகள் அருகிலிருந்தவர்களுக்குப் பொருள்பட்டிரா. அந்தச் சமயத்தில் மட்டும் என்னை யாரேனும் புதிதாகப் பார்த்திருந்தால் எனக்குப் பைத்தியம் பிடித்திருப்பதாகவே கருதியிருப்பர்; என்னுடைய மன உணர்ச்சி அவ்வளவு தீவிரமாக இருந்தது.

"ஆழ்வாரைப் பிரார்த்தித்தது வீண்போகவில்லை. அவர் கண்கண்ட தெய்வமென்பதில் ஐயமேயில்லை" என்று அருகில் இருந்தவர்களிடம் கூறினேன். அன்று இரவு முழுவதும் சந்தோஷ மிகுதியினால் எனக்குத் தூக்கமே வரவில்லை. மறுநாட் காலையில் திருக்கோயிலுக்குச் சென்று பெருமாளையும் ஆழ்வாரையும் தரிசித்து அர்ச்சனை செய்வித்து, "இப்படியே நான் நினைத்த காரியங்களுக்கெல்லாம் அநுகூலம் செய்தருளவேண்டும்" என்று பிரார்த்தித்துவிட்டு வந்தேன்.

அப்பால், ஊற்றுமலை ஜமீன்தாராகிய ஹிருதயாலய மருதப்பத் தேவருக்குக் கொடுக்கும்பொருட்டு ஊரிலிருந்து கொண்டு போயிருந்த *சீவகசிந்தாமணிப்* புஸ்தகத்தையும் வேறுசில புஸ்தகங்களையும் லக்ஷ்மண கவிராயருக்குக் கொடுத்தேன். அங்கே கிடைத்த †*ஐங்குறுநூற்*றின் பழைய உரையுள்ள குறை ஏட்டுப் பிரதி ஒன்றையும் *பதிற்றுப்பத்து, புறப்பொருள் வெண்பாமாலையாகிய* இரண்டையும் பத்துப்பாட்டோடு கைக்கொண்டு, முக்கியமானவர்களிட மெல்லாம் விடைபெற்று, வேறு சில ஊர்களிலுள்ள கவிராயர் வீடுகளிலிருந்த ஏடுகளையும் பார்த்துக்கொண்டு திருநெல்வேலி சென்றேன்.

திருநெல்வேலியில் கனகசபை முதலியாரைக் கண்டேன். அவர், "எங்கெங்கே போயிருந்தீர்கள்? யார் யார் உதவிசெய்தார்? என்ன என்ன நூல்கள் கிடைத்தன?" என்று விசாரித்தார். எனக்கு இன்னாரின்னார் உதவி செய்தனரென்றும் கிடைத்த சுவடிகள் இன்னது இன்னதென்றும் தெரிவித்தேன். அவர், "எனக்கு ஏதாவது

---

* பத்துப்பாட்டில் ஐந்தாவதாகிய *முல்லைப்பாட்டு, முல்லை* யெனவும் வழங்கப்பெறும்.

† இந்தப் பிரதிதான் ஐங்குறுநூற்றை நான் பதிப்பித்ததற்கு ஆதாரமாக இருந்தது.

தந்தால் தாமோதரம் பிள்ளைக்கு அனுப்புவேன்" என்றார். "தேடாத இடமெல்லாந் தேடி, அலையாத அலைச்சலெல்லாம் அலைந்து பெற்றவைகளை உங்களுக்கு நான் எப்படித் தருவேன்? நீங்கள் சிரமப்படாமல் பிறருடைய சிரமத்தினால் லாபம் பெறுவது நியாயமா?" என்று சொன்னேன். அவர் மேலே ஒன்றும் பேசவில்லை. அப்பால் அங்கே கைலாசபுரத்திலிருந்த கிருஷ்ணசாமி ஐயரவர்களைப் பார்த்து அவர்கள் மூலம் கிடைத்த உதவியைப் பாராட்டி விடைபெற்றுக்கொண்டு கும்பகோணம் வந்துசேர்ந்தேன்.

நிலவில் மலர்ந்த முல்லையை யுடைய அப்பிரதியிலும் ஏழு பாட்டுக்களின் உரைமாத்திரம் இருந்தது; ஆனால் திருத்தமுள்ளதாகக் காணப்பட்டது. நான் ஏடுகளைத் தேடிப் பட்ட சிரமத்தைப் பற்றிய வரலாறுகள் மிகப் பல; அவற்றுள் இந்த நிகழ்ச்சி ஒன்று.

கலைமகள், தொகுதி 10, பகுதி 55 — 60, 1936

23

திருமலைராயன் பட்டினத்தில் ஏடு தேடியது

கும்பகோணத்தில் நான் இருந்த காலத்திலும் சென்னைக்கு வந்த பிறகும் விடுமுறை நாட்களில் வெளியூர்களுக்குச் சென்று ஏட்டுச் சுவடிகளைத் தேடிவருவது வழக்கம். கிராமங்களிலும் நகரங்களிலும் உள்ள வீடுகளுக்குச் சென்று பல நாட்களாகப் புழுதியும் புகையும் படிந்த பல ஏட்டுச் சுவடிகளைப் பார்த்திருக்கிறேன். அக்காலங்களில் சில முறை தனியே செல்வேன்; சில சமயங்களில், என் உடனிருந்து ஒப்புநோக்குதல் முதலிய உதவிகளைச் செய்து வருபவர்களையும் அழைத்துச் செல்வேன். ஏடுகளைப் பார்க்கவேண்டு மென்ற ஒரே நோக்கத்தோடு செல்வேனாதலின், போகுமிடங்களில் உண்டாகும் அசௌகரியங்களையும் அவமதிப்பையும் கருத்திற் கொள்வதில்லை. என்னுடைய சௌகரியத்தையும் பெருமையையும் பாராட்டிக்கொண்டிருப்பின் எவ்வளவோ அரிய நூல்களைப் பெறாமல் இழந்திருப்பேன்; தமிழ்த்தாயின் பெருமையை நிலைநிறுத்தும் நூற்செல்வங்களைப் பார்த்திருக்க முடியாது.

ஏறக்குறைய நாற்பது வருஷங்களுக்கு முன் திருவாரூர்ப் பக்கத்திலுள்ள ஊர்களுக்கு ஒரு முறை சென்றிருந்தேன். அக்காலத்தில் எழுதுதல் ஒப்பிடுதல் முதலிய உதவிகளை எனக்குச் செய்துவந்த பின்னத்தூர் அ. நாராயணசாமி ஐயரென்பவர் என்னோடு வந்தார். அம்முறை திருவாரூர், கீழ்வேளூர், தேவூர், நாகபட்டினம், நாகூர் முதலிய ஊர்களுக்குப் போய்வந்தேன்.

பின்னத்தூர் அ. நாராயணசாமி ஐயர்

நாகபட்டினம் போயிருந்தபோது அதற்கு வடக்கே கடற்கரையில் திருமலைராயன் பட்டினம் இருப்பதை அறிந்தேன். சிறந்த கவிஞராகிய காளமேகத்தின் பெருமையை உலகுக்கு விளக்கிய அந்நகரத்தைப் பற்றித் தமிழ்ச் செய்யுட்களால் ஒருவாறு அறிந்திருந்தேன். காளமேகம் வசைக்கவி பாட அந்நகரம் மண்மாரியால் அழிந்ததென்று சொல்வார்கள். இந்தச் செய்திகளை அறிந்த எனக்கு அவ்விடத்தைப் போய்ப் பார்த்துவர வேண்டுமென்ற ஆவல் மிகுதியாக இருந்தது; மண்மாரியால் அழிந்த பட்டினத்துக் கருகில் ஊரொன்று உள்ளது. அங்கே யாரேனும் புலவர் பரம்பரையினராக இருப்பாராயின் அவரது வீட்டிலுள்ள ஏடுகளையும் பார்க்கலா மென்பது என் அவா.

காலையில் நாகபட்டினத்தி லிருந்து குதிரை வண்டியில் ஏறித் திருமலைராயன் பட்டினம் போய்ச் சேர்ந்தேன். அங்கே பழைய பட்டினம் அழிந்த பிறகு உண்டாகிய புதிய பட்டினம் அதன் கீழ்ப்புறத்தில் அப்பெயரோடே இருக்கிறது. அப்பட்டினத்தில் பலவகைச் சாதியினரும் தொழிலாளிகளும் தனித்தனியே குடியிருந்த வீடுகளையுடைய பரந்த வீதிகளும் வேறு பலவகை அமைப்புக்களும் சிவ விஷ்ணு ஆலயங்களும் பல குளங்களும் காணப்பட்டன. நகரத்தைச் சார்ந்து திருமலைராய னென்னும்

ஆறு ஓடுகின்றது. அது பழையகாலத்தில் அப்பெயரையுடைய அரசனால் காவிரியாற்றிலிருந்து ஒரு பிரிவாக வெட்டப்பெற்றது. அந்நதி அப்பட்டினத்திற்குக் கிழக்கே சென்று கடலோடு கலக்கிறது.

அங்கே நாயன்மார்களிடத்தில் பக்தியுள்ள சிலர் சேர்ந்து பஜனை செய்து காலங்கழிக்கும் மடமொன்று இருந்தது. அதனுள்ளே சென்று அங்கிருந்தவர்களிடம், "இந்த ஊரில் யாரேனும் தமிழ் படித்தவர் இருக்கிறாரா?" என்று கேட்டேன். அவர்கள், "இந்த ஊர்ப் பள்ளிக்கூட உபாத்தியாயர் இராமசாமி பிள்ளை யென்பவர் படித்தவர். செங்குந்தராகிய குமாரசாமி முதலியாரென்று ஒருவர் இருக்கிறார்; அவரும் நன்றாகப் படித்தவர்" என்றார்கள்.

பள்ளிக்கூடத்து உபாத்தியாயர் அதிக வியாபக முடையவராக இருப்பா ராதலால் அவரைக் கொண்டு என் விருப்பத்தை நிறைவேற்றிக் கொள்ளலா மென்றெண்ணி நேரே பள்ளிக்கூடம் இருக்கும் இடத்தை விசாரித்துக் கொண்டு சென்றேன்.

அந்தப் பள்ளிக்கூடம் மிகவும் பழைய கோலத்தோடு விளங்கியது. மேலே கீற்று வேயப்பட்டிருந்தது. எவ்வளவு வருஷங்களுக்கு முன் கீற்று வேய்ந்தோ மென்பது அதில் இருப்பவர்களுக்கே மறந்துபோயிருக்கும். கூரையிலிருந்த இடைவெளிகளின் மூலமாகச் சூரியனுடைய கிரணங்கள் பள்ளிக்கூடத்திற்குள் நுழைந்துகொண்டிருந்தன. தளவரிசை, குறடுக ளெல்லாம் செங்கல் பெயர்ந்தும் குழிந்தும் இருந்தன.

அங்கே கீழே மணல் பரப்பப்பட்டிருந்தது. பிள்ளைகள் மிக்க பயபக்தியோடு தரையில் உட்கார்ந்திருந்தார்கள். சிலர் கையில் பனையோலைச் சுவடிகளும் சிலர் கையில் அச்சுப் புத்தகங்களும் இருந்தன. சிலர் இசையோடு பாடத்திற்குரிய பாடல்களைப் படித்துக்கொண்டிருந்தனர்.

பழம்பொருள்களினிடையே நடுநாயகமாக ஒரு சாய்வு நாற்காலி போடப்பட்டிருந்தது. அதில் உள்ள பிரம்பு பலவிடங்களில் பிய்ந்திருந்தது; மரச்சட்டங்கள் பொலிவழிந்து காணப்பட்டன. அதன்மேல் ஒருவர் சாய்ந்த வண்ணமாக இருந்து அடிக்கடி பிள்ளைகளை அதட்டிக்கொண்டிருந்தார். ஒரு சிங்காதனத்தில் வீற்றிருக்கும் அரசனுடைய அதிகாரத்தொனி அவருடைய அதட்டலில் இருந்தது.

பள்ளிக்கூடத்தின் அமைப்பையும் பிள்ளைகளின் காட்சியையும் உபாத்தியாயரின் நிலையையும் பார்த்துக்கொண்டு நானும் என்னுடன் வந்த நாராயணசாமி ஐயரும் சிறிதுநேரம்

நின்றோம். உபாத்தியாயர் எங்களைக் கவனிக்கவில்லை. நாங்கள் வந்திருப்பதை உணர்த்துவதற்காகக் கனைத்தோம்; அப்பொழுதும் அவர் எங்களைக் கவனிக்கவில்லை. நாராயணசாமி ஐயருக்குச் சிறிது கோபம் உண்டாயிற்று; "இங்கே நமக்கு என்ன வேலை? மரியாதை தெரியாத மனுஷனிடம் என்ன இருக்கப்போகிறது?" என்று என்னை நோக்கி மெல்லக் கூறினார். நான், "இருக்கட்டும்; நாம் மரியாதைக்காக இங்கு வரவில்லையே. அவசரப்படக் கூடாது" என்று கையமர்த்திவிட்டுச் சாய்வுநாற்காலியை அணுகினேன். நாற்காலியில் வீற்றிருந்த ஆசிரியர் அசையவேயில்லை. "போதும்! போதும்! போகலாம்" என்று முணுமுணுத்தார் நாராயணசாமி ஐயர். "எந்தப் புற்றில் எந்தப் பாம்பு இருக்குமோ? யாரறிவார்? இப்படி யுள்ளவர்களிட மிருந்து எவ்வளவோ லாபம் அடைந்திருக்கிறேன். இங்கேதான் பண்டம் இருக்கும்" என்று சொல்லிவிட்டு அந்த உபாத்தியாயரைப் பார்த்து மெல்ல, "இந்தப் பள்ளிக்கூடத்துத் தலைவர் யாரோ?" என்று கேட்டேன். அந்த மனிதர் சாய்ந்தபடியே, "நான்தான்" என்றார். நாராயணசாமி ஐயர் கண்கள் சிவந்தன; கையைத் தட்டிப் போகலாமென்று குறிப்பித்தார்.

நான் உபாத்தியாயரைப் பார்த்து, "இராமசாமி பிள்ளை யவர்கள் தாங்களோ?" என்றேன்.

"ஆமாம்" என்று சொல்லித் தம் முகத்தை நிமிர்த்து எங்களைப் பார்த்தார் அவர்.

"உங்களோடு சில சமாசாரம் பேசவேண்டும்" என்றேன்.

"இப்பொழுது ஒன்றும் முடியாது. இரண்டு மணிக்குமேல் வாருங்கள்; பார்த்துக்கொள்ளலாம்" என்று அவர் சொன்னார்.

சற்றுத் தூரத்தில் நின்றுகொண்டிருந்த நாராயணசாமி ஐயர், "அட கிரகசாரமே!" என்று தலையில் அடித்துக்கொண்டார்.

"உங்களைப் பற்றி இவ்வூரா ரெல்லாம் சொல்லுகிறார்கள். அதனால் பார்த்துவிட்டுப் போக வந்தோம்" என்று நான் பணிவாகக் கூறினேன்.

உபாத்தியாயர் என்னை நன்றாக நிமிர்ந்து பார்த்தார்; "நீங்கள் யார்?" என்று கேட்டார். அவர் திருவுள்ளத்தில் அப்பொழுதுதான் கிருபை உதயமாயிற் றென்பதைக் கண்டு கொண்டேன்.

"நான் இருப்பது கும்பகோணம் பக்கம். இவ்வூரைப் பார்த்துப் போக வந்தேன். இங்கே தமிழ் படித்தவர்கள் யார் இருக்கிறார்களென்று விசாரித்ததில் எல்லோரும் உங்களைச் சொன்னார்கள்" என்றேன்.

"அப்படியா?" என்று அவர் நிமிர்ந்து உட்கார்ந்தார்; அவர் முகத்தில் புன்னகை அரும்பியது. "அடே, 'பெஞ்சை'க் கொண்டு வாடா" என்று தம் மாணாக்கர் ஒருவருக்குக் கட்டளையிட்டார். ஓர் உடைசற் 'பெஞ்சு' வந்தது. "நிற்கிறீர்களே; உட்காருங்கள்" என்று என்னையும் நாராயணசாமி ஐயரையும் பார்த்துச் சொன்னார். உட்காருவதற்கு எங்களால் என்ன தடை?

"யாரைக் கேட்டீர்கள்? என்ன சொன்னார்கள்?" என்று கேட்டார் இராமசாமி பிள்ளை. தம்முடைய புகழைப் பின்னும் விரிவாக என் வாயால் கேட்பதை அவர் விரும்பினாரென்பதை அறிந்தேன். இது மனித இயல்புதானே!

"பஜனை மடத்தில் விசாரித்தேன்; வேறு சிலரையும் விசாரித்தேன். தாங்களும் குமாரசாமி முதலியாரென்ற ஒருவரும் நன்றாகப் படித்தவர்களென்று எல்லோரும் சொல்லுகிறார்கள்."

"ஆமாம்; அவரையும் சொல்வார்கள். இரண்டு பேரையும் ஒருவிதமாகவே சொன்னார்களோ?"

"இல்லை, இல்லை; முதலியார் சாதுவாம். சிவபூஜை செய்துகொண்டும் சாந்தமாகப் படித்துக்கொண்டும் வீட்டில் இருப்பாராம். உங்களைப் போல அவருக்கு வியாபகம் இல்லையாம். எல்லோரும் உங்களை ஒருபடி உயர்வாகவே சொல்லுகிறார்கள்."

"சொல்வார்கள்" என்று புன்முறுவல் செய்தார் உபாத்தியாயர்.

"இந்த ஊரில் உங்களுக்குத் தெரிந்தவர் வீடுகளில் இருக்கும் ஏட்டுச் சுவடிகளைப் பார்க்க வேண்டும். அதற்குத்தான் உங்கள் உதவியை நாடி வந்தேன்" என்றேன்.

"நான் பேதிமருந்து சாப்பிட்டிருக்கிறேன். இரண்டு மணிக்கு மேல் வந்தால் பார்க்கலாம்; இப்போது முடியாது" என்று அவர் சொன்னார். நாங்கள் விடை பெற்றுக்கொண்டு சென்றோம்.

அவ்வூரில் உணவு கொள்வதற்கு ஏற்ற இடமில்லாமையால் பெருமாள் கோயிலுக்குச் சென்று பிரசாதத்திற்கு ஏற்பாடு செய்து விட்டுக் குமாரசாமி முதலியாரையும் பார்க்கலாமென்று சென்றோம். அவர் வீட்டில் இல்லை; ஸ்நானம் செய்யப் போயிருந்தார். அவ்விடத்திற்கே போகலாமென்று புறப்பட்டோம். அவர் நீராடிவிட்டுக் கையில் தீர்த்த பாத்திரத்தோடும் ஈர ஆடையோடும் எதிரே வந்து கொண்டிருந்தார். அவர் மகாவித்துவான் மீனாட்சி சுந்தரம் பிள்ளை யவர்களுடைய மாணாக்கராகிய சாமிநாத கவிராயரிடம் பாடங் கேட்டவ ரென்றும் நல்ல படிப்பாளி யென்றும் கேள்வியுற்றிருந்தேன்.

டாக்டர் உ.வே. சாமிநாதையர்

ஆதலின் அவரைக் கண்டவுடன், "உங்களைப் பற்றி நான் முன்பே கேள்விப்பட்டிருக்கிறேன்" என்றேன். அவர் உடனே, "நீங்கள் யார்?" என்று என்னை விசாரித்தார். நான் இன்னானென்பதை அறிந்து மிக்க சந்தோஷத்தோடு விரைந்து வீட்டிற்கு அழைத்து வந்தார். நான் ஏடு தேட வந்திருப்பதை அறிந்து அப்பொழுதே ஈர ஆடையோடு தம் வீட்டுப் பரணின்மேல் ஏறி அங்கிருந்த சுவடிகளை யெல்லாம் எடுத்தெடுத்து என்னிடம் கொடுத்தார். ஒவ்வொன்றாகப் பார்த்தேன். அவற்றிற் பெரும்பாலன அச்சிலுள்ள புத்தகங்களாகவே இருந்தன; எனக்கு வேண்டியதாக ஒன்றும் கிடைக்கவில்லை. *"தேவர் குறளும்" என வரும் பாட்டிற் சொல்லப்பட்டுள்ள 'முனிமொழி' என்ற பெயரையுடைய பழைய சுவடி ஒன்று இருந்தது. அதிகமான பழக்கமில்லாதவர்களிட மிருந்து ஏட்டுச்சுவடிகளைக் கேட்டால் அவர்கள் கொடுக்க யோசிப்பார்கள்; ஆதலால் நான் எதையும் எடுத்துக் கொள்ளவில்லை.

அப்பால் குமாரசாமி முதலியார், "ஐயாவுக்குச் சாப்பாட்டுக்கு ஏற்பாடு செய்கிறேன். ஆலயத்திற் பிரசாதம் சித்தம் செய்யச் சொல்லுகிறேன்" என்று பேரன்போடு கூறினார். நான் முன்னமே ஏற்பாடு செய்துவந்ததைச் சொல்லிவிட்டுப் பெருமாள் கோயில் சென்று நாராயணசாமி ஐயருடன் போசனம் செய்து கொண்டேன்.

பிற்பகல் இரண்டு மணிக்கு இராமசாமி பிள்ளையிடம் சென்றோம். அவரை, "உங்களிடம் ஏதேனும் ஏடு இருக்கிறதா?" என்று கேட்டேன்.

"என்னிடம் ஒன்றும் இல்லை. எனக்கு வேண்டும்போது யாரிடமாவது வாங்கிப் படித்துத் திருப்பிக் கொடுத்து விடுவது வழக்கம்" என்றார் அவர்.

நான், "தாங்கள் யாரிடம் பாடம் கேட்டீர்கள்?" என்று வினவினேன்.

"மகாவித்துவான் மீனாட்சிசுந்தரம் பிள்ளை யவர்களென்ற ஒரு பெரிய கவிஞரை நீங்கள் கேட்டிருக்கிறீர்களா?" என்று அவர் கேட்டார்.

நான் இன்னானென்பதை அவர் அறிந்து கொள்ள முயலவில்லை; நானும் சொல்லிக் கொள்ள விரும்பவில்லை.

---

* தேவர் குறளுந் திருநான் மறைமுடிவும், மூவர் தமிழு முனிமொழியும் – கோவை, திருவா சகமுந் திருமூலர் சொல்லும், ஒருவா சகமென் றுணர் (மூதுரை.) முனிமொழியென்பது ஒரு நூலென்று தெரியாமல் 'பிரம்ம சூத்திரம்' என்று சிலரும் வேறு நூலென்று சிலரும் கூறி வந்தனர்.

ஆதலின் நான் பிள்ளை யவர்களிடம் பாடம் கேட்டதை அவர் அறிய வழியில்லை யல்லவா?

"கேட்டிருக்கிறேன்" என்றேன்.

"அவர்களிடம் படித்தவர்களுள் சவேரிநாத பிள்ளை யென்ற ஒருவர் காரைக்காலில் இருந்தார். அவர் பிள்ளை யவர்களோடு ஒரு கணமும் இடைவிடாமல் இருந்து பலகாலம் படித்தவர். அவரிடம் நான் பாடங்கேட்டேன்" என்றார் அவர்.

சவேரிநாத பிள்ளை என்னுடைய நண்பர். அவரைப்பற்றி நான் அறிந்த அளவு இராமசாமி பிள்ளை அறிந்திருக்க முடியாது. ஆயினும் ஒன்றும் எதிர்பேசாமல் அவர் சொன்னதை யெல்லாம் மௌனமாகக் கேட்டு வந்தேன். நாராயணசாமி ஐயருக்கோ சிரிப்பும் கோபமும் மாறி மாறி உண்டாயின.

நாங்கள் முதலில் பழைய பட்டினத்தைப் பார்க்கப் புறப்பட்டோம். அதற்குள் குமாரசாமி முதலியார் மூலமாக என்னைப் பற்றிப் பலர் அறிந்துகொண்டனர். பல நாட்களாக என்னைக் காணவேண்டுமென்ற ஆவலோடு சிலர் இருந்தனர். நாங்கள் போகும்வழியில் ஒருவர்பின் ஒருவராகச் சற்றேறக்குறைய ஐம்பது பேர்கள் வந்து கூடிவிட்டார்கள். எல்லாரோடும் சென்று பழைய பட்டினம் முழுவதையும் பார்த்தேன். பல விஷயங்களை அறிந்து குறிப்புக்கள் எடுத்துக்கொண்டேன்.

உடன்வந்த இராமசாமி பிள்ளை என்னைப் பற்றி மெல்ல அறிந்துகொண்டார். பழைய முறுக்குத் தளர்ந்தது; பணிவு உண்டாயிற்று. அவருடைய முகம், 'தவறு செய்துவிட்டோமே!' என்ற அவரது எண்ணத்தைப் புலப்படுத்தியது.

பழைய பட்டினத்தைப் பார்த்த பிறகு பல வீடுகளுக்குச் சென்று ஏடுகள் பார்த்தேன். ஒரு குளக்கரையிலிருந்த நந்தவனத்தினிடையே செங்குந்தர் மடமொன்று இருந்தது. அதில் இருந்த முதியவர் ஒருவர் தம்மிடமுள்ள ஏட்டுச் சுவடிகளை யெல்லாம் காட்டினார். அங்கும் *முனிமொழி* யென்ற நூல் இருந்தது. நான் ஒன்றும் பெற்றுக் கொள்ளவில்லை. அங்கே ஒட்டக்கூத்தரைப் பற்றிய பேச்சு வந்தது; "அவர் அம்பர் நாட்டு முதலியார்" என்று அவர் கூறினார். செங்குந்தர்களில் ஒவ்வொரு வகையாரும் ஒவ்வொரு நாட்டைச் சேர்ந்தவர். ஒட்டக்கூத்தர் அம்பர் நாட்டின ரென்பதை அன்று அவரால் அறிந்து கொண்டேன்.

அன்றிரவு திருமலைராயன் பட்டினத்தில் தங்கியிருந்தோம். ஊரிலுள்ள அன்பர்கள் எங்களை ஆலயங்களுக்கு அழைத்துச் சென்று ஸ்வாமி தரிசனம் செய்வித்தார்கள்; பிரசாதங்களும்

கிடைத்தன. மறுநாட் காலையில் அவர்களுடைய முயற்சியால் எங்களுக்காக இரண்டு மரக்கால் பால் வந்தது. அவர்கள் அன்பால் அளித்த அவ்வினிய ஆன்பாலை நாங்கள் இயன்றவளவு உண்டு மகிழ்ந்தோம்.

பிறகு ஜட்காவில் ஏறிக்கொண்டு நாக பட்டினத்திற்குப் பிரயாணமானோம். அன்பர்கள் பலர் வண்டியைத் தொடர்ந்து வந்து வழியனுப்பினார்கள். இராமசாமி பிள்ளை, அவர்கள் நின்ற பிறகும் தொடர்ந்து வந்தார்; பலமுறை நிற்கச்சொல்லியும் நிற்கவில்லை. நெடுந்தூரம் வந்தபின்பு, "நான் தங்களை முதலில் தெரிந்துகொள்ளாமல் அபசாரம் செய்துவிட்டேன்; பிறகு தெரிந்துகொண்டேன்; நான் செய்த குற்றங்களைப் பொறுத்துக்கொள்ள வேண்டும்" என்று நயந்த குரலோடு கூறினார்.

"நீங்கள் ஒரு குற்றமும் செய்யவில்லையே. உங்களால்தானே எனக்கு இவ்வளவு பேர்களும் பழக்கமானார்கள்? நீங்கள் நிற்கவேண்டும்" என்றேன்.

"ஐயா, என் பேதைமையை மறந்துவிட வேண்டும்; எளியேனை மறக்கக் கூடாது" என்று பணிவோடு சொல்லி அவர் விடை பெற்றுக்கொண்டார்.

அவர் சென்ற பிறகு நாராயணசாமி ஐயரைப் பார்த்து, "பார்த்தீர்களா? நேற்று அவரிடம் இருந்த முறுக்கு என்ன? இன்று இருக்கும் பணிவு என்ன? நாமாக நம்மைப் பிறரிடம் தெரிவித்துக் கொள்வதைவிட அவர்கள் தாமாக அறிந்துகொண்டால்தான் அதிக அன்பு உண்டாகும். நாம் முதலிலேயே சொல்லியிருந்தால் பயந்துகொண்டு நம்மோடு வந்திருக்கமாட்டார். தெரியாமல் இருந்ததனால்தான் புகழுரையில் மயங்கிப்போய் நமக்கு உதவிபுரிய வந்தார். நல்ல மனிதர். ஆனாலும் உபாத்தியாயரென்ற நினைவினால் அவரிடம் சிறிது அதிகார தோரணை இருந்தது" என்றேன்.

இந்த நிகழ்ச்சி 40 வருஷங்களுக்கு முன் நடந்தது. 1936ஆம் ஹு திருப்பனந்தாட் காசிமடத்தில் நடைபெற்ற ஸ்ரீ ஆதி குமரகுருபர சுவாமிகள் தினவிசேஷத்துக்கு நான் சென்றிருந்தேன். வெளியூர்களிலிருந்து பல வித்துவான்களும் சைவர்களும் வந்திருந்தனர். வந்திருந்தவர்களிற் பெரும்பாலோர் எனக்குப் பழக்கமானவர்கள். ஆதலின் அவர்கள் வந்து என்னோடு பேசிச் சென்றார்கள். அவர்களுள் ஒருவர் விபூதி ருத்திராக்ஷ தாரணம் செய்துகொண்டிருந்தார். பற்களெல்லாம் விழுந்திருந்தன. அவர் என்னைப் பார்த்து அஞ்சலி செய்தார். அவரை இன்னாரென்று தெரிந்துகொள்ளாமையால், "நீங்கள் எந்த ஊர்?" என்று

விசாரித்தேன். "திருமலைராயன் பட்டினம்" என்றார் அவர். "அங்கே பள்ளிக்கூட உபாத்தியாயர் இராமசாமி பிள்ளை யென்பவர் எனக்குத் தெரிந்தவர். அவர் சௌக்கியமாக இருக்கிறாரா?" என்று கேட்டேன். "நான் தான்" என்று சொல்லி அவர் சிரித்தார். உடனே பழைய ஞாபகங்கள் ஒன்றன்பின் ஒன்றாக என் மனத்தில் தோன்றின.

"அந்தச் சாய்வுநாற்காலியில் சாய்ந்து கொண்டு பேசினவர்கள் நீங்களா?" என்று அவரைக் கேட்டேன்.

"ஆமாம்" என்று சிரித்தார் அவர்.

"அந்தப் பழைய முடுக்கெல்லாம் இப்பொழுது காணோமே; இப்படி ஆய்விட்டீர்களே!" என்றேன். அவருடைய பழைய கதையை அங்கே உடனிருந்தவர்களுக்குச் சொன்னேன். அவரும் அதை ஒப்புக்கொண்டார். அப்பால் சிறிது நேரம் பேசிக்கொண்டிருந்தோம். தாம் இயற்றிய சில தமிழ்ச் செய்யுட்களை அவர் சொல்லிக்காட்டி அப்பால் விடைபெற்றுச் சென்றார்.

கலைமகள், தொகுதி 12, பகுதி 67 – 72, 1937

24

இன்னும் அறியேன்!

தமிழ் ஆராய்ச்சியில் நான் ஈடுபட்ட பிறகு தமிழ் ஏட்டுச் சுவடிகளைத் தேடுவது என் வாழ்க்கையில் ஒரு முக்கியமான வேலையாகி விட்டது. அச்சிட்ட புத்தகமோ, அச்சிடாததோ எதுவானாலும் சுவடியின் உருவத்திலே காணும் பொழுது ஏதோ தெய்வத்தின் உருவத்தைக் காண்பது போலவே நான் எண்ணுவது வழக்கம். சுவடிகளைத் தேடி அவை இருக்குமிடம் சென்று மூலை மூடுக்குகளிற் கிடக்கும் அவற்றைத் தொகுத்து ஆராய்வதில் என் உள்ளம் ஒரு தனி இன்பத்தை அடையும். என் உடலில் முதுமைப் பருவத்தின் தளர்ச்சி ஏறிக்கொண்டே வந்தாலும் என் உள்ளத்தில் மட்டும் ஏட்டுச் சுவடிகளிலுள்ள பற்று இறங்கவே இல்லை.

சில வருஷங்களுக்கு முன் வரையில், ஒவ்வொரு வருஷமும் எங்கேனும் சென்று ஏட்டுச் சுவடிகள் தேடி வருவதை முறையாகவே செய்துவந்தேன். எனக்கு அதுவே தீர்த்த யாத்திரையாகவும் தலயாத்திரையாகவும் உள்ளது.

தமிழ்நாட்டில் ஏட்டுச்சுவடிகள் இருக்கும் இடங்கள் பெரும்பாலனவற்றிற்குச் சென்று பார்த்திருக்கிறேன். நான் இப்படி ஏடு தேடும் முயற்சியை மேற்கொண்டிருப்பதைத் தமிழ் நாட்டினர் பலரும் அறிவர். அதனால் எனக்குச் சில அபவாதங்கள்கூட நேர்ந்ததுண்டு; நான் போகாத இடங்களில் உள்ளவர் சிலர் தம்மிடமுள்ள சுவடிகளை நான் கொண்டுபோய்விட்டே என்று சொல்வதாகக் கேள்வியுற்றிருக்கின்றேன்.

கும்பகோணம் காலேஜில் நான் வேலையில் இருந்தபோது, மாணாக்கர்களிடம் சில சமயங்களில் அவர்களுடைய ஊர்களில் யார் யார் தமிழ் வித்துவான்கள் இருந்தார்க ளென்றும், யார் வீட்டிலேனும் ஏட்டுச்சுவடிகள் உள்ளனவா வென்றும் கேட்டு அறிவேன். சிலர் கூறிய செய்திகளைக் கொண்டு நான் பயனடைந்ததும் உண்டு.

1900ஆம் வருஷம் மே மாதம் இரண்டாந் தேதி பிற்பகல் மூன்று மணிக்கு நான் பி.ஏ., வகுப்பில் வழக்கம்போலப் பாடஞ் சொல்லத் தொடங்கினேன். அப்பொழுது *ஒரு மாணாக்கர் எழுந்து நின்றார். ஏதாவது வேலையாகப் போகவேண்டி அவர் என்னிடம் அநுமதி கேட்க நிற்பதாக எண்ணி, “எங்கேயாவது போகவேண்டுமானால் போய்வரலாமே” என்றேன்.

“இல்லை; உங்களிடம் ஒரு சமாசாரம் சொல்லவேண்டும்” என்றார் அம்மாணாக்கர்.

நான்: சொல்லலாமே.

அவர்: நான் சாப்பிடும் விடுதியில் ஒருவர் வந்திருக்கிறார். அவர் மிக்க செல்வராக இருந்தவராம்; பெரிய குடும்பத்திற் பிறந்தவராம்; நல்ல நிலையில் இருந்தவராம். அவரைப் பார்க்கும்போதே அவர் பெரிய மனிதரென்று தோற்றுகிறது. இப்பொழுது தம்முடைய செல்வத்தை யெல்லாம் இழந்துவிட்டுக் கடன்காரர்களுக்குப் பயந்து தலைமறைவாக இருக்கிறாராம். அவர் தம்முடைய வீட்டிற் பல தலைமுறையாக உள்ள ஏட்டுச் சுவடிகளை யெல்லாம் கொண்டுவந்திருக்கிறார்.

அதுவரையில் அம்மாணாக்கர் கூறியது சத்தில்லாத சமாசாரமாக இருந்தது; சற்றுப் பராமுகமாகவே கேட்டுவந்தேன். ஏட்டுச் சுவடிகளென்ற வார்த்தை என் காதில் விழவே கவனமாகக் கேட்கத் தொடங்கினேன்.

“என்ன? ஏட்டுச்சுவடிகளா கொண்டு வந்திருக்கிறார்?” என்று ஆவலோடு வினவினேன்.

“ஆமாம்; நூறு சுவடிகளுக்கு மேலே கொண்டு வந்திருக்கிறார். அவைகளை அவருடைய முன்னோர்கள் பாதுகாத்து வைத்திருந்தார்களாம். அவர் வீட்டில் இருந்த பலவகைப் பொருள்களையும் கடன்காரர்கள் ஏலம் போட்டு விட்டார்களாம். இந்தச் சுவடிகளையும் அவர்கள் கையில் விட்டு விட்டால் என்ன கதியாகுமோவென்று பயந்தாராம்; அவற்றைப் பாதுகாத்து வைத்து உபயோகப்படுத்திக் கொள்பவர்களிடம் கொடுக்க

---

* இப்போது மாயூரத்தில் அட்வொகேட்டாக வுள்ள ஸ்ரீமான் சாம்பசிவ செட்டியார்.

வேண்டுமென்று எண்ணினாராம். தங்களிடம் ஒப்பித்தால் நல்ல தென்றறிந்து அவற்றைக் கொண்டுவந்திருக்கிறார்."

தங்கப் புதையலுக்கு வழி சொல்லும் மந்திரவாதியைப்போல் அம்மாணாக்கர் சொல்லச் சொல்ல என் மனம் ஊக்கமிகுதியால் நிலை கொள்ளாமல் தவித்தது.

"அந்தச் சுவடிகளை என்னிடம் விற்று விடலா மென்றுதானே வந்திருக்கிறார்?" என்று நான் கேட்டேன்.

"இல்லை, இல்லை; எனக்கும் அந்தச் சந்தேகம் வந்தது; 'இவ்வளவு சுவடிகளையும் விலைக்கு வாங்கிக் கொள்ள எங்கள் தமிழாசிரியரால் முடியாதே' என்று அவரிடம் சொன்னேன். 'பணம் வேண்டாம்; இவைகளை வாங்கிக்கொண்டு பாதுகாக்க வேண்டு மென்பதுதான் என் விருப்பம்; என்னுடைய கஷ்டகாலம் இவைகளைத் தரும்படியாயிற்று! அருமை தெரியாதவர்கள் கையில் அகப்பட்டு வீணாவதைவிடத் தக்கவர்களிடம் இருந்தால் நல்லதென்று எண்ணிக்கொண்டு வந்தேன்' என்று அவர் சொன்னார்."

"அப்படியானால் வா; அவரைப்போய்ப் பார்க்கலாம்" என்று புறப்படத் தொடங்கினேன்; காலேஜ் தலைவரிடம் அநுமதி பெற்றுக்கொண்டு போகலாமென்பது என் கருத்து. அதனை உணர்ந்த மாணாக்கர் என்னைத் தடுத்து, "இப்பொழுது போகவேண்டிய அவசியமில்லை. அந்தக் கனவான் சாயங்காலம் வரையில் காத்திருப்பதாகச் சொன்னார். காலேஜில் வேலை முடிந்தவுடன் போகலாம்" என்றார்.

அதன்பின் என் உடல்தான் காலேஜில் இருந்தது; என் உள்ளம் நான் பெறப்போகும் சுவடித் தொகுதியை நினைந்து ஊசலாடிக் கொண்டிருந்தது. ஒரு நிமிஷம் ஒரு யுகம் போலத் தோற்றியது. 'எப்பொழுது கடைசிமணி யாகும்!' என்று எதிர்பார்த்திருந்தேன். மணியும் அடித்தது! ஒரே ஓட்டமாக ஓடி அந்தக் கனவான் முன் நிற்கவேண்டு மென்பது என் ஆசை!

அந்த மாணாக்கர் வந்தார். நான் அவருடன் புறப்படலானேன்; அப்பொழுது அவர், "நீங்கள் வீட்டிற்குப் போங்கள். அவர் சாப்பாட்டு விடுதியில் இருக்கிறாரா என்று பார்த்து வருகிறேன். தம்மை யாராவது பார்ப்பதாக இருந்தால் அவர் மிகவும் லஜ்ஜைப்படுகிறார்" என்றார்.

நான் என் வீடு சென்றேன். என் வீட்டிலிருந்து அவ்விடுதி மிகவும் சமீபமாகவே இருந்தது. நான் வீட்டுக்குப் போன சிறிது நேரத்தில் அம்மாணாக்கர் தம்மால் தூக்கக்கூடிய சுவடிகளை அள்ளிக் கொணர்ந்து என் வீட்டிற்கு வந்து என்முன் போட்டார்.

இன்னும் அறியேன்!

"ஏன் அப்பா! நான் வருகிறேன்; அவர் இருக்கிறாரா?" என்று கேட்டேன்.

"அவர் தங்களைப் பார்க்க மிகவும் நாணுகிறார். தம்முடைய ஊர் பெயர் இவைகளில் எதையும் தெரிவிக்க மறுக்கிறார். இன்னும் சுவடிகள் இருக்கின்றன; கொண்டு வருகிறேன்" என்று சொல்லிவிட்டு அவர் மீண்டும் சென்றார். அவர் ஊக்கமும் தேகவன்மையும் உடையவர். அப்பால் நாலைந்து முறை முன் கொணர்ந்தபடியே சுவடிகளைக் கொண்டு வந்தார்.

சுவடி தேடுங் காலங்களில் நான் பலவிதமான துன்பங்களை அடைந்தவன். பலவிடங்களில் சுவடிக்குரியவர்களைத் தேடிச் சென்று அலைந்து கால்கள் தேய்ந்துபோயின. சிலர் வீட்டில் இருந்துகொண்டே இல்லையென்று சொல்லி யனுப்பிவிடுவார்கள். சிலர் பலமுறை வரச்சொல்லி அலைக்கழிப்பார்கள். சிலரிடம் எவ்வளவோ நயந்து கெஞ்சிப் பிணைகொடுத்துச் சுவடிகளைப் பெறவேண்டியிருக்கும். சிலரிடம் அவமதிப்புக்கூட அடைந்திருக்கின்றேன். குழந்தையைப் பெறும்பொழுது படுந் துன்ப மெல்லாம் அக்குழந்தையைக் கண்ட காலத்திலே மறைந்துவிட, தாய் பெரிய இன்பத்தை அடைகின்றாள். அதுபோலவே சுவடிகளுக்காகப் படும் சிரமங்க ளெல்லாம் அவற்றைப் பெற்றவுடன் மாறிவிடுகின்றன; என் உள்ளம் பெரு மகிழ்ச்சியை அடைகின்றது.

பலவகையில் துன்பங்கள் அடைந்து தேடாமல், சுவடிகள் வலிய வந்து எனக்குமுன் குவிந்தன வென்றால் எனக்கு உண்டான மகிழ்ச்சிக்கு வேறு எதையாவது ஒப்புக்கூற முடியுமா? 'இவற்றை வழங்கிய உபகாரியைப் பாராமல் இருப்பது பிழை' என்று எண்ணினேன்.

"சுவடிகளின் அருமை உனக்குத் தெரியாது. இவற்றைத் தந்த அந்தக் கனவானை நான் பாராமல் இருப்பது பாவம்! வா; பார்க்கலாம்" என்று நான் அம்மாணாக்கரிடம் சொன்னேன்.

"நான் என்ன செய்வேன்! அவர் கண்டிப்பாகத் தம்மைப் பார்க்கவேண்டாமென்று சொல்லுகிறார்" என்று பின்னும் அவர் சொன்னார்.

"அவர் அப்படிச் சொன்னாலும் அவரைப் பாராமற் போனால் எனக்குத் திருப்தியாக இராது" என்று புறப்பட்டேன். மாணாக்கர் என்னைத் தொடர்ந்து வந்தார்.

போகும்போதே என் மனத்தில் அக்கனவானுடைய நிலையைப் பற்றிய எண்ணங்கள் எழுந்தன; 'நல்ல குடும்பத்திற்

பிறந்தவராக இருக்கலாம்; பாவம்! தமிழ்ச் சுவடிகளைப் பிறரிடம் கொடுப்பது பெரிய அகௌரவமென்றும் பஞ்சகாலத்தில் பிள்ளையைக் கொடுத்து விடுவது போன்றதென்றும் எண்ணினார் போலும்! இவ்வளவு கஷ்டத்தில் இவைகளை நம்மிடத்தில் ஒப்பிக்க வேண்டுமென்ற கருத்து வந்தது நம்முடைய நல்லகாலந்தான். அக்கனவான் ஓர் அபூர்வப் பிறவியை யுடையவர்; அவரைப் பார்த்து மகிழ்ந்து ஸல்லாபம் செய்யவேண்டும்' என்று விரும்பினேன்; வறுமையின் கொடுமையைப் பற்றி நினைத்தேன்; சுவடிகள் கிடைத்தது பற்றிச் சந்தோஷமும் அக்கனவானது நிலைமை பற்றி வருத்தமும் மாறி மாறி என் மனத்தே உண்டாயின. என்னுடைய நன்றியறிவை அவருக்கு நன்றாக வெளிப்படுத்த வேண்டுமென்று கருதினேன்; ஆயினும் என் உள்ளிருந்த முழு உணர்ச்சியையும் வார்த்தைகளால் எப்படி வெளியிட முடியுமென்று தயங்கினேன்.

இங்ஙனம் பலவாறு எண்ணமிட்டுக் கொண்டே சாப்பாட்டு விடுதிக்குள் நுழைந்தேன். மாணாக்கர் என்னை உள்ளே அழைத்துச் சென்றார்.

நான் யாரைப் பார்க்கவேண்டு மென்று அவ்வளவு ஆவலோடு சென்றேனோ அந்தக் கனவான் தம்முடைய சுவடிக ளெல்லாவற்றையும் அம்மாணாக்கர் என்னிடம் சேர்ப்பித்துவிட்டன ரென்பதை அறிந்தவுடன் ஒருவரிடமும் சொல்லாமற் போய்விட்டார். நான் அவரை அங்கே காணவில்லை.

"அப்பொழுதே அவர் சொன்னார்: தம்மை யாரும் பார்க்க வேண்டாமென்றும், தம் ஊர் பேர் ஒன்றும் சொல்ல விருப்பமில்லை யென்றும் வற்புறுத்தினார். சுவடிகளைத் தங்களிடம் சேர்ப்பித்தோ மென்ற திருப்தியோடு போய்விட்டார் போலும்!" என்று மாணாக்கர் கூறினார்.

என்னுடைய நன்றியறிவை எதிர்பாராமலே அவ்வுபகாரி சென்றுவிட்டார். உபசாரத்தை அவர் விரும்பவில்லை. சுவடிகளுக்கு அடைக்கல ஸ்தானம் ஒன்று வேண்டுமென்று அவர் கருதினார்; தக்க இடம் அகப்படாமற் கஷ்டப்பட்டார்; அப்பால் ஓரிடம் தெரிந்தது; அவ்விடத்தில் சேர்ப்பித்தார்; அந்தக் கடமையைச் செய்துவிட்டுப் போய்விட்டார்.

நான் அவரைக் காணாமையால், சிறிது நேரம் அங்கே ஸ்தம்பித்து நின்றேன். 'தம்மைக் காட்டிக் கொள்ளாமல் மகோபகாரம் செய்த அவரைப் பார்க்க முடியவில்லையே!' என்று வருந்தினேன். 'ஒரு சிறு காரியம் செய்தாலும் ஊரறிய விளம்பரம் செய்துகொள்ளும் இந்தக் காலத்தில் இப்படி மௌனமாகப்

இன்னும் அறியேன்! 213

பிறர் அறியாவாறு உபகாரம் செய்பவர்களும் இருக்கிறார்கள்' என்பதை நினைக்கும்போது என் உள்ளம் கசிந்தது. 'வலக்கை செய்யும் உபகாரம் இடக்கைக்குத் தெரியாமற் செய்க' என்று *பைபிளில்* இருப்பதாகச் சொல்வார்கள். இவ்வாக்கியத்திற்கு இலக்கியமாகிய பேருபகாரியினிடம் உபகாரம் பெற்றும் நான் அவரை அறியக்கூடவில்லை.

அன்று எனக்குக் கிடைத்த சுவடிகளை அப்பால் ஆராய்ந்தேன். அவற்றிற் பெரும்பாலன அச்சிட்ட நூல்களாகவே இருந்தன. ஒரு பழஞ்சுவடியின் ஈற்றில் **தமிழ்விடு தூது* என்னும் பிரபந்தம் இருந்தது. அதைப் படித்து வந்தேன். என்னுடைய வாழ்க்கையின் லக்ஷியம் அந்த நூலில் இரண்டடிகளிலே சொல்லப்பட்டிருப்பதைக் கண்டேன்;

> இருந்தமிழே உன்னால் இருந்தேன்; இமையோர்
> விருந்தமிழ்தம் என்றாலும் வேண்டேன்

என்னும் கண்ணியிலே என் உள்ளம் சிக்கிக் கொண்டது. அப்பொழுது, பெயர் தெரிவியாமல் அதனையும் மற்றச் சுவடிகளையும் உதவிய பெருந்தகையாளரை மீட்டும் நினைந்து நினைந்து பாராட்டி வாழ்த்தினேன். அவர் யாரோ! இன்னும் அறியேன்!

***கலைமகள்*, தொகுதி 12, பகுதி 67 – 72, 1937**

* இந்நூல் என்னால் 1930ஆம் வருஷம் அச்சிடப்பட்டது.

25

மணிமேகலையும் மும்மணியும்

சீவக சிந்தாமணி என்னும் பழைய காவியத்தை நான் ஆராய்ந்து வந்த காலத்திலேயே ஐம்பெருங் காப்பியங்கள் என்று தமிழில் வழங்கும் ஐந்து நூல்களில் மற்ற நான்காகிய *சிலப்பதிகாரம், மணிமேகலை, வளையாபதி, குண்டலகேசி* என்பவற்றைப் பெயரளவில் மட்டும் தெரிந்து கொண்டிருந்தேன். சிந்தாமணியில் மணிமேகலையைப்பற்றி நச்சினார்க்கினியர் இரண்டிடங்களில் (செய்யுள். 1625, 2107) கூறுகின்றார். ஓரிடத்தில் மணிமேகலை யிலிருந்து சில அடிகளையே எடுத்துக்காட்டி யிருக்கின்றார். வேறு சில உரைகளிலும் பிரபந்தங்களிலும் உள்ள குறிப்புக்களால் மணிமேகலை யென்பது ஒரு பழைய நூலென்பதும், அது பழைய நூலாசிரியர்களாலும் உரையாசிரியர்களாலும் மிகவும் பாராட்டப்படுவ தென்பதும் வர வர உறுதிபெற்றன. சேலம் இராமசுவாமி முதலியா ரவர்கள் அந்நூலின் மூலப் பிரதியொன்று தந்தார். ஆசை உண்டாகிவிட்டால் ஊக்கமும் முயற்சியும் தொடர்ந்து உண்டாகின்றன. வேறு மணிமேகலைப் பிரதிகளைத் தேடித் தொகுத்தேன். சில சுவடிகள் கிடைத்தன. காகிதத்தில் ஒரு பிரதி செய்து வைத்துக் கொண்டேன்.

சிந்தாமணியை நான் சோதிக்கையில் இடையே மணிமேகலையையும் பார்ப்பேன். அதன் நடை சில இடங்களில் எளிதாக இருந்தது. ஆனாலும், சில சில வார்த்தைகள் நான் அதுகாறும் கேளாதனவாக இருந்தன. 'இந்நூல் இன்ன கதையைக் கூறுவது,

இன்ன மதத்தைச் சார்ந்தது' என்பவற்றில் ஒன்றேனும் எனக்குத் தெளிவாகவில்லை.

சிந்தாமணி பதிப்பித்து நிறைவேறியவுடன் *மணிமேகலை* ஆராய்ச்சியில் நான் கருத்தைச் செலுத்தினேன். *பத்துப்பாட்டு* ஆராய்ச்சியும் அப்போது நடைபெற்று வந்தது. *மணிமேகலை* விஷயம் தெளிவுபடாமையின் *பத்துபாட்டை*யே முதலில் வெளியிடலானேன்.

புதிய புதிய பரிபாஷைகளும், புதிய புதிய தத்துவங்களும் *மணிமேகலை*யில் காணப்பட்டன. நான் பார்த்த அறிவாளிகளை யெல்லாம் சந்தேகம் கேட்கத் தொடங்கினேன். ஒவ்வொருவரும் ஒவ்வொரு விதமாகச் சொன்னார்கள். தெரியாததைத் தெரியாதென்று ஒப்புக்கொண்ட பெரியோர் சிலர். சிலர் தெரியாதென்று சொல்லிவிட்டால் தங்கள் நன்மதிப்புக்குக் கேடு வந்துவிடுமென்ற கருத்தினால் ஏதோ தோன்றியபடி யெல்லாம் சொன்னார்கள். தங்களுக்கே தெளிவாகாத விஷயமாதலின் ஒரே விஷயத்தை ஒருவரையே வெவ்வேறு சமயத்தில் கேட்டால் வெவ்வேறு விதமாகச் சொல்லத் தொடங்கினர். ஒரே விஷயத்தைக் குறித்துப் பலர் பல சமாதானங்களைச் சொன்னார்கள். இவ்வாறு தத்தளித்துத் தவித்துக்கொண்டிருந்த எனக்கு அமைதியே உண்டாகவில்லை. 'நாம் மணிமேகலையைத் துலக்க முடியாதோ!' என்ற சந்தேகம் என் மனத்திற் குடிபுக ஆரம்பித்தது. 'தமிழ் மகள் தன் மணிமேகலையை அணிந்துகொள்ளும் திருவுள்ளம் உடையவளாயின், எப்படியாவது நற்றுணை கிடைக்கும்' என்ற நம்பிக்கை மாத்திரம் சிதையாமல் இருந்தது.

அந்தக் காலத்தில் நான் கும்பகோணம் காலேஜில் இருந்தேன். என் கையில் எப்பொழுதும் கையெழுத்துப் பிரதியும் குறிப்புப் புத்தகமும் இருக்கும். ஓய்ந்த நேரங்களி லெல்லாம் அந்தப் பிரதியைப் புரட்டிப் பார்ப்பதும், குறிப்பெடுப்பதும் எனது வழக்கம்.

ஒருநாள் ஒரு மணிக்கு மேல் இடைவேளையில் உபாத்தியாயர்கள் தங்கும் அறையில் உட்கார்ந்து *மணிமேகலைப்* பிரதியை வழக்கம்போல் புரட்டிக் கொண்டிருந்தேன். அங்கே மற்ற உபாத்தியாயர்களும் இருந்தார்கள். அப்போது என்னோடு அதிகமாகப் பழகுபவரும் எனக்குச் சமமான பிராயம் உடையவருமாகிய ஸ்ரீ சக்கரவர்த்தி ஐயங்கா ரென்னும் கணித ஆசிரியர், "என்ன? அறுபது நாழிகையும் இந்தப் புஸ்தகத்தையே வைத்துக்கொண்டு கஷ்டப்படுகிறீர்களே?" என்று கேட்டார்.

"என்ன செய்வது? விஷயம் விளங்கவில்லை. நிதானமாகப் பார்க்கிறேன். ஒன்றும் புரியவில்லை" என்றேன் நான்.

"புரியாதபடி ஒரு புஸ்தகம் இருக்குமோ?"

ராவ்பகதூர் மளூர் ரங்காசாரியார்

"தமிழில் அப்படித்தான் பெரும்பாலும் இருக்கின்றன. புரியும்படி பண்ணலாம். அதற்குக் காலம் வரவேண்டும்."

"இதில் என்ன புரியவில்லை?"

"எவ்வளவோ வார்த்தைகள் தெரியாதனவாக இதில் இருக்கின்றன; அவை மற்றப் புஸ்தகங்களிலே காணப்படவில்லை. ஜைனம், சைவம், வைஷ்ணவம் ஆகிய மதநூல்களிலும் இருப்பதாகத் தெரியவில்லை. பாருங்கள்: அரூபப் பிடமராம், உரூபப் பிடமராம். இவையெல்லாம் புதிய பாஷை மாதிரி இருக்கின்றன. பிடமரென்ற வார்த்தையை இதுவரையில் நான் கேட்டதில்லை."

இப்படி நாங்கள் பேசிக்கொண் டிருக்கும்போது ஓர் ஓரத்திலிருந்து, "அதைப் பிரம ரென்று சொல்லலாமோ?" என்று ஒரு கேள்வி பிறந்தது. அந்தப் பக்கம் பார்த்தேன். காலேஜில் ஆசிரியராக இருந்த ராவ்பகதூர் மளூர் ரங்காசாரியா ரவர்களே அப்படிக் கேட்டன ரென்பதை உணர்ந்தேன்.

"எனக்கு ஒன்றும் புரியவில்லை. அது பிடமரோ, பிரமரோ தெரியாது" என்று பதில் கூறினேன்.

அவர் தம் கையில் ஒரு புத்தகத்தை வைத்துக் குனிந்தபடியே படித்துக் கொண்டிருந்தார். அவர் எப்பொழுதும் படித்த வண்ணமாகவே இருப்பார். ஒரு கணப்போதையும் வீணாக்க மாட்டார். அவர் புத்தகத்தைப் படித்துக் கொண்டிருக்கும்போது கவனித்தால், அந்தப் புத்தகமும் அவரும் வேறாகத் தோற்றாதபடி அதிலே அமிழ்ந்து தம்மை மறந்து ஈடுபட்டிருப்பதைக் காணலாம். அதுதான் அவருக்கு ஆனந்தம்; அதுதான் அவருக்கு யோகம்!

என்னுடைய விடையைக் கேட்டு விட்டுச் சிறிது நேரம் தலை நிமிர்ந்தபடியே யோசித்தார்; பிறகு, "எங்கே, அந்தப் பாகத்தைப் படித்துக் காட்டுங்கள்" என்றார்.

நான் என்னுடைய பிரதியை எடுத்துக்கொண்டு அவர் பக்கத்திற்குப் போனேன். "இவரை விட்டு விடாதீர்கள். இவரிடம் அபூர்வமான சரக்குகள் இருக்கும்" என்று என் நண்பர் சக்கரவர்த்தி ஐயங்கார் எனக்கு ஊக்கமூட்டினார். நான் கையெழுத்துப் பிரதியைப் பிரித்து வாசிக்கலானேன்:

நால்வகை மரபி னரூபப் பிடமரும்
நானால் வகையி னுரூபப் பிடமரும்
இருவகைச் சுடரு மிருமூ வகையிற்
பெருவனப் பெய்திய தெய்வத கணங்களும்...

என்று வாசித்து நிறுத்தினேன். அவர் காது கொடுத்துக் கேட்டார்; சிறிது நேரம் யோசித்தார். அவர் முகத்தில் சிறிது ஒளி

உண்டாயிற்று; என்னுடைய மனக் கலக்கமாகிய இருட்பிழம்பில் அந்த ஒளி ஒரு மின்னலைப்போலவே தோன்றி நம்பிக்கையை உண்டாக்கிற்று.

"வந்து..., இந்தப் புஸ்தகம் பௌத்தமத சம்பந்தமுள்ளதாகத் தோணுகிறது" என்று அவர் மெல்லக் கூறினார்.

எனக்கு ஒரு துளி அமிர்தம் துளித்ததுபோல இருந்தது.

"எப்படி?" என்று கேட்டேன்.

"அதுவா? அவர்களிலேதான் இந்தப் பிரம்மாக்களில் இத்தனை வகை சொல்லுகிறார்கள். பிடம ரென்பதற்குப் பிரம ரென்றுதான் அர்த்தம் கொள்ள வேண்டும். அவர்கள் லோகக் கணக்கு, அது சம்பந்தமான ஏற்பாடுக ளெல்லாம் தனி" என்று அவர் சொல்லச் சொல்ல எனக்கு உள்ளத்துள்ளே குபீர் குபீரென்று சந்தோஷ ஊற்றுக்கள் எழுந்தன. ரகரத்துக்கு டகரம் வரலாமென்று எனக்குத் தோற்றியது; முகரி யென்பது முகடி யென்று வருவது என் ஞாபகத்துக்கு வந்தது.

அப்போது அவர், "இன்னும் இப்படி இருப்பவைகளையும் படித்துக்காட்டினால், எனக்குத் தெரிந்ததைச் சொல்லுகிறேன். வெள்ளைக்காரர்கள் நிறையப் புஸ்தகம் எழுதியிருக்கிறார்கள். படித்துப் பார்த்தும் சொல்கிறேன்" என்றார்.

இந்த வார்த்தைகளைக் கேட்டவுடன் அசோகவனத்தில் இருந்த சீதை இராமபிரானின் கணையாழியைக் கண்டபோது எத்தகைய மகிழ்ச்சியை அடைந்தாளோ, அத்தகைய மகிழ்ச்சியை நான் அடைந்தேனென்றே சொல்லலாம்.

'இனி இராமன் வந்து நம்மை மீட்பான்; அச்சமில்லை' என்று சீதை நினைத்தாள்; நானும் 'இனி மணிமேகலையை உருவாக்கி விடலாம்; அச்சமில்லை' என்று நினைத்தேன்.

வழி கண்டு கொண்டால் அப்புறம் விடுவேனா? அன்று முதல் காலையிலும், மாலையிலும் ரங்காசாரியார் வீட்டிற்குப் போக ஆரம்பித்தேன். மணிமேகலை முழுவதையும் சிக்கறச் செய்துவிட வேண்டுமென்ற பேராசை என்னை ஆட்கொண்டது.

அவருடன் பழகப் பழக அவருடைய விரிந்த அறிவும் பலதுறைப் பயிற்சியும் தெளிவான ஞானமும் பொறுமையும் பரோபகாரத் தன்மையும் எனக்கு நன்கு விளங்கின. அவருடைய உதவி எனக்குக் கிடைத்திராவிட்டால் மணிமேகலையை நான் வெளியிடுவதோ அதற்கு உரை எழுதுவதோ ஒன்றும் நிறைவேறாமற் போயிருக்கும். பௌத்த சமய சம்பந்தமான விஷயங்களை யெல்லாம் அம் மகோபகாரி மிகவும்

தெளிவாக எனக்கு எடுத்துரைத்தார். அந்த அறிவோடு மணிமேகலையை ஆராய்ந்தபோது எனக்குத் தமிழ் நாட்டுப் பௌத்தர் நிலையும், பௌத்த பரிபாஷைகளும் விளங்கலாயின. மணிமேகலையில் சில இடங்களில் உள்ள கருத்துக்களை நான் சொல்லும்போது ரங்காசாரியார் பிரமித்துப் போவார்; சில சொற்களின் மொழிபெயர்ப்பைக் கேட்டு ஆச்சரியப்படுவார்; "எவ்வளவு சிரமப்பட்டிருக்கிறார்கள்! எவ்வளவு அழகாகச் சொல்லியிருக்கிறார்கள்!" என்று அடிக்கடி விம்மிதம் அடைவார்.

என்னிடம் இருந்த *நீலகேசித் திரட்டின் உரை, வீரசோழிய உரை, சிவஞான சித்தியார் – பரபக்கம்* ஞானப் பிரகாசர் உரை என்பனவற்றில் வந்துள்ள பௌத்த சமய சம்பந்தமான செய்யுட்களையும் செய்திகளையும் தொகுத்து வைத்துக் கொண்டேன். *மணிமேகலை* ஆராய்ச்சியில் அவையும் உபயோகப்பட்டன.

ரங்காசாரியார் முன்னரே தாம் படித்த நூல்களில் இருந்த விஷயங்களை எனக்குச் சொன்னார். எனக்காகப் பல புதிய புத்தகங்களைப் படித்துச் சொன்னார். நானும் சில ஆங்கிலப் புத்தகங்களை அவர் விருப்பப்படி விலைக்கு வருவித்துக் கொடுத்தேன். மானியர் வில்லியம்ஸ், மாக்ஸ்முல்லர், ஓல்டன் பர்க், ரைஸ் டேவிட்ஸ் முதலிய அறிஞர்கள் எழுதியுள்ள விஷயங்களை யெல்லாம் அவர் படித்துக் கூறக் கூற நான் உணர்ந்து கொண்டேன். மணிமேகலையில் நிலவுகின்ற பௌத்த உலகக் காட்சிகள் எனக்கு ஒவ்வொன்றாகத் தெளிவாயின.

ஒன்றரை வருஷ காலம் ரங்காசாரியார் கும்பகோணத்தில் இருந்தார். அந்தக் காலங்களில் ஓய்வு உள்ளபோதெல்லாம் அவருக்குச் சிரமங் கொடுத்துக் கொண்டே வந்தேன். அப்பால் அவரைச் சென்னைப் பிரஸிடென்ஸி காலேஜுக்கு மாற்றி விட்டார்கள். பிறகும் விடுமுறைக் காலங்களில் சென்னைக்கு வந்து இரண்டு மாதங்கள் தங்கியிருந்து அவரைக் கண்டு விஷயங்களைக் கேட்டுக் குறிப்பெடுக்கலானேன். இப்படி ஐந்தாறு வருஷங்கள் பௌத்த மதத்தைப் பற்றிய செய்திகளை நான் அறிந்துவந்தேன். ரங்காசாரியா ரவர்கள் எனக்கு உபாத்தியாயராக இருந்து கற்பித்தார்க ளென்று சொல்வது பின்னும் பொருத்தமாக இருக்கும்.

'இனிமேல் மணிமேகலையை வெளியிடலாம்' என்ற துணிவு எனக்கு உண்டாயிற்று. அதற்குப் பழைய உரை இருப்பதாகத் தெரியாமையால் நானே என் சிற்றறிவுக்கு எட்டிய வரையில் ஒரு குறிப்புரை எழுதினேன். அதனோடு பௌத்த சயத்தைச் சார்ந்த மும்மணிகளாகிய 'புத்தன், பௌத்த தர்மம்,

பௌத்த சங்கம்' என்னும் மூன்றையும் பற்றிய வரலாற்றையும் எழுதினால் படிப்பவர்களுக்கு உபயோகமாக இருக்குமென்று ரங்காசாரியார் வற்புறுத்திக் கூறினார். அங்ஙனமே அதனையும் அவர் உதவியினால் எழுதிச் சேர்த்துப் பதிப்பிக்கலானேன்.

புத்த சரித்திரம் முதலியவற்றை எழுதியபோது இடையிடையே பல பழைய தமிழ்ச் செய்யுட்களைப் பொருத்தியிருப்பதைக் கேட்டு ரங்காசாரியார் அடைந்த சந்தோஷத்திற்கு அளவில்லை. "அந்தக் காலத்திலே இவ்வளவு பிரசித்தமாக இருந்த விஷயங்கள் இப்போது அழிந்து போயினவே!" என்று அவர் வருந்தினார்.

மணிமேகலை 1898ஆம் வருஷம் பதிப்பித்து நிறைவேறியது. அதன் முகவுரையில் ரங்காசாரியார் செய்த மகோபகாரத்தை நான் குறித்திருக்கிறேன்.

தமிழ்மகள் தன் மணிமேகலையை இழந்திருந்தாள். அதனைக் கண்டெடுக்கும் பேறு எனக்கு வாய்த்தது. ஆயினும், அதிற் பதித்திருக்கின்ற ரத்தினங்களின் தன்மை இன்னதென்று முதலில் எனக்குத் தெரியவில்லை. அதனை ரங்காசாரியார் அறிவித்தார். மணிமேகலை மீட்டும் துலக்கப் பெற்றுத் தமிழ்மகளின் இடையை அலங்கரித்து நிற்கின்றது.

இதனை எழுதும்போது என் மனத்திலுள்ள நன்றியறிவு முழுவதையும் உணர்த்த எனக்குச் சக்தியில்லை. அதனை நேருக்கு நேர் அறிந்துகொள்ள ரங்காசாரியாரும் இல்லை. ஆனாலும் என்ன? அவர் பெயரை இன்றும் நான் நினைத்து நன்றியறிவுடன் வாழ்த்துகிறேன்; என் மனத்தில் அவர் என்றும் இருந்துகொண்டுதான் இருக்கிறார்.

தினமணி — வருஷ மலர், 1938

26

'பவ்ய ஜீவன்'

சீவக சிந்தாமணி தமிழில் உள்ள சிறந்த காப்பியங்களில் ஒன்று. அது ஜைனசமயத் துறவியாகிய திருத்தக்க தேவ ரென்னும் பெரியாரால் இயற்றப் பெற்றது. ஜைனர்கள் அந்நூலை ஒரு பாராயண நூலாகப் போற்றி வருகின்றனர்.

முதன்முதலில் அந்நூலைத்தான் யான் ஆராய்ந்து வெளியிட்டே னென்பது தமிழுலகு அறிந்த விஷயம். *சிந்தாமணியே* என்னுடைய தமிழ்நூற் பதிப்பில் முதல் அரும்பு. வழக்கொழிந்த பழந்தமிழ் நூல்களை அறிவதற்கும் ஆராய்வதற்கும் அச்சிடுவதற்கும் என் உள்ளத்தைப் பக்குவப்படுத்தி ஊக்கமூட்டியவை அந்த நூலும் அதன் உரையுமே. தமிழ்த் தொண்டினால் இன்பம் உண்டென்னும் உண்மையை எனக்கு முதன்முதலில் வெளிப் படுத்தியது அந்த நூலே.

முதன் முயற்சியிலே அடையும் சிரமங்கள் அளவிறந்தன. *சிந்தாமணியைப்* போன்ற நூல்கள் தமிழ்நாட்டில் வழங்காத அக்காலத்தில் அதன் நடையே ஒரு தனிப் பாஷைபோல இருந்தது. அதன் உரையோ பின்னும் புதியதாகவே தோற்றியது. அதில் உள்ள விஷயங்களோ ஜைன சமயத்தைச் சார்ந்தவை. சைவம், அத்வைதம், வைணவம் என்னும் மூன்று சமயக் கருத்துக்களே தமிழ்நாட்டில் அதிகமாக வழங்கின. ஜைன சமயத்தைப்பற்றி அறிந்தவர்களையோ, கூறும் தமிழ் நூல்களையோ காண்பது அரிதாக இருந்தது. அன்றியும் திருவாவடுதுறை யாதீனமாகிய சைவ

டாக்டர் உ.வே. சாமிநாதையர்

சேலம் இராமசாமி முதலியார்

மடத்தில் படித்த எனக்குப் புறச்சமயமாகிய ஜைனத்தைப் பற்றி அறிந்துகொள்ள வாய்ப்பு ஏது?

நான் கும்பகோணம் காலேஜில் இருந்தேன். *சிந்தாமணி* ஏட்டுப் பிரதியைக் கொடுத்துப் படிக்கச் சொன்னவர் சேலம் இராமசாமி முதலியார். நானும் படித்து அவருக்கும் பாடஞ் சொல்லி வந்தேன். ஜைனசமயக் கொள்கைகளை அறிந்துகொள்வதற்கு மிகவும் பாடுபட்டேன். என்னிடம்

அ. சக்கரவர்த்தி நயினார்

படித்துக்கொண்டிருந்த இராமலிங்க பண்டார மென்பவர் என் கஷ்டத்தை யறிந்து கும்பகோணத்தில் ஜைனர்கள் சிலர் இருக்கிறார்க ளென்று கூறியதோடு தமக்குத் தெரிந்த சந்திரநாத செட்டியாரென்ற ஒருவரை எனக்குப் பழக்கம் செய்விப்பதாகவும் சொன்னார்.

ஒருநாள் சந்திரநாத செட்டியார் வீட்டிற்கு அவரும் நானும் போனோம். அந்த வீடு ராமஸ்வாமி கோவிலுக்கு மேல்புறமுள்ள ஒரு தெருவில் இருந்தது. அவர்கள் வீட்டில் வாழை மரமும், மாவிலைத் தோரணமும் கட்டப்பட்டிருந்தன. மாக்கோலம் போட்டிருந்தார்கள். ஜைனசமய நூல்களில் மிகச் சிறந்த பயிற்சியையுடைய 'வீடூர் அப்பாசாமி நயினார் என்பவரும் வேறு சிலரும் வந்திருந்தனர். முதலில் சந்திரநாத செட்டியாரையும் அப்பால் மற்றவர்களையும் நான் பழக்கம் செய்துகொண்டேன். "இன்று உங்கள் வீட்டில் ஏதோ சுபகாரியம்

* இவர், கும்பகோணம் காலேஜ் பிரின்ஸிபாலாக இருந்து உபகாரச் சம்பளம் பெற்றுள்ள ஸ்ரீமான் ராவ்பகதூர் அ. சக்கரவர்த்தி நயினார் அவர்களுடைய பிதா.

டாக்டர் உ.வே. சாமிநாதையர்

நடந்ததுபோ லிருக்கிறது" என்றேன் நான்; "ஆமாம்! இன்று சிந்தாமணி பாராயண பூர்த்தி உத்ஸவம். சில மாதங்களாகச் சிந்தாமணி படனம் நடந்துவந்தது" என்றார். வீடூர் அப்பாசாமி நயினார் சந்தை சொல்லச் சந்திரநாத செட்டியார் முதலியோர் அதைப் படனம் செய்துவந்தார்க ளென்று அறிந்தேன். எனக்கு அப்பொழுது *இராமாயண* பட்டாபிஷேகம், *பெரியபுராண* படனம் முதலிய செய்திகள் ஞாபகத்துக்கு வந்தன.

அப்பால் என்னுடைய சந்தேகங்கள் போவதற்கு அந்த ஜைனர்கள் பெரிதும் துணை செய்வார்களென்ற தைரியம் எனக்கு உண்டாயிற்று. அப்பாசாமி நயினாரிடமிருந்து பல விஷயங்களை நான் கேட்டுத் தெரிந்துகொண்டேன். அவர் சிலகாலம் கும்பகோணத்தில் இருந்தார். அவர் இருந்த வரையிலும் அடிக்கடி அவரிடம் சென்று விஷயங்களைத் தெரிந்துகொண்டேன். அவர் பிறகு வீடூர் சென்றுவிட்டார். நான் கண்டு பேசிய ஜைனர் பலர், கும்பகோணத்தில் தரணி செட்டியார் என்ற ஒருவர் இருந்தனரென்றும் அவர் ஜைன விஷயங்களில் ஓர் உரையாணியைப்போல விளங்கினாரென்றும் கூறினர்; "அவர் இருந்திருந்தால் இந்த விஷயங்களை உள்ளங்கை நெல்லிக்கனிபோல விளக்கிவிடுவாரே!" என்று இரங்கினர்.

சந்திரநாத செட்டியார் மிக்க செல்வர்; ஜைன நூற்பயிற்சி நன்றாக உடையவர். அவருக்குச் *சிந்தாமணி* முழுவதும் பாடமாக இருந்தது. வைணவர்கள் *திவ்யப் பிரபந்தத்தை* ஸேவிப்பது போல அவர் சிந்தாமணியை ஸேவித்து மனனம் பண்ணியிருந்தார். நான் *சிந்தாமணி*யை ஆராய்ந்தபோது நச்சினார்க்கினியர் தம் உரையினிடையே பின்னே வரும் செய்யுட்பகுதியை எடுத்துக்காட்டிச் சில செய்திகளை விளக்கி வருவதை அறிந்தேன். அப்படிக் காட்டப்பெற்ற பகுதிகள் எங்கே இருக்கின்றன வென்பதைத் தேடுவது ஆரம்ப காலத்தில் சிறிது கஷ்டமாக இருந்தது. அப்போது சந்திரநாத செட்டியாரைக் கேட்பேன். கேட்டவுடனே அவர் அப்பகுதிகள் இன்ன இன்ன இலம்பகத்தில் இன்ன இன்ன பாட்டில் வருகின்றனவென்று சொல்லிவிடுவார். இப்படியே *சிந்தாமணி*யை ஜைனர்களிற் பலர் பாடம் பண்ணியிருந்ததை நான் அறிந்தேன். ஆனாலும் அச்செய்யுட்களை ஆராய்ச்சி முறையில் அவர்கள் படிக்கவில்லை; குற்றங் களைந்து சுத்தபாடமாக மனனம் செய்யவுமில்லை; பரம்பரையாக வந்த பழக்கத்தினாலும் பக்தியினாலும் *சிந்தாமணி*யைப் பாராயணம் செய்தும் மனனம் செய்தும் வந்தார்கள்; சம்பிரதாயமாக வழங்கி வந்த உரையொன்றையும் அவர்கள் நெட்டுருச் செய்திருந்தார்கள். அந்த உரை பெரும்பாலும் வடமொழிச் சொற்கள் நிரம்பியும் பரிபாஷைகள் விரவியும் அமைந்திருக்கும். மூலத்திலும்

உரையிலும் பலகாலமாக ஏறிப்போன வழூக்கள் வழூக்களாகவே இருந்தன. ஏட்டுப் பிரதிகளும் அவர்கள் பாடமும் எவ்வளவோ இடங்களில் மாறுபட்டிருந்தன. அதனால் அவர்கள் பாடத்தை வைத்துக்கொண்டு ஆராய்வதென்பது இயலாத காரியமாயிற்று.

ஒருமுறை சந்திரநாத செட்டியார் வெளியூருக்குச் சென்றிருந்தார். ஸமவசரணம் என்பதைப் பற்றி விரிவாக அறியவேண்டிய சந்தர்ப்பம் வந்தது. சந்திரநாத செட்டியார் இல்லாமையின் வேறு யாரையேனும் கேட்கலாமென்று எண்ணினேன். அவர் வீட்டிற்கு எதிர் வீட்டில் குணபால செட்டியாரென்ற ஒருவர் இருந்தார். அவரும் ஜைன சமய சாஸ்திரங்களிற் பயிற்சி யுடையவரென்று கேள்வியுற்றேன். யாரேனும் ஒருவர் என் ஆராய்ச்சிக்குச் சிறிதளவு பயன்படக் கூடியவராக இருந்தாலும் அவரைத் தேடிப்பிடித்துப் பழக்கம் செய்துகொண்டு அவரிடமிருந்து அவருக்குத் தெரிந்தவற்றை அறிந்துகொள்வதில் எனக்குச் சிறிதும் சலிப்பு ஏற்படுவதில்லை. ஆதலின் குணபால செட்டியாரையும் பார்த்துப் பழக்கம் பண்ணிக்கொள்ள வேண்டுமென்று நிச்சயம் செய்துகொண்டேன். அதனால் ஒருநாள் அவர் வீட்டுக்குப் போனேன்.

அவரும் ஒரு செல்வர்; பிராயம் முதிர்ந்தவர். நான் போனவுடன் என்னை அன்போடு வரவேற்று உபசரித்தார். நான் அந்த ஊர்க் காலேஜ் உபாத்தியாயராக இருந்தமையின் என்னைப்பற்றி அவர் தெரிந்துகொண்டிருந்தார். ஒரு 'ஸோபா'வில் உட்கார்ந்து பேசிக்கொண்டிருந்தேன். அந்த ஆசனத்தில் மூட்டைப் பூச்சிகள் இருந்தன. மிக்க உரிமையோடும் அவை மேலே உலாவிக்கொண்டிருந்தன. ஒன்றைக் கையில் எடுத்தேன். குணபால செட்டியார், "ஹா ஹா ஹா! கொல்லவேண்டாம், கொல்லவேண்டாம்" என்று நடுங்கிக்கொண்டே கையை அசைத்தார். ஜீவகாருண்யத்தை உயிரினும் சிறந்ததாக மதிக்கும் ஜைனர்களில் அவர் ஒருவர் என்பதை அப்போது உணர்ந்தேன். கையில் எடுத்த மூட்டைப்பூச்சியை அதனுடைய இடத்திலே சுகமாக இருக்கும்படி விட்டுவிட்டு நான் அந்த 'ஸோபா'வினின்று எழுந்திருந்து வேறிடத்தில் உட்கார்ந்துகொண்டேன். அவரிடம் ஸமவசரண மென்பதைப்பற்றிக் கேட்டேன். அவர் தமக்குத் தெரிந்தவற்றைக் கூறிவிட்டுத் தம் வீட்டில் இருந்த ஸமவசரணத்தைக் குறிக்கும் படமொன்றைக் காட்டினார். நான் பார்த்து மகிழ்ந்தேன். அவரிடம் மேலும் பல விஷயங்களைக் கேட்டேன். சிலவற்றைச் சொன்னார். மாலை ஐந்து மணி ஆயிற்று. அவர் உணவு கொள்ளப் போய்விட்டார். இரவில் உண்ணுவது ஜைனர்களுக்கு விரோதமானது.

அவர் ஜைன சம்பிரதாயங்களை அனுஷ்டானத்தில் ஒழுங்காக அநுசரிப்பது கண்டு நான் வியந்தேன். அவர் போஜனம் செய்த பிறகு ஜினஸ்தோத்திரங்கள் சொல்லத் தொடங்கினார். நெடுநேரம் சொல்லிவிட்டுப் பிறகு வந்தார். சிறிதுநேரம் பேசிக்கொண்டிருந்தார். சில விஷயங்களை அவர் தெளிவாகச் சொல்ல இயலவில்லை; "நாளைக்கு வாருங்கள். இவைகளைத் தெரிந்துகொள்ளலாம்" என்று அவர் கூறி என்னை அனுப்பினார். 'புஸ்தகங்களைப் பார்த்துத் தெரிந்து சொல்வார்' என்றெண்ணி நான் எழுந்து என் வீடுபோய்ச் சேர்ந்தேன்.

மறுநாள் குறித்த வேளையில் அவருடைய வீட்டிற்குச் சென்றேன். வீட்டுத் திண்ணையில் அவர் உட்கார்ந்திருந்தார். நான் அவருக்கு எதிரே சிறிது தூரத்தில் உட்கார்ந்தேன். அவர் என்னைக் கண்டவுடன், "வாருங்கள்; இருங்கள்" என்று சொல்லிவிட்டு உள்ளே சென்றார். ஏதாவது புஸ்தகத்தை எடுத்து வருவாரென்று எண்ணினேன். சிறிது நேரத்தில் மீண்டு வெறுங்கையோடு வந்தார். "சரி; இப்போது உங்கள் சந்தேகங்களை யெல்லாம் சொல்லுங்கள்" என்று சற்று ஊக்கத்தோடு சொன்னார். அவர் என்னைக் கண்டதும், உள்ளே போனதும், மீண்டுவந்து ஊக்கத்தோடு இப்படிச் சொன்னதும் அவர் ஏதோ ஒரு புதிய சகாயத்தைப் பெற்று வந்திருக்கவேண்டுமென்று தோற்றச் செய்தன.

நான் ஒரு சந்தேகத்தைக் கேட்டேன். அவர் அதைக்கேட்டு அங்கே இருந்த ஜன்னல் வழியாக உள்ளே யாரோ ஒருவரிடம் அப்படியே சொன்னார்; உள்ளிருந்து சற்று மெல்லிய குரலில் அதற்கேற்ற விடை வந்தது. செட்டியார் அடைந்த புதிய சகாயம் அந்தக் குரலையுடையா ரென்பதை அறிந்துகொண்டேன். அக்குரலையுடையார் ஒரு முதிர்ந்த பெண்பாலாரென்று தோற்றியது. என்னுடைய சந்தேகத்துக்கு அது தெளிவான விடையாக இருந்தது. நானிருந்த இடத்திலிருந்து உள்ளே இருப்பவர் இன்னாரென்று பார்க்கமுடியவில்லை.

அடுத்தபடி வேறொரு கேள்வி கேட்டேன். செட்டியார் அதைக்கேட்டு ஜன்னல் வழியாக உள்ளே அனுப்பினார். உள்ளிருந்து அந்த மெல்லிய குரலிலே விடை வந்தது. இப்படி நான் கேட்பதும் செட்டியார் அதை ஜன்னல் வழியாகத் தெரிவிப்பதும் அங்கிருந்து விடை வருவதுமாக ஸம்பாஷணை நடைபெற்று வந்தது. நானும் அதற்குமுன் ஓரளவு ஜைன விஷயங்களை அறிந்திருந்தே னாதலின், உள்ளிருந்துவரும் விடைகளை நன்றாகத் தெரிந்து குறிப்பெடுத்துக்கொண்டேன். இப்படி நிகழும்போது இடையே உள்ளிருந்த குரல், "இவர், பவ்ய ஜீவன்போ லிருக்கிறதே!" என்றது.

நான் மிகவும் சிரத்தையோடு மிக நுண்ணிய ஜைன சமயக் கருத்துக்களைக் கேட்டுவந்தேன். அக்கேள்விகளால் என்னைப்பற்றி ஓர் அபிப்பிராயம் அந்தக் குரலுடையாருக்கு ஏற்பட்டிருக்க வேண்டுமென்று தோற்றியது. 'பவ்ய ஜீவ'னென்பது ஜைனர்களுள் கிரமமாக மோக்ஷமடைவதற்குத் தகுதியான நிலைமையில் இருக்கும் ஆத்மாவைக் குறிப்பது. எனக்கு அவ்விஷயம் முன்பே தெரியும். ஆதலின் என்னைப் பவ்ய ஜீவனென்று உள்ளிருந்தவர் கூறினவுடன் என் உடல் மயிர்க்கூச்செறிந்தது. அருகத் பரமேஷ்டியின் பக்தி எனக்கு அதிகமென் றெண்ணியேனும், ஜைனர் கூறும் மோக்ஷபதவி எனக்குக் கிடைக்கு மென்றேனும் நான் சந்தோஷ மடையவில்லை. சிந்தாமணியை ஆராய்வதற்கு என்பால் ஓரளவு தகுதி உண்டு என்பதை அந்த இனிய குரல் கூறி என்னைத் தேற்றியதாகவே நான் கருதினேன்.

சிந்தாமணிக்கு உரை எழுதத் தொடங்கிய நச்சினார்க்கினியர் மிகவும் உழைத்துச் செய்திகளை அறிந்து முதலில் ஓர் உரை வகுத்தனராம். அதை ஜைனப் பெரியார்களிடம் காட்டியபொழுது அவர்கள் அங்கீகரிக்கவில்லையாம். அப்பால் அவர் ஒரு ஜைனவித்தியார்த்தி போல் சித்தாமூரிலுள்ள ஜைனமடத்திற்குச் சென்று ஜைன சமய நூல்களைக் கற்றுப் பிறகு இரண்டாம் முறை உரை எழுத, அதை யாவரும் அறிந்து பாராட்டினராம்.

இந்த வரலாற்றை நான் கேள்விப்பட்டிருந்தேன். 'அத்தகைய நூலை, நடுக்காட்டில் வழிதெரியாது திகைப்பவனைப்போல நிற்கும் நான் எப்படி ஆராயமுடியும்? எனக்குத் தகுதி ஏது?' என்ற ஐயமும் அச்சமும் கொண்டிருந்தேன். "பவ்ய ஜீவன்" என்று எனக்கு யோக்கியதா பத்திரம் ஒரு ஜைன அறிவாளி மூலம் கிடைத்ததென்றால் எனக்கு ஆறுதலும் ஊக்கமும் உண்டாவதில் என்ன ஆச்சரியம்?

"உள்ளே இருந்து பேசுபவர்கள்...?" என்று பணிந்த குரலில் வாக்கியத்தை முடிக்காமலே செட்டியாரைக் கேட்டேன்.

"நம்முடைய பார்யை" என்று அவர் பெருமை தொனிக்கக் கூறினார். தம்மைக் காட்டிலும் தம் மனைவியாருக்கு அதிக அறிவு இருப்பதில் அவருக்கு எல்லையற்ற திருப்தி இருந்தது.

"அப்படியா! அவர்கள் இன்றைக்கு எனக்கு மகோபகாரம் செய்தார்கள். நான் எங்கெங்கோ தேடித் தேடிக் கஷ்டப்பட்டேன். இந்தக் காலத்தில் இவ்வளவு விஷயங்கள் அவர்களுக்குத் தெரிந்திருப்பது மிகவும் ஆச்சரியம்" என்றேன் நான்.

"எல்லாம் என்னுடைய தமையனா ரவர்கள் ஆசீர்வாதம். அவர்கள் இட்ட பிச்சை" என்று உள்ளிருந்த பெண்மணியார்

கூறினார். அப்படிச் சொல்லும்போதே அவர் குரல் இடையிடையே தழுதழுத்தது; துக்கத்தின் கலப்பு அதில் இருந்தது. அவர் அப்போது தம்முடைய தமையனாரை எண்ணியதே அதற்குக் காரணம் என்று நான் ஊகித்துக்கொண்டேன்.

"அவர்கள் நாமதேயம் என்னவோ?" என்று நான் கேட்டேன். "தரணி செட்டியார்" என்று குணபால செட்டியாரே விடை பகர்ந்தார். "தரணி செட்டியா ரவர்களா!" என்று ஆச்சரியப்பட்டேன் நான். பலர் அப்பெரியாரைப்பற்றி அடிக்கடி கூறியிருந்தது எனக்கு ஞாபகம் வந்தது.

"அவர்களைப்பற்றி நான் கேட்டிருக்கிறேன். அவர்களைப் பார்த்து விஷயங்கள் தெரிந்துகொள்ளும் அதிர்ஷ்டம் இல்லாவிட்டாலும் அவர்களுடைய அருமைச் சகோதரியாரிட மிருந்து தெரிந்துகொள்ளும் பாக்கியம் கிடைத்ததே; அதோடு, அவர்கள் எனக்கு, 'பவ்ய ஜீவன்' என்ற பட்டம்வேறு கொடுத்தார்களே; இதை நான் என்றும் மறவேன்" என்று நன்றியறிவோடு நான் கூறி விடை பெற்றுக்கொண்டேன்.

கலைமகள், தொகுதி 14, பகுதி 79 – 84, 1938

[இக்கட்டுரை மகாவித்துவான் மே.வீ. வேணுகோபாலப் பிள்ளை பதிப்பித்த *சிந்தாமணிச் சொற்பொழிவு நினைவு மலர்* (1952) என்னும் நூலிலும் இடம் பெற்றுள்ளது. (ப.ஆ.)]

27

உதிர்ந்த மலர்கள்

பத்துப் பாட்டை நான் ஆராய்ந்து பதிப்பிக்கத் தொடங்கியபோது (1889ஆம் வருஷம்) எனக்கு முதலில் மூலமுள்ள பிரதி கிடைக்கவில்லை. பதவுரை மட்டும் அடங்கிய பிரதிகளே கிடைத்தன. அதன் முதற் பதிப்பில் உரையிலிருந்து தொகுத்த மூலத்தையே வெளியிட்டேன். அக்காலத்தில் மூலப்பிரதி எங்கேனும் கிடைக்குமோ வென்று சிரமப்பட்டுத் தேடியும் பயனில்லை.

உரையில் நச்சினார்க்கினியர் கொடுத் துள்ள மூலப்பகுதிகளை இணைத்து எதுகை, மோனை பொருட்டொடர்பு முதலிய வற்றை ஆராய்ந்து ஒருவகையாக அமைத்துக் கொண்டேன். அந்த நிலையிலும் ஓர் இடையூறு உண்டாயிற்று.

பத்துப் பாட்டில் எட்டாவது பாட்டாக இருப்பது குறிஞ்சிப்பாட் டென்பது. அது சங்கப்புலவர்களில் தலைசிறந்தவராகிய கபிலரால் ஆரிய அரசனாகிய பிரகத்தன் என்பவனுக்குத் தமிழின் நயத்தைத் தெரிவிக்கும்பொருட்டுப் பாடப் பெற்றது. அதன்கண் ஒரு தலைவி ஒரு தலைவனைக் கண்டு காமுற்று அளவளாவிய செய்தியாகிய களவொழுக்கம் மிக அழகாகச் சொல்லப்படுகின்றது:

மலைவாணர் மகளாகிய ஒரு தலைவியை அவளுடைய தாய், "தினைக்கொல்லையைக் காத்து வருவாயாக" என்று கூறித் தோழியுடன் அனுப்பி னாள். தலைவியும் தோழியும் தினைக்கொல்லைக்குச் சென்று பரண்மேலிருந்து கிளி முதலியவற்றை ஓட்டிக்கொண் டிருந்தார்கள்.

டாக்டர் உ.வே. சாமிநாதையர்

பிறகு அருவியிலே விளையாடி மகிழ்ந்தும், பாட்டுக்களைப் பாடியும், பலவகையான அழகிய மலர்களைப் பறித்துப் பாறையிலே குவித்தும், தழைகளை யெல்லாம் ஆடைபோலக் கட்டி உடுத்தும், மாலைதொடுத்து அணிந்தும், இடையிடையே கிளிகளை ஓட்டியும் பொழுது போக்கினார்கள்.

அப்பொழுது அங்கே ஒரு தலைவன் வந்தான். அவன் அழகும் வீரமும் உடையவன். அவன் தன் தலைமயிரில் எண்ணெயும் மயிர்ச் சாந்தும் பூசியிருந்தான். அகிற்புகையினால் அதனை உலர்த்தினமையின் அதில் வாசனை கமழ்ந்தது. அவ்வாசனை பற்றி வண்டுகள் அவன் குடுமியிலே மொய்த்தன. பல மலர்களை அவன் தன் தலையில் அணிந்து பிச்சி மலரால் தொடுத்த ஒற்றைவடத்தைச் சுற்றிக்கொண்டிருந்தான். ஒரு காதில் அசோகந் தளிரைச் செருகியிருந்தான். பூமாலையும் ஆபரணமும் அவன் மார்பிலே விளங்கின. கையில் வில்லையும் அம்புகளையும் ஏந்தியிருந்தான். இடையிலே கச்சையும் காலிலே வீரக்கழலும் திகழ்ந்தன.

அவனோடு சில நாய்கள் வந்தன. அவை குரைத்துத் தலைவியையும் தோழியையும் வளைத்துக்கொண்டன. அவர்கள் அஞ்சி வேறிடத்திற்குச் செல்ல முயன்றார்கள். அப்பொழுது அவ்வீரன் அவர்களை நோக்கி இனிய சொற்களைக் கூறி அவர்கள் அழகைப் பாராட்டினான்.

எப்படியேனும் அவர்களோடு பேச வேண்டு மென்பது அவன் விருப்பம். அதனால் பொய்யாக, “நான் வேட்டையாடி வந்தேன். யானை முதலிய சில மிருகங்கள் எனக்குத் தப்பி இங்கே வந்தன. அவற்றை நீங்கள் கண்டீர்களோ?” என்று வினாவினான். மகளிர் இருவரும் நாணமிகுதியால் ஒன்றும் விடை பகரவில்லை.

மேலும், அவன், “என் வினாவிற்கு ஏற்ற விடை தாராவிடினும் என்னோடு ஒருவார்த்தையாவது பேசக்கூடாதா?” என்று சொல்லி விட்டு ஒரு பூங்கொம்பை எடுத்துக் குரைத்துக் கொண்டிருந்த தன் நாய்களை அடித்து அடக்கினான். தலைவியின் வாயிலிருந்து ஒரு சொல்லேனும் வருமோவென்று எதிர்பார்த்து நின்றான் அவன். ஒன்றும் வரவில்லை.

அப்பொழுது, வேடன் ஒருவனால் தினைப் புனத்திலிருந்து துரத்தப்பட்ட ஒரு யானையானது மதமிகுந்து மரங்களை முறித்துக் கொண்டு அவ்வழியே வந்தது. அதைக்கண்ட அம்மகளிர் இருவரும் அஞ்சி நடுங்கினர். அவர்களுடைய நாணம் இருந்த இடம் தெரியாமல் மறைந்தது. உயிருக்கே ஆபத்து வந்தபோது

நாணம் என்செய்யும்! உடனே அவ் வீரனருகிலே ஓடிச் சென்று நடுங்கி நின்றார்கள்.

நினைத்த பொருள் கைவந்தவனைப் போல அவன் மகிழ்ந்து மிகவும் எளிதாக ஓர் அம்பைத் தொடுத்து அந்த யானையின் முகத்தில் எய்தான். அது வெருவி ஓடிவிட்டது. மகளிர் அச்சம் நீங்கினர்.

தலைவனுக்கும் தலைவிக்கும் இடையே ஒருவகை அன்பு உண்டாயிற்று.

பிறகு மகளிர் இருவரும் மலையருவியிலே குதித்து விளையாடுகையில் கால் நிலையாமல் நீரால் இழுத்துச் செல்லப்பட்டனர். அப்பொழுது தலைவன் சென்று அவர்களைக் காப்பாற்றினான். தலைவியைத் தழுவிக்கொண்டு அன்பு செய்தான். அதுமுதல் அவ்விருவரும் காதலராயினர். தினந்தோறும் சென்று தலைவன் தலைவியைக் கண்டு அளவளாவி வந்தான். தலைவி காலையிலே தினைப்புனஞ் செல்வதும் கிளியை ஓட்டுவதும் தலைவனைக் கண்டு பேசி அளவளாவி மகிழ்வதும் மாலையிலே தன் வீடு திரும்புவதுமாக இருந்துவந்தாள்.

பின்பு தினைக்கதிர் விளைந்தவுடன் தலைவிக்குத் தினைப்புனங்காக்கும் வேலை ஒழிந்தது. இதனால் அவள் தன் வீட்டிலேயே இருந்தாள். அக்காலத்தில் தலைவன் இராப்பொழுதில் அவளை நாடி வீட்டிற்கு வந்து சென்றுகொண்டிருந்தான்.

அவன் வரும்போது இராக்கால மாதலின் இடைவழியிலே அவனுக்கு நேரக்கூடும் அபாயங்களுக்கும் தன் ஊரிலும் வீட்டிலும் உள்ள காவல்களுக்கும் பயந்து தலைவி வருந்தினாள். அந்த வருத்த மிகுதியினால் அவள் உடல் மெலிவுற்றது. அம்மெலிவைக் கண்ட தாய் முதலியோர் அதற்குக் காரணம் யாதென்று ஆராயத் தொடங்கினர்.

தலைவிக்கு உண்டான நோய், மருந்தால் தீர்வதன் றென்பதை அவர்கள் அறிந்திலர். முதியவர்களையும் தெரிந்தவர்களையும் கேட்டார்கள்; கடவுளுக்குப் பூசை போட்டனர்; அவர்களால் நோயின் காரணத்தை அறிய முடியவில்லை. உண்மையறியாமல் அவர்கள் வருந்துவதையும் தான் தலைவனை மணம்செய்து கொள்வதற்கு வழியின்றித் துன்புறுவதையும் தலைவி உணர்ந்து யோசித்தாள். 'நம்முடைய காதலை வெளிப்படுத்தாவிடின் அதனை யறியாத இவர்கள் ஏதேனும் செய்யத் துணிவார்கள். அதனால் நம்முடைய காதலுக்கும் கற்புக்கும் குறை நேரும். ஆபரணங்கள் உடைந்துவிட்டால் மறுபடி திருத்தி அமைத்துக்

கொள்ளலாம். ஒழுக்கமும் கற்பும் வழுவினால் மறுபடியும் அமைத்துக்கொள்ள முடியுமா? எப்படியேனும் நம் நிலையைத் தாய்க்குத் தெரிவிப்பதுதான் பரிகாரம்' என்று துணிந்தாள்; துணிந்து தன் உயிர்த்தோழிக்கு அதனை அறிவித்தாள். அத்தோழி அதனைக் கேட்டு அவள் விருப்பத்தின்படியே செவிலித்தாய்க்குத் தலைவியின் காதல் வரலாற்றைச் சொல்லுகின்றாள்.

அப்படிச் சொல்லும் முறையிலே குறிஞ்சிப்பாட்டு அமைந்திருக்கின்றது. அதில் உள்ள வருணனைகளும், பழைய வழக்கங்களும், பிறவும் என் மனத்தைக் கவர்ந்தன. தலைவியும் தோழியும் பல மலர்களைப் பறித்துப் பாறையிலே குவித்த செய்தி கூறப்படுமிடத்தில் 99 மலர்களின் பெயர்கள் வருகின்றன. 'இவ்வளவு பூக்களின் பெயர்களை எதற்காக அடுக்கி இங்கே சொல்லவேண்டும்?' என்று யோசித்தேன். ஆரிய அரசனுக்குத் தமிழ் சிறப்பை அறிவுறுத்த வந்த கபிலர், "தமிழர்கள் இயற்கையின் எழிலை நன்கு உணர்ந்தவர்கள். நிலப் பாகுபாடுகளையும் மரஞ் செடி கொடிகளின் இயல்புகளையும் தெளிவாக ஆராய்ந்தவர்கள். அவர்களுக்கு வார்த்தைப் பஞ்சமில்லை" என்பதை அவ்வரசன் தெரிந்துகொள்வதற்காக இப்படிப் பாடியிருக்க வேண்டுமென்று கருதினேன்.

மாலைக் காலத்தை எவ்வளவு அழகாக அவர் அதில் வருணித்திருக்கின்றார்!

'சூரியன் அத்தகிரியிலே மறைகின்றான். மான்கணங்கள் மரத்தடியிலே வந்து கூடுகின்றன. பசுக்கூட்டங்கள் வயிறார மேய்ந்துவிட்டுத் தம்முடைய கன்றுகளை நினைந்து விளித்துக்கொண்டே மந்தைகளிற் புகுகின்றன. அன்றிற் பறவை பனைமரத்தில் இருந்து துணையை அழைக்கின்றது. பாம்பு இரைதேடும் பொருட்டு மணியை உமிழ்கின்றது.

'இடையர்க ளெல்லாம் தம்முடைய புல்லாங்குழலில் ஆம்பற் பண்ணை வாசிக்கின்றனர். ஆம்பலரும்புகள் இதழ் விரிகின்றன.

'வீடுகளி லெல்லாம் சுமங்கலிகள் விளக்கேற்று கின்றனர். அந்தணர் அந்திக் கடனைச் செய்கின்றனர்.

'இலைகளின் மேல் அமைத்த பரண்களில் வேடர்கள் கொடிய மிருகங்களை அச்சுறுத்தக் கொள்ளிக் கட்டையால் தீ உண்டாக்குகின்றனர். மேகங்கள் மலையைச் சூழ்கின்றன; எங்கும் இருள்கின்றது. காட்டிலே கல்லென்ற ஒலி உண்டாகின்றது. புள்ளினங்கள் தத்தம் கூடுகளில் வந்து ஒலிக்கின்றன. இப்படி மாலை வந்தது.'

உதிர்ந்த மலர்கள்

இவற்றைப் படிக்கப் படிக்க இக்காட்சிகள் என் மனக்கண்முன் தோன்றலாயின. ஒருமுறை படித்தேன். இருமுறை படித்தேன். பலமுறையும் படித்தேன்.

மூல அடிகளை நன்றாக வரையறை செய்து வரும்போது, மலர்களை வரிசையாகச் சொல்லும் பகுதியின் இடையே சில அடிகள் விட்டுப்போயினவென்று தெரிந்தது. அங்கே ஏட்டில் இடம் விடப்பட்டிருந்தது. அழகாகத் தொடுத்த அம்மலர் வரிசையிலே சில மலர்கள் காணப்படவில்லை. அவ்வரிசையின் அழகு அதனால் சிறிது சிதைவுற்றது. எவ்வளவோ இடங்களில் தேடியும் மூலம் கிடைக்கவில்லையே என்ற வருத்தத்தால் நைந்திருந்த நான், உரையின் உதவிக்கொண்டு ஒருவாறு மூலத்தைச் செப்பஞ் செய்யலா மென்ற தைரியத்தை அடைந்திருந்தேன்; மூலவரையறையும் ஒருவாறு அமைந்து வந்தமையால் திருப்தியுற்றேன். இடையிலே இம்மலர் வரிசை அற்றிருந்தது. நான் என் செய்வேன்!

ஸ்ரீலஸ்ரீ அம்பலவாண தேசிகர்

அங்கே செங்காந்தட் பூ முதல் செம்பூ வரையிற் பல மலர்கள் சொல்லப்படுகின்றன. செங்கொடுவேரி என்னும் பூவுக்கும் கூவிளம் பூவுக்கும் இடையிலே சிதைவு காணப்பட்டது. ஏட்டுச் சுவடியில் அடிவரையறையோ, அடிகளின் எண்ணோ இராது. எத்தனை அடிகள் அங்கே இல்லையென்று விளங்கவில்லை. 'எத்தனை மலர்கள் உதிர்ந்துவிட்டனவோ! அவற்றை எங்கே தேடி எடுத்துக் கோத்துக் குறையை நிரப்புவோம்!' என்று நான் ஏங்கினேன். ஏடுகள் தேடாத இடம் ஏதாவது இருக்கிறதாவென்று யோசித்தேன். தமிழ் வாணர்களைப் பாதுகாத்தும் சைவத்தை வளர்த்தும் வரும் தருமபுர ஆதீன மடத்தில் நான் அதுகாறும் ஏடுகளைத் தேடாதது என் ஞாபகத்துக்கு வந்தது.

அக்காலத்தில் திருவாவடுதுறை யாதீனத்திற்கும் தருமபுர ஆதீனத்திற்கும் சில வழக்குகள் நடந்தன. அதனால் இரண்டு மடத்தினர்க்குள்ளும் ஒற்றுமை இல்லை. தருமபுர மடத்தின் பழம் பெருமையையும், திருவாவடுதுறை மடத்தைப் போலவே அம்மடத்திலும் தமிழ் வளர்த்த பெரியோர்க்ள் பலர் இருந்தமையையும் நான் அறிவேன். ஆயினும் திருவாவடுதுறை மடத்தின் சார்பு பெற்றவனாதலின் நான் தருமபுரத்திற்குச் செல்லத் துணியவில்லை. பழங்காலத்தில் இவ்விரண்டு மடங்களும் ஒற்றுமையோடு இருந்தன. தருமபுரத்தைக் கீழை வீடென்றும் திருவாவடுதுறையை மேலை வீடென்றும் சொல்வார்கள்.

ஆதீனங்களின் இடையே பிணக்கு நேர்ந்தபோது ஓர் ஆதீனத்திற்குரியவர்கள் மற்ற ஆதீனத்திற்குரியவர்களோடு பழகாமல் இருப்பது வழக்கம். அதனால் 'தருமபுரம் செல்வதைத் திருவாவடுதுறை மடத்தினர் விரும்பாமல் இருத்தல்கூடும்; தருமபுரத்தினர் உள்ளன்போடு என் வரவை ஏற்றுக்கொள்ளாமல் இருத்தலும் கூடும்' என்ற எண்ணத்தினாலேயே, பல இடங்களில் சென்று சென்று ஏடுகளைத் தேடிவந்த நான் தருமபுரம் செல்லாமலே இருந்தேன்.

'இப்பொழுது அவற்றை யெல்லாம் எண்ணிக்கொண்டிருந்தால் காரியம் நிறைவேறுவது எப்படி? தமிழ்ப் பணியில் இந்த ஸம்பிரதாயங்களைப் பார்ப்பது அவசியமன்று. நமக்கு அகௌரவம் நேர்ந்தாலும் பெரிதன்று; நம் காரியம் நிறைவேறினால் அதுவே பெரிய கௌரவம்' என்று நினைத்துத் தருமபுரத்திற்குச் செல்லத் துணிந்தேன்.

கும்பகோணத்தில் நான் வேலையிலிருந்த காலம் அது. அக்காலத்தில் திருவாவடுதுறையில் ஸ்ரீ அம்பலவாண தேசிகர் 17ஆம் பட்டத்து ஆதீனகர்த்தராக விளங்கினார். அவரிடம் சென்று என் கருத்தைத் தெரிவித்தேன். அவர் என்பால் பேரன்பு

ஸ்ரீ பொன்னுசாமி செட்டியார்

உடையவராதலின் மடங்களின் இடையிலே யுள்ள பகைமையைப் பாராட்டாமல், "அப்படியே செய்யலாம்" என்று சொல்லி விடை கொடுத்ததோடு மடத்தின் முக்கியக் காரியஸ்தராகிய ஸ்ரீ பொன்னுசாமி செட்டியா ரென்பவரையும் உடன் அனுப்பி வண்டி முதலியவற்றையும் உதவினார்.

அன்று சனிக்கிழமை. காலையில் ஏழு மணிக்கு நான் பொன்னுசாமி செட்டியாருடன் தருமபுரம் சென்றேன். அந்த ஊரை அதற்கு முன் பாராதவன் ஆதலின் அதனை முதன் முதலில் பார்த்தபோது எனக்குச் சிறந்த இன்பம் உண்டாயிற்று. காவிரிக்கரையில் உள்ள அவ்வூரின் இயற்கையழகைக் காணும்போது சோழநாட்டின் பெருமையைப் புலவர்கள் வருணித்திருக்கும் பகுதிகள் நினைவுக்கு வந்தன.

மடத்திற்குச் சென்றேன். அங்கே நிலவிய ஒழுங்கான அமைப்பும் தவக்கோலம் பூண்டிருந்த தம்பிரான்களின் கூட்டமும் என் உள்ளத்தைக் கவர்ந்தன. திருவாவடுதுறை மடத்தில் அத்தகைய காட்சிகளைக் கண்டு ஈடுபட்டவனாதலின் தருமபுரத்திலும் அவற்றைக் கண்ட போது எனக்கு மிக்க மகிழ்ச்சி உண்டாயிற்று. 'இதுகாறும் இங்கே வாராதது ஒரு குறையே' என்று கூட நான் எண்ணலானேன்.

என் வரவைச் சொல்லியனுப்பிவிட்டு மடத்தினுட் சென்றேன்.

அங்கே ஆதீனத் தலைவர்களாகிய ஸ்ரீ மாணிக்கவாசக தேசிகர் ஒரு சாய்வு நாற்காலியிலே சாய்ந்துகொண்டிருந்தனர். நான் அவர் அருகில் போய்க் கையுறையாகக் கொண்டு வந்திருந்த கற்கண்டுப் பொட்டலத்தை அவருக்கு முன் வைத்துவிட்டு நின்றேன். என்னைக் கண்டும் அவர் ஒன்றும் பேசவில்லை. வெறுப்பின் அறிகுறியாக இருக்கலாமென் றெண்ணினேன்; 'திருவாவடுதுறை மடத்திற்கு வேண்டியவர் இங்கே வரலாமா? எதற்காக வந்தீர்?' என்று கடுமையாகக் கேட்டுவிட்டால் என் செய்வது என்ற அச்சம் வேறு என் உள்ளத்தில் இருந்தது. பேசாமல் அரைமணி நேரம் அப்படியே நின்றேன். தேசிகர் ஒன்றும் பேசவில்லை. நான் மெல்லப் பேசத் தொடங்கினேன்; "நான் கும்பகோணம்

காலேஜில் தமிழ்ப் பண்டிதனாக இருந்துவருகிறேன். தமிழ் நூல்களை ஆராய்ந்து பதிப்பிக்கத் தொடங்கி யிருக்கிறேன். இப்பொழுது பதிப்பித்தற்காகப் *பத்துப்பாட்டு* என்னும் சங்க நூலொன்றை ஸித்தம் செய்துகொண்டிருக்கிறேன். அதில் இடையிலே ஒரு பாகம் சிதைவாக இருக்கிறது. பல இடங்களில் தேடித் தொகுத்த சுவடிகளில் அந்தப் பாகம் காணப்படவில்லை. இந்த ஆதீனத்தின் பெருமையை நான் நன்றாக அறிந்தவன். பல பெரியோர்கள் இங்கே இருந்தார்க ளென்பதையும் உணர்ந்தவன். இந்த ஆதீன வித்துவானாக இருந்த சம்பந்த சரணாலயர் இயற்றிய *கந்தபுராணச் சுருக்கத்தைப்* படித்து இன்புற்றிருக்கிறேன். கவிதா சார்வ பௌமராகிய துறைமங்கலம் ஸ்ரீ சிவப்பிரகாச சுவாமிகளுடைய ஆசிரியர் இந்த மடத்தில் இருந்த வெள்ளியம்பலவாண முனிவ ரென்பவரே. இன்னும் பல வித்துவான்கள் இந்த மடத்தின் ஆதரவு பெற்றுச் சிறந்த நிலையில் இருந்திருக்கிறார்கள்; பல நூல்களை இயற்றியிருக்கின்றார்கள். ஆதலால் இங்கே பழங்காலந் தொடங்கிப் பல அருமையான ஏட்டுச் சுவடிகள் இருக்கும். அவற்றைப் பார்க்கவேண்டுமென்ற அவா எனக்கு நெடுநாட்களாக இருந்தது. இப்பொழுது ஒரு சந்தர்ப்பம் வாய்த்தது. இந்த இடத்திற்கு வந்தால் சிதைந்த பாகம் கிடைக்குமென் றெண்ணி வந்தேன். ஸந்நிதானம் கட்டளையிட்டால் நான் வந்த காரியத்தைக் கவனித்துக்கொண்டு செல்வேன். மடத்துக் காரியஸ்தர்கள் சிலரும் உடன் இருந்தால் நான் விரைவில் ஏட்டுச் சுவடிகளைப் பார்க்க அநுகூலமாக இருக்கும். இந்த உபகாரத்தினால் தமிழுக்குப் பெரிய சிறப்பு ஏற்படும். ஸந்நிதானத்தின் நன்றியை என்றும் மறவாமல் இருப்பேன்” என்று சொன்னேன்.

இவ்வளவையும் கேட்டபிறகு அவர் தலை நிமிர்ந்தார். ‘என்ன சொல்லுவாரோ?’ என்று அப்பொழுதும் என் நெஞ்சம் படபடத்தது. தலை நிமிர்ந்தபடியே அவர் சிறிதுநேரம் இருந்தார். ஏதோ யோசிப்பவர்போலக் காணப்பட்டார். பிறகு, “நாளை வரலாமே” என்று அவர் வாக்கிலிருந்து வந்தது. ‘பிழைத்தேன்’ என்று நான் எண்ணிக்கொண்டேன்; ‘இந்த மட்டிலும் அனுமதி கிடைத்ததே’ என்று மகிழ்ந்தேன். “உத்தரவுப்படியே செய்கிறேன்” என்று சொல்லி மறுநாள் வருவதாக விடை பெற்றுக்கொண்டு பொன்னுசாமி செட்டியாருடன் மாயூரம் சென்றேன். தருமபுரம் மாயூரத்திற்கு அருகில்தான் இருக்கிறது.

மாயூரத்தில் அக்காலத்தில், சிறந்த தமிழ் வித்துவானும் ஸ்ரீ மீனாட்சிசுந்தரம் பிள்ளை யவர்களுடைய மாணாக்கரும் முன்ஸீப் வேலையில் இருந்து உபகாரச் சம்பளம் பெற்றவருமாகிய வேதநாயகம் பிள்ளை இருந்தார். அவர் வீட்டிற்குப் போனேன்.

அவர் நோய்வாய்ப்பட்டு மிகவும் மெலிந்திருந்தார். அவரைப் பார்த்து, அவரது உடல்நிலை கண்டு வருந்தினேன். அவர், "நான் இப்பொழுது வியாதியோடு சண்டை போடுகிறேன்; என்னோடு அது சண்டைபோடுகிறது. யார் ஜயிக்கிறார்களோ, தெரியவில்லை" என்று சொன்னார். வியாதியே ஜயித்ததனால் அதன்பின் சில மாதங்களில் அவர் இவ்வுலக வாழ்வை நீத்தார்.

அன்று வேதநாயகம் பிள்ளையோடு பேசிப் பொழுது போக்கினேன். இராத்திரி முழுதும் எனக்குச் சரியாகத் தூக்கமே வரவில்லை. என் மனம் தருமபுரத்திலே இருந்தது. ஏடுகளைக் குவியல் குவியலாக என்முன் கொண்டுவரச்செய்து பார்ப்பதாகவும் எவ்வளவோ அரிய நூல்கள் இருப்பதாகவும்

மாயூரம் வேதநாயகம் பிள்ளை

டாக்டர் உ.வே. சாமிநாதையர்

மனத்திலே பாவனை செய்துகொண்டேன். அந்த ஓர் இரவு ஒரு யுகமாக இருந்தது. எப்பொழுது விடியுமென்று காத்திருந்தேன்.

விடிந்தது. உடனே பொன்னுசாமி செட்டியாருடன் புறப்பட்டு ஏழு மணிக்குத் தருமபுரம் போனேன். அன்றும் ஸ்ரீ மாணிக்கவாசக தேசிகர் முதல் நாள் இருந்த கோலத்திலேயே இருந்தார். அதே சாய்வு நாற்காலி; அதே மௌனமான நிலை. நானும் முதல் நாளைப் போலவே அருகில் போய் நின்றேன்.

சிறிது நேரத்திற்குப் பின் அந்த மடத்திற் காறுபாறாக இருந்த ஸ்ரீசாமிநாதத் தம்பிரா னென்பவர் அவ்வழியே வந்தார். அவரோடு எனக்குப் பழக்கம் இல்லாவிடினும் என்னைப் பற்றி அவர் நன்றாக அறிந்திருந்தார். நான் தமிழ் நூல்கள் விஷயத்தில் மேற்கொண்ட உழைப்பையும் திருவாவடுதுறை யாதீனத்திற்கு வேண்டியவ னென்பதையும் அவர் தேசிகருக்கு எடுத்துச் சொன்னார். கேட்ட தேசிகர் மெல்ல, "சரி; ஆக வேண்டிய காரியத்தைக் கவனிக்கலாமே" என்று உத்தரவிட்டார்.

சில ஓதுவார்களையும் கணக்குப் பிள்ளைகளையும் எனக்கு உதவி செய்யும்படி தேசிகர் கட்டளையிட்டார். அவ்வாதீனத்துப் புஸ்தகசாலைக்கு அவர்கள் என்னை அழைத்துச் சென்றார்கள். அங்கே பல ஏட்டுச்சுவடிகள் இருந்தன. எல்லாவற்றையும் எடுத்து ஓரிடத்தில் தொகுத்து வைத்தார்கள்; ஆயிரக்கணக்கான ஏட்டுச் சுவடிகள் இருந்தன. அவற்றைக் கண்டவுடனே எனக்கு வியப்பு உண்டாயிற்று. எல்லாம் பழைய ஏடுகளே; புதிதாக எழுதப்பட்ட ஏடு ஒன்றேனும் அதிற் காணப்படவில்லை. பல காலமாகப் போற்றிப் பாதுகாக்கப்பட்ட அவ்வேடுகளை ஒவ்வொன்றாகச் சோதிக்கத் தொடங்கினேன்.

உடனிருந்தவர்களில் ஒரு சாரார் சுவடிகளின் கட்டை அவிழ்த்துக் கொடுத்தார்கள். நான் ஒவ்வொன்றாகப் பார்த்தேன். பார்த்தவுடன் அவற்றை மீண்டும் ஒரு சாரார் நன்றாகக் கட்டிவைத்தார்கள். சுவடிகளைப் பார்ப்பதும் ஒழுங்காகக் கட்டுவதுமாகிய காரியங்களில் அவர்களுக்கு நல்ல பழக்கம் இருந்தது.

சுவடிகளைப் பார்த்துக்கொண்டே வந்தேன். ஸ்தல புராணங்கள், மகா புராணங்கள், பிரபந்தங்கள், சைவசாஸ்திரங்கள் முதலிய பல வகைகள் இருந்தன. *தொல்காப்பியம்* முதலிய இலக்கண நூல்கள் உரைகளுடன் இருந்தன. சில நூல்களிற் பல பிரதிகளைக் கண்டேன். *சிவதருமோத்தரத்தில்* மட்டும் நூற்றுக்கு மேற்பட்ட பிரதிகள் இருந்தன. அங்ஙனம் இருப்பதற்குக் காரணம் என்னவென்று நான் விசாரித்தேன். "இங்கே துறவு பூண்பவர்களில்

ஒவ்வொருவருக்கும், காஷாயம் கொடுப்பவர்கள் இந்த நூலின் பிரதி ஒன்றைக் கொடுப்பது இவ்வாதீனத்தின் வழக்கம். அதனால் இவ்வளவு பிரதிகள் சேமித்து வைக்கப்பட்டிருக்கின்றன" என்று உடனிருந்தவர்கள் சொன்னார்கள். என்னுடைய தமிழாசிரியராகிய ஸ்ரீ மீனாட்சிசுந்தரம் பிள்ளை யவர்கள் ஒருமுறை *சிவதருமோத்தரச்* சுவடி எங்கும் கிடைக்காமல் அதனைப் பெறுவதற்கு எவ்வளவோ சிரமப்பட்டுக் கடைசியில் ஒரு மாணாக்கர் செய்த தந்திரத்தால் மிகவும் அரிதாகச் சிலநாள் மட்டும் வைத்துக்கொள்ளும்படி ஒரு பிரதியைப் பெற்றார்கள். *அவ்வரலாறு அப்பொழுது எனக்கு ஞாபகத்துக்கு வந்தது.

ஏட்டுச்சுவடிகளைச் சோதித்து வரும்போது நான் பல அருமையான நூல்களைப் பார்த்தேன். அவற்றைப் பெறுவதில் எனக்கு விருப்பம் இருப்பினும் அதிகப் பழக்கமில்லாத அவ்விடத்தி லுள்ளவர்கள் தருவார்களோ மாட்டார்களோ என்று அஞ்சி வாளாவிருந்தேன். அன்றியும் என்னுடைய நாட்டம் முழுவதும் *பத்துப்பாட்டிலேதான்* பதிந்திருந்தது. மிக விரைவாகச் சுவடிகளைப் பார்த்து வந்தேன். பகல் பன்னிரண்டு மணி வரையிலும் *பத்துப்பாட்டு* அகப்படவில்லை. பல நூறு சுவடிகளைப் பார்த்தேன்; பயனில்லை. இடையிலே சிறிது நேரம் உண்ணுவதிற் போயிற்று; மற்றக் கால முழுவதும் சுவடிகளைப் பார்த்துக்கொண்டே யிருந்தேன்.

நாழிகை ஆகிக்கொண்டிருந்தது; பல சுவடிகள் சோதிக்கப் பட்டன; *பத்துப்பாட்டு* மட்டும் அகப்படவில்லை.

சூரியன் மறைந்தான். அன்று சூரியோதய காலத்தில் என் மனம் தருமபுர மடத்து ஏட்டுச் சுவடிகளைக் காண்பதில் ஊக்கமும், நாம் தேடியது கிடைத்துவிடும் என்ற நம்பிக்கையும் உடையதாக இருந்தது. சூரிய அஸ்தமன காலத்திலோ என் நம்பிக்கை தளர்ந்தது. *குறிஞ்சிப் பாட்டின்* குறை நிரம்பாமலே போய் விடுமோ என்ற ஏக்கம் தலைப்பட்டது. விடுபட்ட மலர்களை நாம் காணக் கொடுத்து வைக்கவில்லையே என்று இரங்கினேன். *குறிஞ்சிப் பாட்டிலுள்ள* மலர்களெல்லாம் ஒரு மாலையாக என் அகக்கண் முன் வந்து நின்றன. அம்மாலையின் இடையிலே சில மலர்கள் உதிர்ந்தமையின் அது குறையாக இருப்பது போன்ற தோற்றத்தையும் நான் கண்டேன். 'ஐயோ! இந்த மாலை நிரம்புமா?' என்று எண்ணி எண்ணி நைந்தேன்.

இரவு வந்துவிட்டது. உயரமான குத்து விளக்குகளை ஏற்றிக் கொணர்ந்தார்கள். அவற்றிலுள்ள சுடரைத் தொழுதுவிட்டு

---

* ஸ்ரீ மீனாட்சிசுந்தரம் பிள்ளை யவர்கள் சரித்திரம், பாகம் 1, பக்கம், 108 - 16.

நான் மேலும் பார்க்கத் தொடங்கினேன். மணி ஏழு ஆயிற்று; அதன் பின் எட்டு அடித்தது. மனக் கலக்கத்தோடு பார்த்துக்கொண்டே வந்தேன். 'இந்தத் தமிழ்நாடுதான் எவ்வளவு துரதிர்ஷ்டமுடையது! இவ்வளவு அருமையான நூல்களைப் பறிகொடுத்துத் தவிக்கின்றதே!' என்று எண்ணி உருகினேன். ஒன்பது மணியும் ஆயிற்று.

அப்பொழுது ஆதீனத் தலைவராகிய ஸ்ரீ மாணிக்கவாசக தேசிகர் அங்கே வந்தார். அன்று அவர் மிளகுக்காப்புச் செய்துகொண்ட தினம். சடையுடையவர்கள் எண்ணெய் தேய்த்துக்கொள்வது வழக்கமில்லை. மிளகு முதலிய சில பொருள்களைப் பால் விட்டு அரைத்துத் தேய்த்துக்கொள்ளுவார்கள். அதற்குத்தான் மிளகுக்காப்பு என்று பெயர். தருமபுர ஆதீனத் தலைவர்கள் சடாதாரிகள். மாணிக்கவாசக தேசிகர் மிளகுக்காப்புச் செய்துகொண்டமையால் அவருடைய சடை ஈரமாக இருந்தது. அதைப் புலர்த்துவதற்காக ஒரு தவசிப்பிள்ளை அதைக் கையில் தாங்கி நின்றான். மற்றொருவன் தூபமுட்டியைப் பிடித்துக்கொண்டு அதற்குப் புகையூட்டிக்கொண்டு நின்றான். வேறொருவன் தூபமுட்டியில் தசாங்கம், சாம்பிராணி முதலியவற்றைப் போட்டுக் கொண்டிருந்தான்.

இந்த நிலையில் வந்துநின்ற தேசிகரைக் கண்டதும் நான் எழுந்தேன். அவர் நின்றபடியே கையமர்த்தி, "நீங்கள் அப்படியே இருந்து பாருங்கள்" என்று சொல்லிவிட்டுச் சிறிதுநேரம் நின்றனர். அப்பால், "ஏதாவது கிடைத்ததா?" என்று கேட்டார். நான் மிக்க கவலையோடு, "பல அருமையான ஏட்டுச்சுவடிகள் இருக்கின்றன. ஆனாலும், எனக்கு எது வேண்டுமோ அது கிடைக்கவில்லை. இங்கே இல்லை யென்றால் வேறிடங்களில் இருக்க நியாயமில்லை. என்னுடைய அதிர்ஷ்டம் இப்படியிருக்கிறது" என்று சோர்வு புலப்படும் தொனியில் விடையிறுத்தேன்.

"இருந்திருக்கும். யாராவது கொண்டுபோ யிருப்பார்கள்" என்று அவர் சொன்னார்."

"இந்த இடத்தைத் தவிரச் சுவடிகள் இருக்கும் இடம் இந்த மடத்தில் வேறு உண்டோ?" என்று கேட்டேன். வேலைக்காரர்கள் இல்லையென்று சொன்னார்கள்.

அப்பொழுது, முன்னே குறிப்பிட்ட காறுபாறு, ஸ்ரீ சுவாமிநாதத் தம்பிரான் அங்கே வந்தார். எனக்கு வேண்டிய சுவடி கிடைக்காமல் வருத்தத்தோடு நான் சொல்லிக்கொண் டிருந்தவற்றைக் கேட்ட அவர், "சில தினங்களுக்குமுன் பதினெட்டாம் பெருக்கில் காவிரியிற் கொண்டுபோய்

விட்டுவிடுவதற்காகப் பல பழைய கணக்குச் சுருணைகளையும் சிதிலமான வேறு சுவடிகளையும் கட்டிச் சிறிய தேரில் வைத்துக்கொண்டு போனார்கள். அதில் சில பழைய ஒற்றை ஏடுகளைக் கண்டேன். ஒருவேளை மடத்துத் தஸ்தவேஜாக இருக்கலாமென்று எண்ணி அவைகளை மட்டும் எடுத்துக்கட்டி என் பீரோவின்மேல் வைக்கச் செய்தேன். அவைகளில் ஏதாவது இருக்கிறதா என்று பார்க்கலாம்" என்று சொன்னார்.

"பார்க்கிறேன். அவற்றைக் கொண்டு வரச் செய்தால் அநுகூலமாக இருக்கும்" என்று நயந்த குரலில் நான் கூறினேன். உடனே அவர் உத்தரவிடவே ஒருவர் சென்று ஒரு கட்டு ஒற்றை ஏடுகளை எடுத்துக் கொணர்ந்து என்முன் போட்டார். மிக்க ஆவலோடு அவற்றைப் பார்க்கத் தொடங்கினேன். அந்தக் கட்டில் பலவகையான அளவுள்ள ஒற்றை ஏடுகள் இருந்தன.

சிலவற்றில் கணக்கு எழுதப்பட்டிருந்தது; சிலவற்றிற் பெரியபுராணச் செய்யுட்கள் காணப்பட்டன; இலக்கணச் சுவடிகளின் ஏடுகள் சில காணப்பட்டன. அவற்றைப் பார்த்து வந்தேன்.

ஓர் ஏட்டைப் படித்துப் பார்த்தேன். அது பத்துப்பாட்டு ஏடாக இருந்தது. அக்காலத்தில் பத்துப்பாட்டு உரை முழுவதும் என் ஞாபகத்தில் இருந்தது. அதனால் அந்த ஏட்டிலிருந்தது பத்துப்பாட்டு உரையே என்பதைக் கண்டுகொண்டேன். என் உள்ளம் சிறிதே ஊக்கம் பெற்றது.

அப்பால் அந்த ஏட்டின் அளவில் இருந்த வேறு ஏடுகளை யெல்லாம் தொகுத்தேன். அவற்றைப் படித்துப் பார்க்கவோ நேரமில்லை. மணி பத்துக்கு மேல் ஆயிற்று. மறுநாள் நான் கும்பகோணத்தில் இருக்கவேண்டியவன்; ஆதலின் அந்த ஒற்றை ஏடுகளை அப்படியே எடுத்துக்கொண்டு போய் ஆராயலாமென்று எண்ணினேன். ஆதீனத் தலைவரிடம், "இப்பொழுது நாழிகையாய் விட்டது. நான் விடியற்காலையில் மாயூரத்தில் ரயிலேறிக் கும்பகோணம் போக வேண்டும். ஸந்நிதானத்தில் உத்தரவானால் இந்த ஒற்றை யேடுகளை எடுத்துக்கொண்டு போய்ப் பார்க்கிறேன். இதில் எனக்கு வேண்டியவைகளை மட்டும் பொறுக்கிக்கொண்டு கணக்கு முதலியவை இருந்தால் ஜாக்கிரதையாகக் கொண்டுவந்து சேர்த்து விடுகிறேன். இதில் சிறிதும் சந்தேகம் கொள்ளவேண்டாம்" என்று உறுதிமொழி கூறினேன்.

"அப்படியே செய்யலாம். அதில் என்ன தடை?" என்று தேசிகர் அன்போடு உடம்பட்டனர். முதல்நாள் வந்தபோது அவர் இருந்த நிலையையும் அப்பொழுது அவர் அன்போடு

கவனித்துக்கொண்டிருந்து ஒற்றை ஏடுகளைக் கொண்டு போகும்படி அனுமதி யளித்ததையும் நினைக்கும்போது எனக்கு வியப்புண்டாயிற்று. "எல்லாம் திருவருட் செயலே" என்று எண்ணி ஆறுதல் அடைந்தேன்.

ஐம்பது அறுபது ஒற்றை யேடுகளை அப்படியே கட்டிக்கொண்டு எல்லோரிடமும் விடைபெற்றுப் புறப்பட்டு மாயூரம் வந்து சேர்ந்தேன். அன்றிரவு நான் உணவு உட்கொண்டேனோ, இல்லையோ ஞாபகம் இல்லை.

மறுநாட்காலை ரயிலேறிக் கும்பகோணம் வந்து சேர்ந்தேன். கொண்டுவந்த ஒற்றை யேடுகளைப் பிரித்துப் பார்த்தேன். சில *பத்துப்பாட்டு* உரை ஏடுகள் ஒன்றற்கொன்று சம்பந்தமில்லாமல் கலந்திருந்தன. ஆத்திரத்தோடு ஒவ்வொன்றாகப் பார்த்தேன். நான் எந்தப் பாகம் காணாமல் தவித்தேனோ அதை ஓர் ஏட்டிலே பார்த்தேன். என் உச்சிமுதல் உள்ளங்கால் வரையில் ஒரே மயிர்க்கூச்சல் உண்டாயிற்று. என் கண்களைத் துடைத்துத் துடைத்துப் பார்த்தேன்; ஏட்டையும் துடைத்துப் பார்த்தேன்.

*குறிஞ்சிப்பாட்டுத்*தான் என்பதில் சந்தேகம் இல்லை; விடுபட்ட மலர்களையே நான் அதில் கண்டேன்

> தேமா – தேமாம்பூ, மணிச்சிகை – செம்மணிம்பூ,
> உரிது நாறு அவிழ் தொத்து உந்தூழ் – தனக்கு உரித்தாக நாறும் விரிந்த கொத்தினுடைய பெருமூங்கிற் பூ
>
> (குறிஞ்சிப்பாட்டு, 64 – 65, உரை)

என்ற சிறுபகுதியே விடுபட்டிருந்தது. என் மனம் ஆறுதலுற்றது. இழந்த குழந்தையைக் கண்டெடுத்த தாய்க்கு உண்டாகும் மகிழ்ச்சியைத்தான் அதற்கு உபமானமாகக் கூறலாம்.

விடுபட்ட மலர்கள் மூன்றே. ஆனாலும் அந்த மலர்களைத் தேடி என்மனம் அலைந்தது. மூன்று என்பது அதற்குமுன் எனக்குத் தெரியாது. மூன்றாக இருந்தால் என்ன? முப்பதாக இருந்தால் என்ன? குறை குறைதானே?

அப்பால் *குறிஞ்சிப்பாட்டு* முழுமையும் செப்பஞ் செய்துகொண்டேன். குறை நிரம்பிய குறிஞ்சிப்பாட்டை இப்பொழுது *பத்துப்பாட்டுப்* பதிப்பிற் காணலாம்.

பத்துப்பாட்டு ஏடுகளை மட்டும் தனியே எடுத்து வைத்துக் கொண்டு மற்றவற்றை நான் வாக்களித்தபடியே தருமபுரம் மடத்திற்கு அனுப்பிவிட்டேன். அவற்றை அனுப்பும்போது எனது மகிழ்ச்சியையும் நன்றியறிவையும் தெரிவித்து ஒரு கடிதமும் எழுதினேன்.

தருமபுர மடத்தில் இப்பகுதி கிடைத்ததைப் பத்துப்பாட்டுப் பதிப்பிலும் குறித்திருக்கிறேன்*. அங்கே கிடைத்த ஒற்றை இதழ்களில் உதிர்ந்த அம்மலர்களைக் காணாமல் இருந்தால், பத்துப்பாட்டின் முதற்பதிப்பு அச்சிறு குறையோடேதான் வெளிவந்திருக்கும். அக்குறை நேராதபடி ஆண்டவன் காப்பாற்றினான். குறிஞ்சிப்பாட்டு, குறை நிரம்பப்பெற்றது; அதனால்,

**ஆன்றோர் புகழ்ந்த வறிவினிற் றெரிந்து
சான்றோ ருரைத்த தண்டமிழ்த் தெரியல்

[தெரியல் – மாலை]

ஆகிய பத்துப்பாட்டு முழு உருவத்தோடு வெளிவந்து மணக்கின்றது.

***கலைமகள்*, தொகுதி 13, பகுதி 73 – 78, 1938**

* 3ஆம் பதிப்பு பக்கம், 489 அடிக்குறிப்பைப் பார்க்க.

** நச்சினார்க்கினியர் உரைச்சிறப்புப் பாயிரம்.

28

கும்மாயம்

மணிமேகலை யென்னும் நூலைப் பதிப்பிப்பதற்காக நான் ஆராய்ந்து வருகையில் அந்நூலிலுள்ள பல சொற்களுக்குப் பொருள் விளங்கவில்லை. நாளடைவில் வேறு நூல்களைப் படித்தும், பலரிடம் விசாரித்தும் அவற்றின் பொருள்களைத் தெரிந்துகொண்டேன். சில சமயங்களில் ஒரு சொல்லுக்குப் பொருள் கண்டுபிடிக்க எவ்வளவோ உழைப்பும் சிரமமும் ஏற்பட்டதுண்டு. நான் எதிர்பாராத விதத்தில் சில வார்த்தைகளின் பொருள் தெரிந்ததுமுண்டு. அப்பொழுது எனக்குண்டான இன்பம் மிக அதிகம்.

மணிமேகலையில், 27ஆவது சமயக் கணக்கர் தம் திறம் கேட்ட காதையில்,

பயிற்றுத் தன்மை கெடாது கும்மாயம், இயற்றி (அடி,175 – 6)

என்று ஒரு பகுதி உள்ளது. அதிலுள்ள 'கும்மாயம்' என்ற சொல்லின் பொருள் எனக்கு விளங்கவில்லை; பலரை விசாரித்தும் தெரியவில்லை; அக்காலத்தில் நான் கும்பகோணத்தில் இருந்தேன்.

அந்நகரிலுள்ள ஸ்ரீ சார்ங்கபாணிப் பெருமாள் சந்நிதி பட்டாசாரிய ரொருவர் அக்காலத்தில் வியாபகராக இருந்தார். அவர் தோற்றப் பொலிவுடையவர். கையில் தோடாக்களை அணிந்திருப்பார். எப்பொழுதும் சால்வையையாவது துப்பட்டாவையாவது போர்த்திருப்பார். பெரிய மனிதர்கள் யாவரும் அவருக்குப் பழக்கம் உண்டு.

என்னிடம் பிரியமாக இருப்பார். கோயிலுக்குச் சென்ற காலங்களில் மாத்திரம் அவரை நான் பார்ப்பேன்.

அவர் ஒரு சமயம் என் வீட்டிற்கு வந்தார்; "கோயிலுக்கு வந்து பெருமாளை ஸேவிக்க வேண்டும்" என்றார். ஒருநாள் வருவதாக நான் சொன்னேன். அது முதல் அடிக்கடி வீட்டிற்கு வந்து அன்போடு என்னை வரும்படி வற்புறுத்தி வந்தார். அவருடைய விருப்பத்திற் கிணங்கி ஒருநாள் கோயிலுக்குச் சென்றேன். என்னோடு இருந்து தமிழ்ப் பணிக்கு உதவி செய்து வந்த திருமானூர்க் கிருஷ்ணைய ரென்பவரும் உடன் வந்தார்.

பட்டாசாரியார் எங்களை அழைத்துக் கொண்டுபோய் ஒவ்வொரு சந்நிதியாகத் தரிசனம் செய்வித்தார். அதற்குமுன் பலமுறை நான் பெருமாளைத் தரிசனம் செய்ததுண்டு. ஆயினும் அன்று மிகவும் நன்றாக ஸேவித்தேன். பட்டாசாரியார் ஒவ்வொரு சந்நிதியைப் பற்றிய வரலாறுகளை யெல்லாம் சொன்னார். தரிசனம் செய்த பிறகு, "சிறிது இருக்க வேண்டும்" என்று சொல்லிவிட்டு அவர் மடைப் பள்ளிக்குச் சென்றார். அன்று ஏதோ விசேடமாதலின் பெருமாளுக்குப் பல சிறப்பான நிவேதனங்கள் செய்யப்பட்டிருந்தன. அவற்றில் வகைக்குச் சிறிது சிறிதாக எடுத்து ஒரு பெரிய வெள்ளித் தாம்பாளத்தில் வைத்து ஒருவரை எடுத்துவரச் செய்தார். அந்தத் தாம்பாளத்தைக் கண்டவுடனே, பிரசாதங்கள் வருகின்றன வென்பதை நான் அறிந்தேன். ஒருநாளும் இல்லாமல் அன்று அவ்வளவு உபசாரங்கள் எனக்கு நடைபெறுவதன் காரணம்மட்டும் அப்போது விளங்கவில்லை.

பிரசாதத் தாம்பாளம் கீழே வைக்கப்பட்டது. அதில் பல சிற்றுண்டிகள் இருந்தன. பட்டாசாரியார் ஒவ்வொன்றாக எடுத்து எங்களுக்கு அளித்தார். தேங்குழல், வடைத் திருப்பணியாரம், அதிரசம் முதலியன இருந்தன. நான் அதுகாறும் அறியாத புதிய சிற்றுண்டிகள் சில இருந்தன. பட்டாசாரியார் ஒன்றைக் கொடுப்பார்; அதைச் சாப்பிட்டுக்கொண்டே "இதற்குப் பேர் என்ன?" என்று நான் கேட்பேன். அவர் அதன் பெயரைச் சொல்வார். அடுத்தபடி ஒன்று வரும். இப்படி ஒன்றன் பின் ஒன்றாக உட்கொண்டு வந்தோம்.

பட்டாசாரியார் ஒரு சிற்றுண்டியை எடுத்தளித்தார். அதை வாயிற் போட்டுக்கொண்டு "இது புதிதாக இருக்கிறதே; இதன் பெயர் என்ன?" என்றேன். "அதுவா? கும்மாயம்" என்றார். "என்ன? கும்மாயமா!" என்று வியப்போடு கேட்டேன். நான் அதற்கு முன் உண்ட மிக்க சுவையுள்ள சிற்றுண்டிகளை மறந்தேன்; சார்ங்கபாணிப் பெருமாள் கோயிலில் இருக்கிறோமென்ற

நினைவுகூட இல்லை. என் மனக்கண்ணின் முன் *மணிமேகலை*யடிகள் வந்து நின்றன. "ஐயா! ஐயா! அதை இன்னும் கொஞ்சம் கொண்டுவரச் சொல்லவேண்டும்" என்றேன். பட்டாசாரியார் மடைப்பள்ளிக்குச் சென்று அச்சிற்றுண்டியை அதிகமாகக் கொண்டுவரச் செய்தார். அவ்வளவு சிற்றுண்டிகளிலும் கும்மாயந்தான் எனக்கு அதிகப் பிரியமென்று அவர் நினைத்தார் போலும்! கும்மாயத்தை நான் நாவினாற் சுவைத்த பொழுது எனக்கு உண்டான இனிமையைக் காட்டிலும், அதன் பெயரைக் காதினாற் கேட்டபொழுது உண்டான இனிமை மிகுதியாக இருந்தது. *மணிமேகலை*யிற் கண்ட கும்மாயம் மடைப்பள்ளியில் இருப்பதென்று அதுகாறும் அறியாத நான், "ஐயா! ஐயா! இதற்காக எவ்வளவு கஷ்டப்பட்டேன்! இதனை எப்படிச் செய்வது?" என்று கேட்டேன். பட்டாசாரியார் எனக்கு விரிவாக விளக்கினார்.

எனக்கு அவ்வொரு சொல்லின் பொருள் தெரிந்தது ஒரு புதையலை எடுத்தது போல் இருந்தது. "இன்றைக்கு நீங்கள் செய்த உபகாரத்திற்கு நான் என்ன செய்யப் போகிறேன்!" என்றேன். அவர் செய்த உபகாரத்தின் மதிப்பு அவருக்கே தெரிந்திராது. சிற்றுண்டிகளை அளித்ததற்காக நான் உபசாரம் சொல்வதாக அவர் நினைத்துக்கொண்டார். "நான் என்ன செய்துவிட்டேன்! உங்களுடைய பிரியம் இருக்க வேண்டும்" என்று அவர் சொன்னார். நாங்கள் அவரிடம் விடைபெற்றுக் கொண்டோம். அவர் கோயில் வாயில் வரையில் வந்தார். அப்படி வரும்போது, "ஒரு சிறிய விஷயம் நான் சொல்ல வேண்டுவதுண்டு" என்றார். "சொல்லலாமே" என்றேன். "இவ்வூர்ப் போலீஸ் அதிகாரியாகிய ராமசுவாமி நாயுடு என்பவர் மட்டும் எனக்குப் பழக்கமில்லை. இதற்கு முன் இருந்தவர்களெல்லாம் பழக்கமுண்டு. அவரோடு பழக்கம் செய்துகொள்ளச் சந்தர்ப்பம் நேரவில்லை. அதை உங்கள் முகமாகச் செய்துகொள்ள விரும்புகிறேன். அவருடைய குமாரர் வேணுகோபால நாயுடு வென்பவர் தங்களிடம் வாசிப்பதாகத் தெரிகிறது. அவரிடம் ஒரு வார்த்தை என்னைப் பற்றிச் சொல்லிவைக்கவேண்டும்" என்றார். நான் அப்படியே செய்வதாக வாக்களித்து விடைபெற்று வந்தேன்; அவருடைய விருப்பப்படியே செய்தேன்.

கும்மாயத்தைப் பற்றி அந்தப் பட்டாச்சாரியரிடம் தெரிந்துகொண்ட பிறகு *நீலகேசி* யென்னும் நூலிலும் அச்சொல் வந்திருப்பதை யறிந்தேன்; வேறு நூல்களிலிருந்தும் சில செய்திகள் தெரியவந்தன. அவற்றை யெல்லாம் சேர்த்து *மணிமேகலைக்* குறிப்புரையில் எழுதினேன். அப்பகுதி வருமாறு:

"கும்மாயம் – புழுக்கிய பச்சைப் பயற்றோடு சருக்கரை முதலியன கூட்டி ஆக்கப்படுவதொரு சிற்றுண்டி. இப்பெயரோடு இது விஷ்ணு ஆலயங்களில் இக்காலத்தும் வழங்கி வருகின்றது. 'கும்மாயத்தொடு வெண்ணெய் விழுங்கி' (பெரியாழ்வார் திருமொழி, 3.3.3) என்பதில் கும்மாயம் என்பதற்கு ஸ்ரீ மணவாள மாமுனிகள் 'குழையச் சமைத்த பருப்பு' என்று பொருள் செய்திருக்கின்றனர். 'பயற்றது கும்மாயம்' (நன்னூல், சூத்திரம், 299, மயிலை நாதருரை மேற்கோள்.)"

தினமணி – வருஷ மலர், 1937

டாக்டர் உ.வே. சாமிநாதையர்

29

படக்காட்சி

தமிழ் மகள் களிநடம் புரிந்தகாலத்தில் அவளுடைய சிலம்பொலி எழுந்து தமிழரின் உள்ளத்தைக் கவர்ந்தது. இற்றைக்கு 1800 வருஷங் களுக்கு முன் இளங்கோவடிக ளென்னும் புலவர் பிரான் இயற்றிய *சிலப்பதிகார* மென்னும் நூல் தமிழ் மகளின் சிலம்பாகவே கருதத் தகும். இவ்வளவு நாட்களாகியும் அக்காவியம் இன்றும் புதிய சுவையோடு விளங்குகின்றது.

தமிழ் ஆராய்ச்சியாளர்களுக்குச் *சிலப்பதிகாரம்* செய்யும் உதவி மிகவும் சிறந்தது. கடைச் சங்க காலத்தை அறிவதற்கு முக்கிய காரணமாக இருப்பது அதுவே. இறந்துபட்ட இசைத் தமிழ் நாடகத் தமிழின் சில பகுதிகளை யுடையதாகிப் பழந்தமிழ் வழக்கை வெளிப்படுத்திக் கொண்டு விளங்கும் அந்நூலுக்கு இணையாக வேறொன்றும் இல்லை.

அதை நான் முதன் முதலில் ஏட்டுச்சுவடியிலே படித்தபோது பல அற்புதங்கள் நிறைந்த புதிய உலகத்திற்குச் சென்றது போலே தோற்றியது. மூலத்தைக் காட்டிலும் அடியார்க்கு நல்லார் உரையினால் அறிந்துகொள்ளும் செய்திகள் அளவிறந்தன. இசைத் தமிழ் நாடகத் தமிழ்களைப் பற்றி நாம் இக்காலத்தில் அறிந்துகொள்ளும் செய்திகளிற் பல அடியார்க்கு நல்லார் இட்ட பிச்சையென்றே சொல்ல வேண்டும். எத்தனை நூல்கள்! எத்தனை கலைகள்! எத்தனை மேற்கோள்கள்!

சிலப்பதிகாரத்திற்கு உரை யெழுதின அடியார்க்கு நல்லார் பிற்காலத்தவர். அவர் உரைக்கு முன்பு ஓர் உரை அதற்கு உண்டு; அவ்வுரை அரும்பதவுரை எனப்படும். அடியார்க்கு நல்லார் உரை யெழுதுவதற்கு அவ்வரும்பதவுரை பெரிதும் துணை செய்தது. அவ்வாறெனின் அரும்பதவுரையின் சிறப்பை எப்படி நான் தெரிவிக்க முடியும்?

ஆனால் என்னுடைய துரதிர்ஷ்டம் அரும்பதவுரை யுள்ள ஏட்டுப் பிரதி ஒன்றே எனக்குக் கிடைத்தது. பிற்காலத்தில் தமிழ்போன போக்கையும், அடைந்த அலங்கோலத்தையும் அப்பிரதியும் நிதரிசனமாகக் காட்டியது. பிழைகள் மலிந்தும் முன்பின் மாறியும் இடையிடையே விட்டும் அப்பிரதியில் விஷயங்கள் எழுதப்பட்டிருந்தன. அதனை முற்றும் படித்தறிவதே கஷ்டமாக இருந்தது. உரைப்பகுதிகள் வெவ்வேறு இடங்களில் மாறி மாறிக் கலந்திருந்தமையின் 'மூலத்தில் எந்தப் பகுதிக்கு எது பொருள்?' என்று தேடிப் பொருத்திப் பார்ப்பதற்குள் *சிலப்பதிகாரம்* முழுவதற்குமே உரையெழுதிவிடலாமென்று தோற்றியது. இத்தகைய பிரதியை வைத்துக்கொண்டு நான் என்ன செய்வது!

சிலப்பதிகாரத்தை ஆராய்ச்சி செய்து வந்தேன். அரும்பதவுரையின் பிரதிகள் வேறு எங்கேனும் கிடைக்குமோ வென்று தேடிப் பார்த்தேன்; காத்திருந்தேன்; பயனில்லை. 1891ஆம் ௵ சிலப்பதிகாரத்தை அடியார்க்கு நல்லார் உரையோடு பதிப்பிக்கத் தொடங்கினேன். அக்காலத்தில் நான் கும்பகோணத்தில் இருந்தேன். பதிப்புவேலை சென்னையில் வெள்ளைய நாடார் ஜூபிலி அச்சுக்கூடத்தில் நடைபெற்று வந்தது.

அரும்பதவுரைப் பிரதி வேறு கிடைத்தால் பரிசோதித்துச் சிலப்பதிகாரப் பதிப்பில் சேர்க்கலாமென்று எண்ணியிருந்தேன். என் எண்ணம் நிறைவேறவில்லை. ஒரு சமயம் சென்னைக்கு வந்திருந்தபோது திருத்தணிகைச் சரவணப் பெருமாளையர் பரம்பரையினராகிய குருசாமி ஐயரென்பவர் வீட்டில் சில ஒற்றையேடுகள் கிடைத்தன. அவற்றுள் சிலவற்றில் அரும்பதவுரையின் பகுதிகள் காணப்பட்டன. அவற்றைக்கொண்டு என் பிரதியில் சில திருத்தங்கள் செய்துகொண்டேன். அந்தத் திருத்தங்களால் பழைய நிலையில் பெரிய மாறுபாடு ஒன்றும் உண்டாகவில்லை.

'இதை வெளியிடாமலே விட்டு விடலாம். அடியார்க்கு நல்லார் உரை விரிவாக இருக்கும் போது இந்த உரை எதற்கு?' என்று நினைத்தேன்.

'அடியார்க்கு நல்லார் உரை இல்லாத விடங்களில் இந்த உரையின் துணுக்குகள் உபயோகப்படுமே' என்று வேறோர் எண்ணமும் உண்டாயிற்று.

'இதில் உள்ள துணுக்குகளின் உதவியைக் கொண்டு நாமே அப்பகுதிகளுக்கு ஒரு குறிப்புரை எழுதிவிடலாமே' என்று அடுத்தபடி நினைத்தேன். சில பகுதிகளுக்கு அங்ஙனமே குறிப்புரையெழுதிப் பதிப்பித்து வந்தேன். 'அரும்பதவுரையை விட்டுவிட வேண்டியதுதான்' என்ற முடிவுக்கும் வந்தேன். ஆனால் என் மனம் உறுத்திக்கொண்டே இருந்தது; 'கைக்கெட்டியும் வாய்க் கெட்டவில்லையே! கிடைத்த பிரதியும் நன்றாக இல்லையே!' என்று வருந்தினேன். 'தமிழ் நாட்டின் தவக்குறைவோ நம்முடைய தவக்குறைவோ, ஏதானாலும் நாம் ஓர் அரிய பொருளை இழந்து விட்டோம் என்பது மட்டும் நிச்சயம்' என்று எண்ணி எண்ணி நைந்தேன்.

என் மனம் இப்படி ஊசலாடிக்கொண் டிருக்கையில் என்னுடைய அரிய நண்பர்களும் தமிழ்ச்சுவை யறிந்து இன்புறுபவர்களுமாகிய சிலர், "எப்படியிருந்தால் என்ன? பழைய பொருளை அழியாமல் காப்பாற்றவேண்டும்; இருக்கிறபடியே போட்டுவிடுங்கள்" என்று அறிவுறுத்தினார்கள்.

அவர்கள் கூறியது பொருத்தமாகத் தோற்றியது. 'பழைய மாளிகைகளின் சின்னங்களைப் பழமையை நினைத்துப் பாதுகாப்பதில்லையா? அழகிற் குறைந்தனவென்று அவற்றை யார் புறக்கணிக்கிறார்கள்? நமக்குத் தெரிந்தவரையில் செப்பஞ் செய்து தனியே பதிப்பித்துச் *சிலப்பதிகாரத்தின்* பின்னே சேர்த்துவிடுவோம்' என்று தீர்மானம் செய்துகொண்டேன்.

1892ஆம் ௵ கோடை விடுமுறையில் நான் சென்னைக்கு வந்திருந்தேன். சிலப்பதிகாரப் பதிப்பு முற்றுப்பெறும் நிலையில் இருந்தது; நான் இரவும் பகலும் சோம்பலின்றி உழைத்துவந்தேன். எனக்கு உண்டான துன்பங்கள் பல. அதுகாறும் என்னுடன் இருந்து உதவிகள் புரிந்துவந்த ஒருவர் திடீரென்று பிணக்குற்று ஊர் போய்விட்டார். இவ்வளவு துன்பங்களுக்கிடையில் *சிலப்பதிகாரம் மூலமும் அடியார்க்கு நல்லார் உரையும்* பதிப்பிக்கப் பெற்றன. அரும்பதவுரையும் பதிப்பித்தாயிற்று. அதற்கு ஒரு சிறு முகவுரை எழுதிச் சேர்த்துச் சிலப்பதிகாரத்தை வெளியிட வேண்டும். அப்பொழுது என் மனம் பரம சந்தோஷத்தில் மூழ்கியிருந்தது. முடிந்துவிடப் போகிறது என்ற எண்ணத்தினால் அதுகாறும் தெரியாத சிரமம் எனக்குத் தோற்றியது. நெடுந்தூரம் நடந்து செல்பவனுக்குத் தான் அடையவேண்டிய இடம் நெருங்கும்போது கால்வலி

அதிகமாகத் தோற்றும்; அதுபோல எனக்கு உழைப்பினால் உண்டான அயர்வு தோற்றியது.

அன்று வெள்ளிக்கிழமை. மறுநாள் சனிக்கிழமை அரும்பதவுரையின் முகவுரை அச்சாகி முடியவேண்டும். ஞாயிற்றுக்கிழமை அச்சுக்கூடம் இல்லை; நானும் கும்பகோணம் போய்ச் சேரவேண்டியவன்.

அச்சுக்கூடத்திற்கு அப்போது பணம் கொடுக்க வேண்டிய சமயம். என் கையில் பணம் இல்லை. திருவல்லிக்கேணியில் இருந்த விசுவநாத சாஸ்திரியா ரென்பவர் எனக்கு அத்தகைய சமயங்களில் உதவுவார்; அவரிடம் பணம் கடனாக வாங்கி ஊருக்குப் போனபிறகு திரும்ப அனுப்பிவிடுவேன். அவர் பிரபல பாரிஸ்டரான நார்ட்டன் துரையினிடம் குமாஸ்தாவாக இருந்தார்.

மாலையில் அச்சுநிலயத்தி லிருந்து மிகவும் களைத்துப் போய்த் திருவல்லிக்கேணிக்குச் சென்றேன். ஸ்ரீ பார்த்தசாரதிப் பெருமாளைத் தரிசித்துக்கொண்டு விசுவநாத சாஸ்திரியார் வீட்டில் உணவுண்டு அன்றிரவு அங்கேயே தங்கினேன். அவர் நான் படுத்துக்கொள்ள வசதியான இடம் கொடுத்தார். நான் படுக்கப் போகும்போது மணி பத்து இருக்கும். அதற்கு மேல் அரும்பதவுரைக்கு முகவுரை எழுதலாமென்று எண்ணிப் பேனாவைக் கையில் எடுத்தேன். கண் எரிந்தது. உடம்பில் என்னை அறியாமலே ஒரு சோர்வு இருந்தது. தலை சுழன்றது. உடம்பெல்லாம் வலி உண்டாயிற்று. 'இந்த நிலையில் நாம் என்ன எழுதப் போகிறோம்? விடியற்காலையில் எழுந்து எழுதிவிடலாம்' என்று எண்ணி ஒரு மெழுகுவர்த்தியும் நெருப்புப் பெட்டியும் வாங்கி வைத்துக்கொண்டு படுத்தேன். படுத்ததுதான் தாமதம்; தூக்கம் என்னை அமிழ்த்திக்கொண்டது. ஆனந்தமாகத் தூங்கினேன்.

இடையில் விழித்துக்கொண்டேன். 'முகவுரை எழுத வேண்டுமே' என்ற கவலை முன்னால் வந்து நின்றது. உடனே விளக்கையேற்றி மணியைப் பார்த்தேன். அப்பொழுது சரியாக இரண்டு மணி. 'மறுபடியும் படுத்துக்கொண்டு விரைவில் விழித்துக்கொள்ளாமல் இருந்தால் காரியத்துக்குத் தடை ஏற்படும். இப்பொழுதே எழுதிவிடுவோம்' என்ற ஒரு யோசனை தோற்றியது. பேனாவைக் கையிலெடுத்தேன். மனம்மட்டும் சோர்விலிருந்து மீளவில்லை. சிரமமும் நீங்கின பாடில்லை. தூக்கமும் விழிப்பும் இல்லாத ஒரு நிலையில் என்ன செய்ய முடியும்? என் மனத்துக்குள் ஒரு போராட்டம் நிகழ்ந்தது. எழுதலாமென்ற எண்ணத்தை அயர்ச்சி தடுத்தது.

டாக்டர் உ.வே. சாமிநாதையர்

நார்ட்டன்

மேலே நிமிர்ந்து பார்த்தேன். அங்கே ஒருவருடைய படம் இருந்தது. அவர் ஒரு வெள்ளைக்காரராகக் காணப்பட்டார். அவருடைய முகத்தில் ஒரு சுறுசுறுப்பும் அவர் பார்வையில் ஓர் ஊக்கமும் தோற்றின. என்னுடைய சோர்ந்த நிலைக்கு நேர் மாறாக இருந்தது அவர் நிலை. எனது உள்ளத்துள்ளே அந்தப் படத்தினால் ஓர் உணர்ச்சி உண்டாயிற்று. என் மனத்துக்குள் யாரோ என்னை இகழ்வது போல் இருந்தது. 'இவரல்லவா மனுஷ்யர்! என்ன துடியாய் இருக்கிறார்! நம்மைப்போல் அழுது

படக்காட்சி

வழிந்து கொண்டிருந்தால் காரியம் எப்படி நடக்கும்?' என்ற எண்ணத்தோடு புதிய ஊக்கமொன்று உண்டாயிற்று. எழுந்தேன். கண்களை நன்றாகக் கழுவிக்கொண்டேன். படுக்கையிலேயே உட்கார்ந்து எழுதத் தொடங்கினேன்.

பக்கத்தில் புத்தகமும் இல்லை; குறிப்புமில்லை. எல்லாம் ஞாபகத்தில் இருந்தன. அரும்பதவுரைப் பிரதி கிடைத்த வரலாறு, அதன் இயல்பு, அதைப் பின்னே பதிப்பித்ததற்குக் காரணம், அதன் பெருமை முதலியவற்றை எழுதி முகவுரையை முடித்தேன். மீட்டும் அதைப் படித்துச் செப்பஞ்செய்தேன். அப்பொழுது ஏதோ பெரிய பாரம் நீங்கியது போல் இருந்தது. எனக்கு ஊக்கத்தை உண்டாக்கிய அப்படத்தைத் திரும்பத் திரும்பப் பார்த்து உளங்களித்தேன்.

பொழுது விடிந்தது. நான் எழுதிய முகவுரையை அச்சுக்கூடத்துக்கு அனுப்பினேன். இரவில் நான் கண்ட அப்படம் யாருடையது என்று விசுவநாத சாஸ்தியாரைக் கேட்டேன்.

"அவரே எங்கள் எஜமானாகிய நார்ட்டன் துரை" என்றார் அவர். "அவரை நான் நேரே அறியாவிட்டாலும் அவருடைய படத்தினால் நான் பெரிய லாபத்தை அடைந்தேன். அந்தப் படந்தான் எனக்குப் புதிய சக்தியை அளித்தது" என்று கூறி இரவில் நிகழ்ந்தவற்றைச் சொன்னேன்.

சனிக்கிழமையன்று *சிலப்பதிகாரம்* பதிப்பித்து நிறைவேறியது. ஞாயிறன்று அதைப் புத்தக வடிவத்தில் பார்த்து மகிழ்ந்து கும்பகோணம் சென்றேன். 1892ஆம் வருஷத்திற்குப் பின் பலருடைய படங்களைப் பார்த்து இன்புற்றிருக்கிறேன். ஆனால் அன்றிரவு எனது தளர்ந்த உள்ளத்திற்கு முறுக்கேற்றிய அப்படத்தையே நான் சிறந்ததாக மதிக்கிறேன்.

சிலப்பதிகாரப் பதிப்பை நான் ஞாபகப்படுத்திக்கொள்ளும் போதெல்லாம் அந்தப் படக்காட்சியும் அதனால் விளைந்த பயனும் என் நினைவுக்கு வருகின்றன.

கலைமகள், தொகுதி 13, பகுதி 73 – 78, 1938

30

கடல் கடந்துவந்த தமிழ்

சீவக சிந்தாமணியை நான் முதன்முதல் 1887ஆம் வருஷம் பதிப்பித்த போது தமிழிலக்கியங்களில் அன்புடையவர்கள் பலருடைய அன்பும் ஆதரவும் எனக்குக் கிடைக்கலாயின. எதிர்பாராத இடங்களிலிருந்து வாழ்த்துரைகள் பல வந்தன. தமிழுலகத்தில் அந்த நூல் உண்டாக்கிய இன்பக்கிளர்ச்சிக்கு அடையாளமாகப் பல கடிதங்கள் என்னிடம் உள்ளன. அதனால் எனக்குத் தமிழ் நூலாராய்ச்சியில் தீவிரமான ஊக்கம் உண்டாயிற்று.

அயல்நாட்டிலிருந்து 1891ஆம் வருஷம் ஏப்ரில் மாதத்தில் எனக்கு ஒரு கடிதம் வந்தது. அதில் பாரிஸ் நகர முத்திரை இருந்தது. அதன்மேல் விலாசம் தமிழிலும் இங்கிலீஷிலும் எழுதப்பட்டிருந்தது. பாரிஸிலிருந்து தமிழெழுத்து வந்தது என்றால் யாருக்குத்தான் வியப்பு உண்டாகாது? அந்தக் கடிதத்தை ஆவலுடன் பிரித்துப் பார்த்தேன். கடிதம் முழுவதும் தமிழாக இருந்தது; எனக்கு மேலும் ஆச்சரியம் உண்டாயிற்று. கடிதத்தின் தலைப்பில் ஒரு புதிய செய்யுள் இருந்தது; அதைப் பார்த்தபோது எனக்கு உண்டான ஆச்சரியம் அளவுகடந்தது. அக்கடிதம் வருமாறு:

SOCIETE HISTORIQUE *Paris la april 3d 1891*
CERCLE St. SIMON

ம-ா-ா- ஸ்ரீ சாமிநாதைய ரென்னும் பெரும்புகழ் பொருந்திய தமிழாசிரியராம் மகா சிறப்பிற் புலவர் தமக்கு நாம் பாரிசு மாநகரத்தில் தமிழாசிரியர் எழுதுபவையாவன:

சிந்தா மணியாஞ் சிறப்புடைய காப்பியமே
பொன்றாதின் மாலை பொருந்திவரக் – கண்டேன்
சிலப்பதி காரமுதற் சீர்நூல்கள் நான்கு
மளித்தலா மென்ம ரறைந்து.

நீர் *௲௮௱௮௰௭* – ஆண்டி லச்சிற் பதிப்பித்த *சிந்தாமணி*யைக் கண்டு மிகவு மதிசயமா யிருந்தோமென்றும் நீர் செய்த வுலகோர்க்குப் பெரியவுபகார மறிந்தோமென்றும் இன்னம் பழைய புத்தகங்களச்சிற் பதிப்பித்தற் குரியவா யுண்டென்றும் உமக்கு நாமெழுத வேண்டுமென் றெண்ணிக்கொண்டு வருகிறோ மாதலால் மிகவும் களிகூர்ந்து வாழ்வோ மெப்போ தென்றால் *சிலப்பதிகாரம் மணிமேகலை குண்டலகேசி வளையாபதி* யென்னும் வேறு நாற்பெருங் காப்பியங்கள் பரிசோதித்துக் கொடுத்த வப்போதே சொல்லுவோம்.

சிலப்பதிகாரமோ வென்றால் சென்னப்பட்டணத்தில் முன் *௲௮௱௮௰௫* Ê த்தில் அதின் முதற் காண்டம் உரையின்றிக் கொடுத்தார்க ளென்றறிகின்றோ மானா லிரண்டாமும் மூன்றாமும் தருகவென்று பல விசேடமா யறவிய மனத்த ரெல்லோருங் கேட்போர்.

*மணிமேகலை*யோ வென்றால் நங்கட்கண் ஒரு கையெழுத்துப் பிரதியுண்டு. ஆனாலந்தப் பிரதி யெழுதியவன் பழையவெழுத்துக்க ளறியாதபடியினாலே சில கவிகளும் வார்த்தைகளு மெழுதாமல் விட்டான். ஆதலினா லந்தப் பிரதி படித்தற் குரியதல்லது.

சிறப்புப் பொருந்திய நூலவைக ளச்சிற் பதிப்பித்தலின்றி விட்டாற் கையெழுத்துப் பிரதிக ளடைக்கலாமோ வென்று கேட்கிறோம். இங்குதான் பாரிசுமா நகரத்தில் *printing type* உண்டு. இதுவுமல்லாமல் *French* பாடைக்குத் திருப்பி யாவர்க்கும் பயன்செய்ய அளிக்கக் கூடுமென்று முமக்கு நாமெழுதுகின்றோம்.

எம்முடைய புன்றமிழை உம்முடைய தயையினாலேயே வாசித்துக் கொண்டால் ஒரு காகித மெமக்கு மறுபடி யனுப்பினால் மிகவும் சந்தோடமா யிருப்போம்.

சுவாமியுடைய கிருபை யெல்லாமும் மேல் வருகவென்று உங்கள் *colleague and servant* ஆயிருக்கிறோம்.

Prof. J. Vinson

பிரான்சு தேசத்தில் உள்ள ஒருவரிடம் தமிழன்பு எவ்வளவு ஊறியுள்ள தென்பதை அக்கடிதம் நன்றாக வெளிக்காட்டியது.

அவர் சீவக சிந்தாமணியைப் படித்து மிக்க இன்பத்தை அடைந்திருந்தார். அதனோடு ஒருங்குவைத்து எண்ணப்படும் *சிலப்பதிகாரம், மணிமேகலை, குண்டலகேசி, வளையாபதி* என்னும் நான்கும் வெளிவந்தால்தான் பூரணமான திருப்தி உண்டாகுமென்று அக்கடிதத்திலே குறிப்பிட்டிருந்தார்.

ஜூலியன் வின்ஸோன்

அதனை எழுதிய ஜூலியன் வின்ஸோ னென்பவரை முன்பு நான் அறியேன். அவராக வலிந்து பாராட்டி எழுதினார். அவருடைய கடிதத்தில் உள்ள அன்புரைகள் என் உள்ளத்தைக் குளிர்வித்தன. பாரிஸிலும் தமிழ்ச் சுவடிகள் உள்ளன என்பதை அதிற் கண்டேன். உடனே அவருடைய கடிதத்திற்குப் பதில் எழுதினேன். அந்நகரத்தில் என்ன என்ன ஏட்டுச் சுவடிகள் உண்டென்று விசாரித்திருந்தேன். அவர் எவ்வாறு தமிழ் படித்தா ரென்பதையும் எழுதும்படி வேண்டினேன்.

அவர் எழுதிய மற்றொரு கடிதத்தால் பாரிஸ் நகரத்திலுள்ள பெரிய புத்தகசாலையில் தமிழ்க் கையெழுத்துப் பிரதிகள் ஆயிரம் இருப்பதாகத் தெரிய வந்தது. தமிழானது கடல் கடந்து சென்று அங்கும் அன்பர்களைப் பெற்றிருப்பதை நினைந்து மகிழ்ச்சியுற்றேன்.

ஜூலியன் வின்ஸோனுடைய தந்தையார் காரைக்காலில் ஜட்ஜாக இருந்தாரென்றும் அக்காலத்தில் வின்ஸோன் தமிழ் படித்தாரென்றும் தெரியவந்தது. வின்ஸோன் பாரிஸ் ஸர்வகலாசாலையில் கீழ்நாட்டுப் பாஷைகளுக்கு ஆசிரியராக இருந்து விளங்கினார்.

நான் *சிலப்பதிகாரத்தையும் மணிமேகலையையும்* அச்சிடும் பொருட்டு ஆராய்ச்சி செய்துவந்தேன். அந்நூல்களின் உரைச் சுவடிகள் பாரிஸில் கிடைக்குமா வென்று கேட்டிருந்தேன். அதற்கு அவர் எழுதிய பதில் வருமாறு:

Paris la May 7th 1891.

எனதன்பிற்குரிய மகா சாஸ்திரிகளே,

நாம் போன மாச முமக்கெழுதின காகிதம் உங்கிட்ட வந்ததுக்கு முன்னே நீர் எமக்கனுப்பிய காகிதமடைந்தது.

அதில் நீர் *சிலப்பதிகார* மச்சிற் பதிப்பித்தற்குரிய தென்றும், அதைப் பரிசோதித்துக் கொண்டு வருகிறே னென்றும், கண்ட பிரதிகளில் உரை தப்பியிருக்கிற தென்றும், இங்கு பெரிய புத்தகசாலையிற் சிலப்பதிகாரத்தொரு கையெழுத்துப் பிரதியுண்டோ வென்றும் கேட்கிறீர்.

அதுக்கு உத்தரங் கொடுக்க வருகிறோம்.

Bibliothique Nationale என்கிற பெரிய புத்தகசாலையி லிருக்கின்ற ஓராயிரந் தமிழ்க் கையெழுத்துப் புத்தகங்களெமக்கு நன்றாய்த் தெரியும். அவைகளின் *list or catalogue* பண்ணினோ மானால் அவற்றுள் *சிலப்பதிகாரம்* இல்லை.

பழைய புத்தகங்களோ வென்றால் அந்தச் சாலையிலே *மணிமேகலை* ஒரு கையெழுத்துப் பிரதியுண்டு. ஆனால் நாம் போன மாசம் எழுதிய காகிதத்திற் சொன்னபடி அந்தப் பிரதியில் பற்பல கவியும் வார்த்தையு மெழுதாமல் விட்டிருக்கின்றது. அந்தப் பிரதியிலு மூலமாத்திர முரையின்றி வருகின்றது. அது ஓலைப் பிரதியாகும். நாம் அதைக் கடுதாசியி லெழுதினோம், நங்கட் சிறு புத்தக சாலையிலே வைக்க. ஆதலால் நீரதைப் பார்க்க வேண்டுமேல் அந்தக் கடுதாசிப் பிரதி யனுப்புவோம். நீரதைக் கண்டு மில்லாத கவிகளும் வார்த்தைகளும் போட்டுத் திருப்பியனுப்பலாம்.

நாமிங்குத் தமிழைப் படித்தோ மல்ல. நாம் பிள்ளையா யிருக்கும்போது எங்கடகப்பனார் காரைக்காலிலே *French Judge* ஆயிருந்தா ரப்போதே தமிழைப் பேசவு மெழுதவும் படித்தோம். இங்கு நாம் செய்த சில கவிகளுமக்கு அனுப்புகின்றோம்.

இங்ஙனம்,
அன்புடையவன்

Julien vinson

உரை குறைய தாயினுஞ் சிலப்பதிகார மச்சிற் பதிக்க வேண்டும்!!

அக்கடிதத்தைக் கண்டவுடன் மணிமேகலையிற் சில பகுதிகள் எழுதியனுப்ப வேண்டுமென்று அவருக்கு எழுதினேன். அவர் மிகுந்த ஊக்கத்தோடு அந்நூலிலுள்ள பதிகத்தை மாத்திரம் எழுதியனுப்பினார். முற்றும் எழுதி அனுப்ப அவர் சித்தமாக இருந்தார். பார்த்தவரையில் அந்தப் பிரதி என் ஆராய்ச்சிக்கு

உதவியாக இராதென்று தோற்றியதால் அவரை மேலும் சிரமப்படுத்த வேண்டாமென்று நிறுத்திக்கொண்டேன். அவர் அனுப்பிய பாட்டுக்கள் இலக்கணப் பிழையின்றி இருந்தன.

அப்பால் அவர் எனக்கு எழுதிய கடிதங்கள் பல. ஒவ்வொரு கடிதத்திலும் பழைய தமிழ் நூல்கள் வெளிவர வேண்டுமென்பதில் அவருக்கிருந்த ஆவலைப் புலப்படுத்துவார். பிரெஞ்சு பாஷையில் அவைகளை மொழிபெயர்க்க வேண்டுமென்பது அவருடைய விருப்பம்.

சிந்தாமணியின் சுருக்கமொன்றைப் பிரஞ்சு பாஷையில் எழுதியிருந்தார். அப்புத்தகத்தை அவர் எனக்கு அனுப்பினார். அதை நான் ஆங்கிலப் புத்தக மென்றெண்ணிக் கும்பகோணம் காலேஜில் முதல் ஆசிரியராக இருந்த ஸ்ரீமான் ராவ்பகதூர் ஸாது சேஷையரிடம் காட்டினேன். அவர் அது பிரெஞ்சு பாஷையென்றும் பிரின்ஸிபாலுக்குக் காட்டினால் படித்துச் சொல்லுவா ரென்றும் கூறினார்.

அப்போது பிரின்ஸிபாலாக இருந்த ஸ்ரீமான் ஜே.பி. பில்டர்பெக் துரை யவர்களிடம் அதை உடனே காட்டினேன். அவர் அதில் வின்ஸோன் துரை என்னை விசேஷமாகப் பாராட்டியுள்ளா ரென்று எடுத்துக் கூறி, "உங்களால் இந்தக் காலேஜுக்கு ஒரு கௌரவம்" என்றார். தமிழ்நாட்டிலே பிறந்து தமிழ்க் கல்வியுடை யாரோடு பழகித் தமிழாராய்ச்சி செய்து வருவதில் எனக்கு ஆச்சரியம் ஒன்றும் புலப்படவில்லை. அயல் நாட்டில் ஒரு துணையுமின்றித் தமிழ் ஆராய்ச்சி செய்து வரும் ஜூலியன் வின்ஸோனுடைய தமிழன்புதான் எனக்கு மிகவும் சிறந்ததாகத் தோற்றியது.

என்னுடைய நூற்பதிப்புக்களை மிக்க அன்போடு வின்ஸோன் எதிர்பார்த்துக்கொண்டே இருந்தார். அடிக்கடி என்ன வேலை நடந்து வருகிறதென்று விசாரித்து எழுதுவார். நான் அனுப்பும் புதிய புத்தகங்களை உடனே ஆழ்ந்து படித்து மகிழ்ந்து என் முயற்சியைப் பாராட்டி வரைவார். இன்ன இன்ன விஷயங்களை நூதனமாக அறிந்து கொண்டே னென்று அறிவிப்பார்.

சிலப்பதிகாரப் புத்தகம் எப்பொழுது வெளிவருமென்று அடிக்கடி கேட்டு வந்தார். அது வெளிவந்தவுடன் அவருக்கு அனுப்பினேன். அதைக் கண்டு அவர் அடைந்த இன்பத்துக்கு எல்லையில்லை. என்னைப் பாராட்டி அகவலாக ஒரு கடிதம் எழுதினார். அது வருமாறு:

உ

குருவே துணை

(ஆசிரியப்பா)

இளங்கதிர் ஞாயி றிருடொறு நீக்கியபின்
விளங்கிடைச் சங்கெறி வெண்டிரைக் கடல்சூழ்
மாநில மதனில்வாழ் மறைமிகு சோழப்
பூநிலத் தலர்ந்த புகார்நக ரத்துக்
கோவலன் கண்ணகிதங் கூறரு மன்பொடு
பாவல முடையாட்குப் பற்பொருட் பரத்தலு
மாங்கவன் றுயரமு மணிகிளர் சிலம்பு
வாங்குபு போயது மதுரை யிற்கொலைப்
படலு முதலிய பறைதருஞ் சரிதை
யடல்வினைப் பயனெறி யமைபொரு ளின்பம்
வீடெனயாந் தெளிவுற வின்மொழிக் காப்பியஞ்
சிலப்பதி காரஞ் சிறந்த பெயரா
லுலகெலா மறிய வொளிதரு சென்னைக்கண்
அச்சிட வளர்த்தீ ரடைந்த பெரும்புகழ்
மாசிலா நாமகண் மதிதெரிந் திசைக்கு
மொருபே ரகத்திய னுருக்கொண்டு
மருளுடை மண்மிசை வந்துதோன் றினானென்.

புறநானூற்றைப் பார்த்து அதன் முகவுரையில் எட்டுத் தொகை களைப்பற்றி நான் கொடுத்திருந்த செய்திகளைப் படித்து வியப்புற்றார். அதுகாறும் எட்டுத்தொகை நூல்களைப் பற்றிய செய்தி ஒருவருக்கும் விளக்கமாகத் தெரியாமல் இருந்தது. அவற்றில் ஒன்றாகிய *பரிபாடலைப்* பதிப்பிக்கும் செலவைத் தாமே ஏற்றுக்கொள்வதாக அவர் எழுதினார்.

கடல் கடந்து சென்ற தமிழ்ச் சுவடிகளில் அரிய நூல்கள் எவையேனும் இருக்குமென்பது என் கருத்து. ஆயிரம் பிரதிகளில் என்ன என்ன நூல்கள் உள்ளனவோவென்று சிந்தித்தேன். என் பிரெஞ்சு நண்பர் சில நூல்களின் பெயர்களை எழுதி அனுப்பினார். *வில்லைப் புராணம்* என்று ஒன்று இருப்பதாக ஒருமுறை எழுதினார். நான் அதைப் பற்றிப் பின்னும் விசாரித்தேன். அவர் அது 494 செய்யுட்களை யுடையதென்றும் இன்ன இன்ன சருக்கங்களை யுடையதென்றும் எழுதியிருந்தார். அது மட்டுமா? அந்தப் புத்தகத்தைப் பற்றி நான் கேட்டு எழுதியிருந்த வாக்கியங்களால் எனக்கிருந்த ஆர்வத்தை அறிந்து தம் கைப்பட அந்நூல் முழுவதையுமே எழுதி அனுப்பிவிட்டார்.

ஏட்டுச் சுவடியைப் பார்த்து எழுதுவது எவ்வளவு சிரமமென்பது எனக்கு நன்றாகத் தெரியும். தமிழ்நாட்டில்

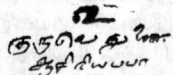

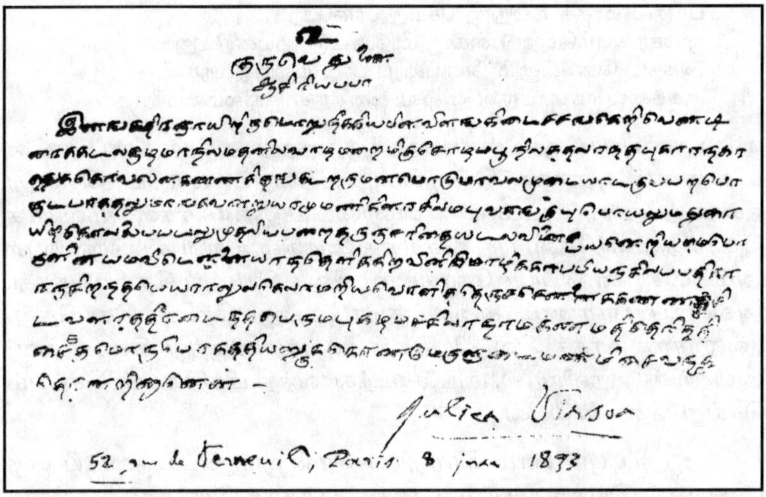

ஜூலியன் வின்ஸோன் உ.வே.சா.வுக்கு எழுதிய பாராட்டுக் கடிதம்

அங்ஙனம் எழுதக் கூடியவர்கள் மிகச் சிலரே. தமிழ் நூல்களைச் சிரத்தையோடு படிப்பவர்களே அதிகமாக இல்லாதபோது ஏட்டுச் சுவடியைப் படிப்பதாவது! பார்த்து எழுதுவதாவது!

இந்த நிலையில் பாரிஸிலிருந்து கடல் கடந்து வந்த *வில்லைப் புராணத்தை* நான் புதையலெடுத்த தனம் போலவே கருதினேன். என் நண்பர் அதை எத்தனை சிரத்தையோடு எழுதியிருந்தார்! அதன் தலைப்பில் சிவலிங்கத்தின் உருவமும் நந்தியுருவமும் வரைந்திருந்தார். அப்பால் அந்தப் பிரதியைக் கொண்டு வேறொரு பிரதி எழுதச்செய்து வின்ஸோன் துரைக்கே அவரது பிரதியை அனுப்பிவிட்டேன்.

வில்லைப் புராணத்தை அதுகாறும் நான் படித்ததில்லை; கேட்டதுமில்லை. அப்புராண ஏடுகளும் எனக்குக் கிடைக்க வில்லை. படித்துப்பார்த்தபோது வில்வவன மென்னும் தலத்தின் புராணமாக அது காணப்பட்டது. வில்வமென்பது வில்லமென வழங்கும். வில்வவன மென்பது வில்லவனம் என்று ஆகி அது மருவி வில்லை யாயிற்றென்று தேர்ந்தேன். தமிழ்நாட்டில் எவ்வளவோ வில்வவன ஸ்தலங்கள் இருக்கின்றன. எந்த வில்வவனத்தைப் பற்றிப் பாராட்டுவது அந்நூலென்று எனக்கு விளங்கவில்லை. மேலும் மேலும் விசாரித்துக்கொண்டே இருந்தேன்.

அப்புராணத்திலுள்ள கடவுள் வாழ்த்துச் செய்யுள் ஒன்றிலிருந்து (பாயிரம். 10) அங்கே எழுந்தருளியுள்ள அம்பிகையின் திருநாமம் குயிலம்மை யென்று தெரியவந்தது. அப்போது,

> பக்குவ மாகக் கவிநூறு செய்து பரிசுபெற
> முக்கர ணம்மெதிர் பல்காலும் போட்டு முயன்றிடினும்
> அக்கட போவெனும் லோபரைப் பாடி யலுத்துவந்த
> குக்கலை யாண்டருள் வில்வ வனத்துக் குயிலம்மையே

என்ற தனிப்பாடலும் ஞாபகத்துக்கு வந்தது. அந்தத் தனிப்பாடல் வில்லைப் புராணத்திற்குரிய தலத்தைப் பற்றிய தென்று நிச்சயித்தேன். அப்பால் என்னுடைய நண்பர்கள் மூலமாக விசாரித்து வந்தேன். புதுச்சேரிக்கு அருகில் உள்ள வில்வநல்லூர் அம்பிகையின் பெயர் கோகிலாம்பிகை யென்று தெரியவந்தது. அவ்வூர்ப் புராணம் கிடைக்குமாவென்று தேடச் செய்தேன். நல்ல காலமாகச் சில பிரதிகள் அவ்வூரிலிருந்து கிடைத்தன; அவற்றின் உதவியால், கடல்கடந்து வந்த பிரதியைச் செப்பம் செய்து கொண்டேன்.

அந்தப் புராணம் வீரராகவ ரென்னும் பெயருடைய ஒரு புலவரால் இயற்றப்பெற்றது. நல்ல வாக்காக இருந்தது. ஒருமுறை புதுச்சேரிக்குச் சென்றபோது, அதனருகில் வில்வநல்லூர் இருப்பதை அறிந்து அங்கே சென்று ஆலயதரிசனம் செய்தேன். அது மிகப் பழைய தலமாக இருக்கவேண்டுமென்று தோற்றியது. அந்தத் தலத்தைப் பற்றி ஏதேனும் தெரியுமாவென்று பலரை விசாரித்தேன். ஒரு முதிய வீரசைவர், "இது மிகப் பழைய தலம். தேவாரத்தில் வரும் வில்வேச்சர மென்னும் வைப்புஸ்தலம் இதுதான்" என்றார். நான் கேட்டு மிக்க மகிழ்ச்சியுற்றேன்.*

வில்வவனத்தைப் பற்றி நான் அறிந்த விஷயங்களை வின்ஸோன் துரைக்குப் பிறகு எழுதினேன். அவர் மகிழ்ச்சி யடைந்தார். அவர் தமிழ் இலக்கணமொன்று (Tamil Manual) எழுதினார். அதை எனக்கு அனுப்பினார்.

ஒரு முறை அவர் *திருக்குறள்,* காமத்துப்பாலின் பிரெஞ்சு மொழிபெயர்ப்புப் புத்தகமொன்றை அனுப்பி, 'இதனை என் மாணவர் ஒருவர் மொழிபெயர்த்தார். நான் முகவுரை எழுதியிருக்கிறேன்' என்று எழுதினார். தமிழாராய்ச்சி யாளராக இருப்பதோடு தமிழ்ப் போதகாசிரியராகவும் அவர் இருப்பதை அப்போதுதான் உணர்ந்தேன். தம்முடைய மாணாக்க ரொருவர் புதுச்சேரிக்கு வந்திருக்கிறா ரென்றும், என்னைப் பார்க்க வருவாரென்றும் எழுதினார். அம்மாணாக்கர் பெயர் பொண்டெனூ (Marquis De Barrique Fontainieu) என்பது.

---

* வில்லைப்புராணம் 1940ஆம் வருஷம் ஜனவரி மாதத்தில் ம-ரா-ரா-ஸ்ரீ ராவ்பஹதூர் வ.சு. செங்கல்வராய பிள்ளை யவர்களுடைய பொருளுதவியைக் கொண்டு குறிப்புரை முதலியவற்றுடன் என்னால் பதிப்பிக்கப் பெற்றுள்ளது.

1902ஆம் வருஷம் அம்மாணாக்கர் இந்நாட்டில் நடைபெற்ற கீழ்நாட்டுக் கலைஞர் மகாசபை *(Orientalists' Congress)* யின் பொருட்டு வந்திருந்தார். அவர் கும்பகோணத்தில் என் வீட்டை விசாரித்துக் கொண்டுவரும்போது போலீஸார் அவரை வேற்று நாட்டு ஒற்றரென் றெண்ணிப் பிடித்துப் பாதுகாப்பில் வைத்து விட்டார்கள். அது போயர் யுத்தம் நடந்து கொண்டிருந்த காலம். சிறைப்பட்ட பிரெஞ்சுக்காரர் அக்காலத்தில் கும்பகோணத்தில் ஸப் – கலெக்டராக இருந்த ஸ்ரீமான் வைபர்ட் துரை யென்பவருக்கு ஒரு கடிதமெழுதித் தாம் இன்னா ரென்பதையும் தாம் வந்த காரியம் இன்ன தென்பதையும் தெரிவித்தார். அவர் பிரெஞ்சு பாஷை தெரிந்தவர். கடிதம் கண்ட உடனே அவரே நேரில் வந்து பிரெஞ்சுக் கனவானை விடுவித்துத் தம் விருந்தினராக இருக்கச்செய்தார்.

அப்பால் பொண்டெனூ சிலருடன் என்னுடைய வீட்டிற்கு வந்தார். ஜூலியன் வின்ஸோனைப் பற்றி அவர் மிகவும் மதிப்பாகப் பேசினார். என்னிடம் அவ்விருவர்க்கும் உள்ள பேரன்பு அவருடைய சம்பாஷணையால் விளங்கியது.

நான் என் வீட்டின் மேலே ஒரு கொட்டகையை அமைத்துக்கொண்டு அங்கே என் ஆராய்ச்சிகளை நடத்தி வந்தேன். பொண்டெனூ வந்தபோது என்மேல் வெயில் அடித்துக் கொண்டிருப்பதைப் பார்த்தார்; அவர்மேலும் அடித்தது. அவர், "இந்த மாதிரி இடத்தில் இருக்கிறீர்களே! வேறு நல்ல இடத்தில் இருந்து வேலை செய்யக்கூடாதா?" என்று கேட்டார். நான், "என்னுடைய நிலைக்கு இதுதான் முடியும். இந்தத் தேசத்தில் இந்த நிழல்கூட இல்லாமல் கஷ்டப்படும் வித்துவான்கள் எவ்வளவோ பேர்கள் இருக்கிறார்கள். என் இளமையில் மரத்தடியிலும் வீட்டுத் திண்ணையிலும் இருந்து படித்து வந்த மகாவித்துவான்களைப் பார்த்திருக்கிறேன்" என்றேன். இவ்விஷயம் அவருக்கு மிகவும் புதுமையாக இருந்தது. அவரோடு நெடுநேரம் பேசினேன். தாம் போகும் மகாசபையில் ஏதேனும் ஒரு பழைய தமிழ் நூலைப்பற்றிய கட்டுரை ஒன்றைத் தாம் வாசிக்க விரும்புவதாகவும், அதற்கேற்ற பழைய நூற்பிரதி ஒன்று உதவினால் நலமாக இருக்குமென்றும் கூறினார். வெளிப்படாமல் இருந்த பழைய *காஞ்சிப் புராணத்தை* நான் தருவதாக ஒப்புக்கொண்டேன். அவர் தம் செலவில் அதன் பிரதி ஒன்றை எழுதச்செய்து கொடுத்தால் அநுகூலமாக இருக்குமென்று சொன்னார். அப்படியே செய்வதாக நான் கூறினேன். அப்பால் அவர் தஞ்சை சென்று அங்கிருந்து எனக்கு ஒரு கடிதம் எழுதினார். அது வருமாறு:

தஞ்சாவூர்
6, அக்டோபர், 1902

மா-ா-ா-ஸ்ரீ சாமிநாதய்ய ரவர்களுக்கு அனேக வந்தனம்.

நான் கும்பகோணத்தை விட்டுப் புறப்படும்போது உங்களுக்கு விடுமுறை நாள் என்று கேள்விப்பட்டேன். ஆகையால் தங்களைச் சிரமப்படுத்த எனக்கு மனதில்லை.

மா-ா-ா-ஸ்ரீ கலெக்டர் வீட்டில் நான் விருந்துண்ணும் போது உங்களைக் கீர்த்தியால் அறிந்து அதிக மதிப்பு வைத்திருக்கும் கலெக்டர் துரை யவர்களைத் தாங்கள் எனக்குக் காட்டிய பழைய காஞ்சிப் புராணத்தை *என்னுடைய செலவில் காபியெடுக்கத் தங்களைக் கேட்கும்படி பிரார்த்தித்துக் கொண்டேன். நான் அந்தப் புராணத்தை அச்சிட்டு வெளிப்படுத்த மாட்டே னென்கிற நம்பிக்கை தங்களுக்கு இருக்கலாம்.*

அதின் சாராம்சத்தை அறிந்து கீழ்நாட்டுப் பாஷைகளை ஆதரிக்கும் சங்கத்துக்கு (Orientalists' Congress) எழுத எண்ணமே தவிர வேறு எண்ணங் கிடையாது. இந்த அருமையான அச்சிடாத புஸ்தகத்தைத் தாங்கள் கஷ்டப்பட்டுக் கண்டுபிடித்தீர்க ளென்றும் அதின் அசல் தங்களிடத்தில் இருக்கிறதாகவும் வெளிப்படுத்துவேன்.

நான் தங்கள் சிநேகிதரும் என் உபாத்தியாயருமாகிய மா-ா-ா-ஸ்ரீ வின்சோன் துரை (M. Vinson) பேரைச் சொல்லித் தங்களைப் பார்க்க வந்தபோது என்னை எவ்வளவு அன்பாய் அங்கீகரித்தீர்கள்! என்றால் தங்களை யான் கேட்கும் புராணத்தின் காபியைத் தருவீர்களென்று நம்புகிறேன்.

சாஸ்திரங்களை ஓங்கச் செய்யவும் அழகிய தமிழ்ப் பாஷையின் பெருமையை வெளிப்படுத்தவுமே இந்த உபகாரத்தைத் தங்களிடம் கேட்கிறேன்.

தங்களுடைய அபிமானத்தை எதிர்பார்க்கும்,
Marquis De Barrique Fontainieu

நான் மதுரை இராமேசுவரம் போய்த் திரும்புகையில் கும்பகோணம் வருகிறேன். தாங்கள் எனக்கு எழுத வேண்டுமானால் புதுச்சேரிக்குக் கடிதம் எழுதவும். அங்கிருந்து எனக்கு வந்து சேரும்.

அவர் விரும்பியபடி பழைய *காஞ்சிப் புராணத்தைப்* பிரதி செய்ய இயலவில்லை யாதலின் என்னிடமுள்ள காகிதப்

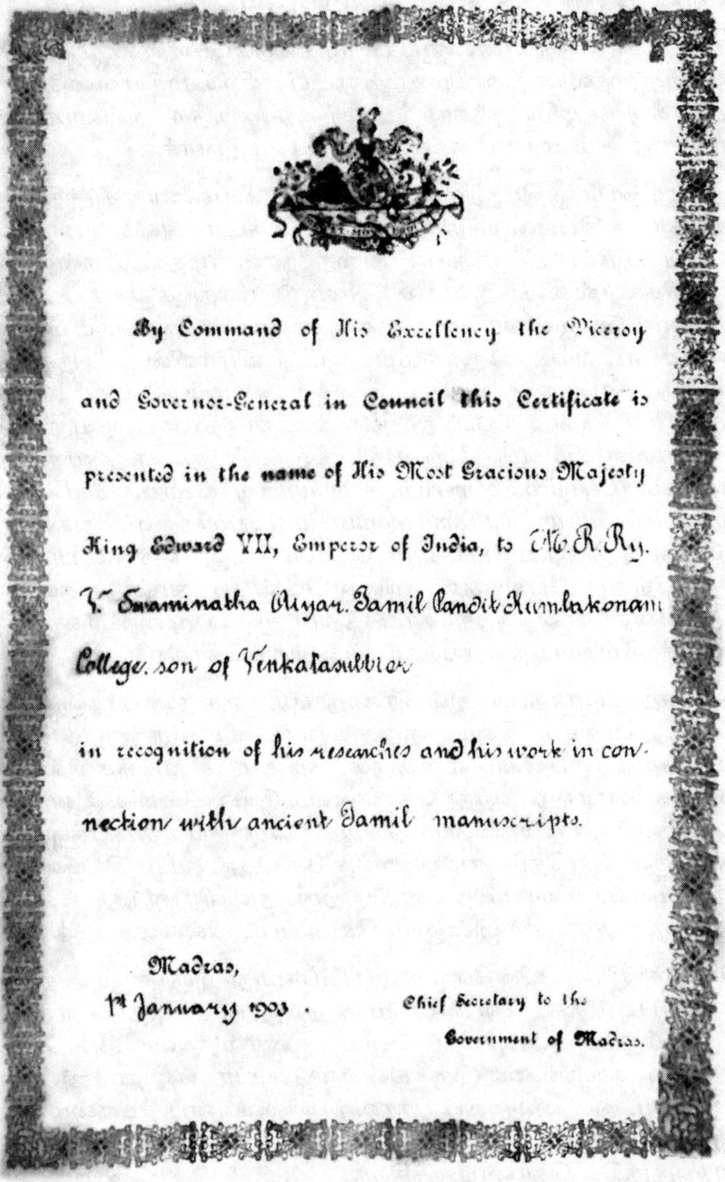

By Command of His Excellency the Viceroy and Governor-General in Council this Certificate is presented in the name of His Most Gracious Majesty King Edward VII, Emperor of India, to M.R.Ry. V. Swaminatha Aiyar, Tamil Pandit Kumbakonam College, son of Venkatasubbier in recognition of his researches and his work in connection with ancient Tamil manuscripts.

Madras,
1st January 1903.

Chief Secretary to the
Government of Madras.

தஞ்சாவூர் கலெக்டர் உ.வே.சா.வுக்கு வழங்கிய நன்மதிப்புப் பத்திரம்

பிரதியையே அனுப்பினேன். அவர் அதனை உபயோகித்துக் கொண்டு எனக்குத் திருப்பி அனுப்பிவிட்டார்.

அவர் வந்து என்னைப் பார்த்ததையும் *காஞ்சிப் புராணம்* பெற்றது முதலியவற்றையும் தம்முடைய ஆசிரியராகிய வின்ஸோன் துரைக்கு எழுதியிருந்தார். அவற்றை அறிந்த அவ்வாசிரியர் எனக்குத் தம் மாணாக்கரைப்பற்றி எழுதினார்.

ஸ்ரீ பொண்டெனூ தம் கடிதத்தில் 'உங்களைக் கீர்த்தியால் அறிந்து மதிப்புவைத்திருக்கும் கலெக்டர் துரை யவர்கள்' என்று குறிப்பித்திருந்தார். அதை நான் முதலில் நன்றாகக் கவனிக்கவில்லை. ஆனால் இரண்டு மாதங்களுக்குப் பிறகு 1903ஆம் ௵ ஜனவரி மாதம் தஞ்சாவூர்க் கலெக்டரிடமிருந்து ஏழாம் எட்வர்ட் மன்னர் முடிசூட்டு விழாவின் சம்பந்தமாக நடக்கும் தர்பாருக்கு வரும்படி எனக்கு அழைப்புக் கடிதம் வந்தது. நான் போனேன். அப்போது அரசாங்கத்தார் நான் பழைய ஏட்டுச் சுவடிகளை ஆராய்ந்து வருவதை நன்கு மதித்து ஒரு நன்மதிப்புப் பத்திரம் *(Certificate of merit in recognition of researches and work in connection with ancient Tamil Manuscripts)* அளித்தனர். அதனைக் கலெக்டர் துரை வழங்கினார். பொண்டெனூ என்னைப்பற்றிச் சிறப்பித்துப் பேசியதன் விளைவென்றே நான் அதனைக் கருதினேன். எனக்கு அரசாங்கத்தார் முதன் முறையாகத் தந்த அந்தச் சிறப்பை நன்றியறிவுடன் ஏற்றுக்கொண்டேன்.

எதிர்பாராதபடி இவ்விரண்டு பிரெஞ்சு நண்பர்களுடைய நட்பு எனக்குக் கிடைத்தது. அவர்களிடமிருந்து 1910ஆம் வருஷத்திற்குப்பின் எனக்குக் கடிதம் கிடைக்கவில்லை. அவர்களைப்பற்றி அறிந்துகொள்ளவும் இயலவில்லை. ஆனாலும் *வில்லைப் புராணத்தையும்*, *பழைய காஞ்சிப் புராணத்தையும்* பார்க்கும் போதெல்லாம் பிரெஞ்சு தேசத்துத் தமிழாசிரியரையும் தமிழ் மாணவரையும் நினைக்கிறேன். அவ்விரண்டு நூல்களுள் *காஞ்சிப் புராணம்* இன்னும் வெளிப்படவில்லை.

ஜூலியன் வின்ஸோன் இப்பொழுது இருந்தால் அதனை வெளிப்படுத்த வேண்டுமென்று நூறு கடிதங்களாவது எழுதியிருப்பார். அவர் இல்லை. ஆனால் அவர் அன்போடு எழுதிய கடிதங்கள் இருக்கின்றன. அவர் பழைய அன்பை நினைவூட்டும் *வில்லைப் புராணம்* வில்வவனப் பெருமையைக் காட்டிலும் அதிகமாக வின்ஸோன் துரையின் தமிழன்பை அறிவுறுத்திக் கொண்டிருக்கிறது.

***கலைமகள்*, தொகுதி 15, பகுதி 85 – 90, 1939**

31

மாவிந்த புராணம்

சென்னையில் ஏட்டுச் சுவடிகளைத் தொகுத்து வைத்துப் பாதுகாக்கும் அரசாங்கத்துக் கையெழுத்துப் புத்தகசாலைக்கு, இராசதானிக் கலாசாலையில் வடமொழிப் பேராசிரியரராக இருந்த ராவ்பகதூர் ம. ரங்காசாரியார் அதிபராக இருந்தார். நான் சென்ன பட்டணத்துக்கு வேலையாக வந்த ஆரம்பத்தில் புதிதாக எழுதப் பெற்று வந்த அப்புத்தகசாலைத் தமிழ்க் கையெழுத்துப் பிரதிகளின் விரிவான அட்டவணையை அவர் என்னிடம் காட்டினார். அந்தப் புத்தகசாலை பெரும்பொருள் செலவிட்டு அமைக்கப்பெற்றது. பலர் அதில் வேலையில் அமர்ந்து உழைத்து வந்தார்கள். தெலுங்கு, கன்னடம், மலையாளம் இவற்றிலுள்ள ஏட்டுச் சுவடிகளும் அதில் உண்டு.

புத்தகசாலைத் தலைவர் அப்புத்தக அட்டவணையை என்னிடம் கொடுத்து, "எங்கள் புத்தக சாலையில் இந்த அட்டவணையைத் தொகுத்து எழுதியிருக்கிறோம். இதைக் கவனித்து ஏதாவது திருத்தம் செய்ய வேண்டுமானால் செய்து கொடுத்தால் அநுகூலமாக இருக்கும்" என்றார். அந்த அட்டவணையில் பல தமிழ் நூல்களின் பெயர்கள் காணப்பட்டன. அப்பெயர்களிலே சில சில பிழைகளும் இருந்தன.

ஏட்டுச் சுவடிகளைப் பற்றித் தெரிந்துகொள்வதில் மிக்க ஆவலுடைய எனக்கு அக்கனவான் அளித்த வேலை 'கரும்பு தின்னக் கூலி கொடுத்தது போல்' இருந்தது. அப்புத்தகசாலையில் இன்ன இன்ன சுவடிகள் உள்ளனவென்பது தெரிந்து எனக்கு

ஏதேனும் உதவுமானால் பார்த்துப் பயன்படுத்திக் கொள்ளலாம் என்பது என் எண்ணம்.

ஆதலால் அந்த அட்டவணையை ஆவலோடு பார்த்தேன். பல பிரபந்தங்கள், புராணங்கள், இலக்கணங்கள், சாஸ்திரங்கள், வைத்தியம், சோதிடம் முதலிய பலவகை நூல்களின் பெயர்களை அதிற் கண்டேன். சங்கநூல்கள் அதிகமாக இல்லாவிடினும் பிற்காலத்து நூல்கள் பல இருந்தன. அச்சிட்ட புத்தகங்களாக இருந்தாலும் ஏட்டுச் சுவடிகளின் உதவியால் பல அரிய திருத்தங்கள் கிடைக்கும். ஆதலால் ஏட்டுச் சுவடிகளை நான் எங்கேனும் காணும்போது, 'இவை அச்சிட்பட்டவை' என்று நினைத்து அலக்ஷியமாக இருப்பதில்லை. அச்சுப் பிரதிகளில் பலகாலமாகத் தீராமல் இருந்த சந்தேகங்கள் ஏடுகளிலே கண்ட பாட பேதங்களினால் தெளிவாகியதுண்டு. ஆதலின் மேலே கூறிய புத்தகசாலையி லுள்ள சுவடிகளை இயன்ற வரையில் மிகுதியாகப் பயன்படுத்திக் கொள்ளலாமென்று கருதினேன்.

புத்தக அட்டவணையைக் கூர்ந்து பார்த்து வந்தேன். புராண வரிசையிலே 'மாவிந்த புராணம்' என்ற ஒரு பெயரைக் கண்டேன். அப்பெயரை அதற்குமுன் நான் எங்கும் கண்டதுமில்லை; கேட்டதுமில்லை; தரும புத்திரரது பட்டாபிஷேகத்திற்குப் பின் உள்ள வரலாறுகளைக் கூறுவதாகிய *மாவிந்த*மென்ற ஒரு நூல் உண்டு. அது மிகவும் எளிய நடையில் அமைந்தது. அதுவாக இருக்கலாமென்று முதலிலே எண்ணினேன். அப்பால், 'மாவிந்த புராணமென்று இருப்பதனால் அந்த நூல் ஒரு ஸ்தல புராணமாக இருக்குமோ' என்ற ஐயம் எனக்கு உண்டாயிற்று. மாவிந்தமென்ற ஸ்தலம் எங்கே உள்ளதென்று யோசித்தேன். அப்படி ஒரு ஸ்தலம் இருப்பதாக எனது ஞாபகத்துக்கே வரவில்லை. தேவியை விந்தாசனி என்று கூறுவதுண்டு. விந்தகிரியில் எழுந்தருளியிருக்கும் தேவியின் புகழைக் கூறும் புராணமாக இருக்கலாமோ என்று கருதினேன். வேறு சமயத்தாருக்குரிய நூலாக இருக்குமோ என்ற ஐயமும் இடையே எழுந்தது.

வசவபுராணம், சாந்திபுராணம் முதலிய வேறு மத நூல்களின் பெயர்கள் அப்போது என் ஞாபகத்திற்கு வந்தன. 'சரி, அந்தப் புத்தகத்தைப் பார்த்து ஆராய்ச்சி செய்ய வேண்டும்' என்று தீர்மானம் செய்து கொண்டேன்.

எனக்கு இருந்த ஆவலினால் விரைவில் அந்தப் புத்தக சாலைக்குச் சென்றேன். அங்கே சுவடிகளைப் பலர் பார்த்துப் படிப்பதற்கும் குறிப்பெடுத்துக் கொள்வதற்கும் வருவார்கள். அவர்களுக்கு வேண்டிய புத்தகங்களை எடுத்துக் கொடுப்பதற்குரிய வேலைக்காரர்களும் இருப்பார்கள்.

மாவிந்த புராணத்திற்குரிய எண்ணைக் கூறி அதை வருவிக்கும்படி அங்கிருந்த அதிகாரியிடம் சொன்னேன். அவர் ஒரு வேலைக்காரனை அனுப்பினார். அவன் தன் வழக்கப்படியே அடிமேல் அடிவைத்து அந்தப் புத்தகத்தைத் தேடி எடுத்து வரச் சென்றான். எனக்கிருந்த மனோவேகத்தை அவன் கண்டானா? அவன்பால் எனக்கு அப்போது மிக்க கோபம் உண்டாயிற்று. என் செய்வது! 'புத்தகம் வராமலா போய்விடும்? ஆக்கப் பொறுத்தவன் ஆறப் பொறுக்கக் கூடாதா?' என்று சமாதானம் செய்துகொண்டு பொறுத்திருந்தேன்.

வேலைக்காரன் கால்மணி நேரம் கழித்து ஒரு சுவடியைக் கொண்டுவந்து என் கையில் கொடுத்தான். அவசர அவசரமாக அதைப் பிரித்துப் பார்த்தேன். அதில் முற்பகுதியில் சில ஏடுகள் இல்லை. பிரித்தவுடன் முதலில் இருந்த ஏட்டைப் படித்துப் பார்த்தேன். என்னுடைய ஆத்திரம் இருந்த இடம் தெரியாமல் மறைந்தது. 'மலை கல்லி எலி பிடித்தது' போல இருந்தது. நான் பெரிய ஏமாற்றத்தை அடைந்தேன். 'இதற்குத்தானா இவ்வளவு ஆவலோடு ஓடிவந்தோம்!' என்று என் செயலை நானே இகழ்ந்து கொண்டேன்.

"இந்த அட்டவணையைத் தொகுத்த புத்திசாலி யாரோ?" என்று அந்த அதிகாரியை வினவினேன்.

"எங்கள் புத்தகசாலைப் பண்டிதர்" என்றார் அவர்.

"பண்டிதரா?" என்று நான் வியப்போடு கேட்டேன்.

"ஆமாம்" என்று அவர் அழுத்தமாகக் கூறினார்.

"அவரை நான் பார்க்கலாமோ?"

"ஆகா! தடையின்றிப் பார்க்கலாம்."

அவர் சொல்லியனுப்பவே பண்டிதர் வந்தார். வரும்போதே அவர் எதையும் லக்ஷியம் செய்யாத இயல்புடையவரென்று தெரிந்தது.

"இந்த அட்டவணையை எழுதியது தாங்களோ?" என்று அவரைக் கேட்டேன்.

"ஆமாம். பின் வேறு யார் எழுதுவார்கள்? நான்தான் ஏட்டுச் சுவடிகளை ஆராய்ந்து சிரமப்பட்டுக் குறித்தேன்."

"அப்படியா! இதில் மாவிந்த புராணம் என்று ஒரு புத்தகத்தின் பெயர் இருக்கிறதே, அந்தப் பெயரை நீங்கள் எப்படிக் கண்டுபிடித்தீர்கள்?"

"எல்லாம் அந்த அட்டவணையிலேயே தெளிவாக இருக்கும். புத்தகம் தானே சொல்லுமே. அதைப் பார்த்தால் எல்லாம் தெரியும்."

"அட்டவணையைப் பார்த்துத்தான் புத்தகத்தைத் தேடினேன். இதோ இருக்கிறது அந்தச் சுவடி. இதன் பெயர் மாவிந்த புராணமென்று நீங்கள் எழுதியிருக்கிறீர்கள்."

"ஆமாம். நான்தான் நன்றாக ஆராய்ந்து ஊகித்துக் கண்டுபிடித்துப் போட்டிருக்கிறேன்."

எனக்கு அவருடைய இயல்பைக் கண்டு சிரிப்பு ஒரு பக்கமும் கோபம் ஒரு பக்கமும் வந்தன.

"எதைக் கொண்டு ஆராய்ந்தீர்கள்?" என்று மீண்டும் வினவினேன்.

"இங்கே கொடுங்கள் அதை. நான் சொல்லுகிறேன்" என்று பண்டிதர் அந்தச் சுவடியை என் கையிலிருந்து வாங்கிக் கொண்டார். அதில் உள்ள செய்யுளை அவர் படித்தார்.

மாவிந்த மென்னும் வளநகர் கூற லுற்றாம்!

என்ற பகுதி முதலில் இருந்தது. அதைப் படித்துக் காட்டி, "இந்தப் பாட்டைப் பாருங்கள். இதில் மாவிந்தமென்னும் பெயர் தெளிவாக இருக்கிறதே. இது தெரியவில்லையா? இந்தப் பெயரே இது மாவிந்தமென்னும் ஸ்தலத்தின் புராணமென்பதை விளக்கவில்லையா? முதற் பக்கத்திலேயே இந்த அடையாளம் இருக்கும் போது நீங்கள் இதைக் கவனிக்காமல் என்னைக் கேட்கிறீர்களே" என்று அவர் கூறினார். முன்பிருந்ததைவிட அப்போது அவர் தொனி மிகவும் கம்பீரமாகவே யிருந்தது. என் அறியாமையால் நான் விஷயத்தைத் தெரிந்து கொள்ளவில்லை யென்பது அவர் எண்ணம்.

அவர் பேசப் பேச எனக்குச் சிரிப்போ தாங்க முடியவில்லை. "நீங்கள் நைடதம் படித்ததுண்டா?" என்று கேட்டேன்.

"நைடதம் படிக்காமலா இருப்பேன்? நான் ஒரு பெரிய வித்துவானுடைய மருமகன்" என்று அவர் சிறிது சினக் குறிப்போடு சொன்னார். உடனே பக்கத்தில் நின்ற வேலைக்காரன் ஒருவனை அழைத்தேன்.

"அப்பா, இந்தப் புஸ்தகசாலையில் நைடதமென்ற புஸ்தகத்தின் அச்சுப் பிரதியிருந்தால் எடுத்துக்கொண்டு வா" என்றேன். அவன் அதைக் கொணர்ந்தான். அதைப் பிரித்து

நாட்டுப் படலத்தின் இறுதியிலுள்ள மேற்கூறிய செய்யுளைக் காட்டினேன். பண்டிதர் அதைப் பார்த்தார்.

கொல்லுலை வேற்க ணல்லார் கொழுநரோ டூடி நீத்த
வில்லுமிழ் கலன்கள் யாவு மிளிர்சுட ரெறிக்கு மாற்றால்
எல்லியும் பகலுந் தோன்றா திமையவ ருலக மேய்க்கும்
மல்லன்மா விந்த மென்னும் வளநகர் கூற லுற்றாம்

என்பது அச்செய்யுள்.

"நீங்கள் நைடதத்தைச் சரியாகப் பார்த்ததில்லை போலிருக்கிறது. இந்தச் சுவடியைக் கொஞ்சம் பின்னாலே புரட்டிப் பார்த்திருந்தால் உங்களுக்கே இது நளன்கதை யென்று தெரிந்திருக்கும். போனது போகட்டும். நான் ஏமாற்றம் அடைந்த மாதிரி மற்றவர்கள் ஏமாறாதபடி இந்தச் சுவடியின் பெயரை இனிமேல் நைடதமென்று மாற்றிவிடுங்கள்" என்றேன்.

"படித்த தெல்லாம் ஞாபகத்திலே இருக்கிறதா? ஆயிரத்தில் ஒன்று தவறுவது வழக்கந்தான்" என்ற முணுமுணுப்போடு அப்பண்டிதர் வேறிடஞ் சென்றுவிட்டார்.

அப்பால் நான் ராவ்பகதூர் ரங்காசாரியா ரவர்களிடம் சென்று புத்தக அட்டவணையை முதலிலிருந்து நன்றாகப் பரிசோதித்தே வெளியிட வேண்டுமென்று தெரிவித்தேன். அங்ஙனமே வேறொரு தக்க பண்டிதரைக் கொண்டு முழுவதையும் பரிசீலனை செய்வித்து அட்டவணையை வெளியிட்டார்கள்.

***கலைமகள்*, தொகுதி 15, பகுதி 85 – 90, 1939**

32

செண்டலங்காரர்

வில்லிபுத்தூரார் *பாரதம்* தமிழிலே சுவை யுடையவர்களுக்கு இனிமை தரும் காவியங்களில் ஒன்று. சங்ககாலத்திலே *பாரதம்* ஒன்று இருந்தது. ஆனால், உரையாசிரியர்களால் மேற்கோளாகக் காட்டப்பெற்றமையின் சில செய்யுட்கள் மாத்திரம் இப்போது உயிர்தரித்து நிற்கின்றன. அதற்குப் பிறகு தெள்ளாறெறிந்த நந்திவர்ம பல்லவன் காலத்தில் இயற்றப்பெற்ற *பாரதம்* ஒன்று உண்டு. அது முற்றும் கிடைக்கவில்லை. அதைப் படித்து இன்புறுவார் அரியர். பிற்காலத்தில் வில்லிபுத்தூரார் இயற்றிய பாரதம் தமிழர்களுடைய உள்ளத்தை கவர்ந்ததுபோல வேறு எந்தப் பாரதமும் கவரவில்லை. இப்பொழுதும் தமிழ்நாட்டுக் கிராமங்களிலே தமிழறிந்தோர் வில்லிபாரதப் பிரசங்கம் செய்வதைக் காணலாம். தமிழ்நூலை முறையாகப் பாடங் கேட்பவர்கள் வில்லி பாரதத்தைத் தவறாமற் கேட்பது வழக்கம்.

நான் இளமையிலே அந்நூலைப் படித்தகாலத்தில் அதிலுள்ள சந்த அமைப்பைக் கண்டு வியந்தேன். அந்நூலின் நடையிலே ஒரு தனியான கம்பீரம் உள்ளது. இடத்துக்கேற்ற சந்தங்கள் அதில் மிக அழகாக அமைந்திருக்கின்றன. குதிரையின் கதி யொலியும் தேரின் கடகட வோசையும் யானையின் முழக்கமும் அந்தச் சந்தங்களிலேயே ஒலிக்கும். வடமொழிச் சொற்களையும் தொடர்களையும் வில்லிபுத்தூரார் தடையின்றி மிகுதியாக எடுத்து ஆளுகின்றார்.

சபாபருவத்திலே சூதுபோர்ச் சருக்கத்தில் தரும புத்திரர் சகுனியுடன் சூதாடித் தோற்ற வரலாறு சொல்லப்படுகிறது. சூதாட்டம் முடிந்தபிறகு துரியோதனன் அரசவைக்குத் திரௌபதியை அழைத்து வரும்வண்ணம் தன் தம்பி துச்சாதனனுக்குக் கட்டளையிடுகிறான். காந்தாரியோடு இருந்த திரௌபதியை அவன் வலியப் பிடித்து இழுத்து வருகின்றான்.

தண்டார் விடலை தாயுரைப்பத்
 தாய்முன் னணுகித் தாமரைக்கைச்
செண்டால் அவள்பைங் குழல்பற்றித்
 தீண்டா னாகிச் செல்கின்றான்
வண்டார் குழலு முடன்குலைய
 மானங் குலைய மனங்குலையக்
கொண்டா ரிருப்ப ரென்றுநெறிக்
 கொண்டா ளந்தோ கொடியாளே

என்ற செய்யுளில், அவன் திரௌபதியைப் பற்றி இழுத்துச் செல்லும் செய்தி கூறப்படுகின்றது. "தன்னுடைய தாயாகிய காந்தாரி, 'நீ போய் வா' என்று கூற, துச்சாதனன் அன்னை போன்ற திரௌபதியின் முன் சென்று தன் கையிலுள்ள செண்டால் அவளது கூந்தலைப் பற்றிச் செல்லலானான். கொடிபோன்ற திரௌபதி அந்தோ! தன் குழல் குலைய மானங்குலைய மனங்குலையத் தான் செல்லுமிடத்தே தன் கணவர் இருப்பர் என்ற தைரியத்தோடு சென்றாள்" என்பது இச்செய்யுளின் பொருள்.

திரௌபதி அக்காலத்தில் தீண்டாத நிலையில் இருந்தாளென்று தெரிகின்றது. பின்னே ஓரிடத்தில்,

தீண்டாத கற்புடைய செழுந்திருவை

என்று அந்நூலாசாரியரே குறிப்பிக்கின்றார். அதனால் தான் துச்சாதனன் அவளைக் கையாற் பற்றாமல் செண்டாற் பற்றிச் சென்றானென்று ஆசிரியர் கூறினார். இவ்விஷயங்களை யான் பலரிடத்தில் என் இளமையிலே கேட்டிருக்கிறேன்.

கைச் செண்டால் அவள்பைங் குழல்பற்றி

என்ற இடத்தில் குறிக்கப்பெற்ற செண்டு என்பதற்குப் பூச்செண்டு என்றே பொருள் செய்து வந்தனர். 'துச்சாதனன் கையில் பூச்செண்டு ஏது? திரௌபதி கூந்தலில் அணிந்திருந்த மாலையைப் பிடித்து இழுத்தான் என்று சொல்லலாமா? பாட்டில் தெளிவாகக் கைச்செண்டா லென்று சொல்லப்பட்டிருக்கிறதே. தீண்டாத நிலையில் உள்ள அவள் கூந்தலில் மாலை அணிவதும் கையில் செண்டு வைத்திருப்பதும் இயல்பல்லவே? செண்டென்பதற்குப் பந்தென்று ஒருபொருள் உண்டு. அதை அமைத்துப் பார்க்கலாமா?

பந்துக்கு இங்கே என்ன சம்பந்தம்?" என்று இவ்வாறெல்லாம் எனக்கு அடிக்கடி ஐயங்கள் தோன்றிக்கொண்டே இருந்தன.

திருவிளையாடற் புராணத்தில் சோமசுந்தரக் கடவுள் உக்கிர குமாரருக்கு வேல் வளை செண்டு வழங்கியதாக ஒரு திருவிளையாடல் இருக்கிறது. அங்கே கூறப்படும் செண்டு எது? அந்தச் செண்டைக் கொண்டு அவர் மேருவை எறிந்ததாகப் புராணம் கூறுகின்றது. பலர் அதற்குப் பந்தென்றும், பூச்செண்டு போன்ற ஆயுதமென்றும் பொருள் கூறினர். ஐயனார் திருக்கரத்தில் செண்டு இருக்கிறதென்றும், கரிகாற் சோழன் இமயமலையைச் செண்டாலடித்துத் திரித்தானென்றும் சில செய்திகள் நூல்களால் தெரிந்தன. அந்தச் செண்டுகள் யாவை? பந்தா? மலர்ச்செண்டா? செண்டு போன்ற ஆயுதமா? எல்லாம் சந்தேகமாகவே இருந்தன. நான் பலரைக் கேட்டுப் பார்த்தேன். சமயம் போல அவர்கள் விடை பகர்ந்தார்கள்.

சற்றேறக்குறைய நாற்பது வருஷங்களுக்கு முன், வழக்கமாக நான் செய்துவரும் தமிழ் யாத்திரையில் ஒருமுறை பொறையாறு முதலிய இடங்களுக்குப் போக நேர்ந்தது. என்னோடு இருந்து தமிழ்ப் பணிக்கு உதவிபுரிந்து வந்த திருமானூர்க் கிருஷ்ணைய ரென்பவருடன் அம்முறை புறப்பட்டேன். மாயூரத்தைக் கடந்து ஆறு மைல் தூரத்திலுள்ள ஆறுபாதி என்னும் ஊருக்கருகில் சென்று கொண்டிருந்தோம். அங்கே வழியில் கீழ்மேல் அக்கிரகாரத்துக்குப் பின்பக்கமாக வடபுறமுள்ள குளத்தின் கீழ்கரையில் ஒரு பெருமாள் கோயில் இருந்தது. அக்கோயிலின் வாசலில் அதனுடைய தர்மகர்த்தாவும் வேறு சிலரும் நின்றுகொண்டிருந்தனர். அவர்கள் இருந்த நிலையைப் பார்த்தபோது யாரோ பெரிய உத்தியோகஸ்தர் ஒருவருடைய வரவை எதிர்பார்த்துக் கொண்டு நிற்பதாகத் தோற்றியது. எங்களைக் கண்டவுடன் தர்மகர்த்தா என்னை அவ்வுத்தியோகஸ்தராக எண்ணிக்கொண்டா ரென்று ஊகித்தேன். அந்தக் காலத்தில் உத்தியோகஸ்தராக இருந்தாலும் கோவிலுக்குப் போகும்போது வைதிகக் கோலத்தோடுதான் போவது வழக்கம். ஆதலின் நான் மிகவும் சாதாரண உடையணிந்து செல்வதைக் கண்டும் அவர் என்னையே உத்தியோகஸ்ராக எண்ணிவிட்டார். "வாருங்கள், வாருங்கள்" என்று உபசரித்து வரவேற்றார்.

யாரோ ஓர் உத்தியோகஸ்தர் அவ்வாலயத்தைப் பார்க்க வருவதாகச் சொல்லியிருந்தாராம். அதற்காகப் பெருமாளுக்கு அலங்காரம் செவ்வையாகச் செய்திருந்தார்கள். தர்மகர்த்தாவும் நல்ல உடைகளை உடுத்து அலங்காரம் செய்துகொண்டு நின்றனர். பிரஸாதங்களும் பெருமாளுக்கு நிவேதனம் செய்த வியாஜமாக

உத்தியோகஸ்தரின் பொருட்டு ஸித்தமாக வைத்திருந்தனர். அவர்கள் நெடுநேரம் காத்திருந்தார்கள். உத்தியோகஸ்தர் வரவில்லை. அந்த நிலையிலே என்னைக் கண்டவுடன் அவரென்றோ அவரால் அனுப்பப்பட்டவ ரென்றோதான் தீர்மானித்திருக்க வேண்டும்.

தர்மகர்த்தா எங்களை உள்ளே அழைத்துச் சென்றார். பெருமாளைத் தரிசனம் செய்து வைத்தார். அவர் எதிர்பார்த்தவர் நான் அல்லவென்று உடனிருந்தவரால் அறிந்து ஏமாந்து போனார். ஆனாலும் அவர் அதைக் காட்டிக் கொள்ளவில்லை. கும்பகோணத்தில் நான் வேலையில் உள்ளவனென்று தெரிந்தவுடன் தம்முடைய பெருமை அங்கே பரவட்டுமென்று எண்ணியிருந்தாலும் இருக்கலாம். எப்படியாயினும் எங்களுக்கு எதிர்பாராதபடி திவ்ய தரிசனமும் வயிறார இனிய பிரஸாதங்களும் கிடைத்தன.

தரிசனம் செய்தபோது பெருமாள் திருநாமம் ராஜகோபாலப் பெருமாளென்று அறிந்தேன். அவர் திருக்கரத்தில் பிரம்பைப்போல ஒன்று காணப்பட்டது. அதன் தலைப்பில் இரண்டு வளைவுகள் இருந்தன. நான் அதுகாறும் பெருமாள் திருக்கரத்தில் அத்தகைய ஒன்றைக் கண்டதில்லை. ஆதலால் தர்மகர்த்தாவை நோக்கி, "இது புதிதாயிருக்கிறதே; என்ன?" என்று கேட்டேன். "அதுதான் செண்டு" என்று அவர் கூறினார். "செண்டா!" என்று சொல்லி அப்படியே நின்றுவிட்டேன். "எங்கே, அதை நன்றாகக் காட்டச் சொல்லுங்கள்" என்று வேண்டினேன்.

கோயில் அர்ச்சகர் கற்பூர தீபத்தால் அந்தச் செண்டை நான் நன்றாகப் பார்க்கும்படி காட்டினார். நான் அதைக் கவனித்துப் பார்த்தேன். என் மனக்கண்முன் அப்போது திரௌபதியின் உருவம் வந்து நின்றது. துச்சாதனன் தலைப்பு வளைந்த பிரம்புபோன்ற ஒரு கருவியால் அவள் கூந்தலைப் பற்றி யிழுக்கும் காட்சி வந்தது. அடுத்தபடியாக உக்கிர குமாரர் மேருமலையை அந்தக் கருவியால் எறிந்து திரித்த தோற்றம் தோற்றியது. அவர் மறைந்தார். கரிகாலன் கையில் செண்டாயுதத்தோடு நின்றான். ஐயனாரும் நின்றார். அவர்கள் கைகளில் எல்லாம் தலைப்பு வளைந்த பிரம்புபோன்ற கருவியைக் கண்டேன். சில நிமிஷங்கள் வரையில் இந்தக் அகக் காட்சிகளால் புறவுலகத்தை மறந்திருந்தேன்.

அந்த அர்ச்சகர் காட்டிய கற்பூர தீபம் பெருமாள் திருக்கரத்திலிருந்த ஆயுதத்தை எனக்குத் தெளிவாகக் காட்டியது. அதனோடு நெடுங்காலமாக என் மனத்திலிருந்த சந்தேக இருளை

அகற்றித் துச்சாதனன், உக்கிர குமாரர், கரிகாலன், ஐயனாரென்பவர்கள் கையில் உள்ள கருவி இன்னதுதா னென்று அறியும்படியும் செய்தது.

"ஐயா, நீங்கள் எனக்குப் பெரிய உபகாரம் செய்தீர்கள். பெருமாளின் தரிசனத்தால் எனக்கு ஒரு பெரிய லாபம் கிடைத்தது; என் மனம் சந்தோஷம் அடைந்தது. இதுவரையிலும் இந்தச் செண்டைப் பார்த்ததில்லை. உங்கள் தயையால் இதைப் பார்த்தேன்" என்று தர்மகர்த்தாவை நோக்கிக் கூறினேன்.

"இந்தப் பெருமாளும் மன்னார்குடியில் எழுந்தருளியிருக்கும் பெருமாளும் ஒரே அச்சு. அங்கும் பெருமாளின் திருக்கையில் செண்டு உண்டு. செண்டலங்காரப் பெருமாள் என்றும் அவரது திருநாமம் வழங்கும்" என்று அவர் கூறினார்.

"சந்தோஷம், தங்களுக்கு மிகவும் வந்தனம்" என்று கூறி விடை பெற்றுக் கொண்டேன்.

அன்று முதல் என் சந்தேகம் பறந்துபோய்விட்டது. பிறகு ஆராய்ச்சி செய்யச் செய்யத் தமிழ் இலக்கியத்தில் பல செண்டுகள் கிடைத்தன. அவற்றை நான் மிகவும் தெளிவாக அறிந்து கொண்டேன். மன்னார்குடிப் பெருமாளுக்குச் செண்டலங்காரப் பெருமாளென்னும் திருநாமம் உண்டென்று தர்மகர்த்தா கூறியதை இலக்கிய வாயிலாகவும் நான் உறுதி செய்து கொண்டேன். 'செண்டலங்காரப் பெருமாள் வண்ணம்' என்ற பிரபந்த மொன்றை நான் படித்தபோது அந்த நினைவு எனக்கு வந்தது. சுந்தரமூர்த்தி நாயனார் திருக்கரத்தில் உள்ள செண்டும் ஓர் ஆயுதமென்று தெரிந்து கொண்டேன். பெருமாள் தரிசனத்தின் பயன் கைமேல் கிடைத்தது.

கலைமகள், தொகுதி 15, பகுதி 85 – 90, 1939

33

'இடையன் எறிந்த மரம்'

திருப்பனந்தாள் ஸ்ரீ காசிமடத்தில் வருஷந் தோறும் நடைபெறும் ஸ்ரீ ஆதி குமரகுருபர ஸ்வாமிகள் தின வைபவத்துக்கு வழக்கப்படியே 1937ஆம் வருஷம் நான் போயிருந்தேன். அப்போது அந்த மடத்தில் மாடுகளைப் பாதுகாப்பதற்காக வருவித்து நியமிக்கப்பெற்றிருந்த இடையன் ஒருவனை நான் கண்டு பேசினேன். அவனுக்கு அறுபது பிராயத்திற்குமேல் இருக்கும். பல இடங்களிலிருந்து அனுபவம் பெற்றவன். அவனிடம் மாடுகளைப் பற்றிய விஷயங்களை யெல்லாம் தெரிந்து கொள்ளா மென்பது என் அவா. ஆதலால் அவனிடம் விஷயங்களை விசாரிக்கத் தொடங்கினேன். அவன் முதலில் தன் கதையைச் சொல்லிக் கொண்டான். அந்த மடத்தில் தனக்கு எல்லாவிதமான சௌகரியங்களும் கிடைப்பதுபற்றி நன்றியறிவுடன் பாராட்டிப் பேசினான். அப்பால் மாடுகளின் வகை, கொண்டி மாடுகளை மடக்கிப் பிடிக்கும் முறைகள், பிடித்தற்கு வேண்டிய கருவிகள் முதலிய பல விஷயங்களை அவன் விரிவாக எடுத்துரைத்தான். கயிற்றில் சுருக்குப்போட்டு அடங்காத காளைகளை அதில் அகப்படச் செய்யும் விதத்தைச் சொல்லித் தன் கையிற் கொணர்ந்திருந்த கயிற்றில் அந்தச் சுருக்கையும் போட்டுக் காட்டினான்.

அவன் கூறிய செய்தி ஒவ்வொன்றும் எனக்குப் புதியதாக இருந்தது; ஆச்சரியத்தையும் விளைவித்தது. அந்தச் சமயத்தில் அவற்றால் ஒருவித மகிழ்ச்சி உண்டாயிற்றே யன்றி அவை என் மனத்திற்

பதியவில்லை. நான் மாடுகளோடு பழகுபவனாகவோ, பல பசுக்களை வைத்துக் காப்பாற்றுபவனாகவோ இருந்தால், அவன் கூறியவற்றை யெல்லாம் மனத்திற் பதித்துக் கொண்டிருப்பேன். எனக்கு அத்தகைய நிலை இல்லையே. இலக்கியத்தில் வரும் பசுக்களையும், காளைகளையும் அறிந்து இன்புறுபவனாகிய எனக்கு அவன் சொன்ன விஷயங்களில் கவனம் ஏற்படாதது வியப்பன்று. ஆயினும் அவன் கூறியவற்றைக் குறித்துக் கொண்டேன்.

அவன் இடையர் கூட்டத்தில் வழங்கும் சில பழமொழிகளைச் சொல்ல ஆரம்பித்தான். அனுபவத்தில் தோய்ந்து பழுத்து உருப்பெற்றவையே பழமொழிகள். ஆதலின் அதுகாறும் வெறும் விநோதார்த்தமாகக் கேட்டு வந்த நான் என் கவனத்தை அதிகமாகச் செலுத்தத் தொடங்கினேன்.

"எங்கள் ஜாதியிலே வாழ்த்துச் சொல்லும்போது, 'நல்லெருமை நாகு, நற்பசு சேங்கன்று, ஆடு கிடாய், அடியாள் பெண்பெற' என்று வாழ்த்துவார்கள்" என்றான் அவன். எருமை கிடாரிக் கன்றையும், பசு காளைக் கன்றையும், ஆடு கிடாய்க் குட்டியையும், மனைவி பெண்குழந்தையையும் பெற வேண்டுமென்று அந்தச் சாதியினர் விரும்புவார்களாம். நாகு என்னும் சொல் பெண் எருமையைக் குறிக்கும். இலக்கியத்திலே அச்சொல் பயின்று வரும்.

அந்த இடையன் மெல்ல மெல்லத் தன்னிடத்திலும் சரக்கு உண்டு என்பதைக் காட்டத் தொடங்கினான்.

இடையன் ஆடுகளை ஓட்டும் மாதிரியை அபிநயித்துக் காட்டினான்; "ஆடு மாடுகளை நாங்கள் காட்டுப்புறங்களுக்கு ஓட்டிக்கொண்டு போவோம். அங்கே மரங்களின் கிளைகளை எங்கள் வாளால் வெட்டுவோம். நாங்கள் வெட்டும்போது கிளை முழுவதும் துண்டித்து விழாமல் முறிந்து தொங்கும். ஆடுகள் அதில் முன்னங்காலை வைத்துக்கொண்டு தழைகளைத் தின்னும், அந்தக் கிளை அடியோடு அறாமலும், மற்றக் கிளைகளைப்போல மரத்தோடு முழுவதும் சேராமலும் இருக்கும்" என்று அவன் வருணிக்கத் தொடங்கினான்.

அவன் அந்த விஷயத்தைச் சொல்லி வரும்போது நான் ஊக்கத்தோடு கவனித்தேன். அவன் அகக்கண்ணிற்குக் காடும் மரமும் ஆடு மாடுகளும் தோன்றின போலும்! என் உள்ளத்திலோ வேறுவிதமான தோற்றம் உண்டாயிற்று. அவன் இந்தப் பிரத்தியக்ஷ மான உலகத்திலுள்ள காட்சிகளை நினைத்துக்கொண்டே பேசினான். அதைக் கேட்கக் கேட்க என் மனமோ தமிழ் இலக்கிய உலகத்திலே சஞ்சாரம் செய்யத் தொடங்கியது.

டாக்டர் உ.வே. சாமிநாதையர்

'இடையர்கள் ஆடு மாடுகளுக்கு உணவு அளிப்பதற்காக மரக்கிளைகளை வெட்டிச் சாய்ப்பார்கள்' என்ற செய்தியை அவன் சொன்னபோது எனக்குப் பழந்தமிழ் நூல்களிலுள்ள செய்யுட்கள் ஞாபகத்திற்கு வந்தன.

நம் மனமறிந்து முற்றும் நம்மோடு பழகினவர் நம்மிடமிருந்து ஓர் உபகாரத்தை எதிர்பார்க்கிறார்; வாய்விட்டும் சொல்லிக் கேட்டு விடுகிறார். அவர் கேட்கும்போது தாக்ஷிண்யத்திற்குக் கட்டுப்பட்டு அந்த உபகாரத்தைச் செய்வதாக நாம் ஒப்புக்கொள்ளுகிறோம். ஆனால், அவர் கேட்கும் பொருளோ நம்மிடத்தில் இல்லை. கேட்பவர் நெடுநாளாகப் பழகியவர். நாமோ வாக்குக் கொடுத்து விட்டோம்; நம்முடைய அளவை முன்பே நன்றாக யோசனை செய்யாமல் அவருக்கு ஒரு நம்பிக்கையை உண்டாக்கி விட்டோம். அந்தச் வாக்குறுதியை நிறைவேற்ற முடியாமல் தத்தளிக்கிறோம். 'முடியாது' என்று கடைசியில் சொல்லுவது நியாயமாகத் தோன்றுவதில்லை. இந்த மாதிரியான தர்மசங்கட நிலையை ஓர் உபமானம் நன்றாக விளக்குகிறது. நாம் 'இடையன் எறிந்த மரம் போல' இருக்கிறோம். உபகாரத்தை மறுப்பதற்கும் இல்லை; செய்வதற்கும் இல்லை.

இந்த விஷயத்தையே *பதினெண்கீழ்க்கணக்கு* நூல்களுள் ஒன்றாகிய *பழமொழி* என்பதிலுள்ள ஒரு செய்யுள் தெரிவிக்கின்றது.

அடையப் பயின்றார்சொல் ஆற்றுவராக் கேட்டால்
உடையதொன் றில்லாமை யொட்டின் – படைபெற்
றடைய அமர்த்தகட் பைந்தொடி அஃ்தால்
இடைய னெறிந்த மரம்.

[பயின்றார் – பழகினவர், ஆற்றுவரா – செய்யவாராக, ஒட்டின் – சம்மதித்தால், பைந்தொடி – விளி, எறிந்த – வெட்டிய.]

இடையன் விரித்துரைத்த காட்சியும் பழிமொழிச் செய்யுளும் ஒருங்கே என் மனத்தில் ஓடின.

"அவ்வாறு வெட்டும்போது கிளை அடியோடு விழும்படி வெட்டினால் என்ன?" என்று நான் கேட்டேன்.

"அப்படி வெட்டிவிட்டால் அந்தக் கிளை அப்பால் உபயோகமில்லாமற் போய்விடும். நாங்கள் வெட்டும் கிளையோ மரத்தோடு ஒட்டிக்கொண்டிருப்பதால் மறுபடியும் தழைக்கும்."

'இடையன் எறிந்த மரம் முழுவதும் அறாமல் அரைகுறையாக உயிர் வைத்துக்கொண்டிருக்கும்' என்ற எண்ணத்தை அவன் கூறிய விடை உண்டாக்கியது. அதனைத் தொடர்ந்தவாறே,

இடைமகன் கொன்ற வின்னா மரத்தினேன் (1914)

என்ற *சீவகசிந்தாமணி* அடி ஞாபகத்திற்கு வந்தது.

சீவகன் தன்னுடைய தாயைப் பார்த்துத் தன் நிலையை, "நான் என் தந்தை மரணமடையப் பின் பிறந்தேன்; அன்றியும் நீ துன்பத்தில் தங்கவும் நட்புடையவர்கள் மனம் வருந்தவும் இடைமகன் கொன்ற இன்னா மரம் போல இருந்தேன்" என்னும் சொற்களால் விளக்குகிறான். நச்சினார்க்கினியர் அந்த உவமையை விரித்து, 'உயிருடன் இருந்தேனாய்ப் பகையை வென்றேனு மல்லேன், உயிரை நீத்தேனு மல்லேனென்று கருதி மரத்தினே னென்றான்' என்று விசேஷவுரை எழுதுகின்றார். அவ்வுரை இடையன் கொன்ற மரத்தின் தன்மையை நன்கு விளக்குகிறது.

அந்த இடையன் சொல்லிவந்த செய்திகள் இலக்கியப் பொருளைத் தெளிவாக விளக்கின. இலக்கியங்களில் இடையர்களைப் பற்றி வருணிக்கும் இடங்களில், 'ஒடி யெறிதல்' என ஒரு தொடர் வரும். 'ஒடிய எறிதல்' என்பதே அவ்வாறு விகாரப்பட்டு வந்தது. இடையர்கள் ஒடிய எறிவார்களே அன்றி அற்றுவிடும்படி எறியார் என்பதை அத்தொடர் குறிப்பதை அப்போது தெளிவாக நான் உணர்ந்தேன்.

"அவ்வளவு ஜாக்கிரதையாக வெட்டுவது கஷ்டமல்லவா?" என்று நான் கேட்டேன்.

"அது கைப்பழக்கம். இல்லாவிட்டால் பழமொழி வருமா?" என்றான் அவன்.

"பழமொழியா? என்ன அது?" என்று ஆவலுடன் வினவினேன்.

"'இடையன் வெட்டு அறாவெட்டு' என்ற பழமொழியைத் தான் சொல்லுகிறேன். எங்கள் கைப்பழக்கத்தை அந்தப் பழமொழி தெரிவிக்கிறதே."

நான் ஸ்தம்பித்துவிட்டேன். "என்ன அது? சொல்" என்று மறுபடியும் கேட்டேன்.

'இடையன் வெட்டு அறாவெட்டு' என்பதை மறுபடியும் அவன் சொன்னான். அதுகாறும் அந்தப் பழமொழியை நான் கேட்டதே இல்லை. ஆதலின் அதைக் கேட்டபோது எனக்குப் பெரிய சந்தோஷம் உண்டாயிற்று. இலக்கியங்களிலே 'இடையன் எறிந்த மரம்' என்பதைப் படித்தவுடனே கருத்து விளங்காது. அதற்கு விசேஷ உரை சொல்லி விளக்கினால்தான் தெரியவரும். ஆனால் அவன் கூறிய அந்தப் பழமொழி இலக்கியத்திற் கண்ட தொடர் மொழியாகிய பூட்டைத் திறக்கும் திறவுகோலாக விளங்குகிறது.

'இடையன் வெட்டு அறாவெட்டு' என்ற பழமொழி எவ்வளவு சுலபமாகவும் சுருக்கமாகவும் இடையனது கைத்திறமையையும் மற்றவர்கள் வெட்டும் வெட்டிற்கும் அவனது வெட்டிற்கும் உள்ள வேற்றுமையையும் தெரிவிக்கின்றது!

படைநின்ற பைந்தா மரையோ டணிநீலம்
மடைநின் றலரும் வயலாலி மணாளா
இடைய னெறிந்த மரமேயொத் திராமே
அடைய வருளா யெனக்குன்ற னருளே *(பெரிய திருமொழி)*

[நீலம் – நீலோற்பலமலர், ஆலி – திருவாலி திருநகரி யென்னும் திருமால் திருப்பதி.]

என்ற பாசுரத்தில் ஆழ்வார் கடவுளது திருவருளைப் பெறவில்லையே என்ற ஏக்கத்தால் மனமழிந்தும் பெறுவோமென்ற நம்பிக்கையால் உயிர் வைத்துக்கொண்டும் நிற்கும் நிலையை 'இடையன் எறிந்த மரத்தை' உவமையாக்கிப் புலப்படுத்துகின்றார். அந்த உபமானத்தின் கருத்தை ஆயிரம் வார்த்தைகளால் விரித்து உணர்த்தப் புகுவதைவிட 'இடையன் வெட்டு அறாவெட்டு' என்ற சூத்திரத்தை மாத்திரம் சொல்லி நிறுத்தினாலே போதும். 'சில்வகை யெழுத்திற் பல்வகைப் பொருளை'ச் செறித்து இனிது விளக்கும் அப்பழமொழியைச் சூத்திரமென்று சொல்வதில் என்ன பிழை?

கலைமகள், தொகுதி 17, பகுதி 97 – 102, 1940

34

கள்ளனும் புலியும்

தமிழில் ஐம்பெருங் காப்பியங்கள் என்று சொல்லப்பெறும் ஐந்து நூல்களுள் முதலிலே வைத்து எண்ணப்படுவது சீவகசிந்தாமணி யாகும். நான் முதன் முதலில் பதிப்பித்ததும் பின்பு பழைய நூல்களை வெளியிடும் ஊக்கம் உண்டாவதற்குக் காரணமானதும் அக்காப்பியமே யாகும். அதுகாறும் நான் அறிந்திராத பல விஷயங்களை அந்நூலை ஆராயும்போது அறிந்துகொண்டேன். ஒரு புது துறையிலே இறங்கினமையால் ஆரம்பத்தில் எல்லா விஷயங்களும் தெளிவாக விளங்கவில்லை. பிற்காலத்துத் தமிழ்க் காப்பியங்களுக் கெல்லாம் உரையாணியாக இருத்தலின் அதனால் பல பழைய தமிழ் மரபுகள் தெரியவரும். ஜைனசமயக் காப்பியமாதலின் அச்சமய சம்பந்தமான பல செய்திகளை அதனால் அறியலாம். தமிழ் நூலாராய்ச்சியாலும் பல அறிஞர்களிடமிருந்து அறிந்துகொண்ட விஷயங்களாலும் சிறிது சிறிதாக அந்நூல் முழுவதையும் பரிசோதித்து வெளியிடும் தைரியம் எனக்கு உண்டாயிற்று. நெடு நாட்களாக அறியப்படாமல் இருந்த பல செய்திகள் எதிர்பாராத சந்தர்ப்பங்களில் எதிர்பாராத மனிதர்கள் மூலமாகத் திடீரென்று விளங்கியதுண்டு.

சீவகசிந்தாமணியின் கதாநாயகனாகிய சீவகன் ஒரு வணிகன் வீட்டிலே இருந்து வளர்ந்து வருகையில் நாளுக்கு நாள் அவனுடைய ஆற்றல்கள் உலகத்தாருக்கு வெளிப்பட்டு வந்தன. சீவகனுடைய தந்தையைக் கொன்று நாட்டைக் கைப்பற்றிய

கட்டியங்கார னென்பவன் சீவகனை அரசன் மகனென்று அறியாவிடினும் அவன் புகழ் பெருகிவருதலைக் கண்டு பொறாமையால் புழுங்கினான்.

காந்தருவதத்தை என்னும் வித்தியாதர மங்கை ஒருத்தி ஸ்ரீதத்த னென்னும் வணிகன் பாதுகாப்பிலே ஒரு கன்னிமாடத்திலே இருந்தாள். ஸ்ரீதத்தன் கட்டியங்காரனைக் கண்டு அவன் உடம்பாடு பெற்று ஒரு மண்டபம் கட்டவித்து, "இக் காந்தருவதத்தையை வீணையில் வெல்வோரே இவளை மணத்தற்குரியர்" என்று பிரசித்தம் செய்தனன். அதனை அறிந்த பல தேசத்தாரும் அவ்விடத்தே வந்து கூடினார்கள். பின்பு ஸ்ரீதத்தன் காந்தருவதத்தையை அழைத்துச் சென்று அம்மண்டபத்தே இருந்து யாழ் வாசிக்கச் செய்தான். அவளது யாழிசையைக் கேட்ட யாவரும் ஆச்சரிய மடைந்தனர். இசையில் வல்லவர்களாக அங்கே வந்தவர்களில் ஒவ்வொருவரும் தனித்தனியே வந்து பாடியும் யாழ் வாசித்தும் அவளை வெல்லுவதற்குத் தக்க திறமை இல்லாமல் தோல்வியுற்றனர். இப்படி ஆறு நாட்கள் சென்றன.

இந்தச் செய்தியை உணர்ந்த சீவகன் தன்னுடைய இசைத் திறத்தைக் காட்ட எண்ணி அம்மண்டபத்தை அடைந்து யாழிசையை வெளிப்படுத்திக் காந்தருவதத்தையை வென்றனன். உடனே அவள் அவனுக்கு மாலையிட்டனள்.

பொறாமைத் தீயால் வெம்பிய கட்டியங்காரன் சீவகனை எவ்வாறேனும் தொலைக்க வேண்டுமென்று எண்ணினான். அங்கே வந்திருந்த அரசர்களிடம் கோபம் மூளத்தக்க வார்த்தைகளை அவன் கூறி, "உங்களுள் யார் இந்தச் சீவகனை வெல்கின்றானோ அவனே காந்தருவதத்தையை மணப்பதற்குரியவன்" என்று உரைத்தான். அதுகேட்டு அவ்வரசர்கள் ஒருங்கு திரண்டு வந்து சீவகனோடு போர் செய்து தோல்வியுற்றனர். அப்பால் சீவகன் காந்தருவதத்தையைத் தன் மனைக்கு அழைத்துச் சென்று சுபமுகூர்த்தத்திலே அவளை மணம் செய்துகொண்டு வாழ்ந்துவந்தான்.

இந்த வரலாற்றைச் *சீவகசிந்தாமணி*யில் மூன்றாவது பிரிவாக உள்ள காந்தருவதத்தையா ரிலம்பகம் மிகவும் விரித்து அழகாகச் சொல்லுகின்றது. எந்த நூலையும் ஒருமனத்தோடு மற்ற வேலைகளைக் கவனியாது ஆராய்ந்தால்தான் உண்மை வெளியாகின்றது. இதனை அனுபவத்திலே உணர்ந்த யான் தமிழ் நூல்களைப் படித்து வரும்போது பொழுது போவது தெரியாமல் அந்நூற் பொருளில் ஆழ்ந்திருப்பேன். தெளிவான இடங்களில் என் அறிவு வெகுவேகமாகச் செல்லும். அந்த

வேகம் ஒரே மாதிரி இராது. சில இடங்களில் முட்டுக்கட்டை வந்துவிட்டால் நாட்கணக்காக மேலே ஓடாமல் நின்றுவிடும்.

காந்தருவதத்தையார் இலம்பகத்தில் அத்தகைய இடம் ஒன்றில் என் அறிவைச் செலுத்த முடியாமல் தடைப்பட்டேன். 'சீவகன் சங்கீதத்தில் வெற்றி பெற்றதை அறிந்து ஜனங்களெல்லாம் ஆரவாரிக்கும்போது அதுகண்டு பொறாமை கொண்ட கட்டியங்காரன் அங்கிருந்த மன்னர்களை நோக்கிச் சில வார்த்தைகளைச் சொன்னான்' என்ற கருத்தையுடைய செய்யுளே அத்தடைக்குக் காரணம்.

வெள்ளிலை வேற்க ணாளைச் சீவகன் வீணை வென்றான்
ஒள்ளிய னென்று மாந்தர் உவாக்கடல் மெலிய வார்ப்பக்
கள்ளராற் புலியை வேறு காணிய காவல் மன்னன்
உள்ளகம் புழுங்கி மாதோ உரைத்தனன் மன்னர்க் கெல்லாம்

(*சீவகசிந்தாமணி*, 741)

என்பது அச்செய்யுள்.

"சீவகன், தத்தையை யாழும் பாட்டும் வென்றான். நல்லனென்று மாந்தர் ஆர்ப்ப, அது பொறாதே கட்டியங்காரன் மனம் புழுங்கி, அரசரைக் கொண்டு சீவகனைப் போர் காண வேண்டி, அரசர்க்கெல்லாம் சில தீமொழிகளைக் கூறினானென்க"

என்பது அதற்கு நச்சினார்க்கினியர் எழுதிய உரை.

செய்யுளிலே உள்ள வார்த்தைக ளெல்லாம் பொருள் விளங்கும் சொற்களே. செய்யுளின் திரண்ட கருத்து இன்னதென்று தெரிந்துகொள்வதிலும் சிரமம் உண்டாகவில்லை. மூலத்தில், "கள்ளராற் புலியை வேறு காணிய" என்றுள்ள பகுதி எனக்கு நன்றாக விளங்கவில்லை. 'கள்வர்களால் புலியை வேறாகக் காணும் பொருட்டு' என்று வார்த்தைகளுக்கு மாத்திரம் அர்த்தம் தெரிந்தது. ஆனால் அங்கே கள்ளரும் புலியும் வரக் காரணம் என்ன? உரையில் நச்சினார்க்கினியர் கள்ளரையும் புலியையும் விட்டுவிட்டார். நான் சென்றுகொண்டிருந்த ஆராய்ச்சிப் பாதையிலே அந்தக் கள்ளரையும் புலியையும் கண்டு அஞ்சி என் அறிவுத்தேர் ஓடாமல் நின்றுவிட்டது.

உரையில் உள்ள 'அரசரைக் கொண்டு சீவகனைப் போர் காணவேண்டி' என்ற பகுதிக்கு ஏற்ற சொற்கள் மூலத்தில் இல்லை. "கள்ளராற் புலியை வேறு காணிய" என்ற பகுதிக்குரிய தாற்பரியமாகத்தான் அவ்வுரை இருக்கவேண்டுமென்று தீர்மானித்தேன். 'அப்படியானால் கள்ளரை மன்னர்களுக்கும் புலியைச் சீவகனுக்கும் உவமையாக நூலாசிரியராகிய

திருத்தக்கதேவர் சொல்லி யிருக்கிறாரா? இங்கே கள்ளரென்பதும் புலியென்பதும் உவம ஆகுபெயராய் மன்னர்களையும் சீவகனையும் குறித்தன என்று கொள்ள வேண்டும் போலும்' என்று ஊகித்தேன். 'சீவகனைப் புலியென்று சொன்னவர் புலியைத் தாக்குதற்கு இயலாத பசுக்கூட்டங்களாக மன்னரைச் சொல்லியிருந்தால் நன்றாக இருக்குமே. கள்ளராகச் சொன்னதில் என்ன நயம் இருக்கிறது? இங்கே நூலாசிரியர் ஏதேனும் கதையை மனத்தில் வைத்துக்கொண்டு சொல்லுகிறாரா? நச்சினார்க்கினியர் இந்த விஷயத்தை விளக்காமற் போனாரே' என்று எழுந்த சந்தேகங்களாலும் ஆராய்ந்து தெரிந்துகொள்ள முடியாத பலஹீனத்தாலும் தெரிந்துகொள்ள முடியவில்லையே என்ற ஏக்கத்தாலும் பலவகையான உணர்ச்சிகள் என் உள்ளத்திலே மோதத் தத்தளித்தேன்.

சிலநாள் யோசித்தும் விளங்காமையால் வேறு வழியின்றிக் கள்ளரையும் புலியையும் விட்டுவிட்டு மேலும் சிந்தாமணி ஆராய்ச்சியைச் செய்து வந்தேன். இப்படி இடையிடையே உண்டாகும் சந்தேகங்களைக் கூடிய வரையில் முயன்று தெளிந்து கொள்வேன். எதனாலும் சாத்தியமில்லாவிடின் மனம் சோராமல் மேற்கொண்ட காரியத்தை நிறைவேற்றும் விஷயத்தில் அறிவைச் செலுத்துவேன்.

சீவகசிந்தாமணி இறைவன் திருவருளால் 1887ஆம் வருஷம் பதிப்பித்து நிறைவேறியது. அதனைப் பதிப்பித்த பின்னர் எனக்கு வேறு பிரதிகள் கிடைத்தன. என் தமிழாராய்ச்சியும் கேள்வியும் விரிவடைந்தன.

கும்பகோணத்தில் பக்தபுரி அக்கிரகாரத்தில் நான் வசித்து வந்த வீட்டுக்கு அடுத்த ஜாகையில் சாமப்பா என்ற ஒரு கிழவர் இருந்தார். அவர் எளியவர். சில சில தினங்கள் எங்கள் வீட்டிற்கு வந்து போஜனம் செய்து செல்வார். அவர் வரும்போது தம்முடைய அனுபவத்திலே அறிந்த விஷயங்களையும் தமக்கு நன்மை செய்தவர்களையும் தீமை செய்தவர்களையும் பற்றிச் சொல்வார்.

ஒருநாள் அவர் வழக்கம்போல் பேசத்தொடங்கினார். அவருக்கு வேண்டாதவராகிய ஒருவர் மற்றொருவரிடம் கிழவரைப் பற்றிக் குறைகூறி இருவருக்கும் சண்டை மூட்டி விட்டாராம். "எப்படியாவது நாங்கள் முட்டி மோதிக்கொண்டு சாகட்டுமே என்பது அவன் அபிப்பிராயம். நாங்கள் இரண்டு பேரும் அவனுக்கு வேண்டாதவர்களே. அதற்குத்தான், 'கள்ளா வா! புலியைக் குத்து' என்கிறான். நானா ஏமாந்து போவன்!" என்று அவர் சொன்னார்.

வழக்கப்படியே அவர் பேச்சிலே சிறிதும் சிரத்தையில்லாமல் கேட்டுக்கொண்டிருந்த நான் அப்போது திடீரென்று நிமிர்ந்து அவரைப் பார்த்து, "என்ன அது? கள்ளன், புலி என்று சொல்கிறீர்களே?" என்றேன்.

"அந்தப் பயலைத்தான் சொல்கிறேன். 'கள்ளா வா, புலியைக் குத்து' என்று சொல்லித் தன் காரியத்தைச் சாதித்துக்கொள்ளப் பார்க்கிறான்" என்றார் அவர்.

திருத்தக்கதேவரின் *சிந்தாமணிச்* செய்யுள் எப்படி எனக்கு விளங்கவில்லையோ, அப்படியே அந்த முதியவர் பேச்சும் எனக்கு விளங்கவில்லை. திருத்தக்கதேவர் பாடிவிட்டுப் போய்விட்டார். அவரைத் தேடிப் பிடித்து, 'இதற்கு என்ன அர்த்தம்?' என்று கேட்க முடியாது. அந்தக் கிழவரோ என் முன்னே இருந்தார். அவரைக் கேட்கலாம். திருத்தக்கதேவர் சொன்னதைத்தான் அவரும் சொன்னார். தேவரைக் கேட்பதற்குப் பதிலாகக் கிழவரைக் கேட்கலாமல்லவா? திருத்தக்கதேவரே அந்தக் கிழவராக வந்து நின்றால் எப்படிச் சந்தேகத்தைக் கேட்க ஆவலுடன் ஆரம்பிப் பேனோ அப்படித்தான் கேட்கலானேன்.

"கள்ளா வா! புலியைக் குத்து என்று சொன்னீர்களே; அதற்கு என்ன அர்த்தம்?"

அவருக்குச் சிறிது ஏமாற்றம் உண்டாயிற்று. யாரைப் பற்றி அவர் குறைகூறுகிறாரோ 'அந்தப் பயலைப் பற்றி நான் கேட்பதாக அவர் முதலில் நினைத்தார். நான் அவர் வாயிலிருந்து நழுவி வந்த வார்த்தைகளுக்கு அர்த்தம் கேட்கத் தொடங்கவே அவருக்கு ஏமாற்றம் உண்டானதில் ஆச்சரியமில்லை. கோபத்தோடு பேசிக்கொண்டிருந்த அவரது தொனி இறங்கியது.

"அதுவா? அது பழைய பழமொழி" என்றார் அவர்.

எனக்கு அது புதுமொழியாகத்தான் இருந்தது.

"பழமொழியா! அதற்கு என்ன அர்த்தம்? தயை செய்து சொல்லவேண்டும். மிகவும் உபகாரமாக இருக்கும்" என்று பணிவோடு அவரை இரந்தேன். திருத்தக்க தேவரையே கேட்பதாக எனக்குப் பாவனை.

"ஒரு மனுஷ்யன் பண மூட்டையோடு ஒரு காட்டு வழியாகப் போய்க்கொண்டிருந்தான். அப்போது ஒரு திருடன் அவனைக் கண்டு துரத்தினான். எதிரில் ஒரு புலி உறுமிக்கொண்டு வந்தது. இந்த இரண்டு அபாயங்களிலிருந்தும் தப்புவதற்கு அந்த வழிப் போக்கன் ஒரு தந்திரம் பண்ணினான். திருடனைப் பார்த்து, "அதோ பார்; அந்தப் புலியைக் குத்திக் கொன்றுவிடு; நான்

உனக்கே பண மூட்டையைத் தந்துவிடுகிறேன்" என்றான். திருடன் அப்படியே புலியை எதிர்த்தான். புலி அவனை அடித்துத் தின்று பசி தீர்ந்தது. அதற்குள் வழிப்போக்கன் தப்பிப் பிழைத்து ஓடிப்போய் விட்டான். அவன் தனக்குப் பகையாக வந்த புலியையும் கள்ளனையும் முட்டவிட்டுத் தான் தப்பினான். இந்த விஷயத்தைத்தான் பழமொழி சொல்லுகிறது" என்று அக்கிழவர் சொல்லி முடித்தபோது எனக்கு உண்டான சந்தோஷம் தாங்காமல், "ஹா! ஹா!" என்று ஆரவாரித்தேன்.

'கட்டியங்காரன் தனக்கு ஒரு சிரமமும் இல்லாமல் சீவகனையும் அரசர்களையும் தம்முள்ளே போர்செய்யவிட்டுத் தன் காரியத்தைச் சாதிக்க எண்ணினானென்ற கருத்துக்கு இந்தப் பழமொழியிலே அமைந்த வரலாறு எவ்வளவு பொருத்தமாக இருக்கிறது!' என்றெண்ணி வியந்தேன். கள்ளரும் புலியுமாகிய உவமைகளின் நயத்தை உணர்ந்து உணர்ந்து இன்புற்றேன். இயல்பாகவே ஒரு நயம் இருந்தாலும் பலகாலம் விளங்காமற் கிடந்து பிறகு விளங்கினமையால் அந்த நயத்தின் மதிப்புப் பல நூறு மடங்கு அதிகமாகத் தோற்றியது.

கள்ளராற் புலியை வேறு காணிய

என்ற அடிக்கு, 'கள்ளர்களாகிய அரசர்களால் புலியாகிய சீவகனை வெற்றி கொள்ளுதலைக் காணும்பொருட்டு' என்று விளக்கமாகப் பொருள் செய்து கொண்டேன்.

பழமொழியினால் அறிந்த புதுப் பொருளிலே ஆழ்ந்திருந்த நான் சிறிது நேரம் அந்த முதியவரை மறந்தேன். பிறகு விழித்துக் கொண்டு அவரைப் பார்த்து, "நீங்கள் இன்று செய்த பெரிய உபகாரத்தை நான் என்றும் மறக்கமாட்டேன்! இந்த வீட்டில் எப்போது வந்தாலும் நீங்கள் போஜனம் செய்துகொள்ளலாம்" என்று சொல்லி விடைகொடுத் தனுப்பினேன்.

சீவகசிந்தாமணி இரண்டாம் பதிப்பு வெளியிட்டபோது (1907ஆம் ஞு) என்னை மயக்கிய செய்யுளின்கீழ், 'கள்ளா வா! புலியைக் குத்து' என்பது ஒரு பழமொழி என்னும் குறிப்பைச் சேர்த்தேன்.

***கலைமகள்*, தொகுதி 18, பகுதி 103 – 108, 1940**

(III)
ஊர்

35. திருமலைராயன் பட்டணம்	291
36. திருவிடைமருதூர் வசந்த மகோற்சவம்	298
37. சில ஊர்களைப் பற்றிய குறிப்புக்கள்	300
38. கும்பகோணம்	307
39. உடையார்பாளையம்	318
40. அரியிலூர்	345
41. வெங்கனூர் கோயிற்சிற்பம்	365
42. கல்யாணப் படித்துறை	372
43. அன்னம் படைத்த வயல்	378

35

திருமலைராயன் பட்டணம்

முன்னுரை

மித்திரனில் முன்னம் தெரிவித்தபடி திருமலைராயன் பட்டணம் முதலிய இடங்களுக்குப் போய்ப் பார்க்கவேண்டிய இடங்களைப் பார்த்தும், விசாரிக்க வேண்டியவைகளை விசாரித்தும், கையெழுத்துப் பிரதிகள் உள்ள இடங்களிற் சென்று அவற்றைப் பார்வையிட்டு அறிய வேண்டியவற்றை அறிந்தும் இன்று காலை இவ்விடம் வந்தேன். யாத்திரை செய்தலும், பழக்க மில்லாதவர்களை அடுத்து அவர்களுக்கு இரக்கமுண்டாகும்படி நடந்து குறையிரத்து உத்தேசித்தவற்றைப் பெறுதலும் மிகக் கடினமான காரியம். இருந்தாலும் முடிவில் அவை சிறந்த இன்பத்தை விளைவிக்கும். இது யாவருக்கும் தெரிந்ததே. நன்றாக ஆராய்ந்து பார்க்கையில், இத்தமிழ்நாட்டின்கண் முற்காலத்தில் அவ்வவ்விடங்களி லிருந்த கவிஞர்கள், அரசர்கள், பிரபுக்கள் முதலியோருடைய உண்மையான சரித்திரங்களை அறிந்தோர் வாயிலாக விசாரித்து ஆராய்ந்து ஒழுங்குபடுத்தி எழுதி வெளியிட்டால் அவை படிப்போர்க்கு நற்குண நற்செய்கைகளை மேன்மேலும் பெருகச் செய்து மிகுந்த நன்மையை விளைவிக்கும்; அவ்வாறு முயற்சி செய்வோர்களும்

அதற்காகப் பொருள் செலவிடுவோர்களும் செல்வர்களில் இக்காலத்தில் பெரும்பாலும் இல்லையே என்று வருந்துகிறேன்.

○

திருமலைராயன் பட்டணம் என்பது நாகபட்டினத்திற்கு அருகில் உள்ள ஓரூர். இதில் ஐந்து சிவாலயங்களும், ஐந்து விஷ்ணு ஆலயங்களும், வேறு ஆலயங்கள் பலவும் உள்ளன. நூற்றுக்கு மேற்பட்ட குளங்கள் பண்டைநிலை குலைந்து காணப்படுகின்றன. ஒவ்வொரு சாதியாரும் வேறு சாதிக் கலப்பின்றி வாழ்வதற்குரிய தெருக்கள் பல உள்ளன. அகலமும் நீளமும் உள்ள அவை இடையிடையே வீடுகள் சிதைந்தனவாய்த் தோற்றமளிக்கின்றன. அழகழிந்து குலைந்து சிதறுண்ட சின்னங்களுடன் அமைந்த இவ்வூரை இப்பொழுது உள்ள நிலையில் பார்த்தாலும் வியப்பை அளிக்கிறது. இது பண்டைக் காலத்தில் மிகவும் செவ்விதாக அமைந்த பெரிய நகரமாக விளங்கியது என்பதை இதனைக் கண்டார் எல்லாரும் உணர்ந்து கொள்வர்.

இதனைச் சூழவுள்ள ஊரினர் பலரும் இதனை யாதொரு விசேடணமும் கொடாமல் பட்டணம் என்றே வழங்குகின்றனர். இந்தப் பக்கத்தில் முற்காலத்தில் இது தலைசிறந்த நகரமாய் இருந்ததென்பதை அவ்வழக்கம் நன்கு தெரிவிக்கின்றது. இவ்வூரிலும் இதனைச் சார்ந்த ஊர்களிலும் உள்ளவர்கள் இந்நகரத்தைப் பற்றியும், இதனை ஆண்ட திருமலைராயன் என்னும் அரசனைப் பற்றியும், இங்கே வந்து தம் புலமையை நிலைநிறுத்திய காளமேகம் என்னும் கவிஞரைப் பற்றியும் பல வரலாறுகளைச் சொல்லுகிறார்கள்.

இந்த நகரம் திருமலைராயன் என்னும் அரசனால் தனக்குரிய இராசதானியாகப் பலவகைச் சிறப்புக்களுடன் புதிதாக அமைக்கப்பட்டது. பழைய நகரம் ஒன்று இதன் மேற்கே ஒரு நாழிகை வழித்தூரத்தில் பண்டைக் காலத்தில் மிகப் பெரியதாக இருந்ததாம். அதுவே புலவர் பெருமானாகிய காளமேகத்தின் வசைகவியால் மண்மாரி பெய்ய அழிந்து போயிற்று என்று சொல்கின்றனர். அந்த இடம் இப்பொழுது மரம், செடி, கொடி ஒன்றும் இன்றி ஒரே வெளியாகத் தோற்றுகிறது. நொறுங்கிய செங்கற்களும் உடைந்த நவபாண்ட ஓடுகளும் எங்கும் மிகுதியாகப் பரவியுள்ளன. அங்கே மிகவும் பழையதான சிவாலயம் ஒன்று மாத்திரம் இருக்கிறது. வேறு கட்டிடம் ஒன்றும் காணப்படவில்லை. அவ்வாலயம், ‘பொன்னீசுவர சுவாமி கோயில்’ என்று வழங்குகின்றது. ஒரு காலத்தில் நகரமாக

விளங்கிய அவ்விடம் இப்பொழுது வெறும் பாழ்வெளியாகக் கிடப்பதைப் பார்க்கும்போது உள்ளம் உருகுகிறது. "வசைபாடக் காளமேகம்" என்ற ஆன்றோர் மொழியின் பொருள் நன்கு புலப்படுகின்றது.

இராமாயணம் யுத்த காண்டத்தின் முதற்போர்ப் படலத்தில், இராமபிரானோடு போர் செய்து தோற்று எல்லாவற்றையும் இழந்து நின்ற இராவணனைக் கம்பர் வர்ணிக்கின்றார்:

மாற்ற ருந்தட மணிமுடி யிழந்தவா ளரக்கன்
ஏற்ற மெவ்வுல கத்தினு முயர்ந்துளா னெனினும்
ஆற்ற னன்னெடுங் கவிஞரோ ரங்கத முரைப்பப்
போற்ற ரும்புக ழிழந்தபே ரொருவனும் போன்றான்.

எல்லாம் இழந்த இராவணன், கவிஞர்களது வசைக்குப் பாத்திரமாகி எல்லாவற்றையும் இழந்த ஒருவனை ஒத்தான் என்று இங்கே கூறுகிறார். *நளவெண்பாவிலும்* கலிதொடர் காண்டத்தில் இத்தகைய கருத்துள்ள செய்யுளொன்று வருகிறது. சக்கரச் செல்வத்தை இழந்து மக்களைப் பிரிந்து துக்கமுற்றுக் கணவனும் பிரிய வருந்திய தமயந்தி புலம்பிய செய்தியைப் புகழேந்தி பின்வரும் செய்யுளில் கூறுகிறார்:

வண்டமிழ்வா ணர்ப்பிழைத்த வான்குடிபோற் றீத்தழன்மீ
மண்டு கொடுஞ்சுரத்தோர் மாட்டிருந்து – பண்டையுள
வாழ்வெல்லாம் தானினைந்து மற்றழுதாண் மன்னிழைத்த
தாழ்வெல்லாந் தன்றலைமேற் றந்து.

இங்கும் தமிழ்ப் புலவர்களுக்கு அபராதம் இழைத்தவர் கெடுவர் என்பது உவமை வாயிலாகச் சொல்லப்பட்டிருக்கிறது. பாழ்பட்ட பழைய திருமலைராயன் பட்டணத்தைக் கண்டு காளமேகப் புலவரின் வரலாற்றை நினைத்துப் பார்த்தபொழுது இந்த இரண்டு செய்யுட்களின் பொருளும் தெளிவாக விளங்கிற்று.

இப்பொழுது உள்ள புதிய நகரத்திலிருந்து பழைய நகரம் இருந்த இடத்திற்குப் போகும் வழியில் சில புன்செய் நிலங்கள் உள்ளன. அவ்விடத்திற்கு 'மன்னன் கோயில் வழிச்சேரித் திடல்' என்ற பெயர் வழங்குகிறது. அந்த இடம் திருமலைராயனது அரண்மனைக்குப் போகும் வழியாக இருந்தது என்றும், அங்கே மக்கள் குடியிருந்த வீதி இருந்ததென்றும் அப்பெயர் தெரிவிக்கின்றது. இவ்வூருக்குத் தென்புறத்தில் 'புறவடையான்' என்ற ஆறு மேற்கிலிருந்து கிழக்கே ஓடுகின்றது. அதைப் புற்றுடையான் என்றும் சொல்லுவர். அதன் கரையில் உடைந்த செங்கற்கள் பரவிக் கிடக்கும் மேடொன்று காணப்படுகின்றது. அவ்விடத்திற்கு 'கோட்டை மேடு' என்பது பெயர். அதுதான்

பழைய நகரத்துக் கோட்டையின் தென்பாகம் என்று ஊகிக்கின்றனர்.

இவ்வூரின் தென்பாகத்தில் 'போலகம்' என்னும் பெயருள்ள ஊர் இருக்கிறது. அப்பெயருக்குப் பொருள் இன்னதென்று புலப்படவில்லை. ஆனாலும் அவ்விடத்திலுள்ள ஒரு சிவாலயத்தைப் 'புகலீசுவரர் கோயில்' என்று வழங்குகின்றனர். அப்பெயரைக் கொண்டு ஆராய்ந்தால், போலகம் என்பது 'புகலகம்' என்பதன் திரிபாக இருத்தல் கூடும் என்று தோற்றுகிறது. புகலகம் – புகும் இடம். இப்பெயர் பழைய திருமலைராயன் பட்டணத்திற்குக் கோட்டை வாயில் வழியாகப் புகும் இடமென்பதைக் குறிப்பிக்கும்.

இவ்வூருக்கு வடக்கே 'நிரவி' என வழங்கும் ஊரொன்று உண்டு. இரவி என்பதே அவ்வாறு மாறி வழங்குகிறது என்பர். சிவபெருமானைச் சூரியன் பூசித்த தலமாதலின், சூரியனுக்குரிய பெயராகிய இரவி என்பதே இதற்கும் பெயர் ஆயிற்று என்றும், நாளடைவில் அது நிரவி என்று மாறிற்று என்றும் காரணம் கூறுவர். அவ்வூரிலேதான் திருமலைராயனுடைய ஆஸ்தான வித்துவான்களும், காளமேகத்தை அவமதித்து அவருக்குப் பல இடையூறுகள் செய்தவர்களுமாகிய அதிமதுர கவிராச சிங்கம் முதலியவர்கள் இருந்தார்களாம். *தமிழ்நாவலர் சரிதையால்* அதிமதுர கவிராயருக்கும் காளமேகத்திற்கும் வாதம் நிகழ்ந்த செய்தியும், அதில் காளமேகப் புலவர் வென்றதையும், பிறகு அவ்விரண்டு கவிஞர்களுக்கும் நட்பு உண்டானதையும் அறியலாம். காளமேகம் இறந்தபொழுது அதிமதுர கவிராயர், 'ஆசு கவியால்' என்னும் வெண்பாவைப் பாடி இரங்கினர் என்று அந்நூல் கூறும்.

இந்நகருக்கு அருகில் உள்ள கடற்றுறையில் ஓரிடத்தில் பழங்காலத்தில் முத்து எடுத்தார்களாம். அவ்விடம் திருமலைராயனுடைய ஆட்சிக்கு உட்பட்டிருந்தது. காளமேகம் அவ்வரசனிடம் வந்தது முத்துக் கச்சு ஒன்றைப் பெறுதற்கு என்றும், அவர் வந்த பொழுது அரசனைச் சார்ந்தோர்கள் *யமகண்டம் பாடச் செய்து பரீக்ஷித்துச் சுற்றிலும் இருந்து பல கேள்விகளைக் கேட்க, அவர் சிறிதும் வருத்தமின்றி அவற்றை யெல்லாம் ஒழுங்காகப் பாடி முடித்தனர் என்றும், பின்னும் அவர்கள் உதாசீனர்களாகவே இருக்கக் கண்டு அக்கவிஞர் உளம் நொந்து கடுங்கோபம் உற்று, "கோளரிருக்குமூர்" என்னும் வெண்பாவைப் பாடி மண்மாரி பெய்வித்து இந்நகரத்தை

* உயிருக்கு அபாயமான நிபந்தனைக்கு உட்பட்டுக் கவி பாடுதல்.

அழியச் செய்தார் என்றும் இங்குள்ளோர் கூறுகின்றனர். அந்த வெண்பாவின் பின் இரண்டு அடிகளும் *தனிப்பாடற்றிரட்டி*ல் காணப்படுகிறபடியன்றி வேறுவிதமாக இவ்வூரில் பலரிடத்தும் வழங்குகின்றன.

இந்த ஊர்ச் சிவாலயங்களுள் ஒன்று 'இராசராச சோளீசுவர முடையார் கோயில்' என்னும் பெயருடைய தென்பதைச் சிலாசாஸனத்தால் அறிந்தேன். அங்கே உள்ள கல்வெட்டொன்றில் 'மாலைப்பாடித் திருமலையா அய்யன்' என்ற பெயர் காணப்பட்டது. அதனால் மாலைப்பாடித் திருமலைராயன் என்பது அரசனது முழுப்பெயர் என்னும் செய்தி வெளியாயிற்று.

○

இவ்வூரில் பல இடங்களுக்கும் அழைத்துச் சென்று உதவி செய்தவர்கள் இவ்வூர் இடைத் தெருவிலுள்ள ஸ்ரீமான் இராமசாமி வாத்தியார், சொக்கநாத முதலியார் முதலியவர்கள். கர்ணபரம்பரையாகக் கிடைத்த செய்திகளை உரைத்தவர்கள் இவ்வூரில் உள்ளவரும் எழுபத்து நான்கு பிராயம் உள்ளவருமான வீரப்ப முதலியார் முதலியோர். இவ்வூர் ஸ்ரீமான் சோமசுந்தர கவிராயர் வீட்டிலும், இவ்வூருக்கு மேற்கே உள்ளதாகிய மண்டபக் குளத்தின் மேல்கரை மடத்திலும் இருந்த ஏட்டுப் புத்தகங்களைப் பார்த்தேன். கவிராயர் வீட்டுப் பிரதிகளுள் ஒன்றாகிய *திருமயிலைத் திரிபந்தாதி*யில் பின்னுள்ள செய்யுட்கள் காணப்பட்டன.

(கட்டளைக் கலித்துறை)

போத வனத்தனவ் வாசவன் போற்றும் புனிதனடை
யோத வனத்தன மாமுமை யாளுரை பாகனுயர்
சீத வனத்தின மாமேரு வில்லன் செழுங்குயில்சேர்
சூத வனத்தனம் மாயூர நாதன் றுணைநமக்கே.

விஞ்சலை சூழ்புவி மேன்மட வாரை விரகமதாற்
கெஞ்சலை நீக்கி நினைந்தால் வருமுத்தி கேண்மனனே
மஞ்சலை மாமதில் சூழ்மயி லாபுரி வாழடியார்க்
கஞ்சலை யஞ்சலை யென்றருள் செய்திடு மஞ்சலையே.

இவ்விரண்டு செய்யுட்களும் இதுவரையில் ஒரு பிரதியிலும் காணப்படவில்லை. மேற்கூறிய மடத்தில் சைவசித்தாந்த நூலாகிய *ஞானாமிர்த உரை* யொன்று இருந்தது.

நாகபட்டினம்

நாகபட்டினத்தில் பலவிடங்களுக்குச் சென்று பார்த்தற்கு அவகாச மில்லாமையால், என்னுடன் வந்திருந்த கும்பகோணம்

டவுன் ஹைஸ்கூல் முதல் தமிழ்ப் பண்டிதர் ஸ்ரீமான் அ. நாராயண ஸ்வாமி ஐயரை அங்கேயிருந்து பார்த்துவருமாறு கேட்டுக் கொண்டேன். மேற்படி நகரத்துள்ள புண்டரீக தீர்த்த மேல்கரையி லிருக்கும் சிரஞ்சீவி பொன்னம்பலம் பிள்ளை என்பவருடைய உதவியால் சில இடங்களுக்குச் சென்று பார்த்ததில் நிரஞ்சனநாதர் என்னும் தமிழ்க் கவிஞரால் செய்யப்பட்டதான பழைய *திருநாகைக் காரோண புராணம்* முதலிய சில நூல்கள் கிடைத்தனவென்று அவர் எழுதிய கடிதத்தால் தெரிந்து மகிழ்வடைந்தேன். *தமிழ் நாவலர் சரிதையால்* நிரஞ்சன நாதர் என்னும் தமிழ்க் கவிஞர் ஒருவர் இருந்தாரென்று முன்னம் தெரிந்திருந்தது.

ஸ்வாமிமலை

சென்ற ஞாயிற்றுக்கிழமை இவ்விடத்திற்குச் சமீபத்தில் உள்ளதாகிய ஸ்வாமிமலைக்குச் சென்று விசாரித்தபொழுது அங்கே ஸ்தலவாசம் செய்துகொண்டிருப்பவரும், திரிசிரபுரம் மகாவித்துவான் ஸ்ரீ மீனாட்சிசுந்தரம் பிள்ளை யவர்களுடைய மாணாக்கர்களுள் ஒருவருமாகிய ஸ்ரீமான் சொக்கலிங்க முதலியார் என்பவரால் பிள்ளை யவர்களுடைய தனிப்பாடல்களில் மூன்றும், வேறு சில கவிஞர்களுடைய சரித்திரங்களும் தெரிந்துகொண்டேன்.

இவர் பல ஊர்களுக்குச் சென்று பல செய்திகளை அறிந்து கொண்டு வந்தவர். இப்போது துறவறம் பூண்டு காஷாயதாரியாக இருக்கிறார். இவருக்கு இப்போது உள்ள பெயர் தொண்டர்சீர்பரவுவார் என்பது.

கவித்தலம்

அதற்கு அடுத்த திங்கட்கிழமை கவித்தலம் போய் ஆண்டுள்ள ஸ்ரீமான் சிவப்பிரகாச பிள்ளை என்பவர் வீட்டிலிருக்கும் ஏட்டுப் புத்தகங்களை யெல்லாம் பார்த்தேன். அப்புத்தகங்களுள் கவித்தலம் வேலையர் என்னும் வீரசைவக் கவிஞரால் செய்யப்பட்டதான *திருப்பழூவூர்ப் புராணமும்*, தொண்டை நாட்டுள்ள கோடைநகர் அரங்கர் என்னும் கவிஞரால் செய்யப்பட்டதான *சங்கந்தவிர்த்த புராணத்தில்* சிறிது பாகமும் காணப்பட்டன.

மேற்படி சிவப்பிரகாச பிள்ளையால் மேற்கூறிய வேலையருடைய இருப்பிடம் முதலியனவும் மீனாட்சி சுந்தரம் பிள்ளை யவர்களுடைய தனிப்பாடல் ஒன்றும் தெரியவந்தன. எனக்கும் என்னுடன் வந்தவர்களுக்கும் வெயிலாலும் சஞ்சாரத்தாலும் உண்டாகிய மெய்வருத்தம் முதலியவை

தணியும்படி கவித்தலம் ஸ்ரீமான் துரைசாமி மூப்பனாருடைய குமாரரான சிரஞ்சீவி சந்திரப்பிரகாச மூப்பனார் வசதியான இடமளித்து ஆதரித்து நிரம்பப் பாராட்டினர். இவர் யௌவனமும், பெருஞ் செல்வமும் உடையவராக இருந்தும் சிறிதும் செல்வச் செருக்கின்றி அடக்கமுற்று நற்காரியங்களில் அன்பு வைத்து ஒழுகுதல் இக்காலத்தில் மிகவும் பாராட்டற்பாலது.

இனிச் செல்லும் இடங்களில் தெரிவனவற்றைப் பின்னர் எழுதுவேன்.

சுதேசமித்திரன், 25 மே, 1901
மறுபதிப்பு: *குமரிமலர்*, மலர் 38, இதழ் 1, 1981

36

திருவிடைமருதூர் வசந்த மகோற்சவம்

ஸ்ரீ மகாலிங்க சுவாமிக்கும் ஸ்ரீ பிருகத் சுந்தர குசாம்பிகைக்கும் இவ்வருட உற்சவம் இம்மாதம் 7–ந் தேதி ஆரம்பிக்கப்பட்டு பார்ப்போர் மனங்களிக்க யாவரும் கொண்டாடும்படி சிறப்புற்ற அலங்காரங்களும் மேன்மையுற்ற பந்தல் காக்ஷிகளும் இரவைப் பகலாகச் செய்த சென்னை வாஷிங்டன் (காஸ்)லைட் இவ்வுற்சவத்திற் கென்றே பிரத்யேகமாய் வரவழைக்கப்பட்டு ஏற்பட்டிருந்தது.

இவ்வுற்சவத்தைப் பார்க்க பிரதி தினமும் வந்திருந்த பல்லாயிரம் ஜனங்கள் மனங்களிக்க முத்துச் சாமான்களால் அலங்கரிக்கப்பட்ட சப்பரத்தில் சுவாமி திவ்ய அலங்கார பரிதராய் சுற்றிவந்த காக்ஷியையும் முத்துச் சாமான்களாலேயே அலங்கரிக்கப்பட்டிருந்த மேடையில் வீற்றிருந்த விமரிசையும் காண அயிராணி கேள்வனின் அங்க முழுதுமுள்ள இரு கண்களுடைய மானிடப்பிறவி அத்துணைச் சிறப்பைக் காணமட்டுள்ள பாக்கியம் பெற்றுள்ளதென்னலாம்.

இவ்வுற்சவம் பிரதி தினமும் வெகுவிமரிசையாய் கொண்டாடப்பெற்று திருவாவடுதுறை குழந்தை வேலனின் இனிய நாகசுர வாசிப்புடன் உறையூர் சிறுகோபாலசாமியின் சிறந்த நாகசுரக் கச்சேரியும் சர்க்கரை பந்தலில் தேன்மாரி பொழிந்தது போல ஒன்றை ஒன்று உறவாடி, வந்தோரைக் குதூகலிக்கச் செய்தது.

இவ்வைபவச் சிறப்பை அலங்கரிக்க மகாவித்வ சிரோன்மணிகள் விஜயம் செய்திருந்தார்கள். முதல் நாள் கச்சேரியில் பாலக்காட்டு ஸ்ரீ அனந்தராம பாகவதரின் அற்புதப் பாட்டுக்கச்சேரியும், திருக்கோடிக்காவல் ஸ்ரீ கிருஷ்ணையரின் பிடில் வாத்தியக் கோஷமும், திருக்கோகரணம் ஸ்ரீ நாராயணசாமி ஐயரின் பிடில் கச்சேரியும் மனம் மகத்தான சந்தோஷத்தை விளைவித்தது.

இரண்டாம் தினம் இராமநாதபுரம் சங்கீத வித்வசிரேஷ்டரான ம-ா-ா-ஸ்ரீ சீனுவையங்காரின் இனிய சங்கீதக் கச்சேரியும், அதற்குப் பக்கத் துணையாக 'மிருதங்கம்' அழகிய நம்பியும் தம்தம் பெயரின் தன்மையை விளக்கிக் காட்டினார்கள்.

மூன்றாம் தினம் குன்னக்குடி பாகவதரென்று யாவருக்கும் தெரியும் இராமநாதபுரம் சம்ஸ்தான வித்வான்களான ம-ா-ா-ஸ்ரீ சாம்பமூர்த்தி ஐயர், ஸ்ரீ கிருஷ்ணையர் இவர்களுடைய பாட்டுக் கச்சேரியும், பிடில் சுப்பையர், லால்குடி ராஜூவையர், 'கெடம்' சப்தரிஷி ஐயர் மற்றும் பல வித்வான்களுடைய கச்சேரிகளும் முறையே வெகு ரமணீகரமா யிருந்தது.

விஜயநகரம் சமஸ்தான வைணீக வித்வமணீயான ம-ா-ா-ஸ்ரீ முகஸ்தார் குருராய சாரியுலு, 'வீணை' வெங்கடரமணதாஸ் அவர்களின் அதியற்புத வீணாகானம் கேட்பவர்களுக்கு மெத்த ஆனந்த பரவசத்தை அளித்தது.

திருவாவடுதுறை 'விகடம்' தியாகராஜ பிள்ளையின் விகடக் கச்சேரி மகா அற்புதமாயிருந்தது. அவர் காலஞ்சென்ற ராஜா பாஸ்கர சேதுபதி யவர்களைப்போல் தத்சாதுர்பமாய்ச் செய்த பிரசங்கமும் மற்றும் பல வித்வான்களைப் போல் தத்சாதுரியமாய்ச் செய்த கச்சேரியும் யாவருக்கும் பிர்மானந்தத்தை விளைவித்தது.

தென்னிந்திய வர்த்தமானி, தஞ்சை, 16.6.1904

மறுபதிப்பு: *குமரிமலர்*, மலர் 38, இதழ் 11, 1982

37

சில ஊர்களைப் பற்றிய குறிப்புக்கள்

1. திருப்பனந்தாள்

திருப்பனந்தாள் பலவகையிலும் விசேஷமான இடம். பண்டைக் காலம் முதற்கொண்டே தமிழ் நூல்களையும் பிற நூல்களையும் தன்னகத்தே தாங்கிவந்த பனந்தாளின் (பனையேட்டின்) பெயரைக் கொண்டதே இவ்வூர் தமிழ் வளர்த்ததற்குரியது என்பதற்கு அறிகுறியாம். அன்றித் தாடகை என்னும் பெண்ணிற்கு வளைந்தும், குங்கிலியக் கலய நாயனாருக்கு நிமிர்ந்தும் சிவபெருமான் அடியவர்களுக்கு எளியராய் இரங்கிய தலம் இது. க்ஷேத்திரக் கோவைப் பிள்ளைத் தமிழில் இது சுப்பிரமணிய ஸ்தலங்களில் ஒன்றாகக் கூறப்பட்டிருக்கின்றது. ஈசுவரன் சந்நிதி மேற்கு நோக்கியும் அம்பிகையின் சந்நிதி வலப்பாகத்தில் கிழக்கு நோக்கியும் இருக்கின்றன. இவ்வாறு உள்ளவற்றை 'உபதேச ஸ்தலம்' என்பர்.

இவ்வூர்ப் பக்கத்தில் ஓடும் நதியின் பெயர் சுப்பிரமணிய நதி என்பது. இக்காலத்தில் அது 'மண்ணி' என மருவி வழங்குகிறது. சில நல்ல பெயர்கள் அழகற்ற உருவாக மருவுதல் இயல்பு. அவ்வாறில்லாமல் பழம் நழுவிப் பாலில் விழுந்தது போல இந்நதியின் பெயர் கழுவுவதாகிய நதி என்னும் பொருள்பட மண்ணி நதி என்று மருவியது விசேஷமே. புறத்தே உள்ள உடம்பின் அழுக்கையும் அகத்தே உள்ள பாவ அழுக்கையும் மண்ணுவதாதலின், மண்ணி என மருவியது மிக்க

பொருத்தமுடையது. எனவே, மூர்த்தி தலம் தீர்த்தம் ஆகிய இம்மூன்று சிறப்புக்களையும் உடையது இத்தலம் என்பதை அறிந்தோம்.

இத்தலத்தைச் சூழ்ந்த இடங்களும் மிகச்சிறந்த தலங்களாக அமைந்திருக்கின்றன. எல்லா ஆலயங்களிலும் எவரை வணங்குதலால் சிவபெருமானுடைய தரிசனம் பூர்த்தியாகுமோ அந்தப் பெருமை வாய்ந்த சண்டேசுவரர் அவதரித்த சேய்ஞலூரும், அவர் சிவபூஜை செய்து முத்தி பெற்ற திருவாப்பாடியும் இத்தலத்தைச் சார்ந்தனவே. சேய்ஞலூரில் முருகக் கடவுள் சிவபெருமானைப் பூசித்துப் பாசுபதாஸ்திரம் பெற்றார். அவரால் உண்டாக்கப்பட்டதே மண்ணியாறும். *திவ்யப் பிரபந்தம்* முழுவதற்கும் முதலில் சிறந்த வியாக்கியானம் செய்த பெரியவாச்சான் பிள்ளை என்னும் பெரியார் அவதரித்த இடம் அந்தச் சேய்ஞலூரே. இன்னும் தஞ்சைக் கோயிலைக் கட்டிய முதல் ராஜராஜ சோழன் புதல்வனாகிய ராஜேந்திர சோழன் ஏழு மதில்களோடு கட்டிய பெரிய கோயிலையும், அரண்மனையையும் தன்பாற் கொண்ட கங்கைகொண்ட சோழபுரம் இத்தலத்திற்கு அருகில் உள்ளது.

இரண்டாவது இராஜராஜ சோழன் இத்தலத்துள்ள செஞ்சடையப்பர் கொள்ளிடத்திற்குத் தீர்த்தங் கொடுக்க எழுந்தருளுவதற்குத் தன் பெயரால், ‘இராஜ கம்பீரன் திருவீதி’ என்ற சாலையை அமைத்து இருபுறமும் தென்னை மரங்களை வைக்கச் செய்தனன் என்று சிலாசாஸனங்கள் தெரிவிக்கின்றன.

பழைய தமிழ்ப்பாட் டொன்றில்,

தண்ணீருஞ் சோறு மளித்தான் திருப்பனந் தாட்பட்டனே

என்று கூறப்பட்டிருத்தலால் இத்தலத்தில் ஒருவர் முன்பு பஞ்சகாலத்தில் அன்னதானம் செய்துவந்தாரென்று தெரிகிறது.

இப்பொழுது இருக்கும் மடாலயத்துத் தலைவர்களும் ஆதி குமரகுருபரர் தினத்தில் வருஷந்தோறும் பல்லாயிரக் கணக்கான ஏழைகளுக்கு அன்னதானம் செய்கின்றார்கள். அவ்வன்னதானத்தின் பெருமை உலக முழுவதும் பரவியிருக் கின்றது. சமீபகாலத்திற்கூடப் பஞ்சமர்களில் அளவிறந்த பேர்களுக்குப் பக்ஷண பரமான்னத்தோடு இலை போட்டு உணவு அளித்ததைக் கண்டும் கேட்டும் வியந்தோர் பலர். ஸ்ரீ அன்னபூர்ணியம்மையை வழிபடும் இவர்களுக்கு இச்செயல் அமைந்ததே.

(கும்பகோணம் போர்ட்டர் டவுன் ஹாலில் 1929ஆம் வருஷம் ஸெப்டம்பர் மாதம் 15ஆம் தேதி நடைபெற்ற திருப்பனந்தாள் ஆயிரரூபாய்ப் பரிசளிப்புக் கூட்டத்தில் தலைமை வகித்தபோது செய்த பிரசங்கத்தின் ஒரு பகுதி.)

2. திருவேட்டீசுவரன் பேட்டை

இந்த ஸ்தலம் மிகவும் புராதனமானது. இது தேவாரத்தில், "சீக்காலி வல்லந் திருவேட்டியும்" என்ற தாண்டகத்தில் வைப்பாகச் சொல்லப்பட்டிருக்கிறது. இந்த ஸ்தலத்தில் உள்ள லிங்கம் ஸ்வயம்பு மூர்த்தி. பாறையின்மீதுதான் ஸ்வாமி இருக்கிறார். வேட்டீசுவரன் என்றால் வேடரூபமாக வந்த ஈசுவரன் என்பது பொருள். அர்ஜுனன் பாசுபதாஸ்திரம் பெறுவதற்காகத் தவம் செய்த பொழுது வேட வடிவம் எடுத்துக்கொண்டு சிவபெருமான் அவன் முன் எழுந்தருளி அவனோடு சண்டையிட்டு அவனுடைய கையால் அடியுண்டார். அந்த அடியானது ஸர்வலோகங்களிலும் பட்டது. சிவபெருமானுடைய தலையில் பட்ட அந்த அடியின் சின்னம் உடைய சிவலிங்கங்கள் 'பார்த்தப் பிரகர லிங்கம்' என்று சொல்லப்படும். அவை மிகவும் விசேஷமானவை. இந்த ஸ்தலத்தில் உள்ள லிங்கம் பார்த்தப் பிரகர லிங்கமாகும். இந்தச் சிவலிங்கப் பெருமான் திருமுடியில் ஒரு பிளவு இருக்கிறது.

இந்த இடம் மும்மூர்த்திகளும் இருக்கும் இடம். இங்கே ஆஞ்சனேயர் கோயில் இருக்கிறது. அவர் பிரம்ம பதவிக்கு உரியவராதலால் பிரம்மா வென்றே சொல்லிவிடலாம். பவிஷ்யச் சதுரானனன் என்று அவருக்கு ஒரு பெயருண்டு. திருவல்லிக்கேணியில் மகாவிஷ்ணு இருக்கிறார். இந்த இரண்டு ஸ்தலங்களும் அர்ஜுனனுடைய சம்பந்தமுடையவை. இங்கே அர்ஜுனனுக்குப் பாசுபதாஸ்திரம் கொடுக்க வந்த மூர்த்தி இருக்கிறார். அங்கே அவனுக்கு ஸாரத்யம் செய்து அவன் பெயரை முன்னுக்குக் கொண்டுவந்த பார்த்தஸாரதி இருக்கிறார். ஸ்ரீ கிருஷ்ணபகவான் ஸாரத்யம் செய்துகொண்டிருக்கையில் பீஷ்மருடைய பாணங்கள் அவருடைய முகத்தைத் துளைத்து விட்டன. ஸ்வாமிக்குக் கோபம் வந்துவிட்டது. "இதோ

தொலைத்துவிடுகிறேன் பார்” என்று சக்கராயுதத்தைப் பிரயோகம் பண்ண எடுத்தார். அப்படி எடுத்த அவசரந்தான் பார்த்தஸாரதி கோயிலில் உள்ள மூர்த்தி. முகமெல்லாம் ரத்தக்காயம் பட்டிருந்தமையால் அந்த மூர்த்திக்குக் காரம் சேர்ப்பதில்லை. அர்ஜுனனுக்காக முகத்திலடிபட்ட மூர்த்தி அங்கே விஷ்ணு ஆலயத்தில் இருக்கிறார். அவனுக்காகத் தலையில் அடிபட்ட மூர்த்தி இங்கே சிவாலயத்தில் இருக்கிறார்.

(ஸ்ரீ காஞ்சி காமகோடி பீடாதிபதி ஜகத்குரு ஸ்ரீ சங்கராசார்ய ஸ்வாமிகள் 20.11.1932இல் காலையில் திருவேட்டீசுவரன் பேட்டையில் உள்ள அவர்கள் மடத்துக்கு விஜயம் செய்தபோது ஐயரவர்கள் செய்த பிரசங்கத்தின் ஒரு பகுதி.)

3. வேலூர்

இங்கே முன்பு விஜயநகரத் தரசருடைய பிரதிநிதியாகிய விருபாக்ஷிராய ரென்ற ஒருவர் அரசு செலுத்தி வந்தார். அக்காலத்தில் சிதம்பரத்தில் அவருடைய அதிகாரத்திற் குட்பட்ட ஓரதிகாரி ஸ்ரீ நடராஜப் பெருமான் சந்நிதியிலுள்ள சிறப்புக்களைக் குலைக்க ஆரம்பித்தார். அதைக் கண்டு வருந்திய சிதம்பரம் தீக்ஷிதர்கள் அவ்வதிகாரியின் செயலைப் போக்குவதற்கு வழி காணாமல் வருந்தினார்கள். பிறகு தம் மரபில் உதித்துச் சந்தானாசாரியராக விளங்கிய உமாபதி சிவாசாரியருடைய சிஷ்யரான ஸ்ரீ நமசிவாய தேசிகரிடம் இதனை முறையிட எண்ணினார்கள். நமசிவாய தேசிகர் திருவாவடுதுறை ஆதீனத்தின் முதல் தலைவர். அவரிடம் தீக்ஷிதர்கள் தெரிவித்தபொழுது அவர் தம்முடைய சிஷ்யராகிய சிவப்பிரகாச தேசிக ரென்பவரிடம் சொல்லி இக்குறையை நீக்கும்படி வெளியிட்டனர்.

சிவப்பிரகாசர் இவ்வூருக்கு வந்து இக்குறையை அரசரிடம் கூறி நீக்க நினைத்தனர். இங்கே வந்த காலத்தில் இங்கே அரசருக்கு மந்திரியாக இருந்த லிங்கண்ண பக்தர் மூலமாகத் தம் கருத்தை நிறைவேற்றிக் கொள்ளலா மென்றும், அம்மந்திரியார் வீரசைவர்க ளிடத்திலேதான் அதிகப் பற்றுடையவர் என்றும் அறிந்தார். இதனை அறிந்து தம்முடைய பூஜையிலுள்ள லிங்கத்தையே வெள்ளிப் பேழையில் வைத்து மார்பில் அணிந்து வீரசைவராகிய மந்திரியாரைக் கண்டு தம் குறை நீங்கப்பெற்றார்.

அதன் பிறகு அவர் தம்முடைய ஆசிரியரின் அனுமதி பெற்று வீரசைவராக இருந்து துறையூரில் ஒரு மடத்தை ஸ்தாபித்தார். அவருடைய சிஷ்யராகிய சாந்தலிங்கர் பேரூரில் ஒரு மடம் அமைத்தார். அவர் சிஷ்யர் குமாரதேவர் விருத்தாசலத்தில் ஒரு மடம் ஸ்தாபித்தார். அவர் சிஷ்யர் சிதம்பர ஸ்வாமிகள் திருப்போரூரில் ஒரு மடத்தை அமைத்தார். இவ்வாறு, நான்கு

வீரசைவ மடங்கள் உற்பத்தியானதற்கு முக்கிய காரணமாகிய நிகழ்ச்சி இந்த வேலூரில் நடந்தது.

சங்க நூல்களில் ஒன்றாகிய *பத்துப் பாட்டிலுள்ள சிறுபாணாற்றுப்படையை* நான் முதலில் ஆராய்ந்த காலத்தில் அதில் வந்துள்ள வேலூரென்பது இவ்வூரென்றே எண்ணினேன். அப்பொழுது இங்கே வந்து பார்க்கவேண்டுமென்ற அவா அதிகமாக இருந்தது. பிறகு ஆராய்ச்சியினால் அவ்வேலூர் வேறென்று தெரிந்தாலும் இதனைப் பார்க்கவேண்டுமென்ற ஆசை நீங்காமல் இருந்தது. இறைவன் திருவருளால் இன்று அவ்வாசை நிறைவேறியது.

இயற்றமிழாசிரியராகிய விசாகப்பெருமாளையர் பெருமையை யாவரும் அறிவார்கள். அவர் இயற்றிய *பாலபோத இலக்கணம்* தமிழிலக்கண நூல்களுக்கு அஸ்திவாரமாக இருக்கிறது. அவர் சென்னையில் கம்பெனியாரால் நடத்தப்பட்டு வந்த கலாசாலையில் பண்டிதராக இருந்து பெரும் புகழைப் பெற்றவர். அவர் உபகாரச் சம்பளம் பெற்ற பின்பு இவ்வூரிலிருந்த தம்முடைய மருமகராகிய இரத்தினவேலு ஐயர் வீட்டிலேயே இருந்து வந்தார். இந்த ஊர் அவருடைய பெரிய புலமைத் திறத்தை நினைப்பதற்கு இடமாக விளங்குகின்றது. இந்த இரத்தினவேலு ஐயர் மூலமாக எனக்குத் *தொல்காப்பியப் பொருளதிகாரம்* முழுவதுமுள்ள ஏடு கிடைத்தது.

(30.11.935இல் வேலூரில் திருப்பனந்தாள் ஆயிரரூபாய்ப் பரிசளிப்பு விழாவில் ஐயரவர்கள் செய்த பிரசங்கம்.)

4. திருச்சிராப்பள்ளி

திருச்சிராப்பள்ளியில் அகில இந்திய ரேடியோவின் கிளை ஒன்றை ஆரம்பிப்பது தெரிந்து மிக்க சந்தோஷமடைகிறேன். தமிழ்நாட்டுக்கு உபயோகமுள்ள விஷயங்களைத் தமிழிலே பரப்பும் அரிய தொண்டை இந்த ஸ்தாபனம் முக்கியமாகக் கொண்டுள்ளதென்பதை எண்ணுகையில் என் உள்ளம் திருப்தியுறுகின்றது.

இவ்விஷயத்தை நான் முதல் முதலில் அறிந்தபோது, எனக்கு வேறொரு ரேடியோவின் ஞாபகம் வந்தது. இந்த ரேடியோ இருந்த இடத்திலிருந்து பலருடைய செவிகளுக்கு நல்லுரையாகிய விருந்தை உதவுவது. நான் குறிப்பிடும் ரேடியோ திருச்சிராப்பள்ளியிலேதான் தோன்றியது. ஆனால், அது பல இடங்களுக்குச் சென்று தன் நல்லுரையாகிய அமுதத்தைப் பிறர் செவியிலே பாயும்படி செய்தது. பலர் அந்த ரேடியோவினிடத்திலே சென்று பல உரைகளைக் கேட்டுப் பயனடைந்தனர். ஆனால்,

அந்த ரேடியோ உயிருள்ளது; தானே பேசுவது; இதுவோ பிறர் பேசுவதைப் பரப்புவது.

நான் குறிப்பிடும் ஆச்சரியமான ரேடியோ சென்ற நூற்றாண்டில் இந்தத் திருச்சிராப்பள்ளியில் இருந்தது. திருவாவடுதுறை, சென்னை, பட்டீசுவரம், கும்பகோணம், மாயூரம் என்னும் நகரிலுள்ளவர்கள் அந்த உயிருள்ள ரேடியோவைக் கேட்டனர். அப்படிக் கேட்டுப் பயன் பெற்றவர்களில் நானும் ஒருவன். நான் உங்களுக்கு இந்தச் செய்தியை அனுப்பும் தகுதி பெறுவதற்கு முதற் காரணம் அந்த உயிருள்ள ரேடியோதான்.

திரிசிரபுரம் மகாவித்துவான் ஸ்ரீமீனாட்சிசுந்தரம் பிள்ளை யவர்கள் என்ற தமிழ்ப் பேரறிஞரைத்தான் இவ்வாறு குறிப்பிடுகிறேன். என்னுடைய ஆசிரிய ரென்பதற்காக மட்டும் அவர்களை இங்கே குறிப்பிடவில்லை. அவர்கள் இந்த ரேடியோ ஸ்தாபனம் உள்ள ஸ்தலத்தில் உதித்தவர்கள். அவர்களுடைய கவிமயமான உரைகளும், மாணாக்கர்களுக்குப் பாடம் சொல்லும் முகமாக வந்த உரைகளும் அக்காலத்தில் தமிழுலகை நிரப்பி நின்றன. அவர்களுடைய கவித்தொகுதி இன்னும் தமிழ்நாட்டில் நிலவியிருக்கின்றது.

திருச்சிராப்பள்ளியின் ஞாபகம் என் ஆசிரியர் நினைவை முதலில் உண்டாக்குகிறது. அப்பால் பழைய காலத்தின் நினைவைத் தோற்றச் செய்கின்றது. இதனருகில்தான் உறையூர் இருக்கிறது. உறையூர் கரிகாற்சோழனது இராசதானியாகப் பெரும் புகழ் பெற்றது. அங்கே இருந்த 'அறங்கூறவையம்' என்னும் நியாயசபை சங்கநூல்களில் பாராட்டப் பெறுகிறது. அந்நகரில் புலவர்கள் இருந்து தமிழை ஆராய்ந்து வந்தனர். கடைச் சங்கப் புலவர்களிற் சிலர் உறையூரில் வாழ்ந்தவர்கள்.

கரிகாலன் காலத்தில் உறையூர் பெரிய நகரமாக விரிவுபெற அமைக்கப் பெற்றது. அவன் தனக்குக் காவிரிப் பூம்பட்டினமாகிய கடற்கரை நகரம் இருப்பதோடு, உள்நாட்டு நகரமொன்றும் வேண்டுமென்று விரும்பினான். இராசதானியாதற்கு ஏற்ற சிறப்புடைய ஊர் எதுவென்று பார்ப்பதற்காக ஒரு யானையின்மேல் ஏறிப் பரிவாரங்கள் தொடர வந்தான். உறையூருக்கு அருகில் வருகையில் ஒரு கோழி அந்த யானையை எதிர்த்துப் பொருததாம். அதைக் கண்ட கரிகாலன், "பறவை யென்னும் பெயர் கொண்டதையன்றிப் பறத்தற்கும் ஆற்றல் இல்லாத இக்கோழி விலங்குகளிற் பெரிதாகிய இந்த யானையை எதிர்க்க வேண்டுமெனில் இந்த மண்ணுக்கே தனிப் பெருமை இருக்க வேண்டும். நம்முடைய போக்கை இக்கோழி தடுத்து நிறுத்தியதோடு இவ்விடத்தின் பெருமையையும் புலப்படுத்தியது. இந்த இடமே நமக்கு ஏற்ற ராஜதானி" என்று கருதி அங்கே நகரத்தை

உண்டாக்கினான். ஒரு கோழியால் அறிந்து அமைக்கப்பெற்ற நகரமாதலின் அதற்குக் கோழியென்ற பெயரும் ஏற்பட்டது.

தமிழ்நாட்டின் மத்திய ஸ்தானத்தில் திருச்சிராப்பள்ளி இருக்கின்றது. இந்த நகரத்திலுள்ள குன்றை,

கறங்கிசை விழவி னுறந்தைக் குணாது
நெடும்பெருங் குன்றம்

என்று சங்ககாலப் புலவர் ஒருவர் *அகநானூற்*றில் சொல்லுகிறார். இக்குன்றத்தின் மேலே பல்லவர் காலத்தில் மலையைக் குடைந்து அமைக்கப்பெற்ற குகைகளும் அவற்றில் அருமையான சிற்பங்களும் இருக்கின்றன. தமிழ்நாட்டுச் சிற்பியர்களுடைய கலைத்திறமை அச்சிற்பங்களிலே விளங்குகின்றது. 104 செய்யுட்கள் அடங்கிய அந்தாதி ஒன்று இக்குன்றின் மேலுள்ள கல்வெட்டிற் காணப்படுகின்றது. சாதாரணமாக நூறு பாட்டைச் சுலபமாக எழுதக்கூடிய பேனா முதலிய கருவிகளைக் கொண்டு காகிதத்தில் எழுதுவதென்றாலே நமக்கு எவ்வளவோ கஷ்டமாக இருக்கிறது. இந்தக் குன்றின்மேல் கல்லில் நூற்று நான்கு பாடல்களுள்ள தமிழ் நூலொன்றை எழுதினார்களென்றால், அவர்களுக்கு எவ்வளவு பொறுமையும் தமிழபிமானமும் இருந்திருக்க வேண்டும்! அந்த அந்தாதியும் பிற சிற்பங்களும் குன்றின் மேலிட்ட விளக்கைப் போல விளங்குகின்றன.

திருச்சிராப்பள்ளி சிறந்த சிவஸ்தலம். இதைச் சூழத் திருவானைக்கா, திருக்கற்குடி, ஊக்கீச்சுரம் முதலிய சிவஸ்தலங்கள் உள்ளன. இதற்கருகிலேதான் வைஷ்ணவர்கள் 'கோயில்' என்று கொண்டாடும் முதல் திருப்பதியாகிய ஸ்ரீரங்கம் இருக்கின்றது. அருணகிரிநாதருக்கு முருகக் கடவுள் அருள்செய்த வயலூரென்னும் சுப்பிரமணிய ஸ்தலம் இதனருகே உள்ளது.

இவ்வாறு இந்தத் திருச்சிராப்பள்ளி தெய்வங்களுக்கு உறைவிடமாகவும், பழைய சோழ இராசதானியோடு சம்பந்தப்பட்டதாகவும், தமிழுக்கும் சிற்பத்துக்கும் பெருமை தருவதாகவும் அமைந்திருக்கிறது. இத்தகைய இடத்தில் அமைக்கப்பெறும் ரேடியோ ஸ்தாபனம் தமிழ்நாட்டினருக்குத் தெய்வ நம்பிக்கையையும், உலகியலறிவையும், தமிழன்பையும், கலைச் சுவையையும் உண்டாக்கும் நல்லுரைகளைப் பரப்பி நன்மையை விளைவிக்குமென்று நம்புகிறேன்.

இந்த நிலயம் மேன்மேலும் சிறப்புற்று விளங்க வேண்டுமென்று இறைவன் திருவருளைச் சிந்திக்கின்றேன்.

(திருச்சிராப்பள்ளியில் அகில இந்திய ரேடியோ நிலையத்தின் திறப்பு விழாவன்று படிக்கப்பெற்றது. 21.5.1939)

38

கும்பகோணம்

கும்பேசுவரஸ்வாமி கோயில்

சோழ நாட்டில் ஒரு பெரிய நகரமாக விளங்கும் கும்பகோணம் பல ஆலயங்களைத் தன்னிடத்தே கொண்டு அதனாற் சிறப்புப்பெற்ற சிறந்த ஸ்தலமாகும். கும்பகோண மென்னும் வடமொழிப் பெயர் தமிழில் குடமூக்கு என்று கூறப்படும். அது குடந்தை யெனவும் திருக்குடந்தை யெனவும் மருவி வழங்குகின்றது. ஒரு பிரளய காலத்தில் அமிர்த கும்பம் மிதந்து வந்தபோது இவ்விடத்தில் சிவபெருமான் கிராத வடிவங் கொண்டு அதனை விழச் செய்து திருக்கோயிலில் எழுந்தருளினா ரென்று புராணம் கூறும். கும்பேசுவரர் கோயில் இவ்வூரிலுள்ள சிவாலயங்களில் தலைமை பெற்றது. அதற்குத் தேவாரம் உண்டு. இங்கே எழுந்தருளியுள்ள அம்பிகையின் திருநாமம் மங்களாம்பிகை என்பது. இந்த ஸ்தானம் சக்தி பீடங்களுள் ஒன்றாகிய மந்திர பீடமாதலின் 'மந்திர பீடேசுவரி' என்ற திருநாமும் அம்பிகைக்கு வழங்கும். இவ்வாலயத்து விநாயகருக்கு ஆதி விநாயகர் என்பது திருநாமம். ஏகபாணசாஸ்தாவின் திருவுருவமும் கிராத ரூபத்திலுள்ள சிவபிரான் திருவுருவமும் ஆலயத்தில் உள்ளன.

நாகேசுவர ஸ்வாமி கோயில்

இந்த நகரத்திலுள்ள நாகேசுவர ஸ்வாமி கோயிலும் தேவாரம் பெற்றதே. குடந்தைக்

கீழ்க்கோட்டம் என்று இக்கோயில் தேவாரத்திற் சொல்லப் பட்டிருக்கிறது. 'மந்தையார் கோயில்' என்ற திருநாமமும் இதற்கு உரியது. இக்கோயிலில் உள்ள சபாபதிக்கு, ஆடல்வல்லா ரென்பது திருநாமம். இங்கே சிவபெருமானைச் சூரியன் பூசித்துப் பேறுபெற்றதாகத் தலபுராணம் கூறும். இதற்கு அறிகுறியாக இவ்வாலயத்தில் தனியே சூரியனுக்கு ஒரு கோயில் இருக்கிறது. அது சிறந்த சிற்ப அமைதியுடையது.

ஒவ்வொரு வருஷமும் சித்திரை மாதம் 11, 12, 13 இந்த மூன்று தேதிகளில் சூரியனொளி காலையில் நாகேசுவர ஸ்வாமி திருமேனியில் படிவதுண்டு. ஆலயம் அதற்கேற்ப ஆதிகாலத்தில் சிற்பிகளால் அமைக்கப்பட்டுள்ளது. அது சூரியன் பூஜை செய்வதாகக் கருதப்பெறும். அதனைத் தரிசிக்கப் பல அன்பர் வந்து கூடுவர். ஸ்வாமி கோயிலின் உட்பிராகாரத்தில் இராமாயணக் கதை முழுவதையும் தெரிவிக்கும் சிற்ப அமைப்புக்களைக் காணலாம்.

விசுவநாத ஸ்வாமி கோயில்

இங்குள்ள விசுவநாத ஸ்வாமி கோயிலுக்குத் தேவாரம் உண்டு. 'குடந்தைக் காரோணம்' என்ற திருநாமம் தேவாரப் பதிகத்தில் காணப்படும். இவ்வாலயத்தில் நவதீர்த்தங்களும் கன்னிகையர் வடிவமாக அமைக்கப்பட்டுள்ளன. தங்கள் பாவங்களைப் போக்கிக் கொள்ளும் பொருட்டு அக்கன்னியர் மகாமக தீர்த்தத்தில் நீராடவரும் ஐதிஹ்யத்தைப் புலப்படுத்துகின்றன அந்தத் திருவுருவங்கள். அந்த ஒன்பதின்மரும் இங்கே வந்தபொழுது கங்கை வீரபத்திரர், கங்கை விநாயகர் என்னும் மூர்த்திகளும் இங்கே எழுந்தருளின ரென்று கூறுவர். மகாமகக் குளத்தின் வடகரையில் கங்கை வீரபத்திரரும் நாகேசுவர சுவாமி கோயிலில் கங்கை விநாயகரும் இப்போது எழுந்தருளியிருக்கின்றனர்.

சாரங்கபாணிப் பெருமாள்

திருமால் கோயில்கள் பலவற்றுள்ளும் ஆழ்வார்களுடைய மங்களாசாஸனம் பெற்றது ஸ்ரீ சாரங்கபாணிப் பெருமாள் கோயிலொன்றே. ஆராவமுதன் என்ற தமிழ் பெயரே பெருமாளுக்கு விசேஷமாக வழங்கும். அதனை வடமொழியில் 'அபரியாப்த அம்ருதன்' என்பர். திருவாய்மொழி முற்றும் வெளிப்படாத காலத்தில் இத்திருப்பதியில் பாடி வந்த திருவாய்மொழிச் செய்யுட் பகுதியாகிய "ஆயிரத்துளிப் பத்தும்" என்பதனாலேதான் திருவாய்மொழி ஆயிரம் என்பதை முதலில் அறிந்துகொண்டார்க ளென்பர்.

டாக்டர் உ.வே. சாமிநாதையர்

காட்டுமன்னார்கோயில் என்னும் தலத்தில் ஒரு பக்தர், “ஆராவமுதே . . . . . . குடந்தையுள், ஏரார் கோலங்கண்டேன் எம்மானே குருகூர்ச் சடகோபன் சொன்ன, ஓராயிரத் துளிப்பத்தும் வல்லார்” என்னும் பதிகத்தைச் சேவித்தனராம். அதனைக் கேட்ட பாகவதர்கள், ‘நம்மாழ்வார் பாடியவை ஆயிரம் போலும்’ என்று அறிந்து அவற்றை எப்படித் தெரிந்து கொள்வதென்று ஏங்கி நின்றார்களாம். ‘நம்மாழ்வாரைத் துதித்து மதுரகவியாழ்வார் பாடிய ‘கண்ணி நுண்சிறுத்தாம்பு’ என்ற பதிகத்தைப் பலமுறை ஓதிச் சடகோபரை வழிபட அவர் பிரசன்னமாகித் *திருவாய்மொழி* முழுவதையும் வெளிப்படுத்தினராம். திருவாய்மொழி ஆயிரம் என்பதை முதல் முதலில் அறிவதற்கு இப்பாசுரம் காரணமாயிற்று என்பதை இவ்வரலாற்றினால் உணரலாம்.

திருமழிசையாழ்வார் இத்தலத்தில் பல வருஷங்கள் இருந்து யோகஞ் செய்தா ரென்பர். அவர் ஆராவமுதரைத் துதிக்கும்போது,

நடந்த கால்கள் நொந்தவோ நடுங்கு ஞால மேனமாய்
இடந்த மெய்கு லுங்கவோ இலங்கு மால்வ ரைச்சுரம்
கடந்த கால்ப ரந்தகாவி ரிக்க ரைக்கு டந்தையுட்
கிடந்த வாறெ ழுந்திருந்து பேச வாழி கேசனே

என்னும் பாசுரத்தைப் பாடத் தொடங்கினார். அதுகேட்ட பெருமாள் அவ்வாழ்வார் கூறியபடியே கிடந்தவாறே எழும்போது ‘வாழி கேசனே’ என்று பாடி முடித்ததும் அப்படியே தங்கினராம். இவ்வாறு திருமுடியைச் சிறிது தூக்கிய திருக்கோலத்தோடு பெருமாள் எழுந்தருளியிருப்பதை இன்றும் காணலாம். இத்திருக்கோலத்தை ‘உத்தான சயனம்’ என்று பெரியோர் கூறுவர். திருமழிசையாழ்வாருக்கு இங்கே மூர்த்தி செட்டித் தெருவில் ஒரு தனிக்கோயில் இருக்கிறது.

திருமங்கையாழ்வார் முதல் முதலில் அருளிச் செய்ததாகிய “வாடினேன் வாடி” என்னும் திருமொழி இத் திவ்யதேச விஷயமானதே. ஆராவமுதப் பெருமாளைச் சித்திரைத் தேருடையா னென்பர். சித்திரை மாதம் திருத்தேர் விழா நடைபெறும். திருமங்கை மன்னர் அருளிய *திருவெழு கூற்றிருக்கையை* யுடைமையால் சித்திரத் தேருடையவர் என்றும் அப்பெருமாளைக் கூறலாம். இவ்வாலயத்துள் பிராகாரத்தில் உத்தராயணம் என்றும் தட்சிணாயனம் என்றும் இரண்டு மார்க்கங்கள் உண்டு. அங்கே ஒரு பிம்பம் உள்ளது. அதை நெய்தல் வாயிலுடையான் வடிவம் என்பர். ஒரு கலகக் காலத்தில் கலகக்காரர் வந்து இக்கோயிலை அழிக்காத வண்ணம் இக்கோயில் முழுவதையும் வைக்கோற்போரால் மூடிவைத்து ஒரு

வேளாளர் பாதுகாத்தாராம். அவரே நெய்தல் வாயிலுடையான் என்பவர். அவருக்குக் கோயிலில் சில மரியாதைகள் உண்டு.

லக்ஷ்மீநாராயண ஸ்வாமி என்ற ஸ்ரீ வைஷ்ணவர் ஒருவர் சாரங்கபாணிப் பெருமாள் ஆலயத்துக் கோபுரத்தைக் கட்டினார். அவருக்குப் பெருமாளைத் தவிர வேறு யாரிடத்தும் பற்றில்லை. அவர் பரமபதத்தை அடைந்தபொழுது அவர் உடலத்தை ஸம்ஸ்காரம் செய்வதற்கு யாரும் வரவில்லையாம். அப்பால் கோயில் திட்டத்திலிருந்து அவருக்கு ஈமக் கடன்களைச் செய்யவேண்டுமென்று பெருமாள் ஆவேச முகமாகத் தெரிவித்தனராம். வருஷந்தோறும் அப்பெரியாருக்குக் கோயில் திட்டத்திலிருந்தே செலவு செய்து சிராத்தம் நடைபெற்று வருகின்ற தென்பர்.

சாரங்கபாணிப் பெருமாள் விஷயமாக இயற்றிய ஒரு *நொண்டி நாடகம்* உள்ளது. போர்க்களத்தில் குதிரை திருடச் சென்ற ஒருவன் கால் வெட்டுண்டு நொண்டியாகிப் பெருமாள் திருவருளால் வளர்ந்த வரலாற்றைச் சொல்வது அது.

பிற கோயில்கள்

அபிமுக்தேசுவரர் கோயில், கௌதமேசுவரர் கோயில், சோமநாதசுவாமி கோயில், சக்கரபாணிப் பெருமாள் கோயில், இராமஸ்வாமி கோயில் முதலிய வேறு பல கோயில்கள் இங்கே உள்ளன. இராமஸ்வாமி கோயிலில் இராமாயணக் கதை ஆரம்ப முதல் இறுதி வரையில் சுவரில் வர்ண சித்திரங்களால் புலப்படுத்தப் பெற்றிருக்கிறது. பிரமதேவருக்குத் தனியே கோயில் மிகச் சில இடங்களில்தான் இருக்கின்றன. இந்நகரத்தின் தென்பாகத்தில் ஒரு கோயில் உள்ளது. அக்கோயில் உள்ள தெருவுக்குப் பிரமன் கோயில் தெரு என்று பெயர். ஜைனர்கள் வழிபடும் ஆலயமொன்றும் இங்கே இருக்கிறது.

தீர்த்தங்கள்

இந்த ஊரில் மகாமக தீர்த்தம் மிக்க விசேடமுள்ளது. பன்னிரண்டு வருஷங்களுக்கு ஒருமுறை இங்கே நடைபெறும் மகாமகத்திற்கு இமயம் முதல் குமரி வரையிலுள்ள நாடுகளிலிருந்து ஜனங்கள் வந்து மகாமக நீராடிச் செல்வார்கள். காவிரி நதி இந்நகரத்திற்கு அணியாக விளங்குகிறது. ஒரு காலத்தில் திருவலஞ் சுழியின் அருகில் காவிரி பாதலத்திற் புகுந்து மறைந்ததாம். ஹேரண்டர் என்னும் முனிவர் அவ்விடத்திற் புக்குக் காவிரியை மேலே வரச் செய்தாராம். அக்காலத்தில் சுவாமிமலையி னின்று கும்பகோணம் வரை வந்த காவிரிக்குக் குமாரதாரை என்ற பெயர் உண்டாயிற்று.

மண்டபங்கள்

மகாமகக் குளத்தின் வடகரையில் துலாபார மண்டபம் என்று ஒன்று உள்ளது. தஞ்சையில் அரசாண்ட அச்சுதப்ப நாயக்கர் என்பவர் இம்மண்டபத்தில் துலாபார தானம் செய்தனராம். ஒரு தராசுத் தட்டில் ஒருவர் ஏறித் தமது எடையுள்ள பொன்னை மறு தட்டில் வைத்து அதனைத் தக்காருக்குத் தானம் செய்வதைத் துலாபார தானமென்பர். இம்மண்டபத்தின் நடுவே உச்சியில் அம்மன்னர் தானம் செய்யும் காட்சியைப் புலப்படுத்தும் உருவங்கள் அமைக்கப்பட்டுள்ளன. ஸ்ரீ நாகேசுவர ஸ்வாமி இம்மண்டபத்தில் தங்கித் தீர்த்தம் கொடுத்தருள்வர். கோவிந்த தீக்ஷிதர் என்னும் பெரியார் மகாமக தீர்த்தத்தைப் பிற மதத்தினர் தங்களதென்று கவர்ந்துகொள்ளாதபடி அதைச் சுற்றிலும் பதினாறு சிவலிங்கங்களைப் பிரதிஷ்டை செய்து ஒவ்வொன்றுக்கும் ஒவ்வொரு கோயிலைக் கட்டுவித்தார். அப்பெரியார் தஞ்சையில் அரசாண்ட அச்சுதப்ப நாயக்கருக்கு அமைச்சராக இருந்தவர். திருவையாறு, கும்பகோணம், திருவிடைமருதூர், திருவலஞ்சுழி ஆகிய இடங்களில் புஷ்ய மண்டபப் படித்துறைகளும் கட்டிவைத்தனர். பல சிவாலயங்களில் சொக்கட்டான் மண்டபங்களைக் கட்டுவித்தவரும் அவரே.

மடங்கள்

இந்நகரத்தில் சில மடங்கள் இருக்கின்றன. ஸ்ரீ சங்கராசாரிய ஸ்வாமிகள் ஸ்தாபித்த பீடங்களுள் ஒன்றாகிய ஸ்ரீ காஞ்சி காமகோடி பீடத்திற்குரிய மடம் ஒன்று இங்கே இருக்கிறது.

மகாமகக் குளத்தின் வடகரையில் ஒரு பழைய வீர சைவ மடம் உள்ளது. அதைப் பெரிய மடமென்று வழங்குவர். துறைமங்கலம் சிவப்பிரகாச சுவாமிகளுடைய சகோதரராகிய ‘வேலையர்’ இயற்றிய *வீரசிங்காதன புராணம்* என்னும் நூல் இந்த மடத்தின் பெருமையைக் கூறுகிறது. ஒட்டக்கூத்தர் *தக்கயாகப் பரணி* இயற்றினதற்குக் காரணம் இம்மடத்தின் சம்பந்தமான நிகழ்ச்சி ஒன்றென்று அப்புராணம் கூறும். ஆனால் அதற்குத் தக்க ஆதாரம் ஒன்றும் இல்லை. *தக்கயாகப் பரணி* எழுதியிருந்த ஏட்டுச் சுவடிகளில் ஒரு பிரதியில்,

குடந்தையம் பதியிற் கோதிலாப் பெரிய
மடந்தனில் வாழ்வீர மயேச்சுரர் வாழியே

என்ற செய்யுளொன்று இருந்தது. முற்காலத்தில் இம்மடத்தில் தக்கவர்கள் தலைவர்களாக இருந்தார்களென்று தெரியவருகிறது.

இந்த வீரசைவ மடத்தின் வழியாக எவரும் பல்லக்கேறிச் செல்லலாகா தென்னும் அதிகாரம் இம்மடத்தினருக்கு முன்பு

இருந்ததாம். வேறொரு மடத்தின் தலைவர் இம்மடத்தினருக்கு அஞ்சாது காவிரிக்குச் சென்று நீராடி இவ்வழியே பல்லக்கில் ஏறிச் சென்றாராம். அந்த நிகழ்ச்சியைக் குறிப்பாகத் தெரிவிக்கும் கடிதம் ஒன்று நீதி ஸ்தலத்திற்கு வந்தது. அதிலுள்ளவற்றிற்குப் பொருள் விளங்காத மொழிபெயர்ப்பாளர் அதனை என்னிடம் கொண்டு வந்து கொடுத்தார். "... அம்மடத்தார் ஆஸ்தானத்தில் சாக்கிய நாயனார் மூர்த்தமாக எழுந்தருளியிருந்தும் தகப்பன் சாமிக் குழவியின் பேருதவியினால் . . . மடத்தார் நீராடி இவ்வழியே சிவிகையேறிச் சென்றார்கள்" என்றிருந்தது. சாக்கிய நாயனார் மூர்த்தமாக எழுந்தருளியிருந்தனர் என்பது கல்லுங் கையுமாக இருந்தா ரென்பதையும் தகப்பன்சாமிக் குழவி யென்பது *சிவகுருப் பிள்ளை என்பதையும் உணர்த்துவதாகச் சொன்னேன்.

வியாசராயர் மடமென்ற மத்வமடம் ஒன்று இங்கே இருக்கிறது. அதனைச் சார்ந்து பல மாத்துவ குடும்பங்கள் இங்கு உள்ளன. மாத்துவ அந்தணர்களிற் சிலர் சிறந்த வித்துவான்களாக விளங்கினர். பாரதம் சாமண்ணாசார் என்ற ஒரு பெரியாருக்கு *வியாசபாரதம்* முழுவதும் மனனமாக இருந்தது.

அடியார்கள்

அறுபத்து மூன்று நாயன்மார்களில் ஒருவராகிய மூர்க்க நாயனார் இங்கே தங்கியிருந்து மகேசுவர பூஜை செய்துவந்து முத்தி யடைந்தனர் என்பர். பகவர் என்னும் முனிவர் ஒருவர் இவ்வூரில் தவம் புரிந்து வாழ்ந்து முத்தி பெற்றனர். இவருடைய திருவுருவம் நாகேசுவர ஸ்வாமி திருமஞ்சன வீதியில் உள்ள பிள்ளையார் கோயிலில் இருக்கிறது. காவிரியிலுள்ள பகவத் படித்துறை என்பது இவர் பெயரால் அமைந்ததே. *யாப்பருங்கல விருத்தியில்* குடமூக்கிற் பகவர் செய்த *வாசுதேவனார் சிந்தம்* என்ற ஒரு நூலின் பெயர் வருகிறது. முன்னே சொன்ன பகவரும் இந்த நூலாசிரியராகிய பகவரும் ஒருவர் என்றே தோற்றுகிறது. *வாசுதேவ மனனம்* என்ற பெயரோடு வடமொழியில் ஒரு வேதாந்த நூல் உண்டு. வாசுதேவனார் சிந்தம் என்பது அந்நூலின் மொழிப்பெயர்ப்பாகவேனும், அவ்வடநூல் இதன் மொழிபெயர்ப்பாகவேனும் இருக்கலாம்.

புலவர்கள்

பேட்டைத் தெருவில் இருந்த அபிஷேகஸ்தர் ஒருவர் *சிவரகசியத்தில்* ஒரு பாகத்தைத் தமிழில் மொழிபெயர்த்திருக்கிறார்.

---

* சிவகுருப்பிள்ளை என்பது கும்பகோணத்தில் தாசில்தாராக இருந்த ஒருவருடைய பெயர்.

கும்பகோண விஷயமாகப் பழைய புராணம் ஒன்று உண்டு. அதனை இயற்றிய வித்துவானும் இவ்வூரில் இருந்தவரே.

என்னுடைய ஆசிரியராகிய மகாவித்துவான் ஸ்ரீ மீனாட்சிசுந்தரம் பிள்ளை யவர்கள் இவ்வூர் சம்பந்தமாகத் *திருக்குடந்தைப் புராணம், மங்களாம்பிகை பிள்ளைத் தமிழ், குடந்தைத் திரிபந்தாதி* என்ற மூன்று நூல்களை இயற்றியிருக் கின்றனர். புராணம் பாடி அரங்கேற்றிய பிறகு பிரபுக்கள் பலர் அப்புலவர் பெருமானைப் பல்லக்கில் இருக்கச் செய்து பட்டணப் பிரவேசம் செய்வித்தனர். அப்பொழுது இவ்வூரிலிருந்த பெரிய செல்வர்கள் இருவர் பல்லக்கின் முன்னும் பின்னும் நின்று ஏனையவர்களுடன் அப்பல்லக்கின் கொம்பைத் தம் கையால் தாங்கிக் கல்வியின் பெருமையையும் கற்றார்க்குரிய நன்மதிப்பையும் காட்டினார்கள்.

பிள்ளை யவர்களுடைய மாணாக்கர்களில் சிறந்தவராகிய வித்துவான் தியாகராச செட்டியார் இந்நகர்க் காலேஜில் தமிழாசிரியராக இருந்து காலேஜிலும் வீட்டிலும் பல மாணாக்கர்களுக்குத் தமிழ்ப்பாடம் சொல்லி இன்புறுத்தியதை யாவரும் அறிவார்கள். தியாகராச செட்டியார் இங்கே இருந்தமையால் அடிக்கடி மகாவித்துவான் மீனாட்சிசுந்தரம் பிள்ளை யவர்கள் இந்நகரத்திற்கு வந்து தங்கவும், அப்புலவர்பிரானிடம் பலர் பழகிப் பாடம் கேட்கவும் அநுகூலும் உண்டாயிற்று.

சங்கீத வித்துவான்கள்

இயற்றமிழ் இசைத் தமிழ்களில் நல்ல பயிற்சி யுள்ளவராகிய பாபநாச முதலியா ரென்பவர் இவ்வூரில் இருந்தவரே. அவர் சிவ ஸ்தலங்களைப் பற்றிப் பல கீர்த்தனங்கள் பாடியிருக்கிறார். அந்த அந்த ஸ்தலங்களின் சிறப்புக்கள் அவற்றில் அமைந்திருக்கும். கும்பேசுவரர் விஷயமாக ஒரு குறவஞ்சி நாடகத்தை அவர் இயற்றியிருக்கிறார்.

நந்தனார் சரித்திரக் கீர்த்தனத்தை இயற்றிய கோபாலகிருஷ்ண பாரதியார் ராமதாஸ் என்பவரிடம் சங்கீத அப்பியாஸம் செய்தார். அந்த ராமதாஸ் என்பவர் இவ்வூரினரே. அவர் உஞ் சவிருத்தி பண்ணிக்கொண்டிருந்தபொழுது திருவிடைமருதூரில் இருந்த பிரதாப சிம்ம மகாராஜா அவருடைய சங்கீதத்திலும் பக்தியிலும் ஈடுபட்டு அவரை உபசரித்து அழைத்துச் சென்று தம் ஆஸ்தான வித்துவானாக வைத்துக்கொண்டார்.

பல்லவி கோபாலைய ரென்ற சங்கீத வித்துவான் ஒருவர் இங்கே இருந்து புகழ்பெற்றார். அவருக்குத் தஞ்சையரசர்

மஹிமாலை என்ற ஊரிற் சில நிலங்களை மான்யமாகக் கொடுத்தனர். த்ஸௌகம் சீனுவையங்கார் என்ற ஸ்ரீ வைஷ்ணவ சங்கீத வித்துவான் ஒருவர் தஞ்சை மகாராஷ்டிர அரசருடைய ஆதரவு பெற்று இந்நகரத்தில் வாழ்த்துவந்தார். அவர் சக்கரபாணிப் பெருமாள் ஸந்நிதி வித்துவானாக இருந்தார்.

சங்கராபரணம் நரஸையர் என்ற சங்கீத வித்துவான் இவ்வூரில் வசித்துவந்தார். ஒரு சமயம் அவர் கபிஸ்தலம் சென்று அக்காலத்தில் இருந்த ராமபத்திர மூப்பனார் என்பவரிடத்தில் தமக்குப் பணம் கடனாக வேண்டுமென்று சொல்லி அதற்கு ஈடாக ஓர் ஆபரணத்தைத் தாம் வைப்பதாகக் கூறினர். மூப்பனார் ஆபரணத்தைக் காட்டும்படி சொல்லியபோது, "சங்கராபரண ராகத்தை நான் அடகு வைக்கிறேன். இந்தக் கடனைத் திருப்பிக் கொடுக்கும் வரையில் நான் சங்கராபரணத்தைப் பாட மாட்டேன்" என்று கூறிப் பணம் வாங்கிக்கொண்டார்.

சில தினங்களுக்குப் பின் இந்நகரத்தில் பலர் கூடிய மகாசபை ஒன்றில் அவரைச் சங்கராபரண ராகம் பாடவேண்டு மென்று பலர் கேட்டுக்கொண்டனர். அவர் தாம் அதனை அடகு வைத்திருப்பதாகச் சொன்னார். உடனே இந்நகரத்திலிருந்த பெரிய செல்வந்தராகிய வாலிஸ் அப்புராய ரென்பவர் பொருளுதவி செய்து அந்தக் கடனிலிருந்து அவரை மீட்டுச் சங்கராபரண ராகத்தைப் பாடச் சொல்லிக் கேட்டு ஆனந்தமடைந்தார்.

வடமொழி வித்துவான்கள்

ஒவ்வொரு சாஸ்திரத்தில் தனித்தனியே பாண்டித்தியம் வாய்ந்தவர்களும், பல சாஸ்திரங்களில் ஒருங்கே தேர்ச்சி யுடையவர்களுமாகிய வடமொழி வித்துவான்கள் பலருக்கு இருப்பிடமாகும் பெருமை இந்நகருக்கு அமைந்திருக்கிறது. தர்க்கத்தில் பாரங்கதரான தர்க்க வாசஸ்பதி குறிச்சி ரங்காசாரியா ருடைய புலமைக்கு எல்லை இல்லை. மீமாம்ஸையில் வல்லவராக இருந்த குப்புசாமி சாஸ்திரிகளும், கும்பகோணம் காலேஜில் பண்டிதராக இருந்த மகா மகோபாத்தியாய பெருக வாழ்ந்தான் ரங்காசாரியாரும், வியாகரணம் வராகக்குளம் சடகோபாசாரியாரும், குமாரகிருஷ்ண சாஸ்திரிகளும், இவர்களைப் போன்ற வேறு பலரும் இந்நகரத்தைக் கலாபீடமாக்கி வைத்த மகோபகாரிகளாவர். ஒரு சமயம் வடநாட்டிலிருந்து வந்த ஸம்ஸ்கிருத வித்துவான் ஒருவர் போர்ட்டர் ஹாலில் தம்மோடு வாதம் செய்ய வரும்படி இந்தப் பக்கத்து வித்துவான்களை அறைகூவி அழைத்தார். அப்போது குமாரகிருஷ்ண சாஸ்திரிகள் தைரியமாக முன்வந்து அவரோடு வாதம் புரிந்து சைவ மதமே

சிறந்தது என்ற கட்சியை ஸ்தாபித்தார். இவர் வேணுகானத்தில் புகழ் பெற்ற சரப சாஸ்திரிகளுடைய முன்னோராவர்.

காலேஜ்

கும்பகோணம் காலேஜ் கல்வித்திறத்தில் 'தென்னிந்தியக் கேம்பிரிட்ஜ்' என்ற புகழ்பெற்றது. இங்கிருந்த பேராசிரியர்கள் யாவரும் சிறந்த அறிவாளிகளாகவும் மாணாக்கர்களுக்குக் கல்வி புகட்டும் ஆற்றல் மிக்கவர்களாகவும் விளங்கினார்கள். இக்காலேஜில் பிரின்ஸிபாலாக இருந்த போர்ட்டர் துரையின் புகழ் இன்றும் இங்கே நிலவுகிறது. அவர் பெயரால் அமைந்த மண்டபம் அவருடைய ஞாபகத்தைப் பிற்காலத்தாருக்கும் உண்டாக்கும் அடையாளமாக விளங்குகிறது.

தண்டலம் கோபாலராவைப் பற்றித் தெரிந்தவர்கள் பலர் இன்னும் இருக்கின்றனர். அவருடைய மேதையும், தூய்மையும், நல்லொழுக்கமும் அவரோடு பழகிய யாவரையும் அவரைத் தெய்வாம்ச முடையவராகவே எண்ணச் செய்தன.

சாது சேஷையர், ஆர்.வி. ஸ்ரீநிவாசையர், பி. ஹநுமந்தராவ் முதலிய ஆசிரியர்கள் இந்தக் காலேஜில் இருந்து இதற்குப் பெருமையை உண்டாக்கினார்கள்.

பூண்டி அரங்கநாத முதலியார் சில காலம் இங்கே கணித ஆசிரியராக இருந்ததுண்டு. அவர் ஆங்கிலத்திலும் தமிழிலும் ஒருங்கே தேர்ச்சி பெற்றவர். கச்சிக் கலம்பகம் என்ற நூலை இயற்றியிருக்கிறார். கோபாலராவும் ஸ்ரீநிவாசையரும் தமிழறிவு வாய்ந்தவர்களே. சில சமயங்களில் கோபாலராவ் காலேஜில்

கும்பகோணம் காலேஜ்

தமிழ்ப் பாடம் நடத்தியதுண்டு. முதலில் ஸ்ரீரங்கம் ஹைஸ்கூலில் தமிழ்ப் பண்டிதராக இருந்த தியாகராச செட்டியாரின் தகுதியை அவர்பால் படித்த மாணாக்கன் ஒருவன் மூலமாக அறிந்து செட்டியாரை வருவித்து இங்கே நியமித்தவர் அவரே. தியாகராச செட்டியாருடைய பேரன்பினால் எனக்கு இந்தக் காலேஜில் வேலையானபோது என்னைப் பரீக்ஷித்தவர்களுள் ஆர்.வி. ஸ்ரீநிவாசையரும் ஒருவர்.

பிரபுக்கள்

இங்கு வியாசராயர் என்ற ஒரு தாசில்தார் இருந்தார். அவர் தம் சம்பளத்தில் செலவு போக மிகுதிப் பணத்தைக் கொண்டு ஓர் அக்கிரகாரம் கட்டினார். திருவனந்தபுரத்தில் திவானாக இருந்து புகழ் பெற்ற ஸர்.டி. மாதவராயரும் பரோடா திவானாக இருந்த மாதவராயரும் இவ்வூரினரே. புதுக்கோட்டையில் திவானாக இருந்து பல அரிய செயல்களைச் செய்த அ. சேஷையா சாஸ்திரியார் இந்நகரத்தினரே.

முற்காலத்தில் இவ்வூரில் திருத்தங்கி என்ற செல்வன் ஒருவனும் மருத்தன் என்ற கொடையாளி ஒருவனும் இருந்தனர். ஒருமுறை ஔவையார் இங்கே வந்திருந்தபோது அவ்விருவருடைய இயல்புகளையும் அறிந்து ஒரு பாடல் கூறினார்.

திருத்தங்கி தன்வாழை தேம்பழுத்து நிற்கும்
மருத்தன் திருக்குடந்தை வாழை – குருத்தும்
இலையுமிலை பூவுமிலை காயுமிலை யென்றும்
உலகில் வருவிருந்தோ ருண்டு

என்பதே அது. அதில் திருத்தங்கியைப் புகழ்பவர்போல அவனுடைய லோபத்தனத்தையும், மருத்தனை இகழ்பவர் போல அவனுடைய விருந்தோம்பும் தன்மையையும் குறிப்பாக ஔவையார் தெரிவித்திருக்கிறார்.

பெரும்பாண்டிச் சாம்பான்

காவிரிக்கு வடகரையில் பெரும்பாண்டி என்ற கிராமம் இருக்கிறது. அங்கே ஒரு பழைய சிவாலயம் உள்ளது. காவிரிக்கு வடபால் ஸ்மசானம் இருக்கிறது. அங்கே வருகிறவர்கள் பெரும்பாண்டி யிலுள்ள ஒரு குளத்தில் நீராடிச் செல்லுவது வழக்கம். அந்தக் குளம் மிகவும் அசுத்தமாக இருந்தது. ஸ்மசானத்துக்கு வருகிறவர்கள் 'தலைவிதியே!' என்று அதில் மூழ்கிவிட்டுப் போவார்கள்.

ஒரு சாம்பான் ஜாதியினர் இதை அறிந்து பலரிடம் பொருள் தொகுத்து அந்தக் குளத்தைச் செப்பம் செய்து ஆலயத்தையும்

திருப்பணி செய்வித்தார். அவருக்குப் பெரும்பாண்டிச் சாம்பா னென்ற பெயரே வழங்கலாயிற்று. விபூதி ருத்திராட்ச தாரணத்தோடு தலையில் ருத்திராட்சத்தால் அமைந்த சிவலிங்கத்தை அணிந்து இடுப்பில் பல மணிகளைக் கோத்துக் கட்டிக்கொண்டு தெருவின் நடுவிலே செல்வார்; கையைக் குவித்துக்கொண்டே போவார்; போகும்போதே தாம் செய்யும் தர்மத்துக்கு உதவிசெய்ய வேண்டுமென்று சொல்லிக்கொண்டு போவார். அவரைப் பார்த்தால் நந்தனாருடைய ஞாபகம் வரும். இவ்வூரிலும் பிற ஊரிலும் உள்ளவர் யாவரும் அவரை நன்கு மதித்துப் பாராட்டினர். அவர் இலங்கை சென்று அங்கும் இந்தப் பணிக்காகப் பொருள் சேகரித்து வந்தார்.

கடைசியில் குளத்தை மிக நன்றாக அமைத்தார். ஊராரெல்லாம் அவரைக் கொண்டாடினார்கள். அவருடைய சிவபக்தியும் அடக்கமும் எல்லோருடைய கருத்தையும் கவர்ந்தன.

சிறந்த ஸ்தலம், நதிதீரம், கலைக்கு இருப்பிடம், பெரியவர்கள் வாழ்ந்த இடம், நாகரிகத்திற் சிறந்த ஊர் என்று பலபடியாகப் பாராட்டுதற்குரிய பெருமைகள் கும்பகோணத்திற்கு இருக்கின்றன. அதன் பெருமை முழுவதையும் சொல்லி முடிப்பதென்பது சாத்தியம் அன்று.

கும்பகோணம் காலேஜில்
1932ஆம் வருஷம் செய்த பிரசங்கம்.

39

உடையார்பாளையம்

தமிழ்நாட்டில் உள்ள பழைய ஜமீன்களுள் உடையார்பாளையம் ஒன்று. வீரத்திற்கும் தியாகத்திற்கும் கல்விக்கும் பெயர்பெற்ற பல ஜமீன்தார்கள் இதனை ஆண்டு இதற்கு நற்புகழை நாட்டியிருக்கிறார்கள். இதன் அதிபர்களாகிய 'காலாட்கள் தோழ உடையார்கள்' தங்கள் படைகளுடன் தங்கிய இடமாதலின் இதற்கு உடையார்பாளையம் என்னும் பெயர் உண்டாயிற்று.

தலவரலாறு

இவ்வூருக்குப் பத்ராரணியம், முற்கபுரி முதலிய பல பெயர்கள் உண்டு. இங்கே உள்ள சிவாலயம் மிகப் பழமையானது. ஸ்வாமியின் திருநாமம் வடமொழியில் முற்கபுரீச ரெனவும் தமிழில் பயறணி நாதரெனவும் வழங்கும். அம்பிகையின் திருநாமம் நறுமலர்ப் பூங்குழல் நாயகி யென்பது; ஸுகந்த குந்தளாம்பிகை யென்பது வடமொழி நாமம்.

மலைநாட்டின்கண் திவாகரபுர மென்னும் ஊரிலிருந்த வணிகனொருவன் சோழநாட்டிலும் பிறநாட்டிலும் மிளகு பொதிகளைப் பல மாடுகளின்மேல் ஏற்றிக் கொணர்ந்து வியாபாரம் செய்து வந்தான். ஒரு சமயம் இவ்வூர் வழியாக விருத்தாசலத்திற்குப் போனான். அப்பொழுது இவ்வூரில் ஒரு சுங்கச் சாவடி இருந்தது.

மிளகிற்கு வரி அதிகமாக வாங்குவது வழக்கம். அதனை அறிந்த வணிகன் சுங்க அதிகாரிகளிடம் 'பொதிமூட்டையி லிருப்பது பயறு' என்று பொய்கூறி,

அதற்குரிய சிறிதளவு வரியை மட்டும் கொடுத்துவிட்டுச் சென்றான். அதிகாரிகள் மூட்டையைச் சோதிக்கவில்லை. விருத்தாசலம் சென்று பொதியை அவிழ்க்கும் போது எல்லாம் பயறாக இருந்தன. அதிக விலைபெற்ற மிளகெல்லாம் குறைந்த விலையுள்ள பயறாக மாறியதனால் வணிகன் வருந்தினான். 'இது நான் பொய் சொன்னதற்காக இறைவன் செய்த தண்டனைபோலும்' என்றெண்ணிப் பழமலை நாதர் முன்னேபோய் முறையிட்டான். அப்போது, "கெட்ட இடத்தில் தேடவேண்டும்" என்று ஓர் அசரீரி வாக்கு உண்டாயிற்று.

உடனே அவ்வணிகள் இந்தத் தலத்திற்கு வந்து சிவபெருமானை வழிபட்டுப் பிரார்த்தித்தான். இறைவனருளால் பயறெல்லாம் மீண்டும் மிளகாயின. மிளகைப் பயறாகச் செய்த காரணம்பற்றிச் சிவபிரானுக்குப் பயறணி நாதர் என்னும் திருநாமமும் இவ்வூருக்குப் பயறணீச்சுரம், முறகபுரி என்னும் திருநாமங்களும் உண்டாயின. இத்தலத்தை என்னுடைய ஆசிரியராகிய மகாவித்துவான் ஸ்ரீ மீனாட்சிசுந்தரம் பிள்ளை யவர்கள் தாம் இயற்றிய *மாயூர புராணத்ததில்*,

மன்னன்முதல் வானரெல்லாம் வந்துதொழ வரங்கொடுத்து
முன்னவனெக் காலுமமர் முறகபுரம் (*திருநாட்டுப்.* 58)

என்று பாராட்டியிருக்கிறார்கள்.

தமிழில் ஒரு புராணமும் அம்பிகை விஷயமாக ஒரு மாலையும் இத்தலத்திற்கு உண்டு.

இங்கே காண்டீப தீர்த்தம் என்ற ஒரு பெரிய தீர்த்தம் இருக்கின்றது. அத்தீர்த்தம் அருச்சுனனுடைய காண்டீபத்தால்

கோயிலும் காண்டீப தீர்த்தமும்

உண்டாக்கப்பட்ட தென்பர்; அருச்சுனனுக்குக் காண்டீபத்தை வளைத்துக் கொடுத்தருளினமையின் இத்தலத்து விநாயகருக்கு வில்வளைத்த பிள்ளையா ரென்னும் திருநாமம் உண்டாயிற்று. அதற்கு அறிகுறியாக அம்மூர்த்தியின் திருக்கரத்தில் இப்பொழுதும் ஒரு வில் இருக்கின்றது. காண்டீப தீர்த்தத்தின் தென்கரையில் திருவாவடுதுறை யாதீனத்திற்குரிய ஒரு மடமும் வடகரையில் தருமபுர ஆதினத்திற்குரிய மடம் ஒன்றும் இருக்கின்றன. இன்னும் பல மடங்கள் இத்தீர்த்தத்தைச் சுற்றி இருந்திருக்க வேண்டுமென்று தோற்றுகின்றது.

இவ்வூரில் விஷ்ணுவாலயம் ஒன்று உண்டு; அதில் பிரசன்ன வேங்கடேசப் பெருமா ளென்னும் திருநாமத்துடன் திருமால் எழுந்தருளியிருக்கிறார். பிறநாட்டார் தமிழ் நாட்டுக்கு வந்து போர் புரிந்த 'கலாப' காலத்தில் இங்கே இருந்த ஜமீன்தார்களுடைய பாதுகாவலில் பிற தலங்களிலிருந்து மூர்த்திகள் கொணர்ந்து வைக்கப்பட்டன; அப்போது அம்மூர்த்திகள் எழுந்தருளியிருப்பதற்கு அமைக்கப்பட்ட மண்டபங்கள் இன்னும் அவ்வம் மூர்த்திகளின் பெயராலேயே வழங்கிவருகின்றன.

ஜமீன்தார்கள்

உடையார்பாளையம் ஜமீன்தார்கள் 'கச்சி' யென்னும் அடைமொழியை யுடைய பெயரையும் 'காலாட்கள் தோழ உடையா' ரென்னும் பட்டப் பெயரையும் உடையவர்கள். இவர்களுடைய முன்னோர்கள் காஞ்சீபுரத்தில் பாளையக்காரர் களாக இருந்தவர்க ளாதலின் கச்சி என்னும் அடைமொழி

உடையார்பாளையம் சமஸ்தானம்

இவர்களுடைய பெயர்களுக்குமுன் சேர்த்து வழங்கப்படுகிறது. பல வீரர்களுக்குத் தலைவர்களாகிய விஜய நகரத் தரசர்களுக்கும் மற்றவர்களுக்கும் போரில் துணை புரிந்து வந்தவர்களாதலின் காலாட்கள் தோழ உடையார் என்னும் பட்டப் பெயர் இவர்களுக்கு ஏற்பட்டது. இது காலாட்களுக்குத் தோழராகிய உடையாரென விரியும். இத்தொடர், 'காலாக்கித் தோழ உடையார்', 'காலாக்கி தொழ உடையார்' எனப் பலவாறாக மருவி வழங்கும்.

பள்ளிகொண்ட ரங்கப்ப உடையார்

விஜய நகரத்தில் அரசாட்சி செய்த வீர நரசிம்மராய ரென்னும் அரசருடைய காலத்தில் காஞ்சீபுரத்தில் இருந்து பாளையக்காரராகப் பள்ளிகொண்ட ரங்கப்ப உடையா ரென்பவர் ஆண்டுவந்தார். விஜய நகரத்தரசரின் ஆளுகைக்குட்பட்ட செஞ்சியில் அப்பொழுது அவ்வரசருடைய பிரதிநிதியாக ஆண்டுவந்த உதயகிரி ராமபத்திர நாயக்க ரென்பவருக்குப் பள்ளி கொண்ட ரங்கப்ப உடையார் பலவகையில் உதவி புரிந்தார். வடநாட்டிலிருந்து போர் புரியவந்த பரீத்ஷா என்னும் முகம்மதிய அரசரோடு நடந்தபோரில் விஜய நகரத் தரசருடைய சார்பில் இருந்து படைத் தலைமை தாங்கி வெற்றி பெற்றார். அதனால் விஜய நகரத் தரசர் மகிழ்ந்து அவருக்குப் பல விருதுகளையும் ஊர்களையும் வழங்கினார்; பன்னிரண்டு யானைகளையும், இருநூறு குதிரைகளையும், ஐயாயிரம் போர் வீரர்களையும் அளித்தார். அவர் பெற்ற பட்டங்களில் 'காஞ்சீபுராதிபாலன்' என்பது ஒன்று. உடையார் பின்னும் பல வகையில் விஜய நகரத்தரசருக்கு உதவி செய்து பலவகை ஊதியங்களைப் பெற்றார். காஞ்சீபுரத்தில் தம்முடைய உறவினரொருவரை வைத்துவிட்டுப் புதிதாக அரசுகுடி என்னும் ஓரூரை உண்டாக்கி அதில் இருந்து ஆண்டு வந்தார்.

சின்ன நல்லப்ப உடையார்

பள்ளிகொண்ட ரங்கப்ப உடையாருக்குப் பின் அவருடைய மூத்த குமாரர் பெரிய நல்லப்ப உடையார் பாளையக்காரரானார்; அவருக்குப் பிறகு அவர்தம்பியான சின்ன நல்லப்பக் காலாட்கள் தோழ உடையார் தலைவரானார். அவர் சிதம்பரம் ஸ்ரீ நடராஜப் பெருமான்பால் இடையறாத அன்பு பூண்டவர்; பலவகையான தர்மங்கள் புரிந்தவர்; தமிழ் இலக்கண இலக்கியங்களில் நல்ல பயிற்சி உடையவர்; சிதம்பரத்தில் இருந்த குருநமச்சிவாய ரென்னும் பெரியோரிடம் உபதேசம் பெற்றவர். குருநமச்சிவாயருக்கு அவரிடம் பேரருள் இருந்து வந்தது.

(வெண்பா)

எல்லா சிறப்பும் இனிதாப் பொருந்துகின்ற
நல்லா னெனப்பெயர்கொள் நாயகமே – சல்லாப
இந்திரன்போல் மிக்கசெல்வம் இத்தரணி மீதிலுற்றுச்
சந்ததமும் வாழ்குவைநீ தான்

நல்லா னெனச்சொல்லும் நாயகசி ரோமணியே
தில்லைக் கடவுள் திருவருளால் – எல்லவரும்
மெச்ச வளர்செல்வம் மேன்மேலு மேயடைந்தே
இச்சையுடன் வாழ்ந்துண் டிரு

பாவி லருந்தமிழைப் பாராட்டி யெப்பொழுதும்
மேவு சிவபூசை வேளையிலும் – தாவுபிறப்
பில்லாத பொற்சபையில் ஈசனையும் கச்சிவரு
நல்லா னையுமறவேன் நான்

என்ற குருநமச்சிவாயர் பாடல்களால் சின்ன நல்லப்ப உடையாருடைய இயல்பும் அவர்பால் குருநமச்சிவாயருக்கு இருந்த அருளும் விளங்கும். சின்ன நல்லப்ப உடையாரும் தம் குருவைப் பாராட்டிய செய்யுட்கள் பல; அவற்றுள் இரண்டு வருமாறு:

(வெண்பா)

(1) நன்னூலுங் காரிகையும் நன்றாந் திவாகரமும்
பன்னூலும் ஆராய்ந்து பார்ப்பதேன் – எந்நூலும்
கொண்டாடும் தில்லைக் குருநமச்சி வாயர்முகம்
கண்டாலும் உண்டே கதி.

(2) கீதம் பரதங் கிளருங் கலைஞானம்
வேதம் பரிமளிக்க வீசுமே – கீதக்
கொழுந்திருக்கும் தில்லைக் குருநமச்சி வாயர்
தழைந்திருக்கு மாத்தானந் தான்.

நடராஜப்பெருமானுடைய திருத்தொண்டில் ஈடுபட்ட சின்ன நல்லப்ப உடையார் அம்மூர்த்தியை மனமுருகித் துதித்த செய்யுட்கள் பல. அவற்றுள் ஒன்று வருமாறு:

(வெண்பா)

*அம்பலவா பின்னொருகால் ஆடினாற் றாழ்வாமோ
உம்பரெலாங் கண்டதெனக் கொப்பாமோ – சம்புவே
வெற்றிப் பதஞ்சலிக்கும் வெம்புலிக்குந் தித்தியென
ஒற்றிப் பதஞ்சலிக்கு மோ.

அங்ஙனம் அவர் இயற்றிய செய்யுட்கள் மிகச் சிறந்தவனாகப் பாராட்டப்பட்டு இருந்தன வென்பது,

* இச்செய்யுள் சொக்கநாதப் புலவ ரென்பா ரொருவர் பாடியதாகத் *தனிப்பாடற்றிரட்டிற்* காணப்படுகின்றது.

(வெண்பா)

சேவிலுய ரம்பலவர் சேவடிக்குச் செந்தமிழாப்
பாவிலுயர் பூணாப் பலித்தவே – வாவிதொறும்
சேலாக்கள் மேலிடறுந் தென்கச்சிச் சின்னநல்ல
காலாட்கள் தோழன் கவி

என்பதனாற் புலப்படும்.

அவர் காலாட்கள் தோழபுரம் என்னும் ஓர் அக்கிரகாரத்தை நிறுவினார்.

நல்ல ஞானியாதலின் அவர் க்ஷேத்திர யாத்திரை செய்துவர வேண்டுமென்னும் அவா வுடையரானார். சிதம்பரம் சென்று ஸ்ரீ நடராஜ மூர்த்தியைத் தரிசித்துத் தம் குருவை வணங்கி விடைபெற்றுப் புறப்பட்டார். வேதாரணியம் போக எண்ணிச் செல்லுகையில் இடையில் ஒரு சிறு சிவாலயத்தையும் அதனருகில் ஒரு தடாகத்தையும் கண்டார். அன்று மாலையில் சிவதரிசனம் செய்துவிட்டு இரவில் அங்கேயே தங்கினார். அவர் உறங்குகையில் அவருடைய கனவில் சிவபெருமான் ஒரு பெரியவராகி எழுந்தருளி அந்த இடத்தை இராசதானியாக்கிக் கொண்டால் மேன்மேலும் எல்லா நலங்களும் வளருமென்று கட்டளையிட்டார்.

விடியற்காலையில் எழுந்த சின்ன நல்லப்ப உடையார் சிவபிரானது கருணைத் திறத்தை நினைந்து உள்ளங்குழைந்து போற்றினார். ஆலயத்துக்கு அருகில் வசித்திருந்தவர்க ளிடமிருந்து அவ்வாலயம் முற்கபுரீச ருடைய தென்றும் அத்தீர்த்தம் காண்டீப தீர்த்தமென்றும் அறிந்தார். பின்னும் தல மகிமையை நன்றாகத் தெரிந்து கொண்டார். சிவபிரானுடைய கட்டளைப்படி அவ்வூரில் பெரிய அரண்மனைகளைக் கட்டுவித்துத் தமக்குரிய படைகளை அங்கே வருவித்தனர். தமக்கு எல்லா நலங்களையும் தருவது சிவபிரான் திருவருளே என எண்ணி முற்கபுரீசர் ஆலயத்தையும் விரிவுற இயற்றுவித்துப் பல வீதிகளையும் நிருமித்து நித்திய நைமித்தியங்கள் சிறப்புற நடக்கும்படி நிவந்தம் அமைத்தனர். அவர் அமைத்துக் கொண்ட அவ்விராசதானியே இந்த உடையார்பாளைய மாகும்.

முற்கபுரி யென்னும் பெயரால் வழங்கிவந்த இத்தலம் சின்ன நல்லப்ப உடையார் இராசதானியாக்கிக் கொண்ட பின்பு உடையார்பாளையம் என வழங்கிவரலாயிற்று. அறநெறியும் தவநெறியும் வழாமல் அரசுபுரிந்துவந்த அவர் அளவிறந்த தருமங்கள் செய்தனர். குருநமச்சிவாய ருடைய கட்டளையின்படி சிதம்பரம் ஸ்ரீ நடராஜப் பெருமானுக்கு உச்சிக்காலக் கட்டளை

நடைபெறும் வண்ணம் இளங்கம்பூ ரென்னும் கிராமத்தை மானியமாக அளித்தனர்; இச்செய்தி,

(எண்சீர்க் கழிநெடிலடி யாசிரிய விருத்தம்)

தென்னருணை மருவுகுகை நமச்சி வாய
  தேவனருள் குருநமச்சி வாய தேவன்
மன்னுபுகழ்ப் புலியூரம் பலத்தில் வாழும்
  வள்ளலுச்சிக் காலக்கட் டளைக்கு வாய்ப்ப
இந்நிலமெ லாம்புகழு மரதூர்ப் பற்றின்
  இளங்கம்பூர்ச் சாதனக்கல் எழுதி நாட்டி
நன்னெறிசேர் காலாட்கள் தோழன் சின்ன
  நல்லானென் றிடுதுரையே நடாத்தி னானே

என்னும் செய்யுளாற் புலப்படும். அவருடைய உருவம் சிதம்பரம் குருநமச்சிவாயர் மடத்தைச் சார்ந்த தடாகத்தின் கரையில் சிலையில் அமைக்கப்பட்டிருக்கின்றது. இறைவனிடம் இடையீடில்லாத அன்பும், மெய்யுணர்வும், கொடைவளமும், தமிழறிவும் வாய்ந்த இந்தச் சின்ன நல்லப்ப உடையாரே உடையார்பாளையம் சம்ஸ்தானத்தை நிறுவியவர்; பலவகையிலும் அவர் சிறப்புற்று வாழ்ந்து வந்தார்.

பின்வந்தவர்கள்

அவருக்குப் பின்பு பல ஜமீன்தார்கள் ஆண்டுவந்தனர். அவர்கள் உடையார்பாளையத்தைச் சூழ்ந்துள்ள காடுகளை யெல்லாம் அழித்து வளம்படுத்தினர். அதனால் அவர்களுக்கு அதிகமான வருவாய்கள் கிடைத்தன. உடையார் பாளையத்தையும் அவர்கள் நன்னகராக அமைத்தனர்; புலவர்களையும் தம்பால் அடைக்கலம் புகுந்தோரையும் ஆதரித்தனர்; பலவகையான அறங்களைச் செய்தனர்; சிவ விஷ்ணு ஆலயங்கள் பலவற்றைப் புதுப்பித்து அங்கங்கே பல திருப்பணிகள் செய்வித்துக் கட்டளைகளும் நடைபெறச் செய்தனர். அஞ்சினாருக்கு அடைக்கலத் தானமாகவும் வித்துவான்களுக்குத் தாய்வீடாகவும் வீரர்களுக்கு இருப்பிடமாகவும் உடையார்பாளையம் விளங்கிவந்தது.

மன்னார்குடி, ஸ்ரீமுஷ்ணம், திருப்பனந்தாள், கங்கைகொண்ட சோழபுரம், குருகை காவலப்பன் கோயில் முதலிய பல தலங்களில் பலவகைத் திருப்பணிகள் அவர்களாற் செய்விக்கப்பட்டன. கங்கைகொண்ட சோழபுரத்தில் உள்ள சிவாலயத்தில் ஒரு சிங்கக்கிணறு இருக்கிறது. அதிலுள்ள ஒரு சிறுகல்லில் 'காலாட்கள் தோழ உடையார் தர்மம்' என்று வரையப்பட்டிருக்கிறது.

வேங்கடப்ப உடையா ரென்பவர் காலத்தில் இங்கே நாணயங்கள் அடிக்கப்பட்டு 'உடையார் பாளையம் புதுப்பணம்'

என்று வழங்கிவந்தன. இப்பொழுதுகூட உடையார்பாளையத்தில் அந்நாணயங்களும் வேறு சில பழைய நாணயங்களும் அகப்படுகின்றன.

நல்லப்ப உடையார்

நல்லப்ப உடையா ரென்னும் ஜமீன்தார் அடைக்கலங் கொடுத்துப் பல அரசர்களைப் பாதுகாத்துவந்தார். அவர் காலத்திலேதான் முகம்மதிய அரசர்களின் படையெழுச்சியினால் காஞ்சீபுரத்திலுள்ள ஸ்ரீ ஏகாம்பரேசுவரர், ஸ்ரீகாமாட்சியம்பிகை, ஸ்ரீவரதராஜர் முதலியவர்களின் உத்ஸவ மூர்த்திகள் உடையார்பாளையத்திற்கு எழுந்தருளுவிக்கப் பெற்றன. பிற தலங்களிலிருந்து கொணரப்பட்ட மூர்த்திகளுக்கு ஒரு குறைவு மின்றி நித்திய நைமித்திகங்கள் ஜமீன்தாரால் நடத்துவிக்கப் பெற்றன. அக்காலத்தில் உடையார்பாளையமே காஞ்சீபுரமாக விளங்கிவந்தது. உடையார்பாளையத்திற்குச் சென்றால் அச்சமின்றி இருக்கலாமென்ற நம்பிக்கை யாவருக்கும் இருந்துவந்தது. புலவர்க ளெல்லாம் நல்லப்ப உடையாரைப் பாமாலை சூட்டிப் புகழ்ந்தனர். அவர் அக்காலத்தில் கிழக்கிந்தியக் கம்பெனியாருக்கு உதவிபுரிந்து அவர்களிடமிருந்து யானைகளையும் சில கிராமங்களையும் பெற்றனர்.

ரங்கப்ப உடையார்

ரங்கப்ப உடையா ரென்னும் ஒருவர் ஷோடச (பதினாறு) மகாதானங்கள் செய்தார். அதற்கு மூன்று லக்ஷம் பொன் செலவாயின. அவர் வடமொழியிலும் தென்மொழியிலும் நல்ல பயிற்சி உடையவர்; ஞான நூல்கள் நன்கு பயின்றவர்; சீலம் நிரம்பியவர்; தூய வாழ்வினர்; தவ ஒழுக்க முடையோர். அவரை இருமொழிப் புலவர்களும் பலபடப் பாராட்டிப் புகழ்ந்திருக்கின்றனர். அவர் பற்றற்ற மனம் உடையராய் எப்பொழுதும் துறவியைப் போன்ற நிலையையே மேற்கொண்டு விளங்கினார். அதனால் அவரை யாவரும் 'ராஜரிஷி' என்று அழைத்துவந்தனர். அவர் காலத்தில் உடையார்பாளையம் ஞானபூமியாக விளங்கிற்று. அவர் ஆண்டு வருகையில் சாலிவாகன சகவருஷம் 1632 (கி.பி. 1709)இல் காஞ்சீபுரத்திலிருந்து எழுந்தருளியிருந்த மூர்த்திகளுள் ஸ்ரீ ஏகாம்பரேசுவரரும் ஸ்ரீ வரதராஜப் பெருமாளும் மீண்டும் காஞ்சீபுரத்திற்கே கொண்டு போகப்பட்டனர். காமாட்சி யம்பிகையின் ஸ்வர்ண விக்கிரகம் மட்டும் இவ்வூரிலேயே இருந்ததாகத் தெரியவருகிறது. அவர் ஸ்ரீமுஷ்ணம் பூவராகப்பெருமாள் கோயிலில் ஆஸ்தான மண்டபமும் கல்யாண மண்டபமும் கட்டுவித்தார்; பூஜை

முதலியவற்றிற்காகச் சில கிராமங்களை மானியமாக அளித்தார். சில சிவாலயங்களில் திருப்பணிகளைச் செய்வித்து இறையிலி நிலங்களையும் கிராமங்களையும் வழங்கினார்.

ஜனக மகாராஜரைப் போல அரசாட்சி மிகவும் செவ்வையாக நடைபெறும்படி செய்து உள்ளத்தே பற்றில்லாமல் வாழ்ந்து வந்தாலும் ரங்கப்பக் காலாட்கள் தோழ உடையாருக்கு எல்லா வியவகாரங்களையும் விட்டுவிட்டு நற்கதியை அடைய வேண்டுமென்னும் பெரு விருப்பம் உண்டாயிற்று. அவருடைய குமாரராகிய யுவரங்கப்ப உடையார் 'மகனறிவு தந்தையறிவு' என்பதற்கேற்ப இளமையிலேயே அறிவும் அன்பும் சீலமும் உடையவராக விளங்கினார். அதனை யறிந்த ரங்கப்ப உடையார் மகிழ்ந்து அவருக்கே தம்முடைய பட்டத்தை யளித்து அரசியற் பாரத்தை அவரிடம் ஒப்பித்து விட்டு இறைவன் திருவடிக்கண் உள்ளத்தை ஒடுக்கித் தவம் செய்யலானார்.

யுவரங்க பூபதி

எந்தக் காலத்திலும் வித்துவான்களுடைய சமூகத்தில் அடிக்கடி புகழப்படும் உபகாரிகள் சிலர் உண்டு. தமிழ்நாட்டில் எத்தனையோ அரசர்களும் பிரபுக்களும் பிறரும் புலவர்களை ஆதரித்து வந்திருக்கின்றார்கள். அவர்க ளெல்லோருடைய புகழும் பரவியிருந்தாலும் சிலருடைய புகழ்களே பல சமயங்களில் சபைகளில் எடுத்துப் பாராட்டிச் சொல்லப்படுகின்றன.

அத்தகைய பெருமை வாய்ந்தவர்களுள் யுவரங்க பூபதியும் ஒருவர். 'யுவரங்கன் இப்படிச் செய்தான். யுவரங்கன் செய்ததைக் கேட்டீர்களா?' என்று வித்துவான்கள் சந்தோஷத்துடன் தம்முள் சொல்லிக்கொள்ளும் வரலாறுகள் பல உண்டு. அவருடைய அருமைச் செயல்கள் இன்றளவும் பலராலும் சொல்லப்படுகின்றன. அவரினும் பெரிய செல்வ நிலையில் இருந்தவர்களைப்பற்றிச் சொல்லும் பொழுதுகூட அவரை உவமையாக எடுத்துக் கூறுவதை வித்துவான்கள்பாற் கேட்கலாம்.

உடையார்பாளையத்தில் இருந்த ஜமீன்தார்களுள் யுவரங்கருடைய புகழ் மற்ற எல்லோருடைய புகழிலும் மேற்பட்டு விளங்குகின்றது.

மன்புகழ் பெருமை நுங்கள்
  மரபினோர் புகழ்கள் எல்லாம்
உன்புகழ் ஆக்கிக் கொண்டாய்
  உயர்குணத் துரவுத் தோளாய்

என்று பரதனைப்பற்றிக் குகன் கூறியதாகக் கம்பர் சொல்லியிருப்பது யுவரங்கருடைய விஷயத்திலும் பொருத்தமுடையதென்று தோற்றுகின்றது.

ரங்கப்பர் என்பது அவருடைய இயற்பெயர்; தம்முடைய தந்தையார் காலத்திலேயே ஜமீன் ஆட்சியைப் பெற்று யுவராஜாவாக இருந்தவராதலின் அவர் 'யுவரங்கப்பக் காலாட்கள் தோழ உடையார்' என்று வழங்கப்பட்டார். அவர் பதினெட்டு வருஷங்களே ஆட்சி செய்தனர்.

அருங்கலை விநோதராகிய அவர் தமிழிற் புலமை யுடையவராக இருந்தார். வடமொழியிலும் அவருக்குப் பயிற்சி இருந்தது; சங்கீதத்தில் மிக்க பழக்கம் அவருக்கு உண்டென்று தெரியவருகிறது; எப்பொழுதும் வித்துவான்களுக்கு இடையில் இருந்து அவர்களுடைய அறிவையும் ஆற்றல்களையும் அறிந்து இன்புறுவதையே பொழுதுபோக்காகக் கொண்டிருந்தார். அக்காலத்தில் இருந்த வடமொழி தென்மொழி வித்துவான்களிற் பெரும்பான்மையோரும் சங்கீத வித்துவான்களிற் பலரும் யுவரங்கர்பால் வந்து வந்து தம்முடைய கலைத் திறத்தைக் காட்டிப் பரிசு பெற்றுச் செல்லுதலை ஒரு நன்மதிப்பாக நினைத்து வந்தனர்.

வித்துவான்கள் உடையார்பாளையத்திற்கு வந்தால் யுவரங்கருடைய உத்தரவுப்படி அரண்மனை உத்தியோகஸ்தர்கள் அவர்களை உபசரித்து அவர்கள் தங்குவதற்குரிய இடங்களை அமைத்துக் கொடுப்பார்கள். அவர்களுக்கு வேண்டிய பொருள்கள் அவ்வவ்விடங்களில் அமைக்கப்படும். வேலையாட்கள் அவர்களுடைய விருப்பத்தின்படி எந்தச் சமயத்தில் எது வேண்டுமோ அதைச் செய்யும்பொருட்டு அவ்வவ்விடங்களில் காத்திருப்பார்கள்.

வித்துவான்கள் சந்தோஷமாக இருக்கும்பொழுது யுவரங்கர் அவர்கள் இருக்கும் இடத்திற்கு வலிய வந்து கண்டு ஸல்லாபம் செய்துவிட்டுப் போவார். இங்ஙனம் வந்து பழகும் இயல்பு யுவரங்கருக்கு ஒரு தனிப்புகழை உண்டாக்கியது. தங்கள் வித்தையை அறிந்து அளிக்கும் பரிசு சிறிதாயினும் சிறந்ததாகக் கொள்வது வித்துவான்களின் இயல்பு; ஆதலின் யுவரங்கருடைய வரிசை யறியும் திறனை அறிந்த வித்துவான்கள் அவரிடம் பெறும் பரிசுகளை மிகச் சிறந்தனவாகவே மதித்து வந்தனர்.

கோபால சாஸ்திரிகள்

வடமொழி வித்துவான்களிற் பலர் யுவரங்கரைப் பலவகையாகப் புகழ்ந்திருக்கின்றனர். அவருடைய ஆஸ்தான பண்டிதராகக் கோபால சாஸ்திரிகள் என்ற சிறந்த வித்துவான் ஒருவர் இருந்தார். அவருடைய கவிகள் மிகவும் இனிமை

யுடையனவாக இருக்கும். 'அபிநவ காளிதாஸர்' என்னும் பட்டம் அவருக்கு யுவரங்கரால் வழங்கப்பட்டது. யுவரங்கர் அவரை எந்தக் காலத்திலும் தம்முடன் இருக்கும்படி செய்தனர்; எங்கே போனாலும் அவரை உடனழைத்துச் செல்வார். அந்த அந்தச் சமயங்களுக்கு ஏற்றவாறு தம்முடைய கவி சாதுரியத்தாலும் சொல்லினிமையாலும் யுவரங்கரை அந்த வித்துவான் மகிழ்ச்சியுறச் செய்து வருவார்.

ஒருமுறை யுவரங்கர் வேட்டையாடச் சென்றார். கோபால சாஸ்திரிகளும் உடன் சென்றனர். ஒரு காட்டின் நடுவில் ஓர் ஐயனார் கோவில் இருந்தது. அதில் இருந்த ஐயனார் விக்கிரகம் வலக்கைச் சுட்டுவிரலை மூக்கின்மேல் வைத்த நிலையில் இருந்தது. அதைக் கண்ட யுவரங்கர், "இந்த ஐயனார் மூக்கில் விரல் வைத்துக் கொண்டிருப்பதற்கு ஒரு காரணத்தைக் கற்பித்துச் சொல்லவேண்டும்" என்றார்.

உடனே சாஸ்திரிகள், 'நமக்கோ ஹரிஹர புத்திர னென்னும் பெயர் இருக்கிறது. நம்முடைய தந்தையார் பரமசிவன்; தாயாரோ மோகினியாகிய விஷ்ணு. திருமகளாகிய தேவியாரை மணந்து அவர் புருஷோத்தமரென்ற கௌரவத்துடன் வாழ்கின்றார். அவரை நாம் தாயாரென்று அழைப்பதா? தந்தையாரென்று அழைப்பதா? இப்படிப்பட்ட நிலையில் இருக்கிறோமே! என்ன செய்வது?' என்று வியப்புடன் ஆழ்ந்த ஆலோசனை செய்கிறாரென்னும் கருத்தை அமைத்து ஒரு சுலோகம் சொன்னார். கேட்ட யுவரங்கர், "ஐயனார் ஆழ்ந்து ஆலோசிப்பதாக அமைத்த இந்தச் சுலோகம் சிறிதும் ஆலோசனை பண்ணாமல் விரைவிற் சொல்லப்பட்டது எனக்கு வியப்பாக இருக்கிறது" என்று கூறி அந்தக் கருத்தின் பொருத்தத்தை உணர்ந்து பாராட்டினார்.*

அயல்நாட்டு அரசர்களால் அடிக்கடி நேர்ந்த கலகங்களுக்கு அஞ்சி உடையார்பாளையத்திலும் பாதுகாப்புள்ள வேறு இடங்களிலும் எழுந்தருளச் செய்து வைக்கப்பட்ட மூர்த்திகளுக்கு உரிய பூஜை முதலியன யுவரங்கருடைய காலத்தில் குறைவின்றி நன்றாக நடைபெற்றுவந்தன. அந்த அந்த மூர்த்திகளுக்கு உரிய ஸ்தலங்களில் இருக்கும்பொழுது எங்ஙனம் நித்திய நைமித்திகங்கள் நடைபெற்று வருமோ அங்ஙனமே நடைபெற்று வரும்படி அவர் செய்து வந்தார். அவ்விதம் நடைபெறுகின்றனவா என்பதை அங்கங்கே ஒற்றர்களை வைத்து அறிந்தும் தாமே மாறுவேடம் பூண்டு ஒருவரும் அறியாமற் சென்று பார்த்தும் வருதல் அவருடைய வழக்கம்.

* இந்நிகழ்ச்சியைப் பிறரோடு தொடர்புபடுத்திச் சொல்வதும் உண்டு.

ஒருநாள் இரவு அவர் கோபால சாஸ்திரிகளுடன் திருவாரூர் சென்று கோயிலை அடைந்து ஸ்ரீ வன்மீகநாதர் முதலிய மூர்த்திகளைத் தரிசனம் செய்தார். அங்கே அவ்வாலயத்தில் மேற்குப் பிராகாரத்தில் உள்ள ஒரு மண்டபத்தில் தியாகராஜ மூர்த்தியோடு சிதம்பரம் ஸ்ரீ நடராஜமூர்த்தியும் பாதுகாப்புக்காக எழுந்தருளச் செய்யப்பட்டிருந்தார். அதனால் அந்த மண்டபம் இன்றும் நடராஜ மண்டபம் என்னும் பெயரால் வழங்குகிறது.

ஸ்ரீ நடராஜ மூர்த்தியையும் ஸ்ரீ தியாகராஜ மூர்த்தியையும் ஒருங்கே தரிசித்த யுவரங்கர் பேரன்பினால் மனமுருகி நின்றார்; அருகில் நின்ற சாஸ்திரிகளைப் பார்த்து, "இந்த இரண்டு ராஜாக்களும் சேர்ந்து இங்கே இருப்பதைப் பற்றி ஒரு சுலோகம் சொல்லவேண்டும்" என்று கேட்டுக்கொண்டார். அவர் உடனே, நடராஜமூர்த்தி தியாகராஜ மூர்த்திக்குரிய இடத்தில் வந்தெழுந்தருளி யிருப்பதைக் குறிப்பித்து, "96 அடிக் கம்பத்திற்குமேல் ஆகாசத்தில் ஆடினாலும் பூமியில் வந்துதான் தானம் வாங்கவேண்டும்" என்று சமத்காரமான ஒரு கருத்தை அமைத்து ஒரு சுலோகத்தைச் சொன்னார்.

ஸ்ரீ நடராஜப் பெருமான் 96 தத்துவங்களுக்கும் மேலே விளங்குபவ ரென்பதும், சிதம்பரம் ஆகாச ஸ்தல மென்பதும், திருவாரூர் பிருதிவி ஸ்தல மென்பதும், தியாகராஜ மூர்த்தி வள்ளலென்பதும், பிறவுமாகிய விரிந்த செய்திகள் சுருக்கமாகப் புலப்படும்படி உலக வழக்கம் ஒன்றோடு பொருத்திக் காட்டிச் சந்தர்ப்பத்திற்கு ஏற்றவாறு சாஸ்திரிகள் கூறிய சுலோகத்தைக் கேட்ட யுவரங்கர் அடைந்த மகிழ்ச்சிக்கு அளவில்லை; "உங்களுடைய பழக்கத்தைப் பெறுவதற்கு நான் எவ்வளவோ தவம் செய்திருக்க வேண்டும்!" என்று மனங்குளிர்ந்து புகழ்ந்தார்.

ஒருமுறை கோபால சாஸ்திரிகள் ஒரு சம்ஸ்தானத்து அரசர் விருப்பப்படி அவர்பாற் சென்று கண்டார். பலநாளாகச் சாஸ்திரிகளுடைய கல்விப் பெருமையைக் கேள்வியுற்ற அவ்வரசர் கோபால சாஸ்திரிகளைப் பாராட்டிப் பலவகைப் பரிசுகளை வழங்கினார். அவற்றைக் கண்ட அந்தச் சம்ஸ்தானத்து வித்துவான்களிற் சிலர், "யுவரங்கரிடம் இவர் எவ்வளவோ சம்மானம் பெற்றிருக்கலாம். ஆனாலும் இங்கே பெற்றதைப் போல இராது" என்று தம்முள் பேசிக்கொண்டிருந்தார்கள். அது கோபால சாஸ்திரிகள் காதிற்கு எட்டியது.

அவர் மிகவும் தைரியசாலி. 'வித்துவான்களுடைய இங்கித மறிந்தும் வரிசையறிந்தும் சம்மானம் செய்யும் யுவரங்கர் எங்கே?

இவரெங்கே' என எண்ணினார். உடனே *'அஞ்ஞா நாம்' எனத் தொடங்கும் ஒரு சுலோகத்தைக் கூறினார். அதில், அறிவில்லாத அரசர்கள் நாள்தோறும் செய்யும் கனகாபிஷேகத்தைக் காட்டிலும் ஸ்ரீ யுவரங்க பூபதியின் சிரக்கம்பம் ஒன்றே மேலானது என்னும் கருத்தும் அதற்குரிய உவமானமும் அமைந்திருந்தன. வித்தியா வீரராகிய சாஸ்திரிகள் உடனே விடை பெற்றுக்கொண்டு உடையார்பாளையம் வந்துவிட்டார். அவருடைய மனத்துணிவையும் யுவரங்கர்பால் அவருக்கிருந்த அன்பையும் இச்செயலால் எல்லோரும் அறிந்து அவரை மிகவும் போற்றினர்.†

ராமா சாஸ்திரிகள்

கோபால சாஸ்திரிகளின் குரு, கோழி மங்கலம் ராம சாஸ்திரிக ளென்பவர். அவர் கோபால சாஸ்திரிகளைப் போன்ற பலருக்குப் பாடஞ்சொன்ன பெருமை வாய்ந்தவர்; சாஸ்திரங்க ளெல்லாவற்றிலும் பயிற்சி யுடையவர். வீட்டில் இருந்து அநுஷ்டானங்களைச் செய்வதும், நூல்களை வாசிப்பதும், பாடஞ் சொல்வதுமாகிய காரியங்களை மட்டும் செய்துகொண்டு பொழுது போக்கி வந்தார். யாரையும் போய்ப் பார்த்துப் பொருளுதவிபெறும் வழக்கம் அவரிடம் இல்லை; அதில் வெறுப்பும் இருந்தது. மிகவும் வறிய நிலையில் அவர் வாழ்ந்து வந்தார். மற்ற வித்துவான்க ளெல்லாம் பல சம்ஸ்தானங்களுக்குச் சென்று சம்மானங்களைப் பெற்று வருவதை அறிந்தும் அவருக்கு அங்ஙனம் போய் வருதலில் சம்மதம் இல்லை. சிஷ்யர்க ளெல்லாம் அவரைத் தெய்வமாக எண்ணி வழிபட்டு வந்தனர். மற்ற வித்துவான்களும் அவரிடத்தில் மரியாதையும் மதிப்பும் உடையவர்களாக இருந்தனர்; அவர்களுட் சிலர் சம்ஸ்தானங்களுக்குப் போனால் அவர் வித்தையைப் பலர் அறிய முடியுமென்றும் சம்மானம் பெறலாமென்றும் கூறுவதுண்டு. அவற்றை யெல்லாம் அவர் செவிக்கொள்ளவே இல்லை.

---

* 𑌅𑌜𑍍𑌞𑌾𑌨𑌾𑌮𑌵𑌨𑍀𑌭𑍁𑌜𑌾𑌮𑌹𑌸𑍍𑌵𑌰𑍍𑌣𑌾𑌭𑌿𑌷𑍇𑌕𑌾
𑌦𑌪𑌿 𑌜𑍍𑌞𑌾𑌤𑌾𑌃 𑌶𑍍𑌰𑍀𑌯𑍁𑌵𑌰𑌙𑍍𑌗𑌭𑍂𑌪𑌤𑌿𑌮𑌣𑍇𑌃 𑌶𑍍𑌲𑌾
𑌘𑍈𑌵 𑌸𑌂𑌮𑍋𑌦𑌨𑌾 । 𑌸𑌾𑌰𑌾𑌸𑌾𑌰𑌵𑌿𑌵𑍇𑌕𑌶𑍂𑌨𑍍𑌯
𑌧𑌰𑌾𑌣𑌾𑌂 𑌸𑌹𑌸𑍍𑌰𑌂 𑌸𑌾𑌮𑍍𑌰𑌾𑌜𑍍𑌯𑌤𑌃 𑌸𑌾𑌰𑌜𑍍𑌞
𑌸𑍍𑌯 𑌮𑍌𑌲𑌿𑌵𑌿𑌲𑍋𑌕𑌨 𑌸𑍌𑌖𑍍𑌯𑌮𑍇𑌵 𑌯𑌚𑍍𑌛𑌾𑌨𑌾𑌂
𑌮𑍂𑌢𑍇 ॥

† இவ்வரலாறு சிறிது வேறுபட்டும் வழங்குவதுண்டு.

"நெடுந்தூரத்திலுள்ள இடங்களுக்குப் போகவேண்டாம். சமீபத்தில் இருக்கும் உடையார் பாளையத்தில் ஜமீன்தாராக உள்ள யுவரங்கர் தாரதம்ய ஞானம் நிரம்பப்பெற்றவர். அங்கே நீங்கள் வந்தால் எங்களுக்கு அநுகூலமாக இருக்கும்" என்று அவருடைய சிஷ்யர்கள் சொல்லிப் பிரார்த்தித்தார்கள். பின்பு கோபால சாஸ்திரிகளும் அவர்பால் வந்து "உங்களை ஜமீன்தார் தரிசனம் செய்து ஸல்லாபம் செய்ய வேண்டுமென்று விரும்புகிறார். தாங்கள் அங்ஙனம் செய்தால் அவருக்கு எவ்வளவோ சந்தோஷமாக இருக்கும். என்னைப் போன்றவர்களுக்கும் நன்மை உண்டாகும்" என்றார். ராமா சாஸ்திரிகள், "நான் வந்தால் அவர் ஏதாவது கொடுப்பார்; இதுவரையில் நான் யாரிடத்தும் போனதுமில்லை; பிரதிக்ரகம் வாங்கினதுமில்லை. இனிமேல் புதிதாக அந்த வழக்கத்தை வைத்துகொள்வது எதற்கு?" என்றார். அவருடைய நிராசையை நன்கு அறிந்த கோபால சாஸ்திரிகள் பலவகையாக அவருக்குச் சமாதானம் கூறினார்; "நீங்கள் ஒன்றும் பெற்றுக்கொள்ள வேண்டாம்; தாம்பூலம் மட்டும் பெற்று வந்து விடலாம். உங்களுடைய தரிசனத்தை மாத்திரம் தந்துவிட்டு வந்தால் அவருடைய ஆசை தீர்ந்துவிடும். இந்தத் தேசத்தில் அவரைப் போன்ற ஸாரக்ராஹி யையும் வித்வஜ்ஜன பரிபாலகரையும் தாரதம்ய ஞானம் உடையவரையும் எங்கும் காணமுடியாது" என்று சொன்னார். ராமா சாஸ்திரிகள் தாம்பூலம் மாத்திரம் பெற்றுக்கொள்வதாக நிபந்தனை கூறிவிட்டு உடையார்பாளையம் வர ஒருவாறு சம்மதித்தார்.

ஒருநாள் கோபால சாஸ்திரிகள் தம் குருவை உடையார் பாளையத்திற்கு அழைத்துச் சென்றார். ராமா சாஸ்திரிகள் கோபால சாஸ்திரிகள் சொல்லிக் கொடுத்தபடி ஒரு தேங்காயை எடுத்துச் சென்று ஒரு சுலோகம் சொல்லி யுவரங்கர் கையில் கொடுக்க நினைந்து தேங்காயையும் மங்கள சுலோகத்தையும் சித்தப்படுத்திக் கொண்டார். அரண்மனையில் நுழைந்தவுடன் அவருக்கு ஆச்சரியம் உண்டாயிற்று. அங்கங்கே காவலாளர்கள் சட்டையணிந்து கையில் ஆயுதங்களோடு நிற்றலையும் அங்கே பழகுபவர்க ளெல்லாம் பயத்துடனும் மரியாதையுடனும் ஒழுகுவதையும் கண்டார் அத்தகைய காட்சிகளை அதற்கு முன் அவர் காணாதவர். பின்பு உள்ளே சென்று யுவரங்கருடைய ஆஸ்தான மண்டபத்தை அடைந்தார். அங்கே சென்றவுடன் கோபால சாஸ்திரிகள் யுவரங்கர்பால் அவரை அழைத்துச் சென்றார். அங்கே இருந்த காட்சியைக் கண்ட ராமா சாஸ்திரிகளுக்கு உடம்பெல்லாம் வேர்த்தது. அதுகாறும் அத்தகைய இடங்களுக்குச் சென்றவரல்ல ராதலின் மனத்திற்குத் திருப்தியில்லாத காரியம் ஒன்றை நிர்ப்பந்தத்திற்காகச் செய்ய

ஒப்புக்கொண்டதுபற்றி அவர் மனம் கலக்க முற்றது. யாசகம் செய்தலைப் போன்ற ஒன்றைத் தாம் செய்யத் துணிந்துவிட்டதாக அவர் எண்ணிய கருத்தே அவரை அந்த நிலைக்குக் கொண்டுவந்து விட்டது.

யுவரங்கர் அவர்களைக் கண்டு எழுந்து நின்றார். "இவர்களே எங்கள் ஆசார்யர்கள்" என்று கோபால சாஸ்திரிகள் யுவரங்கரிடம் சொன்னார்.

"அப்படியா! தன்யனானேன்!" என்று சொல்லிக்கொண்டே ஜமீன்தார் ராமா சாஸ்திரிகளைப் பார்த்தார். அவருடைய உடம்பு முழுவதும் வேர்த்திருப்பதையும் நடுங்குவதையும் கண்ட ஜமீன்தார், தாம் பேசினால் அவருக்குத் தைரியமுண்டாகுமென்று எண்ணி, "தங்கள் திருநாமத்தை நான் அறியலாமோ?" என்று கேட்டார்.

நடுங்கிக்கொண்டிருந்த சாஸ்திரிகளுக்குப் பேசமுடியவில்லை; கஷ்டப்பட்டு, "ராமாமங்கலம் கோழி சாஸ்திரிகள்" என்று சொன்னார். கோழிமங்கலம் ராமா சாஸ்திரிகள் என்று சொல்லவந்தவர், அச்சத்தால் அப்படி மாற்றிச் சொல்லிவிட்டார். உடனே சுலோகத்தையும் சொல்லித் தேங்காயை யுவரங்கர் கையில் கொடுத்தார். கொடுக்கும்பொழுது கைந்நடுக்கத்தால் அவர் கையிற் படும்படி சரியாகக் கொடாமையால் அது தவறிக் கீழேவிழுந்து உடைந்துவிட்டது.

பின்புதான் சாஸ்திரிகளுக்கு உணர்ச்சியும் தைரியமும் உண்டாயின. எவ்வளவோ பேர்கள் கூடியிருக்கிற ஓரிடத்தில் தாம் அங்ஙனம் நடந்துகொண்டது அநுசிதமென்றும் அவ்வளவு அதைரியப்படுதல் கூடாதென்றும் எண்ணினார். தேங்காய் உடைந்தவுடன் அந்த ஒலியே அவருக்கு ஒரு துணிவை உண்டாக்கிற்று. உடனே தலைநிமிர்ந்து, "உங்களை உடையாரென்று சொல்வார்கள். ஆயினும் என்ன காரணத்தாலோ இது விழுந்து உடைந்து விட்டது" என்று சொன்னார். அங்கே இருந்த யாவரும் அவரைக் கவனித்துக் கொண்டே இருந்தவர்க ளாதலின் அந்தச் சாதுரியமான பேச்சைக் கேட்டு மகிழ்ந்தனர்.

பின்பு அவர் அங்கே யுவரங்கரோடு சல்லாபம் செய்து கொண்டு சிலநாள் இருந்தார். யுவரங்கர் அவருடைய ஞான நிலையையும் மற்றவர்களால் அவர் மதிக்கப்பட் டிருத்தலையும் நன்றாக அறிந்து மகிழ்ந்தார். பிறகு, அவர் தாம்பூலத்தையன்றி வேறொன்றும் பெற்றுக்கொள்ளாமல் ஊர் சென்றார். அவருடைய நிராசையையும் பெருந்தன்மையையும் யுவரங்கர் மிகவும் மதித்தனர்.

நறுமலர்ப் பூங்குழல் நாயகி மாலை

யுவரங்கர் தமிழில் மிக்க பயிற்சியை உடையவர். உடையார்பாளையத்திற் கோயில்கொண் டெழுந்தருளியுள்ள நறுமலர்ப் பூங்குழல் நாயகி மீது அவர் இயற்றியதாக ஒருமாலை வழங்குகின்றது. நெடுங்காலம் புத்திர பாக்கிய மில்லாமையால் அவர் வருந்தினாரென்பது அம்மாலையிலுள்ள,

(கட்டளைக் கலித்துறை)

நீமட்டும் நன்மணி யாகிய மக்கள்கண் நேயம்வைத்தாய்
யாமட்டும் புத்திர னில்லா திருப்ப தழகதுவோ
சாமட்டு மேதுயர் வாரியின் மூழ்குதல் தன்மமதோ
நாமட்டு றாச்சீர் நறுமலர்ப் பூங்குழல் நாயகியே

என்னும் செய்யுளால் தெரியவருகிறது.

அம்மாலை முப்பத்திரண்டு செய்யுட்களை உடையது; எளிய நடையில் அமைந்தது. அதிலுள்ள செய்யுட்களில் இரண்டு வருமாறு:

கன்றோடப் பார்க்குங் கொலோகற வைப்பசு கைக்குழவி
சென்றோடப் பார்ப்பள் கொலோபெற்ற மாது திருக்கண் வைத்தே
என்றோடம் நீக்கி யினிமை செயாம லிருப்பதுவும்
நன்றோ வுனக்கு நறுமலர்ப் பூங்குழல் நாயகியே.

தனந்தரு வாய்கல்வி கற்கும் அறிவொடு சாந்தமிகு
மனந்தரு வாய்நின்னைப் போற்றுந் தகைக்குவண் சாதுசங்க
இனந்தரு வாய்நின் திருநோக்கம் வைக்க விலங்குறுமா
னனந்தரு வாய்நன் னறுமலர்ப் பூங்குழல் நாயகியே.

[இலங்குறும் ஆனனம்; ஆனனம் – முகம்.]

புலவர்கள் பாராட்டு

தமிழ் வித்துவான்களிடம் யுவரங்கருக்கு இருந்த அபிமானமும் தமிழ்ப் பயிற்சியும் அவர்பால் பல வித்துவான்களை வருவித்தன. உண்மைப் புலமையை அறிந்து உவக்கும் திறம் அவருக்கு நன்றாக வாய்ந்திருந்தது. பெயரளவில் தமிழ்ப்புலவர்களாக வந்து எதையாவது பாடிவிட்டு அவரிடமிருந்து சம்மானம் பெற்றுச் செல்லமுடியா தென்பதை யாவரும் நன்கு அறிந்திருந்தனர். அதனால் யுவரங்கர்பாற் சென்றால் தங்களுடைய உண்மை ஆற்றல் புலப்படுமென்றும், கல்வி யறிவில்லாதவர்களோடு ஒருங்குவைத்து எண்ணும் அபாக்கியம் தங்களுக்கு நேராதென்றும் எண்ணிப் பல தமிழ்ப்புலவர்கள் வந்து வந்து பலநாள் இருந்து வாயாரப் புகழ்ந்து சம்மானம் பெற்று மனங்குளிர்ந்து செல்லுவார்கள். அத்தகையவர்கள் பாடிய செய்யுட்கள் எத்தனையோ பல இருந்திருத்தல் கூடும். இப்பொழுது சில பாடல்களே கிடைக்கின்றன.

யுவரங்கர் தம்பால் வந்த தமிழ்ப்புலவர் ஒருவரைக்கொண்டு *கொன்றை வேந்தனில்* உள்ள ஒவ்வொரு நீதிவாக்கியத்தையும் ஒவ்வொரு விருத்தத்தின் இறுதியில் அமைத்து ஒருநூல் செய்யும்படி கேட்டுக்கொண்டார். அவர் அங்ஙனமே செய்து அரங்கேற்றினார். தக்க பரிசில்கள் அவருக்கு வழங்கப்பட்டன. அந்நூல் இப்பொழுது கிடைக்கவில்லை.*

ஒருகாலத்தில் உடையார்பாளையத்தைச் சார்ந்த இடங்களில் பஞ்சம் உண்டாகவே யுவரங்கர் உடையார்பாளையத்திற்கு வந்த யாவருக்கும் அன்னமளித்துப் பாதுகாத்தார். அதனைப் புகழ்ந்து பலர் பல செய்யுட்கள் பாடியுள்ளனர். அவற்றுள் ஒன்று வருமாறு:

(விருத்தம்)

கன்னன் கொடுத்த பசுக்கிடையும் கடவுள் கொடுத்த திருவோடும்
தென்னன் கொடுத்த மணிவீடும் சேரன் கொடுத்த பொன்னாடும்
மன்னன் கச்சி யுவரங்கன் வாவா வென்று பஞ்சத்தில்
அன்னங் கொடுத்த கொடைக்குநிகர் அன்றாம் என்றும் இல்லையே.

[பசுக்கிடை – பசு மந்தை]

வேறொரு சமயத்தில் ஒரு புலவர் தமக்குக் கலியாணம் செய்துகொள்ளப் பொருளுதவி செய்ய வேண்டுமென்று,

(கட்டளைக் கலித்துறை)

தேமிக்க வின்றுணை கொண்டோர் கனியைச் செறிவதற்கா
நாமொய்த்த தண்பொழில் சுற்றின மித்துணை நாட்கள்
காமித்த வக்கனி யிந்நா ளடையக் கருணைசெய்வாய் மனம்
தாமத்த டந்தோள் யுவரங்க னென்னுந் தருவரசே

என்னும் செய்யுளைச் சொன்னார்.

[கனியை – கன்னிகையை; பழத்தை என்பது வேறு பொருள். பொழில் – பூமி; சோலை யென்பது வேறு பொருள். தருவரசு – கற்பகம்.]

அவ்வப்பொழுது சிலர் யுவரங்கர்மீது பாடிய செய்யுட்களிற் சில வருமாறு:

(வெண்பா)

1. கச்சி யுவரங்கன் காவேரி அந்தரங்கன்
இச்சகத்தி லென்றும் இரண்டரங்கர் – மெச்சுறவே
இந்தரங்கன் யாவரையும் ரட்சிப்பா னென்றெண்ணி
அந்தரங்கன் கண்ணுறங்கி னான்.

[அந்த ரங்க னென்றது ஸ்ரீரங்கநாதரை.]

---

* இச்செய்தியைச் சொன்னவர், இளமையில் எனக்குக் *காரிகை* முதலியவற்றைக் கற்பித்த செங்கணம் விருத்தாசல ரெட்டியா ரென்பவர்.

(விருத்தம்)

2. சந்திரன்வீ சங்குமண னரைக்காற் றாதா
சவிதாவின் கான்முளையே காற்றா தாவாம்
இந்தெனும்வா ணுதலாடன் பாகத் தெம்மான்
ஈசனையே யரைத்தாதா வென்ன லாகும்
வந்திரக்கு முகுந்தனுக்கு முக்காற் றாதா
மாவலியே யெனப் பெரியோர் வழங்கு வார்கள்
இந்திரனாங் கச்சியுவ ரங்க மன்னன்
என்றுமுழுத் தாதாவென் றியம்ப லாமே.

இரண்டாவது செய்யுள் மிக அருமையானது. சந்திரன் முதலியவர்கள் முழுத் தாதா அல்லரென்றும் யுவரங்கரே முழுத் தாதா வென்றும் சொல்லப்பட்டிருத்தல் அறிந்து இன்புறத்தக்கது. பதினாறு கலைகளில் ஒவ்வொன்றையே ஒவ்வொரு நாளும் சூரியனுக்குக் கொடுப்பதனால் சந்திரன் வீசம் தாதாவானான். குமணன் தன் உடம்பில் எட்டில் ஒரு பங்காகிய தலையை அளிக்க முன்வந்தமையின் அரைக்கால் தாதாவானான். சவிதாவின் கான்முளை யென்றது கர்ணனை (சவிதா – சூரியன்); அவன் நாள்தோறும் பகலில் பதினைந்து நாழிகையளவே தானம் பண்ணிவந்தான்; ஒருநாளின் காற் பாகத்தில் அங்ஙனம் செய்ததனால் அவர் கால் தாதாவானான். சிவபிரான் தம் திருமேனியிற் பாதியை உமாதேவியார்க்கு அளித்தமையால் அவர் அரைத் தாதாவானார். மூன்று காலால் அளக்கப்படுவனவற்றை வழங்கினமையால் மாவலி முக்கால் தாதாவானான்.

3. வரைகளிலே பெரியவரை மகாமேரு வரையென்று வர்ணிப் பார்கள்
தரைகளிலே பெரியதரை தென்சோழ மண்டலமாச் சாற்று வார்கள்
உரைகளிலே பெரியவுரை கம்பரா மாயணத்தின் உரைய தாகும்
துரைகளிலே பெரியதுரை கச்சியுவ ரங்கனெனச் சொல்ல லாமே.

சங்கீத வித்துவான்கள்

சங்கீத வித்துவான்கள் பலரை யுவரங்கர் ஆதரித்து வந்தனர். அவர்கள் தங்களுக்கு அமைத்த இடங்களில் தங்கி உபசாரங்களைப் பெற்று மகிழ்ந்து உள்ளக் கிளர்ச்சியோடு பக்கத்தில் இருப்பவர்களிடம் பாடிக்காட்டுவது வழக்கம். அத்தகைய சமயங்களை ஒற்றர்கள் மூலம் அறிந்து யுவரங்கர் அங்கே சென்று திரைமறைவிலிருந்து கேட்டு இன்புறுவார். அவர்கள் மனங்கனிந்து தாங்களே பாடுவது மிக்க இனிமையுடையதாக இருக்குமன்றோ!

பூலோககந்தர்வ நாராயணசாமி ஐயர்

தஞ்சைச் சம்ஸ்தான சங்கீத வித்துவான்களுள் ஒருவராகிய நாராயணசாமி ஐயர் என்பவர் யுவரங்கரிடம் ஒருமுறை

வந்தார். தஞ்சையில் உயர்ந்த மதிப்பை அடைந்தவர் அவர். உடையார்ப்பாளையம் வந்த அவருக்கு வழக்கப்படி இருப்பிடம் அளித்துப் பலவகை உபசாரங்கள் செய்யப்பட்டன. அவருக்காக அங்கே நியமிக்கப்பட்டிருந்த வேலைக்காரன் ஒருநாள் தைலம் தேய்க்கத் தொடங்கினான். ஒரு பலகையின்மேல் அவரை இருக்கச்செய்து மிக உயர்ந்த சந்தனாதித் தைலத்தைத் தலையில் சேர்த்துத் தாளம் போட்டுத் தேய்த்து வந்தான். அதுவரையில் வேறு எங்கும் பெறாத உணவு வகைகளையும் உபசாரங்களையும் பெற்ற அவருக்கு இருந்த சந்தோஷத்திற்கு அளவில்லை. பின்பு தைலத்தினால் உண்டான குளிர்ச்சியும் தேய்த்தவன் போட்ட தாளமும் அவருடைய மகிழ்ச்சியை அதிகரிக்கச் செய்தன. தம்மையே மறந்து அவர் பாடத்தொடங்கினார். அவருக்கு உண்டான சந்தோஷத்தால் பாட்டு வரவர மேம்பட்டு இனிமை உற்றது; அந்தச் சங்கீதம் அவருக்கே வியப்பை உண்டாக்கியது. அப்பொழுது யுவரங்கருடைய ஞாபகம் அவருக்கு வரவே, "அடடா! இந்தப் பாட்டை யுவரங்கர் கேட்பதற்கு இல்லையே!" என்று வருந்திச் சொன்னார். "இதோ கேட்டு ஆனந்தக் கடலில் மூழ்கியிருக்கிறேன்" என்று ஒரு சப்தம் வந்தது; அங்கே யுவரங்கர் ஒரு திரைமறைவிலிருந்து உயர்வான அந்த இசையமுதத்தைப் பருகிக்கொண்டிருந்தார்.

நாராயணசாமி ஐயர் திடுக்கிட்டு எழுந்தார். அருகிலிருந்த வேலைக்காரன் அவருடைய குறிப்பை அறிந்து ஒரு ரவை சல்லாத் துணியால் தலையிலிருந்த தைலத்தைத் துடைத்தான். நாராயணசாமி ஐயர் வஸ்திரம் முதலியவற்றை நன்றாக அணிந்துகொண்டார். யுவரங்கரும் அருகில் வந்து அமர்ந்தார். மறுபடியும் வித்துவான் பாட ஆரம்பித்தார். அவருடைய முழு வன்மையும் அன்று வெளியாயிற்று. பல கீர்த்தனங்களை அவர் பாடினார்; கடைசியில் மங்களம் பாடி நிறுத்தியவுடன் அவருடைய பார்வை அங்கே வேறொரு பக்கத்திற் சென்றது. அதனை யறிந்த யுவரங்கர், "என்ன விசேஷம்?" என்று கேட்டார். "அந்தப் பக்கத்தில் ஒரு சந்திரன் உதயமாயிற்று; அதைத்தான் பார்த்தேன்" என்று வித்துவான் கூறினார்.

அவர் பாடிக்கொண்டே இருக்கும்பொழுது அதனை அறிந்து யுவரங்கருடைய அரண்மனையில் இருந்தவளும் இசைப்பயிற்சி மிக்கவளுமாகிய தாஸி ஒருத்தி அப்பாட்டைக் கேட்க விரும்பி அங்கே வந்து மறைவில் இருந்து கேட்டு வந்தாள். பாட்டு நின்றவுடன், 'இவ்வளவு நன்றாகப் பாடும் மகாபுருஷனுடைய திருமுகத்தைப் பார்க்கவேண்டும்' என்று எண்ணி எட்டிப் பார்த்தாள். அதே சமயத்தில் நாராயணசாமி ஐயர் அவள்

முகத்தைப் பார்த்து விட்டார். அந்த இடத்தில் பெண்பால் வந்தது அவருக்கு ஆச்சரியமாக இருந்தது. சந்திரனென்று கூறியது அவளது முகத்தையே.

நாராயணசாமி ஐயர் கூறியதைக் கேட்ட யுவரங்கர் அந்தத் தாஸியை அழைத்து அவளை நோக்கி, "இவரே இனி உனக்கு நாயகர். இவருக்குரிய கைங்கரியங்களை இவர் மனம் கோணாமல் செய்து மகிழ்ந்திரு; நீ மிக்க பாக்கியசாலி" என்று சொல்லிவிட்டு, "தாங்கள் இவளை ஏற்றுக்கொள்ள வேண்டும்" என்று சங்கீத வித்துவானிடம் விநயத்தோடு தெரிவித்தார். நாராயணசாமி ஐயருக்கு இன்னது செய்வதென்று தோன்றவில்லை. அவர் மறுத்தற்கு அஞ்சி அவளை அங்கீகரித்துக் கொண்டார். பின்பு யுவரங்கர் அவருக்குப் பலவகையான சம்மானங்களையும் அந்தத் தாஸியினுடைய பாதுகாப்பிற்காகத் தனியே பொருளுதவியையும் செய்தார்; அன்றியும் அவருக்கு, 'பூலோக கந்தர்வர்' என்னும் பட்டத்தையும் அளித்தார். அதுமுதல் அவர் பெயர் பூலோக கந்தர்வ நாராயணசாமி ஐயர் என்று வழங்கி வரலாயிற்று. வித்துவான்களுடைய மனத்தை மகிழ்விப்பதில் யுவரங்கருக்கு ஒப்பாக வேறு யாரைச் சொல்லமுடியும்?

தஞ்சாவூர்ச் சம்ஸ்தான வித்துவான்களில் யுவரங்கரிடம் வந்து இவ்வாறே தங்கள் ஆற்றலைக் காட்டிப் பரிசு பெற்று இன்புற்றுச் சென்றோர் பலர்; மைஸூர், திருவனந்தபுரம் முதலிய சம்ஸ்தானங்களி லிருந்தும் பலர் வந்து சென்றனர்.

பச்சைமிரியன் ஆதிப்பையர்

பூலோக கந்தர்வ நாராயணசாமி ஐயருடைய ஆசிரியர், 'விரிபோணி' வர்ணமென்று வழங்கும் பைரவி வர்ணத்தை இயற்றிய பச்சைமிரியன் ஆதிப்பையர் என்பவர். அவர் தெலுங்கர்; தஞ்சாவூர்ச் சம்ஸ்தான வித்துவான்; சிறந்த கர்நாடக சங்கீத வித்துவான்கள் பலருக்கு ஆசிரியராக இருந்தவர்; ஸம்ஸ்கிருதம், தமிழ், தெலுங்கு, மகாராஷ்டிரம் என்னும் பாஷைகளிற் பல கீர்த்தனங்களை இயற்றியிருக்கிறார்.

யுவரங்கருடைய விருப்பத்தின்படி உடையார் பாளையத்துக்கு ஒரு முறை அவர் வந்தார்; யுவரங்கருடைய ஞான விசேடத்தில் ஈடுபட்டுச் சில நாட்கள் இருந்து அவர்மீது பல கீர்த்தனங்களை இயற்றினார். நாட்டைக் குறிஞ்சி, சஹானா என்னும் இராகங்களில் உள்ள இரண்டு கீர்த்தனங்களைப் பிற்காலத்தில் அவருடைய பரம்பரையினராகிய புதுக்கோட்டை வீணை சுப்பையர் என்னும் சங்கீத வித்துவான் பாடி வந்தார். சில நாட்கள் ஆதிப்பையர் உடையார்பாளையத்தில் இருந்து யுவரங்கர் செய்வித்த பலவகை

உபாசாரங்களையும் வழங்கிய பல சம்மானங்களையும் பெற்றுச் சென்றார். பின்பும் அடிக்கடி வந்து யுவரங்கரை மகிழவித்துத் தாமும் மகிழ்ந்து செல்வதுண்டு.

அறச்செயல்கள்

யுவரங்கர் தெய்வபக்தியிற் சிறந்தவர்; எல்லா மதத்தினர்பாலும் அன்பு பூண்டவர்; சமரச நோக்கம் கொண்டவர். அவர் சிவ விஷ்ணு ஆலயங்களில் பலவகைத் திருப்பணிகளைச் செய்திருக்கிறார்; உடையார்பாளையம், ஜயங்கொண்ட சோழபுரம், கங்கைகொண்ட சோழபுரம் முதலிய தலங்களில் உள்ள சிவாலயங்களில் பல மண்டபங்களைப் புதுப்பித்தார்; புதிய திருப்பணிகளையும் செய்தனர்; அந்த ஆலயங்களிலும் ஸ்ரீமுஷ்ணம் ஸ்ரீ பூவராகப் பெருமாள் கோவிலிலும் நித்திய நைமித்திகங்கள் விதிப்படியே நடைபெறும்படி செய்வித்தார்; பல இடங்களில் அக்கிரகாரங்களை அமைத்துப் பிராமணர்களுக்கு ஸர்வமானியங்களுடன் வீடுகளைத் தானம் செய்தனர்.

நல்லப்ப உடையார்

யுவரங்கருக்குப் பின்பு அவருடைய தம்பியாகிய நல்லப்ப உடையா ரென்பவர் ஜமீனின் ஆட்சியை அடைந்தனர். அவர் காலத்தில் அவருடைய அன்னையார் ஹிரண்யகர்ப்ப மகாதானம் ஒன்று செய்தார். அந்த ஜமீன்தாரும் பலவகை ஆலயத் திருப்பணிகளைச் செய்தனர். அவருடைய அறச்செயல்களையும் புகழையும் புலப்படுத்தி ஒரு புலவர் அவர் மீது பாடிய சிந்து ஒன்று உண்டென்பர். அவர் கிழக்கிந்தியக் கம்பெனியாருக்குப் பலவகையான உதவிபுரிந்தவர். நவாப்பிற்கும் பல சமயங்களில் உதவியாக இருந்தனர். அவ்விருவகையாராலும் அவர் பெற்ற ஊதியங்கள் பல.

நல்லப்ப உடையாருக்குப் பின்பு முத்து விஜயரங்கப்ப உடையா ரென்பவரும், அபிநவ யுவரங்கப்ப உடையா ரென்பவரும் முறையே ஜமீன் தார்களாக இருந்து விளங்கினர். பின்னவருடைய காலத்தில் நவாப்பினுடைய தலைமை மாறி ஆங்கில அரசின் தலைமை உடையார்பாளைய ஜமீனுக்கும் வேறிடங்களுக்கும் அமைந்தது.

கச்சி ரங்கப்ப உடையார்

1801ஆம் ௵ டிசம்பர் மாதம் முதல் தேதி கச்சிரங்கப்ப உடையார் என்பவர் ஜமீன்தாரானார். 1835ஆம் ௵ ஆகஸ்டு மாதம் வரையில் அவருடைய ஆட்சி நடைபெற்றது.

அவர் தமிழ்ப் பயிற்சியும் சங்கீதத்தில் சிறந்த ஆற்றலும் உடையவர். கல்லாடத்தில் ஈடுபட்டுப் பலமுறை படித்தும் புலவர்கள் அதிலுள்ள நயங்களை எடுத்துக்கூறக் கேட்டும் இன்புற்றார்; மற்ற நூல்களையும் பயின்றார். திரிசிரபுரத்திற்கு மேற்கே காவிரியின் தென்பாலுள்ளதும், தேவாரம் பெற்றதுமாகிய திருப்பராய்த்துறை என்னும் தலத்தில் கோடைக் காலத்தில் சில மாதம் தங்கியிருத்தல் அவரது வழக்கம்.

வீணைப் பெருமாளையர்

ஒரு வருஷம் அங்கே சென்றிருந்த பொழுது தஞ்சாவூரிலிருந்து வீணைப் பெருமாளைய ரென்னும் சிறந்த சங்கீத வித்துவா னொருவர் வந்தனர். அவர் மேற்கூறிய ஆதிப்பையருடைய சிஷ்யர். வீணை வாசிப்பதில் அவருக்கு இருந்த ஆற்றலை யாவரும் புகழ்ந்து வந்தனர்.

அவர் வந்தபொழுது பல சங்கீத வித்துவான்களும் தமிழ் வடமொழி வித்துவான்களும் அந்த ஜமீன்தாருடன் இருந்தனர். பெருமாளையர் அவருடைய சபையில் வீணை வாசித்தார். அது மிகவும் இனிமையாக இருந்தது. சங்கீதத்தில் வல்லவராகிய ஜமீன்தார் எதனையும் திடீரென்று பாராட்டுவதும் அவமதிப்பதுமாகிய இயல்பு இல்லாதவர்; ஆதலின் வீணை வித்துவான் எவ்வளவோ இனிமையாகப் பாடியும் வாசித்தும் ஜமீன்தார் பாராட்டவில்லை; சிரக்கம்பமும் கரக்கம்பமும் செய்யவில்லை. தலைவர் எங்ஙனம் நடக்கிறாரோ அதனைப் பின்பற்றுவதுதான் உசிதமாதலின் உடன் இருந்த வித்துவான்களும் அசைவற்று இருந்தார்கள். வல்லவர்களும் அறிவு மிக்கவரும் உள்ள சபையில் தாமாக இடமறியாமல் தலையை ஆட்டுதல் கைகொட்டுதல் சபாஷென்றல் முதலான வழக்கங்களை உடையவர்களை அத்தகைய சபைகளிற் காணுதல் அரிது. மூன்று நாட்கள் பெருமாளையர் வீணை வாசித்தார்; பாடிக் கொண்டே வாசிப்பது அவர் வழக்கம்; பல ராகங்கள், கீர்த்தனங்கள், பல்லவி, ஸ்வரங்கள் முதலிய பல வழிகளில் அவர் தம் ஆற்றலை வெளிப்படுத்தி வந்தார். மூன்று நாட்களிலும் ஜமீன்தார் சற்றும் தலை அசைக்கவே யில்லை. மூன்றாவது நாள் வாசித்துவரும்பொழுது பெருமாளையருக்கு மனவருத்தம் உண்டாயிற்று. அவ்வருத்தத்தால், பாடிவந்த இராகத்துக்கு உரிய ஒரு ஸ்வரஸ்தானம் தவறியது. அதனை யாரும் கவனிக்கவில்லை. அப்போது 'பேஷ்' என்று ஜமீன்தார் சொன்னார்.

பெருமாளையர் திடுக்கிட்டார்; உடனே வீணையைக் கீழே வைத்தார். "ஏன்? மேலே வாசிக்கலாமே" என்று ஜமீன்தார் சொன்னார். "எனக்கு ஒன்றும் சொல்லத் தோன்றவில்லை.

இந்த மூன்று நாட்களும் என்னுடைய சக்தியை யெல்லாம் காட்டி வாசித்தேன்; கல்லுங்கரையும் வண்ணம் பாடினேன். அப்பொழுதெல்லாம் துரையவர்கள் சந்தோஷிக்கவில்லை. இப்பொழுது கொஞ்சம் தவறிவிட்டது. இந்தச் சமயத்தில் நீங்கள் சந்தோஷித்தீர்களே!” என்று வித்துவான் கூறினார். உடையார், “என் ஞானத்தைக் காட்டுவதற்காகத்தான் சந்தோஷித்தேன். அன்றி இவ்வளவு நாளும் கூர்ந்து கவனித்து வந்தே னென்பதையும் இதனாலேயே நீங்கள் அறிந்து கொள்ளலாம். அநாவசியமாக மன வருத்தத்தைக் கொடுத்ததற்கு க்ஷமிக்கவேண்டும்” என்று சொல்லிப் பாராட்டிப் பல பரிசுகளை வழங்கினார். வித்துவானும் அவருடைய ஞானத்தை அறிந்து புகழ்ந்தார்.

கனம் கிருஷ்ணையர்

பெரிய திருக்குன்றம் கனம் கிருஷ்ணைய ருடைய பெருமையை அறிந்து தம்மிடத்துக்கு அவரை வரவழைத்து அந்த ஜமீன்தார் சம்ஸ்தான வித்துவானாக நியமித்துக்கொண்டார். அவர் மீது கனம் கிருஷ்ணையர் பாடிய சில கீர்த்தனங்களும் சில பாடல்களும் உண்டு; அவற்றுள் ஒரு கட்டளைக் கலித்துறையின் ஒரு பகுதியாகிய, “கச்சிரங் கேந்த்ரன் சிரக்கம்பம் போதும்” என்பது மட்டும் எனக்கு ஞாபகம் இருக்கிறது.

தமிழ் வித்துவான்கள்

கச்சிரங்கர் காலத்தில் திருப்புறம்பியம் வீர சைவராகிய பாலசரஸ்வதி சுப்பிரமணியக் கவிராய ரென்பவரும் சேலத்தைச் சார்ந்த சாருவாய்க் குமாரசாமிக் கவிராய ரென்பரும் சம்ஸ்தானத் தமிழ் வித்துவான்களாக இருந்தனர். திருவாவடுதுறையில் ஆதீன வித்துவானாக இருந்த கந்தசாமிக் கவிராய ரென்பவர் உடையார்பாளையம் வந்து கச்சிரங்கரைப் பாராட்டி ஒரு கோவை பாடி அதற்காக மானியங்களைப் பெற்றார். அக்கோவையிலுள்ள ஒரு செய்யுள் வருமாறு:

(இறையோன் இருட்குறி வேண்டல்)

(கட்டளைக் கலித்துறை)

திருந்தார் கலிபுகுந் தேமீன் வரச்செய்து செங்கதிரோன்
விருந்தாக வேயெமை விட்டான் தமிழுக்கு மிக்கநிதி
தருந்தாரு வாங்கச்சி ரங்க மகீபன் றடஞ்சிலம்பில்
கருந்தாழ் மழைக்குழ லீருமக் கேயின்று காண்மின்களே.

கச்சிரங்க துரைமீது வேறொரு புலவர் பிள்ளைத் தமிழொன்று பாடியுள்ளார். அவர் விஷயமாக உள்ள தனிப்பாடல்கள் பல. அவற்றுள் பாலசரஸ்வதி சுப்பிரமணியக் கவிராயர் பாடிய செய்யுட்களில் ஒன்று வருமாறு:

(வெண்பா)

கல்லாட மேமுதலாக் கற்றுணர்ந்தாய் கல்விபெற்றோர்
பல்லாடக் கூடுமோ பார்வேந்தே – சொல்லாடும்
கச்சிரங்க சாமியெனுங் காலாட்கள் தோழாநீ
வச்சிரதே கம்பெற்று வாழ்.

கச்சிரங்கப்ப உடையாருக்குப் பின்பு முத்து விஜயரங்கப்ப உடையார், ரங்கப்ப உடையார் என்பவர்கள் முறையே ஜமீனை வகித்தார்கள்.

கச்சிக் கல்யாணரங்கர்

அவர்களுக்குப் பின்பு கச்சி ரங்கப்ப உடையாருடைய குமாரராகிய கச்சிக் கல்யாண ரங்க ரென்பவர் ஜமீன்தாரானார். 1842ஆம் வருஷம் ஜூலை மாதம் முதல் 1885ஆம் வருஷம் ஜூன் மாதம் வரையில் அவர் ஜமீன் ஆட்சியை நடத்தினார். அவரும் வித்துவான்களிடத்திற் பிரியமும் தர்மங்கள் செய்வதில் விருப்பமும் உடையவராக இருந்தார்.

ஆஸ்தான வித்துவான்கள்

அந்த ஜமீன்தார், கனம் கிருஷ்ணையரிடத்தில் மிக்க நட்புரிமை பாராட்டிப் பழகிவந்தார்; அவருக்குப் பல்லக்கும் குதிரையும் கொடுத்து அவ்வப்பொழுது வேண்டிய பொருளையும் அளித்துக் கௌரவித்தார். கனம் கிருஷ்ணையர் அந்த ஜமீன்தார் மீது பாடிய *கீர்த்தனங்கள் பல. அவர் முதுமையினாலும் ஒருவகைப் பிணியினாலும் தேகத் தளர்ச்சியை அடைந்து தம்முடைய ஊர்க்குப் போய் இருக்க வேண்டுமென்று எண்ணித் தம் விருப்பத்தை ஒரு கீர்த்தனத்தால் ஜமீன்தாருக்குப் புலப்படுத்தினார். அதனைக் கேட்ட ஜமீன்தார் அங்ஙனமே போய் இருப்பதற்கு வேண்டியவாறு பொருளுதவி செய்து அனுப்பினார்; பின்பும் கவலை யில்லாமல் அவரைப் பாதுகாத்து வந்தார்.

கனம் கிருஷ்ணையருக்குப் பின்பு தாளப் பிரஸ்தாரம் சாமா சாஸ்திரிக ளென்னும் பிரபல சங்கீத வித்துவானுடைய குமாரராகிய சுப்பராய சாஸ்திரிக ளென்பவரையும் அவருக்குப் பின்பு அவர் குமாரராகிய அண்ணாசாமி ஐயர் என்பவரையும் ஆஸ்தான வித்துவான்களாக நியமித்துக் கல்யாண ரங்கர் ஆதரித்து வந்தனர். அக்காலத்தில் பாலசரஸ்வதி சுப்பிரமணியக் கவிராயரும் இருந்தார்.

---

* இவற்றில் இப்பொழுது கிடைப்பவை கனம் கிருஷ்ணையர் என்னும் புத்தகத்தில் உள்ளன.

தருமங்கள்

கல்யாண ரங்கர் செய்த நற்செயல்கள் பல. உடையார்பாளையம், மதனத்தூர், ஆனந்தவாடி என்னும் இடங்களில் அவர் அன்ன சத்திரம் கட்டுவித்தார். கொள்ளிடக் கரையிலுள்ள மதனத்தூர்ச் சத்திரத்தைக் கட்டிய காலத்தில் அதனைப் பாராட்டி ஒரு கீர்த்தனம் கனம் கிருஷ்ணையரால் பாடப்பெற்றது. பாலசரஸ்வதி சுப்பிரமணியக் கவிராயர்,

திருமால்மண் உண்ணாமல் சிவனும் நஞ்சைத்
  தின்னாமல் செங்கமலப் பொகுட்டு வேதன்
உருமாறி யன்னமெனப் பறந்தி டாமல்
  உயர் மறையோர் வடிவின் வந்தே யன்ன முண்ணக்
கருமால்நேர் கரதலக்கல் யாண ரங்கக்
  காலாட்கள் தோழமன்னர் கருத்து வந்தே
வருமாம தனத்தூரில் அன்ன சத்ரம்
  வைத்திட்டா ரெவரும்வந்து துய்த்திட் டாரே

என்னும் செய்யுளை இயற்றினார்.

வேங்கட சுப்பையர்

தத்தனூரில் பலவகைக் கனிவிருட்சங்களும் பூஞ்செடிகளும் நிறைந்து கண்ணுக்கு இனிய சோலை யொன்றைக் கச்சிக் கல்யாண ரங்கர் அமைத்தார். அதனைப் பாராட்டித் தர்பார் இராகத்தில் கனம் கிருஷ்ணையர் ஒரு கீர்த்தனம் பாடியிருக்கிறார்.

கல்யாண ரங்க துரை ஸ்ரீமுஷ்ணம் பெருமாளுக்கும் சிதம்பரம் ஸ்ரீ நடராஜப் பெருமானுக்கும் தங்கக் கவசமும் ஸ்ரீ மூலட்டானேசுவரருக்கு ஸஹஸ்ர தாரா பாத்திரமும் செய்வித்தளித்தார்;

கச்சி யுவரங்கப்ப காலாட்கள் தோழ உடையார்

கும்பகோணம் ஸ்ரீ சங்கராசாரியர் மடத்திற்குத் தேவமங்கல மென்னும் கிராமத்தில் 40 காணி நிலங்களை ஸர்வமானியமாக வழங்கினார்.

அவருடைய காலத்தில் கனம் கிருஷ்ணையரிடம் என் பிதா வேங்கட சுப்பைய ரவர்கள் பன்னிரண்டு வருஷம் உடனிருந்து பணிவிடை செய்து சங்கீத அப்பியாசம் செய்தார்கள். அவரிடம் ஜமீன்தாருக்கு மிக்க பிரியம் உண்டு. என் தந்தையாரின் தாயாருக்குக் கனம் கிருஷ்ணையர் அம்மான் ஆவர். கச்சிக் கல்யாணரங்க துரையினுடைய பலவகை இயல்புகளையும் அவர் முன்னோர்களுடைய வரலாறுகளையும் என் தந்தையார் அடிக்கடி எனக்குக் கூறியிருக்கின்றனர். மாதச் சம்பளம் கொடுத்து அவரைச் சம்ஸ்தானத்துச் சங்கீத வித்துவானாக ஜமீன்தார் இருக்கச்செய்து சில வருடங்கள் ஆதரித்து வந்தார். கனம் கிருஷ்ணையரின் விருப்பப்படி என் தந்தையாருக்குப் பொருளுதவி செய்து திருமணம் செய்வித்தவர் அந்த ஜமீன்தாரே.

பின்னவர்கள்

கல்யாண ரங்கருக்குப் பின்பு கச்சி யுவரங்கப்ப உடையார் 1918ஆம் ௵ அக்டோபர் மாதம் வரையில் ஜமீன்தாராக இருந்து புகழ் பெற்றார். இப்போது அவருடைய செல்வக் குமாரரவர்களும் உபகார சிந்தை யுடையவர்களும் ஆகிய ம-ா-ா-ஸ்ரீ கச்சிச் சின்ன நல்லப்பக் காலாட்கள் தோழ உடையா ரவர்கள் ஜமீன் தலைமையை வகித்துத் தம் முன்னோர்கள் ஒழுகிய வழியைப் பின்பற்றி நற்செயலும் நல்லறமும் புரிந்து விளங்கிவருகிறார்கள்.

●

(உடையார்பாளையம் அரண்மனையிலிருந்து கிடைத்த உடையார்பாளையம் ஜமீன் சரித்திரம், பயறணீச்சுரத் தலபுராணம், தனிப்பாடல்கள் முதலியவற்றிலுள்ள செய்திகளையும், இளமை தொடங்கிப் பெரியோர்கள்பால் நான் கேட்டுவந்த செய்திகளையும் ஆதாரமாகக் கொண்டு இவ்வரலாறு எழுதப்பட்டது.)

கலைமகள், தொகுதி 4, பகுதி 19 – 24, 1933

40

அரியிலூர்

எனது இளமைப் பருவத்தில் என் தந்தையாராகிய வேங்கட சுப்பையரவர்கள் அரியிலூரில் சம்ஸ்தான சங்கீத வித்துவானாக இருந்தார்கள். இந்தச் சம்ஸ்தானத்து ஜமீன்தாரால் இலந்தங்குழி என்னும் ஓரூரில் பத்துக் காணி நிலத்தைச் சர்வமானியமாகப் பெற்று வாழ்ந்து வந்தார்கள். அவர்களிடத்தில் சங்கீதம் கற்றவர்கள் பலர்.

என்னுடைய 7ஆம் பிராய முதல் 11ஆம் பிராயம் வரையில் இவ்வூரில் இருக்கும் பேறு எனக்குக் கிடைத்தது. அக்காலத்துப் பழக்கத்தாலும் கேள்வியாலும் பிற்காலத்து நூலாராய்ச்சியாலும் இந்தச் சம்ஸ்தான சம்பந்தமாக நான் தெரிந்து கொண்டவற்றில் எனக்கு ஞாபகம் உள்ளவற்றைத் தெரிவிக்கிறேன்.

அரியிலூ ரென்னும் பெயர் அரியி லெனவும் வழங்கும். சங்கப் புலவர்களுள் ஒருவராகிய அரிசில்கிழா ரென்பவருடைய ஊராகிய அரிசி லென்பது இவ்வூர் என்று சிலர் கூறுவதுண்டு. இங்கே மிகப் பிரசித்தமான பழைய திருமால் கோயிலொன்று இருக்கிறது. அரிக்கு இல்லாக (இருப்பிடமாக) இத்தலம் இருத்தலால் அரியிலெனப் பெயர் பெற்றதென்பர்.

விஷ்ணுவாலயம்

இங்கே உள்ள விஷ்ணுவாலயம் பெரியது. இதன்கண் எழுந்தருளியுள்ள பிரதானமான

பெருமாளின் திருநாமம் வேங்கடேசப் பெருமா ளென்பது. கோயிலில் இளைய பெருமாள், பிராட்டியார், ஆஞ்சநேயர் என்பவர்களோடு ஸ்ரீ கோதண்டராம ஸ்வாமி மூலவராகவும் உத்ஸவராகவும் எழுந்தருளியிருக்கும் சந்நிதி ஒன்றுண்டு. வனவாசத்தில் அவர்கள் இருந்த திருக்கோலமாக அவ்விக்கிரகங்கள் அமைந்துள்ளன.

கோயிலின் மகாமண்டபத்தில் தசாவதார மூர்த்திகளும் மிகப் பெரிய திருவுருவத்தோடு தூண்களில் எழுந்தருளியிருக்கின்றனர். அதனால் அம்மண்டபம் தசாவதார மண்டபமென வழங்கும். அந்த மூர்த்திகளைப்போல அவ்வளவு பெரிய மூர்த்திகளை வேறிடங்களிற் காணுதல் அரிது. சிற்ப வேலைப்பாடுகள் மிகச் சிறப்புடையனவாக அம்மண்டபத்தில் அமைந்திருக்கின்றன. பத்து மூர்த்திகளுள் உக்ரநரசிம்ம மூர்த்தி மிக அதிகமாக அன்பர்களால் வழிபடப்பட்டு வருகின்றார்.

கீழைப் பழூவூர்

இவ்வூருக்குத் தெற்கே கீழைப் பழூவூர் என்னும் தேவாரம் பெற்ற ஒரு சிவ ஸ்தலம் இருக்கிறது. அதில் உள்ள தலவிருட்சம் ஆல். பழு என்னும் சொல்லுக்கு ஆலென்பது பொருள். ஆலமரத்தைத் தல விருட்சமாக உடையதாதலின் பழுவூரென்னும் பெயரும் ஆலந்துறை என்னும் பெயரும் அதற்கு உண்டாயின. அங்கே ஒரு சிவ தீர்த்தம் உண்டு. அத்தலத்தில் எழுந்தருளியிருக்கும் சிவபெருமான் திருநாமம் ஆலந்துறையீசர் எனத் தமிழிலும் வடமூலேசர் என வடமொழியிலும் வழங்கும். அம்பிகையின் திருநாமம் அருந்தவநாயகி யென்பது. சிவபிரானை மணந்துகொள்ளும் பொருட்டு அம்பிகை தவஞ்செய்தமையால் அத்திருநாமம் உண்டாயிற் றென்பது அத்தலபுராண வரலாறு. அன்றியும் பரசுராமருக்கு உண்டான மாதுரு ஹத்தி தோஷம் அத்தலத்துக்கு வந்து தீர்த்தத்தில் ஸ்நானம் செய்து பூசித்ததனால் நீங்கியதென்பர். தீர்த்த விசேடமுடையதாதலின் துறையென்னும் பகுதி அத்தலப் பெயரோடு சேர்ந்திருக்கிறது. பரசுராமருடைய திருவுருவம், வட மூலேசருடைய மூலஸ்தானத்தின் முன்புள்ள நிலையின் மேலேயுள்ள கல் உத்தரத்திற் சயனித்த கோலமாக அமைக்கப்பெற்றுள்ளது. பரசுராமர் தாம் வழிபட்ட காலத்தில் மலைநாட்டு அந்தணர்களைக் கொண்டு பூசையியற்றச் செய்தனர்; பிற்காலத்தும் மலைநாட்டந்தணர் பூசையியற்றி வந்தனர். இது திருஞானசம்பந்த மூர்த்தி நாயனார் தேவாரத்தில்,

மண்ணின்மிசை யாடிமலை யாளர்தொழு தேத்திப்
பண்ணினொலி கொண்டுபயில் கின்றபழு வூரே

அந்தணர்க ளானமலை யாளரவ ரேத்தும்
பந்தமலி கின்றபழு வூரரனை

என்று கூறப்படுகின்றது. இக்காலத்தில் இவ்வழக்கம் காணப்பட வில்லை. அங்கே உள்ள சிலாசாசனங்களால் பழுவேட்டரைய ரென்ற பட்டம் பெற்றவர்களும் சோழ அரசனுடைய அதிகாரிகளுமாகிய சிலர் அங்கே இருந்தார்களென்று அறியலாம்.

சிவாலயம்

அரியிலூரிலிருந்து ஒரு சிவபக்தர் தினந்தோறும் கீழைப் பழுவூர் சென்று சிவ தரிசனம் செய்துவிட்டு வந்த பின்பே உண்பது நியமம். இவ்விரண்டு ஊர்களுக்கும் இடையில் உள்ள மருதயாற்றில் ஒரு நாள் அதிக வெள்ளம்வந்தது. பழுவூர் செல்ல வந்த அன்பர் அவ்வாற்றின் வெள்ளத்தால் தடைப்பட்டுக் கரையில் நின்று ஆராமை மீதூரப் புலம்பி நைந்தார். உணவு கொள்ளாதிருந்தமையாலும் ஆற்றாமையாலும் சோர்ந்து விழுந்தனர். உறக்கம் உண்டாயிற்று. அப்பொழுது அவருடைய கனவில் சிவபெருமான் ஒரு முதிய அந்தணத் திருக்கோலங் கொண்டு எழுந்தருளி, "இனி நீ தினந்தோறும் பழுவூர் வந்து அலையவேண்டாம். அரியிலூரிலேயே இன்ன இடத்தில் ஆலயம் அமைத்து அங்கே எம்மையும் அம்பிகையையும் பிரதிஷ்டை செய்வித்து வழிபட்டு வருக. அங்கே நாம் சாந்நித்தியமாக இருந்து மகிழ்வோம்" என அருளிச்செய்து மறைந்தனர். பின்பு உணர்வு வரப்பெற்ற அவ்வன்பர் சிவபெருமானது திருவருளை வியந்து அவர் இட்ட கட்டளைப்படியே இவ்வூரில் சிவாலயம் அமைத்தனர். பழுவூர்த் தலத்திலுள்ள மூர்த்திகளின் திருநாமங்களே அரியிலூரில் உள்ள மூர்த்திகளுக்கும் இடப்பட்டு வழங்குவனவாயின.

துர்க்காதேவியின் பல பேதங்களும் ஒரு தெய்வமாகிய ஒப்பிலாதவள் என்னும் தேவிக்கு ஒரு கோயில் இங்கே உண்டு. அது மிகவும் பிரசித்தி பெற்றது. அரியிலூர் ஜமீன்தார்களுக்கு அத்தேவி குலதெய்வமா யிருத்தலன்றி, அவர்களுடைய படையாளர்களாகிய மழவர்களுக்கு வழிபடு தெய்வமாகவும் இருந்ததாகத் தெரிகிறது.

குறிஞ்சான் குளம் என்னும் ஒரு தடாகத்தின் கரையில் வாயுமூலையில் அரசு நட்ட பிள்ளையார் கோயில் என்னும் ஓராலயம் இருக்கிறது. ஒரு காலத்தில் அரியிலூர் ஜமீன்தா ரொருவர் மீது பகையரச னொருவன் படையெடுத்து வந்தான். அவனுடைய படை அளவிற் பெரிதாக இருந்தது. இந்த ஜமீன்தாருடைய படை அதனை எதிர்க்கும் ஆற்றலுடையதாகத்

தோற்றவில்லை. அதனால் அவர் மிகவும் வருந்தினார். தோல்வியுற்றால் தம்முடைய சம்ஸ்தானத்தை இழக்க நேரிடுமே என்ற கவலை அவருக்கு உண்டாயிற்று. அப்போது எப்படியாயினும் பின்வாங்காமல் எதிர்த்துப் போர் செய்வதையன்றி வேறு வழியில்லை யென்றெண்ணினார். தெய்வ பலத்தையன்றி மனித பலத்தால் தமக்கு வெற்றி கிடைப்பது அரிது என்பதை அவர் உணர்ந்தார். ஆதலின் திருவருளே துணையெனத் துணிந்து தம் படையுடன் சென்றார். செல்லுகையில் அக்கோயிலிலுள்ள விநாயகரை உள்ளம் உருகி வணங்கித் தம்மைக் காப்பாற்ற வேண்டுமென்று பிரார்த்தித்தார். விநாயகர் திருவருளால், வந்த பகையரசரது படை ஜமீன்தார் படைக்கு எதிர்நிற்கும் வலியின்றிப் புறங்கொடுத்து ஓடிப் போயிற்று. ஜமீன்தார் வெற்றி பெற்றார். தாம் வெற்றி பெற்றதற்குக் காரணம் விநாயகர் திருவருளே என்பதை அவர் நன்றாக அறிந்தனர். தம் அரசை அழியாதபடி மீண்டும் நிறுவுவித்த அருளுடையவ ராகையால் அம்மூர்த்திக்கு 'அரசு நட்ட பிள்ளையார்' என்ற திருநாமம் சூட்டி அவரை வழிப்பட்டுப் பலவகைச் சிறப்புக்களைச் செய்தனர். 'அரசு நட்டா னேரி' என்ற ஏரி ஒன்றையும் அருகில் வெட்டுவித்தார். இக்காலத்தும் நிமித்தம் பார்ப்பதற்கு அக்கோயிலுக்குப் பலர் செல்லுவர்.

இவ்வாலயங்களை யன்றி விசுவநாத ஸ்வாமி கோயில், சஞ்சீவிராயன் கோயில், காளிங்க நர்த்தனர் கோயில் முதலிய பல கோயில்கள் உண்டு. மிகவும் தூயராகவும் செல்வராகவும் சம்ஸ்தானத்து அதிகாரியாகவும் இருந்து விளங்கிய மீனாட்சி தீட்சித ரென்பவரால் கட்டப்பெற்ற பெரிய மண்டபமொன்று இவ்வூரிலுள்ள குறிஞ்சான் குளத்தின் தென்கரையில் உள்ளது. அதற்கு மீனாட்சி மண்டப மென்பது பெயர். அதனுள் விநாயகர் கோயிலும் சிவ விஷ்ணு ஆலயங்களும் உண்டு. என்னுடைய இளம்பிராயத்தில், அங்கே பூசைகள் செவ்வனே நடைபெற்று வந்ததைப் பார்த்திருக்கிறேன்.

ஜமீன்தார்கள்

அரியிலூர் சம்ஸ்தானம் பல நூற்றாண்டுகளாகச் சிறப்புற்று வந்ததாகும். இந்தச் சம்ஸ்தானத்து ஜமீன்தார்கள் பலரைப்பற்றிய பழந்தமிழ்ப் பாடல்களும் வடமொழிச் சுலோகங்களும் தெலுங்குப் பத்தியங்களும் கீர்த்தனங்களும் பல உண்டு. இவர்களின் குடிப்பெயர் 'குன்றை ஒப்பிலாத மழவராயர்' என்பது.

அரியிலூருக்குக் குன்றை என்பது ஒரு பெயர். இதனைச் சூழ்ந்துள்ள நாடு குன்றவள நாடு என்னும் பெயர்பெறும்.

அதுவே குன்றை யென மருவி வழங்குகின்றது. மலைத்தொடர் இங்கே ஆரம்பமாகின்ற தாதலின் அப்பெயர் இந் நாட்டிற்கு உண்டாயிற்றென்று தோற்றுகின்றது. இதனருகி லுள்ளனவாகிய பெரியதிருக்குன்றம், குன்றம் என்னும் ஊர்களின் பெயர்கள் இக்கருத்தை வலியுறுத்தும்.

முற்கூறிய ஒப்பில்லாதவ ளென்னும் துர்க்கையைக் குலதெய்வமாக உடையவர்க ளாதலின் 'ஒப்பிலாத' என்னும் தொடர் இந்த ஜமீன்தார்களின் பெயர்களோடு சேர்த்து வழங்கப்படுகின்றது.

மழவராயர்

மழவராய ரென்பதற்கு மழவர்களுக்குத் தலைவரென்பது பொருள். மழவர்க ளென்பவர்கள் சிறந்த வீரர்களுக்குள் ஒரு பகுதியார். சங்க நூல்களிலும் பழைய சாசனங்களிலும் அவர்களைப் பற்றிய செய்திகளும் அவர்களது வீரத்தின் சிறப்பும் காணப்படுகின்றன. அதனால் அவர்கள் தமிழ்நாட்டில் தொன்றுதொட்டு வாழ்ந்து வரும் பழங்குடிக ளென்று தெரியவருகின்றது. இப்பொழுது அவர்கள் வன்னிய வகுப்பினரைச் சார்ந்தவர்களாக இங்கே இருக்கின்றார்கள்.

மழநாடு

மழவர்கள் இருந்து வாழ்ந்த காரணம் பற்றி இப்பக்கத்திலுள்ள பிரதேசம் மழநாடு என்னும் பெயர் பெற்றது. அப்பெயர் மழவர் நாடு என்பதன் திரிபே ஆகும். "பெருஞ்சரண்மா மறையோரும்" என்று காளமேகத்தாற் சிறப்பிக்கப்பெற்ற அந்தண வகுப்பினருள் ஒரு வகையாரிற் பலர் இந்நாட்டி லிருத்தலால் 'மழநாட்டுப் பிரக சரணத்தார்' என வழங்கப் பெறுவர். பாடல் பெற்ற சிவஸ்தலமாகிய திருமழபாடி என்பதன் பெயர் மழவர்பாடி என்பதன் சிதைவென்பர்; மழவர்கள் பாசறை அமைந்திருந்த இடமாதலின் அஃது அப்பெயர் பெற்றது. திருஞானசம்பந்த மூர்த்தி நாயனார் புராணத்தில் கூறப்படும் கொல்லி மழவ னென்பவன் இம்மழநாட்டின் ஒரு பகுதியை ஆண்டவனாவன்.

இம்மழநாடு மேல் மழநாடு கீழ் மழநாடு என இரண்டாகப் பிரிக்கப் பட்டிருந்தது. "மேல்மழ நாடெனும் நீர்நாடு" என்று *பெரியபுராணத்திலே* ஆனாய நாயனார் புராணத்தில் மேல் மழநாடு சொல்லப் படுகிறது. அரியிலூர் சம்ஸ்தானம் கீழ் மழநாட்டைச் சார்ந்தது.

குன்றவள நாட்டுக்கு உரியவர்களும் ஒப்பிலாதவ ளென்னும் தெய்வத்தை வழிபடுபவர்களும் மழவர்களுக்குத் தலைவர்களுமா

யினமையின் இவ்வரியிலூர் ஜமீன்தார்கள் 'குன்றை ஒப்பிலாத மழவராயர்' என்னும் குடிப்பெயரைப் பெற்றார்கள்.

ஆதரவு

அவர்களிற் பலர் சிவ விஷ்ணு ஆலயங்களை வேற்றுமை யின்றிப் பாதுகாத்து வந்தனர். பலவகை மதத்தினரும் அவர்களுடைய ஆட்சியின்கீழ்க் குறைபாடின்றி வாழ்ந்திருந்தனர். ஸம்ஸ்கிருதம், தெலுங்கு, தமிழ், சங்கீதம் என்பவற்றிற் சிறந்த வித்துவான்கள் பலர் ஆதரிக்கப் பெற்றார்கள்; பல ஜமீன்தார்கள் தாங்களே தமிழ் முதலியவற்றில் வல்லவர்களாக இருந்தார்கள். பல வித்துவான்கள் அவர்களுடைய பெருவண்மையையும் புலவர்களை அவர்கள் போற்றும் இயல்பையும் அறிந்து வந்து பாராட்டிப் பரிசுபெற்றுச் செல்வதுண்டு.

கிருஷ்ணைய ஒப்பிலாத மழவராயர்

சில நூற்றாண்டுகளுக்கு முன்பு அரியிலூரில் கிருஷ்ணைய ஒப்பிலாத மழவராய ரென்று ஒரு ஜமீன்தார் இருந்தார். அவர் வித்துவான்களை ஆதரித்துப் போற்றுவதில் தமிழ்நாடு முழுதும் பெயர் பெற்றிருந்தார். சங்கீதத்தில் சிறந்த பயிற்சி அவருக்கு உண்டு. பல சங்கீத வித்துவான்களை வருவித்து வைத்துக் கொண்டு அவரவர்களுடைய ஆற்றலை அறிந்து ஏற்றவாறு பரிசு அளிப்பர். தமக்குச் சங்கீதம் தெரியும் என்ற தருக்கினால் வித்துவான்களை இகழ்ச்சி செய்யும் தன்மை அவர்பால் மருந்துக்கும் இல்லை. அவருடைய புகழைப் பாடுவதில் புலவர்களுக்கு ஓர் ஊக்கம் இருந்தது.

அந்தகக்கவி வீரராகவ முதலியார்

இந்நாட்டிலுள்ள பல ஜமீன்தார்களிடத்தும் யாழ்ப்பாணத்தை ஆண்டுவந்த பரராச சேகர னென்ற அரசனிடத்தும் சென்று தமது கவி ஆற்றலைக் காட்டி மட்டற்ற புகழைப் படைத்த அந்தகக்கவி வீரராகவ முதலியா ரென்னும் புலவர்சிகாமணி ஒரு சமயம் அரியிலூருக்கு வந்தார். நாடெல்லாம் கவிகளாலும் புகழாலும் அடிப்படுத்திய கவிஞரை மழவராயர் உபசரித்துப் போற்றுவதற்குத் தடையென்ன? அக் கவிஞருடைய கவி வெள்ளத்தில் மூழ்கிப் பேரானந்தம் அடைந்த மழவராயர் கணக்கற்ற பரிசில்களை அவருக்கு வழங்கினார்; தக்க விடுதியொன்றில் இருக்கச்செய்து வேண்டிய சௌகரியங்களை யெல்லாம் அமைத்துக் கொடுத்து ராஜோபசாரம் செய்வித்தார்.

அவர் தம்பால் வந்த வித்துவான்கள் பலருக்குக் குறிப்பிட்ட ஒருவேளையில் அன்றன்று படியளந்து வருவார்.

தம்மைக் காணவந்தவர்களை அலைக்கழியாமல் உடனுடன் வேண்டியவற்றை விசாரித்து அவர்கள் குறையை நீக்கி அனுப்புவார். அவர் படியளக்கும் சிறப்பை அறிந்த அந்தகக்கவி வீரராகவ முதலியார் அச்செயலைப் பாராட்டி,

(கட்டளைக் கலித்துறை)

சேயசெங் குன்றை வருமொப்பி லாதிக்குச் செங்கமலத்
தூயசெங் கண்ண னிணையொப்ப னோதண் டுழாயணிந்த
மாய னளக்கும் படிமூன்று க்ருஷ்ணைய மாமழவ
ராய னளக்கும் படியொரு நாளைக் கிலக்கமுண்டே

என்ற பாடலைப் பாடினர்.

*(**இதன் பொருள்:** செம்மையாகிய குன்றை நகரில் உள்ள ஒப்பிலாத மழவராயருக்குச் செந்தாமரைக் கண்ணையுடைய திருமால் ஒப்பாவாரோ? திருத்துழாயை அணிந்த அந்த மாயன் அளக்கும் படி (உலகம்) மூன்றே; இந்த கிருஷ்ணைய மழவராயர் அளக்கும் படியோ ஒரு நாளைக்கு லக்ஷம் உண்டு. படி – உலகம், தான்யப் படி.)*

குமார ஒப்பிலாத மழவராயர்

கிருஷ்ணைய ஒப்பிலாத மழவராயருக்கு ஒரு குமாரர் இருந்தார். அவர் பெயர் குமார ஒப்பிலாத மழவராயர் என்று வழங்கிவந்தது. அவரும் சங்கீதத்தில் மிக்க பயிற்சியை உடையவராக இருந்தனர். தம் தந்தையாருடைய சபைக்கு வரும் சங்கீத வித்துவான்களுடைய இசையைக் காதாரக் கேட்டுக் கேட்டு அனுபவித்ததனாலேயே தமக்குச் சங்கீத ஞானம் உண்டாயிற் றென்பது அவர் நம்பிக்கை. ஆதலின் வித்துவான்களிடத்தில் அவருக்கிருந்த பக்தி அளவற்றதாக இருந்தது.

ஒரு நாள் மாலை நேரம்; வெண்ணிலவு பால்போலக் காய்ந்தது; தென்றல் வீசியது; இளவேனிற் காலம். மாலை மதியமும் வீசுதென்றலும் வீங்கிளவேனிலும் கலந்த அந்தக் குளிர்ந்த பொழுதில் குமார மழவராயர் "ஈசன் எந்தை இணையடி நீழலை" நினைந்து ஆனந்தமாகப் பாடிக்கொண்டு இருந்தார்.

அந்தகக்கவி வீரராகவர் குமார மழவராயரை அச்சமயத்திற் பார்க்க வந்தார். அடையா நெடுங்கதவை யுடைய அரண்மனையில் தடையின்றிப் புகுந்தார். குமார மழவராயர் மேல்மாடத்தில் பாடிக் கொண்டு மகிழ்ந்திருத்தலை யறிந்தார். "ஒருவரும் என் வரவை அறிவிக்க வேண்டாம்" என்று சொல்லிவிட்டு மெல்ல மேலே சென்று மறைவிலிருந்து அவருடைய கானத்தைக் கேட்டு அனுபவித்துக் கொண்டிருந்தார்.

இசைப்பாட்டு நின்றது. கவிஞர் பெருமான் அம் மழவராயரிடம் வந்தார். வருகையிலேயே அவர் உள்ளத்தெழுந்த பேரானந்தம் பின்வரும் பாடலாக வெளிப்பட்டது;

(கட்டளைக் கலித்துறை)

வாழொப்பி லாதவன் சேயொப்பி லாத மழவதிரை
ஆழிக் கடல்விட்டு நீபாடுங் காலத் தரிசெலுங்கால்
நீழற் கவுத்துவ நீத்துச்செல் வானந்த நீணமணிதான்
காழொப் பினுநின் னிசைக்கேட்குங் காற்கரைந் தேகுமென்றே

*(**இதன் பொருள்:** கிருஷ்ணைய ஒப்பிலாத மழவராயருடைய குமாரனாகிய ஒப்பிலாத மழவராய, நீ பாடுங் காலத்தில் தம்முடைய பாற்கடலை விட்டுவிட்டுத் திருமால் வரும்போது தம்முடைய மார்பிலுள்ள நீண்ட கௌஸ்துப மணியானது உன்னுடைய சங்கீதத்தைக் கேட்டால் வயிரமுடையதாக இருந்தாலும் கரைந்து விடுமென்று கருதி, அதனை எடுத்து வைத்துவிட்டு வருவார்.)*

"என்ன! நீங்கள் எப்பொழுது வந்தீர்கள்? முன்னமே தெரிவிக்கக் கூடாதா?" என்றார் குமார மழவராயர்.

கவிஞர்: உங்களுடைய இசையமுதத்தைப் பருகுவதற்குச் சமயம் நேர்ந்த பொழுது அதைக் கைவிடக் கூடாதென்று எண்ணி மறைந்திருந்தேன். குற்றமாயிற் பொறுக்க வேண்டும்.

குமார: குற்றமா! தங்களை ஆதனங் கொடுத்து இருத்தி மரியாதை செய்யாமல் இருந்த பிழையைத் தாங்களல்லவா பொறுக்க வேண்டும்?

கவிஞர், "இந்தச் செய்யுளைக் கேட்டருள வேண்டும்" என்று 'வாழொப்பிலாத' என்ற செய்யுளைச் சொன்னார்.

சங்கீதத்தினால் கல் உருகுமென்பது மிகவும் அரிய செய்தி. அகத்தியருக்கும் இராவணனுக்கும் ஒரு முறை விவாதம் நேர்ந்த பொழுது அகத்தியர் வீணையிசையால் பொதியின் மலையைக் குழையச் செய்தனர்; இராவணன் அங்ஙனம் செய்ய இயலாமையின் தோல்வியுற்று இலங்கைக்குப் போய்விட்டான். இச் செய்தி, 'இராவணனைக் கந்தருவத்தாற் பிணித்து' என்ற *தொல்காப்பியப் பாயிர உரையில்* வரும் தொடராலும், *தஞ்சைவாணன் கோவையாலும்,* பிறவற்றாலும் அறியப்படுகிறது. கல் இசைக்கு உருகும் என்பதை நினைந்து 'கௌஸ்துபமணி உன்னுடைய இசைக்கு உருகிவிடும்' என்று திருமால் எண்ணின ரெனக் கற்பித்த பகுதி கவிஞருடைய அரிய நூலுணர்வைக் காட்டுகிறது.

பாட்டைக் கேட்ட மழவராயர் அளவற்ற மகிழ்ச்சி கொண்டார்; "அந்தப் பாட்டு எல்லா விதத்திலும் சிறப்புடையது. ஆயினும் என்னைப் பற்றி இருப்பதுதான் ஒரு குறை" என்று தம்முடைய பணிவைப் புலப்படுத்தினார்; பரிசில் பல வழங்கினார்.

பக்கிரிக்கு யானை கொடுத்தவர்

வடநாட்டில் நவாப் ஒருவர் ஆண்டுவந்தார். துறவுபூண்ட பக்கிரி ஒருவர் அவரிடம் இருந்தார். அவருக்கு நவாப் யானையொன்று கொடுத்திருந்தனர். அதன்மேல் அவர் சில சமயம் ஏறி வருவதுண்டு. ஒரு சமயம் அந்தப் பக்கிரியை நவாப் அவமதித்து யானையையும் கைப்பற்றிக் கொண்டார். அது பொறாமற் பக்கிரி, "நான் உன்னை விட்டு நீங்கி விடுகிறேன்" என்றார்.

நவாப்: இந்த இடத்தை விட்டால் உமக்குப் போக்கேது? உம்மை யார் மதிப்பார்கள்? என்னுடைய தயையினா லல்லவோ நீர் இங்கே இருந்து வந்தீர்?

பக்கிரி: உம்மை எண்ணித்தானா ஆண்டவர் என்னைப் படைத்தார்? உலக முழுவதும் எனக்கு உதவி செய்யும். நம்முடைய பாஷையே தெரியாத இடங்களிற்கூட நான் போய் யானைப் பரிசும் நன்மதிப்பும் பெறுவேன். அல்லாவின் அருள் இருக்கும்பொழுது எனக்கு என்ன குறை?

நவாப்: இந்தப் பயமுறுத்த லெல்லாம் இங்கே வேண்டாம். காரியத்தில் உம்முடைய அல்லாவின் அருளைக் காட்டும். போம்.

பக்கிரி: "பேதையே, பார்; தென்னாட்டுக்குப் போய் யானையை வாங்கிவந்து இன்னும் சில நாட்களுள் உனக்குக் காட்டுகிறேன்" என்று சபதஞ்சொல்லிப் புறப்பட்டார். 'துறவிக்கு வேந்தன் துரும்பு' அல்லவா?

பக்கிரி பல பாஷைகளிற் பயிற்சி பெற்றவர். அவர் பல அரசர்களிடமும் பல ஜமீன்தார்களிடமும் சென்று தமக்கு யானை வேண்டுமென்று கேட்டார். "யாரும் இவருக்கு யானை கொடுக்கக்கூடாது" என்று நவாப் உத்தரவு அனுப்பி யிருந்தமையால் அவர்க ளெல்லாம் அஞ்சிப் பக்கிரியிடம் தாம் கொடுக்க முடியாத காரணத்தைக் கூறி வருந்தி மறுத்து விட்டார்கள்.

நாடெல்லாம் சுற்றிவந்த பக்கிரி இந்த அரியிலூர் வந்து சேர்ந்தார். அப்பொழுது இங்கே இருந்த ஜமீன்தாரிடம் சென்று தமக்கு யானை ஒன்று வேண்டுமென்று கேட்டார்.

நவாபினுடைய கடுமையான செயல்களையும் எடுத்துக் கூறினார். எந்த மதத்தினராயினும் ஞானமுடையவர்களாக இருப்பவர்களை மதிக்க வேண்டுமென்ற கொள்கையை யுடைய ஜமீன்தார் பக்கிரிக்கு வேண்டிய உபசாரங்களைச் செய்தார்; யானை யொன்றையும் வழங்கினார். அதனைக் காப்பாற்றுவதற்கும் பிற செலவுகளுக்குமாகத் தக்க பொருளை உதவி ஒரு பாகனையும் அனுப்பினார். பக்கிரி, "அல்லா உங்களுக்கு வெற்றியையும் புகழையும் உண்டாக்குவார்" என்று மனமார ஜமீன்தாரை வாழ்த்தி விட்டு யானையுடனும் பரிசில்களுடனும் நவாபின் முன்போய் நின்றார்.

நவாபுக்கு ஒரு பக்கம் வியப்பும் மற்றொரு பக்கம் சினமும் உண்டாயின. "நம்முடைய உத்தரவை மீறி எந்த மனுஷன் யானை கொடுத்தான்?" என்று கர்ஜித்தார்; "பார்க்கிறேன் அவனுடைய ஆண்மையை" என்று மீசையை முறுக்கினார்; படையாளரை அழைத்து அரியிலூரின்மேற் படையெடுக்கக் கட்டளையிட்டார்.

நவாபின் படைகள் அரியிலூருக்குப் புறத்தே வந்து தங்கின. பக்கிரிக்கு யானை கொடுத்த குற்றத்திற்காக நவாப் யுத்தம் செய்யப் படையை அனுப்பியுள்ளா ரென்பது ஜமீன்தாருக்குத் தெரிந்தது. "அல்லா வெற்றியும் புகழும் தருவார்" என்று பக்கிரி வாழ்த்தியது அவருடைய ஞாபகத்துக்கு வந்து ஊக்கத்தை உண்டாக்கியது. தாம் செய்தது ஒரு நல்ல காரியமென்றும், நல்ல காரியத்திற்கு இடையூறு வாராமற் கடவுள் காப்பாரென்றும் அவர் எண்ணி, அரியிலூரிலுள்ள தம் வழிபடு கடவுளாகிய ஸ்ரீ கோதண்டராம ஸ்வாமி கோயிலுக்கு வந்து அவரை வணங்கினார். அவருடைய உண்மையன்பை மெச்சிய பெருமாள் ஒருவர் மீது ஆவேச ரூபமாக வந்து, "நீ படைகளோடு சென்று யுத்தம் செய். வெற்றி உண்டாகும்" என்று கட்டளையிட்டார். ஜமீன்தார் கடவுளின் கருணைத்திறத்தை எண்ணி உருகி மகிழ்ந்து போர் புரியச் சென்றனர். போரில் நவாபின் படை தோல்வியடைந்து ஓடிற்று. அப்பொழுதுதான் தம் படை பெரிதானாலும் அல்லாவின் அருள் எல்லாவற்றிலும் பெரிதென்னும் எண்ணம் நவாபுக்கு வந்தது. பக்கிரியின் பாதங்களில் விழுந்து தாம் செய்த குற்றத்தைப் பொறுக்கும்படி வேண்டினார்.

பக்கிரிக்கு யானை வழங்கி அதனால் நிகழ்ந்த போரிலும் வெற்றியுற்றதனால் 'பக்கிரிக்கு யானை கொடுத்தவர்' என்னும் பட்டம் ஜமீன்தாருக்கு உண்டாயிற்று. அது முதல் அவர் சந்ததியாருடைய பட்டங்களில் ஒன்றாக அது வழங்கி வருகிறது. அந்தப் பட்டப்பெயர் பல செய்யுட்களிலும் கீர்த்தனங்களிலும் காணப்படும்.

பனைமரம் பிடுங்கிய வீரன்

இந்தச் சம்ஸ்தானத்து ஜமீன்தார்கள் பலவகையிற் புகழ் பெற்று வருதலை அறிந்த பிற நாட்டிலுள்ள அரசர்களும் சிற்றரசர்களும் இவர்கள்பாற் பொறாமை கொண்டார்கள். ஒருமுறை ஆந்திர தேசத்து ஜமீன்தா ரொருவருடைய அதிகாரியாகிய ஐயப்ப நாயக்க ரென்பவர் இந்த ஜமீன்தார்மீது படையெடுத்து வந்தனர். பெரிய படையுடன் வந்து இவ்வூருக்குத் தெற்கே பாசறை அமைத்துத் தங்கினார். உடன்வந்த வேலையாட்களைக் கொண்டு அவ்விடத்தில் ஒரு குளம் வெட்டுவித்தார். அதுவே ஐயப்ப நாயக்கன் குளம் என்று இக்காலத்து வழங்கப்படுகின்றது. தம்முடைய ஆற்றலையும் படையின் மிகுதியையும் காட்டுவதற்கும், தம்பெயர் என்றும் வழங்குவதற்கும் பகையரசருடைய நாடுகளில் இங்ஙனம் செய்வது பண்டை அரசர் வழக்கம்.

மறுநாள் ஜமீன்தார் தம்முடைய படை வீரர்களைப் போர்புரிய அனுப்பினார். கடும்போர் மூண்டது. இரண்டு பக்கங்களிலும் படைவீரர்கள் மிகுதியாக இருந்தனர். யுத்தம் நடந்து வருகையில் மழவராயர் படையில் இருந்த ஒரு குதிரை வீரனுக்கு மிக்க தாகம் உண்டாயிற்று. அருகில் எங்கும் நீர்நிலை இல்லை. ஆகவே, அவன் நீரைத் தேடித் தாகம் தீர்த்துக் கொள்ள எண்ணித் தன் குதிரையைத் திருப்பி ஒரு பக்கமாக ஓட்டினான். அக்குதிரை என்ன காரணத்தாலோ அதிக மருட்சியை யடைந்து வேகமாக ஓடத்தொடங்கிற்று; மழவ வீரனுடைய கைக்கு அடங்காமல் வாயுவேகமாகப் பறந்தது. அந்த வேகத்தால் தாகம் அதிகமாகிய வீரன் அதனை நிறுத்த எவ்வளவோ முயன்றும் முடியவில்லை. அவனுடைய நா உலர்ந்து விட்டது; இளைப்பு அதிகரித்தது. குதிரையோ இன்ன திசையில்தான் செல்வதென்பதின்றிக் கண்ட இடங்களி லெல்லாம் ஓடிற்று. இந்த நிலையில், ஏதாவதொரு மரத்தினருகே வந்தால் அந்த மரத்தைப் பிடித்துக் கொண்டாவது குதிரையை நிறுத்தலாமென எண்ணினான் வீரன். வழியில் ஒரு சிறிய பனைமரம் நின்றது. அதனருகில் குதிரை வந்ததும் அதனை வேகமாகத் தழுவிக்கொண்டான். அது வேரற்றுக் காய்ந்து அடி நைந்து போயிருந்ததாதலின் அவன் கையோடு வந்து விட்டது. குதிரையின் ஓட்டம் நின்றபாடில்லை.

இளைப்பு மிகுதியால் வீரன், "ஐயோ அப்பா! ஐயோ அப்பா!" என்று கூவிக் கொண்டே வந்தான்; தன் கையில் இருந்த பனைமரத்தை விடவுமில்லை.

குதிரை மீண்டும் யுத்தகளத்தை நோக்கி வந்தது. ஐயப்ப நாயக்கருடைய படையினர் அந்த மழவ வீரன் வருவதைக் கவனித்தனர். தலைதெறிக்கும் வேகத்தோடு வரும்

குதிரையின்மேல் ஏறிக்கொண்டு கையில் ஒரு பனைமரத்தோடு வரும் அவனைக்கண்டு அவர்கள் மருண்டனர். அம்மழவர் களைப்பினால் சொல்லிய சொற்கள் அவர்கள் காதில் 'ஐயப்பா, ஐயப்பா' என்று விழுந்தன. தம்முடைய தலைவனைத் தாக்குவதற்கு அவன் வருவதாக அவர்கள் எண்ணினர். "அப்பா! மரத்தைப் பிடுங்கும் வீரனாகவல்லவா இவன் இருக்கிறான்! இவன் ஒருவனே இப்படி இருந்தால் மற்றவர்கள் எப்படி இருப்பார்களோ! இவனுக்குப் பின்னே இன்னும் எத்தனை வீரர்கள் என்ன என்ன ஆயுதங்களுடன் வருவார்களோ! மரத்தைப் பிடுங்கிப் போர் புரிவதைப் புராணங்களிற் கேட்டிருக்கிறோம்; பார்த்ததில்லை. இனிமேல் நம்முடைய ஆற்றல் பயன்படாது" என்று எண்ணிச் சிலர் பயந்து ஓட ஆரம்பித்தனர்; அவர்களைக் கண்டு ஐயப்ப நாயக்கரும் எஞ்சிய படைகளும் அச்சம் கொண்டு ஓடிப் போயினர். பின்பு குதிரை காலோய்ந்து நின்றது.

இந்தக் குதிரையின் செயலை நினைக்கும் பொழுது, "உருவக் குதிரை மழவர்" என்ற *அகநானூற்றுச்* செய்யுளின் அடி ஞாபகத்திற்கு வருகின்றது.

வித்துவான்கள்

அரியிலூர் சம்ஸ்தானத்தில் வடமொழி, தென்மொழி, தெலுங்கு என்னும் மூன்றிலும் வல்ல பல வித்துவான்களும் சங்கீத வித்துவான்களும் பரத சாஸ்திரத்தில் தேர்ச்சி பெற்றவர்களும் ஜமீன்தார்களுடைய ஆதரவு பெற்று வாழ்ந்து வந்தார்கள். புலவர்களுடைய பெருமையை அறிந்து அவர்கள் மனத்தில் திருப்தியை உண்டாக்குதலையே பெரும்பயனாக எண்ணி ஜமீன்தார்கள் வேண்டிய உதவியை அளித்து வந்தனர். பல ஜாதியினராகிய வித்துவான்கள் தங்கள் தங்களுக்கு உதவிய ஜமீன்தார்களைப் பாராட்டிப் பாடிய பாடல்களும் பிரபந்தங்களும் பல; வேறுவகை நூல்களும் சில உண்டு.

தமிழ், வடமொழி, சங்கீதம் முதலியன நம்முடைய நாட்டில் ஒழுங்காக வளர்ச்சியுற்று வந்ததற்கு முக்கிய காரணம் அரசர்களும் மடாதிபதிகளும் ஜமீன்தார்களும் பிரபுக்களும் வித்துவான்களை ஆதரித்துப் பாதுகாத்து வந்தமையே. செல்வம் பெற்றதனாற் பயன் புலவர் பாடும் புகழுடையவராதலென்பதே அவர்களுடைய கொள்கையாக இருந்தது. கோப்பெருஞ் சோழனோடு உயிர் நீத்த பிசிராந்தையாரைப் போலவே பிற்காலத்தும் சீனக்கனென்னும் பிரபுவோடு ஈமம் புக்க பொய்யா மொழிப் புலவரும் இருந்தனர். அரசியல் விஷயங்களிலும் உயர்ந்த தலைமையை அளித்துக் கபிலரை வழிபட்டு வந்த பாரியைப்போல ஒட்டக்கூத்தரை

வழிபட்ட குலோத்துங்கனும் இருந்தான். இங்ஙனம் வழிவந்த புலமையும் வண்மையும் தமிழ்நாட்டில் அறிவென்னும் விளக்கை அவியாமல் இருக்கச் செய்தன. சம்ஸ்தானங்கள் முதலியவை கலைகளை வளர்த்தற்குரிய இடங்களாக இருந்தன.

அரியிலூர் ஜமீனில் சண்பக மன்னார் என்னும் குடிப்பெயரை யுடைய ஒரு பரம்பரையினர் ஆஸ்தான வித்துவான்களாக இருந்து வந்தனர். அவர்கள் ஸ்ரீவைஷ்ணவர்களில் தென்கலையார். சண்பகாரணியம் எனப்படும் இராஜமன்னார் கோயிலிலிருந்து அவர்கள் வந்தவர்களாதலின் அவர்களுக்கு அந்தக் குடிப்பெயர் அமைந்தது; மன்னரென்பது அந்த ஸ்தலத்திலுள்ள பெருமாளின் திருநாமம். இளமையிலேயே செய்யுள் செய்யும் ஆற்றல் அந்தப் பரம்பரையினருக்கு இருந்து வந்தமையின், அவர்களுக்குப் பாலஸரஸ்வதி, பால கவி என்னும் பட்டங்கள் அளிக்கப்பட்டு வழங்கி வந்தன. அவர்களிற் பலர் அத்வைதத்தில் மிக்க தேர்ச்சி பெற்றவர்கள்; சமரச நோக்கமுடையவர்கள். அவர்களுள் ஒருவர் பழூரில் தேவி தவஞ்செய்து இறைவனை மணம்செய்து கொண்டதை நாடகமாகப் பாடியிருக்கின்றனர். அது *திருக்கல்யாண நாடகம்* என வழங்கப்படும்; வேறொருவர் *சிவராத்திரி நாடகம்* என ஒரு நூல் மிகச் செவ்விதாக இயற்றியிருக்கிறார்; அது பிரமோத்தர காண்டத்திலுள்ள கதையை அமைத்துப் பாடப்பெற்றது.

சண்பக மன்னார்

சண்பக மன்னா ரென்னும் பொதுப்பெயரையே சிறப்புப் பெயராகப் பெற்ற ஒரு பெரியார் அக்குடும்பத்திற் பிரசித்திபெற்று விளங்கினர்; அவருடைய இயற்பெயர் ஸ்ரீநிவாசையங்கா ரென்பது. சண்பக மன்னாரென்று வழங்கப்படுவாரே யன்றி அவருடைய இயற்பெயர் இன்னதென் றறிந்தவர் சிலரே.

அவர் தமிழ், வடமொழி, தெலுங்கு மூன்று மொழிகளிலும் வல்லவர். சங்கீதத்திலும் பயிற்சி மிக்கவர். அத்வைத சாஸ்திரத்தில் நல்ல ஆராய்ச்சியும், தெளிந்த ஞானமும், அவற்றிற்கு ஏற்ற அனுபவமும் உடையவர். இல்லறத்தில் இருந்தனரேனும் மனத்துறவை யுடைவராகித் தாமரையிலைத் தண்ணீர்போல் இருந்து தமது கடமைகளைச் செய்துவந்தார்.

> எத்தொழிலைச் செய்தாலும் ஏதவத்தை பட்டாலும்
> முத்தர் மனமிருக்கும் மோனத்தே

என்பது உண்மையன்றோ? அவர் அரியிலூரில் பெருமாள் கோயிலின் புறத்தேயுள்ள தெற்கு வடக்குத் தெருவில் மேல்சிறகின்

வடகோடியிலிருந்த மடத்தில் இருந்து பாடஞ்சொல்லிக் கொண்டு சாந்தநிலையில் வாழ்ந்து வந்தார்.

அவரிடத்தில் வேதாந்த சாஸ்திர பாடங் கேட்டவர் பலர். அவருடைய சிஷ்யர்களாகிய துறவிகள் பலர் பக்கத்தே உள்ள சிறு கிராமங்களில் மடங்கள் கட்டிக்கொண்டு அமைதியாக வாழ்ந்துவந்ததன்றி அங்கங்கே உள்ளவர்களுக்கு வேதாந்த சாஸ்திரங்களைப் பாடஞ் சொல்லிக்கொண்டும் வந்தனர். அத்வைத சாஸ்திர உணர்வு அரியிலூரிலும் அயலிடங்களிலும் சண்பக மன்னாரால் பரவியது. அவரிடம் பாடங் கேட்டவர்களுள் பலர் ஆலயத்திருப்பணிகள், தடாகப் பிரதிஷ்டைகள், அன்ன சத்திரம் முதலிய தருமங்கள் செய்தனர். அவர்களுள் ஆறுமுகப் பரதேசி என்னும் ஒருவர் ஐயம்பேட்டைக்கு அருகிலுள்ள பசுபதி கோயிலில் இருந்துவந்தனர். அவர் தம்முடைய கல்வி வன்மையாலும் சிறந்த ஒழுக்கத்தினாலும் எல்லாராலும் மதிக்கப்பட்டுப் பலதர்மங்களை செய்தனர்; அக்காலத்தில் தஞ்சையிலிருந்த கலெக்டருடைய நட்பைப் பெற்றுப் பசுபதி கோயிலில் ஒரு தடாகம் வெட்டி மடம் ஒன்றையும் கட்டுவித்தார்.

தஞ்சை சம்ஸ்தானத்திலிருந்த பெரிய உத்தியோகஸ்தர் ஒருவர் அவரைத் தம்மிடம் வருவித்து ஞானவாசிட்ட மென்னும் நூலைப் பாடஞ் சொல்லும்படி கேட்டுக்கொண்டார். அங்ஙனம் சண்பக மன்னார் பாடஞ் சொல்லிவருகையில் உத்தியோகஸ்தர் சில சமயங்களிற் பராமுகமாக இருந்து வந்தார். தொடர்ந்து சில நாழிகை பொறுமையாக இருந்து கேட்பதில்லை. இடையிடையே அந்தப்புரத்துக்குச் செல்வதும் பின்பு வந்து கேட்பதுமாக இருந்தார். இங்ஙனம் அவ்வுத்தியோகஸ்தருடைய மனம் அவ்வேதாந்த சாஸ்திரத்தில் பதியாமைக்குக் காரணம் என்னவென்று சண்பக மன்னார் ஆராய்ந்தார். ஒரு தாசியிடம் அவ்வுத்தியோகஸ்தர் பழகிவருவதே அவருடைய மன வேறுபாட்டுக்குக் காரண மென்றறிந்தார்; இனி அங்கே இருப்பது தகாதென்ற உறுதி பூண்டார். ஒரு நாள் இரண்டு வெண்பாக்களை இயற்றி ஒருவரிடம் கொடுத்து உத்தியோகஸ்தரிடம் அளிக்கும்படி சொல்லிவிட்டு ஊர்வந்து சேர்ந்தார். அவ்விரண்டு பாட்டுக்களுள் ஒன்று வருமாறு:

பொருள்போம் புகழ்ப்போம் புலைத்தன்மை சேரும்
அருள்போம் அழகுபோம் அல்லால் – தெருள்போகும்
கல்லாத நெஞ்சக் கயவர்பாற் சேர்ப்பிக்கும்
பொல்லாத மாதர் புணர்ப்பு.

சண்பக மன்னார் தெய்வங்கள் மீதும் தம்மை ஆதரித்துவந்த ஜமீன்தார்மீதும் பல செய்யுட்களையும் தனிக் கீர்த்தனங்களையும்

வடமொழியிலும் தமிழிலும் பாடியிருக்கின்றனர். ஜமீன்தார் நவராத்திரி விழாவைக் கொண்டாடுவதைச் சிறப்பித்து *நவராத்திரி நாடகம்* என்ற ஒரு நூலும் இயற்றியுள்ளார். திருக்குடந்தை ஸ்ரீ சார்ங்கபாணிப் பெருமாள்மீது ஒரு *நொண்டி நாடகம்* இயற்றினார். அவருடைய புலமையும் ஞானமும் இன்றளவும் அந்தப் பக்கத்தில் உள்ளவர்களாற் கொண்டாடப்பட்டு வருகின்றன. அவர் காலத்திற்குபின் அவருடைய சிஷ்யர்களால் அவருக்குக் குருபூஜை மிகவும் சிறப்பாகச் செய்யப்பெற்று வந்தது. அவருடைய பேரராகிய சடகோபையங்கார் காலம் வரையில் அக்குருபூஜை நடந்து வந்தது.

ஐயாவையங்கார்

சண்பக மன்னாருக்கு இரண்டு குமாரர்கள் இருந்தார்கள். அவர்களுள் மூத்தவர் ஐயா வையங்கா ரென்பவர். அவர் தம் தந்தையாரைப் போலவே திறமையும் பெருமையும் உடையவராக இருந்தார்; அவரினும் அதிகமான உள்ளத் துறவை யுடையவர். அவர் இயற்றிய பாடல்களும் கீர்த்தனங்களும் பல உண்டு. அரண்மனை வித்துவானாக அவர் இருந்துவருகையில் துறவுணர்ச்சி மிக்க அவரது மனம் அவ்வாழ்க்கையில் அதிருப்தியுற்றது. இடைவிடாமல் இறைவனுக்குத் திருப்பணி செய்தலை மேற்கொண்டு மன மொழி மெய்களால் அவனை வழிபட்டு வாழ்நாள் முழுவதையும் கழிக்கவேண்டு மென்னும் பேராவல் அவர்பால் வளர்ந்தது. தம் குடும்பத்தைப் பரம்பரையாக ஆதரித்துவந்த ஜமீன்தாரிடத்தில் வேதனம் பெற்றால் 'செஞ் சோற்றுக் கடன்' கழிப்பதற்காக அவரது சமயமறிந்து சென்று உவப்பித்தலும் விஷேச காலங்களில் யாரேனும் வந்தால் சென்று பிரசங்கம்செய்து கௌரவித்தலும் ஆகிய பல கடமைகளைச் செய்து வரவேண்டுமென்று எண்ணினார். அவற்றைச் செய்து வந்தமையால் அப்பியாசங்களுக்கு இடையூறு நேர்ந்தது. ஆதலின் சம்ஸ்தானத் தொடர்பை விட்டுவிட்டுச் சாந்தமாக இருத்தலையே அவர் மனம் நாடிநின்றது.

சரியான காலங்களில் அவர் அரண்மனைக்கு வருவதில் ஊக்கங் காட்டாமலிருந்த காரணம்பற்றி அவர் காலத்திலிருந்த ஜமீன்தார் ஒருமுறை அவரிடம் அவமதிப்பாக நடந்து கொண்டார். அச்செயல் இடையூறாக இருப்பினும் தம் கருத்து நிறைவேறுதற்கு அநுகூலமானதென்று அவர் கருதினார். அவருடைய பற்றற்ற தன்மையும் உலக விஷயங்களில் உள்ள வெறுப்பும் இறைவன்பாலுள்ள திண்ணியதாகிய அன்பும் வெளிப்படுதற்கு அந்த ஜமீன்தாருடைய செயல் காரணமாயிற்று.

ஜமீன்தார் தம்பால் அவமதிப்பாக நடந்ததை உணர்ந்த ஐயாவையங்கார் நேரே பெருமாள் கோயிலுக்கு வந்தார்; தசாவதார மண்டபத்திற்குச் சென்று ஸ்ரீ நரசிம்ம மூர்த்தியின்முன் நின்றார்; அதுகாறும் தம்முடைய வாழ்வு வீணாயிற்றென்று நைந்தார்; கண்ணீர் வர மயிர்க் கூச்செறிய உள்ளம் உருகி,

(கட்டளைக் கலிப்பா)

வஞ்ச மாரு மனத்தரைக் காவென்று
வாழ்த்தி வாழ்த்தி மனதுபுண் ணாகவே
பஞ்ச காலத்திற பிள்ளைவிற் பார்கள்போல்
ப்ரபந்தம் விற்றுப் பரிசு பெறாமலே
நெஞ்சம் வாடி யிளைத்துநொந் தேனையா
நித்த நின்மல நின்னடி தஞ்சங்காண்
செஞ்சொல் நாவலர் போற்றவெந் நாளிலும்
செழித்து வாழரி யில்நர சிங்கமே

என்ற பாடலை வாய்விட்டுக் கதறிச் சொல்லி அடியற்ற மரம்போல் விழுந்து வணங்கினார். "இனி நரஸ்துதியும் நரஸேவையும் செய்யேன்; நரசிங்கத்தைப் பணிந்து பாடுவதே என்கடன்" என்னும் வைராக்கியத்தை உடையவரானார்.

அன்றுமுதல் அவருடைய வாழ்க்கையில் ஒரு மாறுதல் உண்டாயிற்று. நரசிங்க மூர்த்திக்குச் சனிக்கிழமைதோறும் மிக்க சிறப்பாக அபிஷேகமும் பூஜை முதலியனவும் பானகம் நீர் மோருடன் பலவகைச் சித்திரான்னப் பிரசாத விநியோகங்களும் செய்வித்து வந்தார். அவருடைய பெருமை வரவர அதிகரித்தது. அவ்வூரிலிருந்த கார்காத்த வேளாளர்கள் பலரும் பிறரும் அவருக்கு வேண்டியவற்றை உதவி வந்தனர். பல பிரபுக்கள் அவர் மூலமாகத் தங்கள் செல்வம், திருப்பணி முதலியவற்றிற் பயன்படுவதை ஒரு பெரும்பேறாகக் கருதி உபகரித்தனர். பல திருப்பணிகளை அவர் செய்தார். தசாவதார மண்டபத்துக்கும் கோபுரத்துக்கும் இடையேயுள்ள இடம் திறப்பாக இருந்தது. அங்கே விசாலமான ஒரு மண்டபத்தை அவர் கட்டுவித்தார்; கோபுரத்தைப் புதுப்பித்தார். அவருடைய மனத்துறவின் முதிர்ச்சியையும் பெருமையையும் பற்றி என் தந்தையார் பலமுறை பாராட்டிச் சொல்லியிருப்பதுண்டு.

சடகோபையங்கார்

ஐயாவையங்காருக்கு ஐந்து குமாரர்கள் உண்டு. அவர்கள் ஐவரும் தமிழ்க்கல்வியிலும் சங்கீதத்திலும் சிறந்த பயிற்சி யுள்ளவர்கள். அவர்களுள் சடகோபையங்கா ரென்பவர் ஐந்தாங் குமாரர்; பல பிரபந்தங்களை ஆராய்ந்து வாசித்துப் பாடஞ் சொல்லும் ஆற்றலுடையவர்; செவ்வைச் சூடுவார் பாகவதத்திலும்

ஞானவாசிட்டம் முதலியவற்றிலும் மிக்க பழக்கமுடையவர்; அத்வைத சாஸ்திரத்திற் சிறந்த அறிவுவாய்ந்தவர்; சங்கீதப் பயிற்சியும் அவருக்கு இருந்தது; வீணை வாசிப்பதில் நல்ல தேர்ச்சி உண்டு.

அவர் காலையில் ஐந்து மணிக்கே எழுந்து விடுவார். நித்திய கர்மானுஷ்டானங்களை ஒழுங்காகச் செய்வார். பின்பு புத்தகங்களை எடுத்துக் கொண்டு தம்வீட்டுத் திண்ணைக் கோடியில் அமர்ந்துகொள்வார். எந்த நூலையாவது படித்து இன்புற்றுக்கொண்டே இருப்பார். அந்த வழியே போகின்றவர்கள் அவரைக் கண்டால் வணக்கத்தோடு அந்தத் திண்ணையில் வந்து அவர் சொல்வனவற்றைக் கேட்கும் பொருட்டு இருப்பார்கள். உடனே ஏதாவது தமிழ்ப்பாடல் சொல்வார்; பிரசங்கமும் செய்வார்.

சடகோபையங்காரும் என் தந்தையாரும் இளமைதொடங்கி நட்புடையவர்களாக இருந்தார்கள். என் தந்தையார் பாடுங் காலங்களில் அவர் வீணை வாசிப்பார். இருவரும் சங்கீத சம்பந்தமாக அடிக்கடி அளவளாவிப் பேசிக் கொண்டிருப்பது வழக்கம். அவர் வீட்டிற்கு எதிர்வீட்டில் நாங்கள் குடியிருந்து வந்தோம்.

நாள் தவறாமல் திண்ணையில் உட்கார்ந்து கொண்டு, வந்தவர்களுக்கு அவர் சலிப்பில்லாமல் தமிழ்ப்பாடஞ் சொல்லுவார். அப்படி அவர் சொல்லிவரும்போது நானும் சென்று உடனிருந்து கேட்பேன். என் தந்தையாரும் எனக்குத் தமிழ்ப்பாடஞ் சொல்லிக் கொடுக்க வேண்டுமென்று என்னை அவரிடம் ஒப்பித்தார். நான் அவருடைய பேச்சில் ஈடுபட்டு மிகுந்த ஆவலுடன் அவர் சொல்லுவனவற்றைக் கேட்பேன். அதனால் அவருக்கு என்பால் பிரீதி உண்டாயிற்று.

எந்த விஷயத்தைச் சொன்னாலும் அதைச் சுவையுண்டாகச் சொல்வதில் அவருக்கு இயல்பாக ஒரு திறமை இருந்தது. ஒரு வேளைக்கு இரண்டு மூன்று செய்யுட்களே சொல்வார். ஆனாலும் மனத்தில் தெளிவாகப படும்படி பல உதாரணங்களைக் காட்டி விரிவாகப் பொருள் சொல்வார். சிறு விஷயமானாலும் அதற்குப் பொருத்தமான செய்திகளைச் சேர்த்துக் கொண்டு அழகுபடுத்திச் சொல்லும்பொழுது என்னுடைய மனம் அதில் ஈடுபட்டுவிடும். ஏழாம் பிராய முதலே நான் அவரிடம் பாடங்கேட்டுவந்தேன். அவர் சொல்லும் முறையானது எந்த விஷயத்தையும் எளிதாகவும் சுவையுள்ளதாகவும் தோன்றச் செய்யும். தமிழில் நான் ஈடுபட்டதற்கு அவரே முதற்காரணம்.

அவரிடம் *திருவேங்கடத்தந்தாதி, திருவரங்கத்தந்தாதி, திருவேங்கடமாலை* முதலியவற்றைக் கேட்டிருக்கிறேன். மிகவும் இளைய பருவத்திற் கேட்டேனானாலும் அவரைப்பற்றிய ஞாபகமும் அவர் என் நெஞ்சிற் படும்படி சொன்ன வார்த்தைகளின் திறமும் இன்னும் என் மனத்தைவிட்டு அகலவே யில்லை.

பல தனிப்பாடல்களையும் பல கீர்த்தனங்களையும் சில பிரபந்தங்களையும் அவர் இயற்றியிருக்கின்றனர். ஸ்ரீ வைஷ்ணவராயினும் அத்வைதக் கொள்கையும் அந்த நெறியிற் பயிற்சியும் உடையவராதலின் சமரசமான தெய்வ வழிபாடுடையவராக இருந்தனர். அரியிலூர் ஸ்ரீ ஆலந்துறையீசர் விஷயமாக ஒரு பதிகமும் விசுவகுல வகுப்பினர் சிலருடைய வேண்டுகோளின்படி ஸ்ரீ காமாட்சியம்மை விஷயமாக ஒரு பதிகமும் ஸ்ரீ சருக்கரை விநாயக ரென்னும் மூர்த்தி விஷயமாக ஒரு பஞ்சரத்தினமும் இயற்றியிருக்கிறார். *அரியிற் சிலேடைவெண்பா, இராமாயண வண்ணம், இராமாயணச் சிந்து, ஜீவப்பிரம்ம ஐக்கிய சரித்திரம்* முதலிய நூல்கள் அவராற் செய்யப்பெற்றன. இராமாயண வண்ண மென்பது ஒவ்வொரு காண்டத்திற்கும் ஒவ்வொன்றாக நாட்டை முதலிய ஏழு ராகங்களால் அமைந்த ஏழு பகுதிகளை யுடையது. ஜீவப்பிரம்ம ஐக்கிய சரித்திரம் நாடக ரூபத்திற் செய்யப்பெற்றது. அதிலுள்ள பல கீர்த்தனங்களை அவர் அடிக்கடி சொல்லி நயங்களை எடுத்துக்காட்டுவார். திருவாவடுதுறையில் ஆதீனவித்துவானாக இருந்த கந்தசாமிக் கவிராய ரென்பவர் அந்நாடகத்துக்குச் சிறப்புப் பாயிரம் அளித்திருக்கிறார்;

> என்னை யறிய வெனக்கறிவித் தானரியில்
> தன்னை நிகருஞ் சடகோபன்.

என்பது அதன் முதலிரண்டடி.

அக்காலத்தில் அருகேயுள்ள ஓர் ஊரிலிருந்த ஆலயத்துக்கு அதிகாரிகளான பஞ்சாயத்தார் அவ்வாலயத்தின் வருவாயை உரிய பணிகளிற் செலவிடாமற் பலவாறாக அழித்து வருவதை யறிந்து அவர்களுடைய அறியாமையையும் அறமல்லாத செயலையும் எடுத்துக் காட்டி, *பஞ்சாயத்து மாலை* என்னும் பெயரால் அவர் ஒரு நூல் இயற்றினார்.

பொருளை மேன்மேலே ஈட்டவேண்டு மென்னும் நோக்கம் இன்றித் தமிழ்நூற் கடலிலே துளைந்து விளையாடுவ தொன்றையே இன்பமுடையதாகக் கருதிய புலவர்களுக்கு வறுமைத் தொடர்பு இருப்பது புதிதன்று. சடகோபையங்கார் பிறரால் நன்கு

மதிக்கப்பெற்ற அறிஞராயினும் வறிஞராக இருந்தார். ஆனாலும், பெற்றது கொண்டு திருப்தியடையும் இயல்பு அவருடைய வாழ்க்கையை இன்பமாக்கியது. அரியிலூர் சம்ஸ்தானம் நாளடைவில் மெலிவுற்றதாதலின் அதன் ஆதரவு அவருக்கும் பிறருக்கும் இலதாயிற்று. குளிருக்குப் போர்த்துக்கொள்ள வேண்டி ஒரு வேளாளப் பிரபுவாகிய மல்லூர்ச் சொக்கலிங்கம் பிள்ளை யென்பவருக்கு ஒரு செய்யுளெழுதி யனுப்பினார்; அவர் லிங்கம்பிள்ளை யென்றும் வழங்கப் பெறுவார். அவர் ஒன்றுக்கு இரண்டாக வாங்கி உதவினார். அந்தச் செய்யுளின் ஈற்றடி,

துப்பட்டி வாங்கித் தரவேண்டும் லிங்க துரைச்சிங்கமே

என்பது.

மாலைவேளையில் கடை வீதிவழியே சடகோபையங்கார் செல்வதுண்டு. நானும் உடன்போவேன். அப்பொழுது ஏதாவது பாடலைச் சொல்லிப் பொருள் சொல்லிக்கொண்டே போவார். ஒவ்வொரு கடைக்காரரும் எழுந்து அவரை அழைத்து மரியாதையாக இருக்கச்செய்து ஒரு தட்டில் நான்கு வெற்றிலையும் இரண்டு பாக்கும் வைத்துக் கொடுப்பர். இப்படிப் பெற்றுக் கொண்ட வெற்றிலைகளையும் பாக்கையும் தொகுத்து வைத்துக் கொள்வார். அவற்றை விற்று அவ்விலையைக் கொண்டு வேறு பண்டம் வாங்குவார்.

அவர் இருக்கும் இடத்தில் சிலர் உடன் இருந்துகொண்டே இருப்பார்கள். அவர் ஏதாவது பாடலைச் சொல்லிப் பொருள் கூறிக்கொண்டிருப்பார். சொல்லிச் சொல்லிப் பழக வேண்டுமென்பது அவர் கொள்கை. "கம்பத்தை வைத்துக் கொண்டாவது கூறிப் பழகினால்தான் படித்தவைகளை மறவாமல் இருப்போம். பாடங் கேட்பவனை மாத்திரம் உத்தேசித்துச் சொல்லவே கூடாது. நமக்கே அது பிரயோசனம்; கல்வி அபிவிருத்தி உண்டாகும்" என்று அவர் அடிக்கடி சொல்வார்.

ஒருநாள் அவர் வீட்டுத் திண்ணையில் இருந்து மிக இரைந்து யாருக்கோ நெடுநேரம் பாடஞ் சொல்லிக் கொண்டிருந்தார். நான் எங்கள் வீட்டில் இருந்தே கேட்டுக்கொண்டிருந்தேன். தடையொன்று மில்லாமல் சொல்லிக் கொண்டேவந்தார். 'கேட்பவர் இடையில் சந்தேகம் ஒன்றும் கேட்கமாட்டாரா?' என்று நான் நினைத்தேன். சிறிதுநேரம் கழித்து வெளியில் வந்து பார்த்தேன். அவருக்குமுன் அமர்ந்திருந்தவர் கோபாலசாமி ஐயங்கா ரென்ற ஒரு முழுச்செவிடர். எனக்கு உண்டான ஆச்சரியத்துக்கு எல்லையே இல்லை. அவர் செவிடர் என்பது ஐயங்காருக்கும் தெரியும். "கேட்பவரை மாத்திரம் உத்தேசித்துச்

சொல்லவே கூடாது; நமக்கே அது பிரயோசனம்" என்று தாம் சொன்னதை ஐயங்கார் செயலிற் காட்டுகிறா ரென்று எண்ணினேன். பாடஞ்சொல்வதில் அவருக்கு இருந்த அளவற்ற பிரீதி இதனால் விளங்குகிறதல்லவா ?

(அரியிலூர்ப் போர்டு ஹைஸ்கூலில் ஆசிரிய மாணவர் சங்கத்தின் வருஷாரம்பப் பிரசங்கமாக 19.7.33இல் செய்யப்பட்டது இது.)

கலைமகள், தொகுதி 4, பகுதி 19 – 24, 1933

[மேற்சுட்டிய இக்கட்டுரை கலைமகள் இதே தொகுதியில் 'அரியிலூர்', 'அரியிலூர் வித்துவான்கள்', 'அரியிலூர் ஜமீன்தார்கள்' என மூன்று கட்டுரைகளாகத் தனித்தனியே பதிப்பிக்கப்பட்டுள்ளது. (ப.ஆ.)]

41

வெங்கனூர் கோயிற்சிற்பம்

கற்பனைக் களஞ்சிய மென்றும் கவிதாசார்வ பௌம ரென்றும் அறிஞர்களாற் பாராட்டப்படும் துறைமங்கலம் சிவப்பிரகாச ஸ்வாமிகளின் பெருமையை அறியாதவர் தமிழ்நாட்டில் பெரும்பாலும் இரார். அவருடைய கவிமாலைகளைப் புனைந்து தமிழ் நாட்டாருடைய நினைப்பில் இருந்துவரும் தலங்களுட் சிறந்தது திருவெங்கை யென மருவிவழங்கும் வெங்கனூராகும். *மந்திரிக்கோவை யென்று புலவர்களாற் சிறப்பித்துப் புகழப்படும் கோவை யொன்றும் உலா வொன்றும் கலம்பக மொன்றும் அலங்கார மொன்றும் அத்தலவிஷயமாகச் சிவப்பிரகாச ஸ்வாமிகளாற் பாடப்பெற்றுள்ளன. அது திருச்சிராப்பள்ளி ஜில்லாவில் பெரும்புலியூர்த் தாலுகாவிலே உள்ளது.

அத்தலத்திலுள்ள கோயிற்சிற்பம் மிக அருமையாக அமைந்துள்ளது; "கருப்ப இல்லிற் கிணையில்லை யென்னும் திருவெங்கை", "வல்லகோலுக்கு வல்லவண்ணா மலையார்கட்டு கோயில்" என்று *திருவெங்கைக் கோவையிலும்*, "மல்லுறச், சந்தி பொருத்தித் தகுஞ்சீர் கெடாதடுக்கிப், புந்தி மகிழற் புதவணித்தா – முந்தையோர், செய்யுள்போற் செய்த திருக்கோயில்" என்று

* கோவைகளுள் *திருச்சிற்றம்பலக் கோவையை* அரசரென்றும், *திருவெங்கைக் கோவையை* மந்திரியென்றும் கவிஞர்கள் கூறுவர்.

திருவெங்கை யுலாவிலும் அக்கோயில் பாராட்டப்பட்டுள்ளது. அதன் *வரலாறு வருமாறு:

துறைமங்கல மென்னும் ஊரில் பண்டகுலத்தில் லிங்கப்ப ரெட்டியா ரென்னும் பரம்பரைச் செல்வர் ஒருவர் இருந்தார். அவருடைய குடும்பப் பெயர் வல்லகோ லென்பது. அவருக்கு அண்ணாமலை ரெட்டியா ரென்றும், நீலகண்ட ரெட்டியா ரென்றும் இரண்டு குமாரர்கள் உண்டு. அவருள் அண்ணாமலை ரெட்டியாரே திருவெங்கைக் கோயிலைக் கட்டியவர்.

அவர் கல்வியறிவொழுக்கமும் சிவபக்தியும் உடையவர்; தமிழ் நூற்பயிற்சியும் தமிழ்ப் புலவர்களிடத்தில் பேரன்புமுள்ளவர்; சிற்றரசர் போன்ற பெருமதிப்புடையவர்; சிவப்பிரகாச ஸ்வாமிகளிடத்தில் அளவற்ற பக்தி பூண்டு பலவகையில் அவரை ஆதரித்து வந்தவர்; அவருக்காகப் பல இடங்களிற் பல வசதிகளைச் செய்துகொடுத்தவர். அவற்றுள் அவருக்காகக் கட்டுவித்த நடைவாவிகள் மிகவும் சிறந்த வேலைப்பாட்டுடன் இக்காலத்திலும் காண்போர் கண்களைக் கவர்ந்து விளங்குகின்றன. மனிதர்களைப் பாடாத வீறுபெற்ற அப்புலவர் பெருமானுடைய அருமைத் திருவாக்கினால் உள்ளங்குளிர்ந்து புகழ்ந்த பெருமையை உடையவர் ரெட்டியார்;

.... வினவினர்க்குப்
பண்டை யறத்தின் படிவமிது வென்னவருக்
கொண்டிலிங் கையன் குலமைந்தன் – உண்ட
படிதாங்கி மாயன்றேர்ப் பார்தாங்கி யாங்கெம்
குடிதாங்கி நல்லிசைமென் கோதை – முடிதாங்கு
கல்வி யுறுநீல கண்டன் துணைவனலர்ச்
செல்வி யுறையுந் திருமார்பன்

O

இலையென்றல் கேட்பவுமின் னாதென் னிறப்போர்
நிலைகண்டாங் கெப்பொருளு நேர்வோன் ...

O

வந்துதன்சீர் பாடுநரை மண்மீதி லந்திலையே
இந்திரன்றா நாக்கு மியல்பினான் ...

O

---

* நான் பெரும்புலியூர்த் தாலூகாவிலுள்ள இடங்களிலிருந்து இளமையில் படித்துக்கொண்டு வந்த காலத்தில் இவ்வரலாற்றைச் செங்கணம் விருத்தாசல ரெட்டியார் முதலியவர்கள் மூலமாகக் கேட்டேன். இதனைச் சிறிது வேறுபடுத்தியும் வேறு தலங்களோடு சார்த்தியும் கூறுவாரும் உளர்.

. . . . மண்புலவர்
தம்மைவிழி காக்குந் தகவி னிமைபோலச்
செம்மை பெறக்காக்குஞ் சீருடையோன் . . .

வேலியறஞ் செய்ய விளைத்துக் கரும்பயிலக்
கூலி கொடுக்குங் குலத்தோனறல்

என்று அக்கவிஞர்பிரான் அவருடைய புகழைப் பலபடப் பாடியுள்ளார். ஸ்வாமிகள் தாம் துறவியாக இருந்தும், "எம் குடிதாங்கி" என்று நாவாரக் கூறி வாழ்த்தும் பெருமை வாய்ந்த அண்ணாமலை ரெட்டியாருடைய புகழை வேறு எம்மொழிகளால் சொல்ல முடியும்?

அண்ணாமலை ரெட்டியார் தமக்கு உரிய கிராமங்களுள் ஒன்றாகிய வெங்கனூரில் இருந்துவந்தார். அப்பொழுது ஒவ்வொரு பிரதோஷ தினத்திலும் விரதமிருந்து விருத்தாசலம் சென்று பழமலைநாதரையும் பெரியநாயகி அம்மையையும் தரிசித்து வருவது அவர் வழக்கம். இந்த நியமத்தில் என்றும் தவறாமல் அவர் நடந்து வந்தார். இடையில் ஓடும் வெள்ளாற்றில் அளவு கடந்த வெள்ளம் வந்து விட்டமையால் ஒரு பிரதோஷத்தன்று அவரால் விருத்தாசலத்துக்குப் போக இயலவில்லை. ஆதலின், மிகவும் மனமுடைந்தவராகி வருந்தினர். அன்றிரவு அவருடைய கனவில் பழமலைநாதர் தோன்றி, வெங்கனூரில் இன்ன அடையாளமுள்ள இடத்தில் ஒரு கோயில் அமைத்து அங்கே சிவலிங்கத்தையும் மற்ற மூர்த்தங்களையும் பிரதிஷ்டை செய்து வழிபடுகவென்று கட்டளையிட்டு மறைந்தருளினார். இந்தச் செய்தியை, "சிவபெருமான் வெங்கையிலே வாசம் செய்தலை விரும்பினார். வாம பாகத்திலுள்ள பெண் ஆசையையும் சுந்தரமூர்த்தியாரது பொன்னைத் திருமுகன் பூண்டியிலே பறித்த பொன்னாசையையும் பெற்ற திருவுள்ளத்தில் மண்ணாசையும் உண்டாயிற்று. ஆதலின் தேவர்களும் விரும்பும் சிறப்பை அளிக்கக் கருதி, முன் மாவலிபாற் சென்று மண்ணை இரந்த திருமாலைப்போல் குறுகிய வுருவங்கொண்டு யாசியாமல் இயல்பான உருவத்தோடே கனவிற் சென்று இரந்து பெற்றனர்" என்று அழகு பெறச் சிவப்பிரகாச ஸ்வாமிகள் கூறியுள்ளார்:

வெங்கை நகரிருப்பு வேண்டியே – பங்குபடு
பெண்ணாசை நம்பிபசும் பொன்னாசை பெற்றவுளம்
மண்ணாசை தானு மருவுதலால் – விண்ணாசை
கொள்ளுஞ் சிறப்புக் கொடுப்பத் திருவுளங்கொண்
டெள்ளுங் குறியவுரு வின்றுபோய்த் – தெள்ளும்
கனவு நனவு போற் காட்டியிரந்து. (*வெங்கையுலா*)

விழித்தெழுந்து அண்ணாமலை ரெட்டியாரோ சிவபிரானது திருவருட்டிறத்தை எண்ணிப் பரவசராய் மனமுருகினார்; பிறகு சிவபெருமானாற் குறிக்கப்பெற்ற இடத்தை அடைந்து கண்டார்; சிவாலயம் அமைப்பதற்கு உரியவற்றைச் செய்ய ஆரம்பித்தார்; நர்மதை நதியிலிருந்து பாணலிங்கம் வருவித்துத் தனியே பிரதிஷ்டை செய்வித்து ஒவ்வொரு நாளும் தரிசனம் செய்து கொண்டு வந்தார்.

அக்காலத்தில் வடதேசத்தில் உண்டான பஞ்சத்தால் பல சிற்பிகளும் அவர்களுடைய தலைவனும் அங்கிருந்து தென்னாட்டை நோக்கி வந்தனர். அவர்கள் திருவெங்கை வழியாகச் செல்லுகையில் அவர்களுடைய வருகையை அறிந்த அண்ணாமலை ரெட்டியார் தாம் மேற்கொண்ட சிவாலயத் திருப்பணியை அவர்களைக் கொண்டு செய்விக்க எண்ணினார். தமது கருத்தை அவர் அவர்களிடம் கூறவே, அவர்கள் பஞ்சகாலத்தில் அத்தகைய பேருதவி கிடைத்ததை எண்ணி மிக மகிழ்ந்து உடன்பட்டு ஆலயத்தைக் கட்ட ஒப்புக் கொண்டார்கள்.

சிற்பிகள் வெங்கனூரிலுள்ள திருக்கோயிலை விதிப்படி ஊக்கத்தோடு கட்டி வந்தனர். உணவு முதலியவற்றிலும் பிறவற்றிலும் அவர்களுக்கு யாதொரு குறையும் நேராதபடி எல்லாவற்றையும் அண்ணாமலை ரெட்டியார் செய்வித்தனர். அவருடைய அன்புடைமையினால் சிற்பிகள் அதிக மகிழ்ச்சி யுடன் தங்கள் தங்கள் கடமைகளை நன்றாக நிறைவேற்றி வந்தார்கள். ஒவ்வொரு நாளும் அவர் சிவாலயத்தில் திருப்பணியை மேற்பார்த்து வருவார். சிற்பிகளுக்கு ஏதேனும் குறையுண்டோவென விசாரித்து அறிந்து அதனை நீக்குவார். அவர்களுடைய தலைவன் இடைவிடாமல் தாம்பூலம் போடுவதை யறிந்து அவனுக்கு ஓர் அடைப்பைக்காரனை அமைத்து அவன் வேலை செய்யுங் காலத்திலும் மற்றச் சமயங்களிலும் தாம்பூலம் உதவி வரும்படி செய்வித்தார். பிற இடங்களில் பெறுதற்கரிய உபசாரங்களை அங்கே பெற்றமையினால் அத்தலைவனுக்கு மேன்மேலும் வேலையில் ஊக்கம் உண்டாயிற்று.

ஓரிடத்தில் பாவுகற்களின் உட்புறத்தில் சிற்பிகளின் தலைவன் சில சிற்பங்களை அமைத்துக் கொண்டிருந்தான்; சாரம் போட்டுக்கொண்டு அதன்மேற் படுத்தபடியே அண்ணாந்து பார்த்துச் சிற்றுளியால் நுட்பமான வேலைகளை மனவொருமையோடு செய்துகொண்டிருந்தான். அடைப்பக்காரன் கீழே நின்று அடிக்கடி வெற்றிலை மடித்து அவனுக்குக் கொடுத்துக் கொண்டே இருந்தான். ஒருநாள் வழக்கம்போல அண்ணாமலை ரெட்டியார் சிற்பிகள் செய்துகொண்டிருக்கும் வேலைகளைப்

பார்க்க வந்தார்; அவர்கள் தங்களுடைய ஆற்றலால் கல்லைச் சித்திரிக்கும் அருங்கலைத் திறத்தை உணர்ந்து மகிழ்ந்தனர். பிறகு அவர்கள் தலைவன் இருந்த இடத்தில் மெல்லப் புகுந்தார்; தம் வரவை அவன் அறிந்தால் அவனுடைய வேலை தடைப்படுமென்று ஓசைப்படாமல் சென்றார். சாரத்தின் மேலிருந்த சிற்பிகளின் தலைவன் படுத்தபடியே அண்ணாந்து திருப்பணி புரிந்தா னாதலின் அவர் வந்ததை அவன் கவனிக்கவில்லை. அப்பொழுது அவன் வழக்கம்போலவே தாம்பூலம் போட்டுக் கொள்ளவேண்டி இடக் கையைக் கீழே நீட்டினான். அவனுக்குத் தாம்பூலம் கொடுப்பவன் அந்தச் சமயத்தில் அயலிடம் சென்றிருந்தான். சிற்பி தாம்பூலத்திற்காகவே கையை நீட்டினா னென்றறிந்த அண்ணாமலை ரெட்டியார் தமக்கு அருகில் நின்றுகொண்டிருந்த தம் அடைப்பைக்காரன் தமக்கு அப்பொழுது கொடுத்த தாம்பூலத்தை வாங்கிச் சிற்பியின் கையிற் கொடுத்தார். சிற்பி கீழ் நடப்பது ஒன்றையும் அறியாமல் தன்னுடைய கைவினையிற் கண்ணாக இருந்தானாதலின் வழக்கம் போலத் தன் அடைப்பைக்காரனால் தரப்பட்ட தாம்பூலமென்றே எண்ணி அதை வாயிலிட்டு மென்றான். அது மிக உயர்ந்த வாசனைப் பொருள்கள் சேர்த்து அமைத்த தாதலின், மெல்லுகையில் பரிமளம் உண்டாயிற்று. அவன், அது தனக்குக் கொடுக்கப்படும் வெறும் வெற்றிலையும் சீவலுமாக இராமல் வாசனைத் தாம்பூலமாக இருத்தலை உணர்ந்து திரும்பிக் கீழே நோக்கினான். ரெட்டியார் மீண்டும் சிற்பி தன் கையை நீட்டும்பொழுது கொடுப்பதற்காகத் தாம்பூலத்தை மடித்து வாங்கி வைத்துக்கொண்டு நின்றார்.

அவரைக் கண்ட சிற்பி திடுக்கிட்டான்; அவனுக்குண்டான வியப்பிற்கும் அச்சத்திற்கும் எல்லையே யில்லை; உடனே கீழே குதித்தான்; ரெட்டியாருடைய காலடியில் விழுந்து வணங்கினான்; “கருவிலே திருவுடைய செல்வச் சீமானும் சிவபெருமானைப் பிரத்தியட்சமாகக் கனவிற்கண்ட சிவபக்த சிகாமணியுமாகிய நீங்கள் இங்ஙனம் செய்யலாமா? என்பாற் பெரிய அபசாரத்தை ஏற்றிவிட்டீர்களே!” என்று மனந்தடுமாற வாய்குழறக் கூறினான். கலைவல்லாருடைய கலைத்திறத்தை மதிப்பதில் ஒப்பற்றவராகிய ரெட்டியார், “நான் ஒன்றும் தவறு செய்யவில்லையே; தாம்பூலம் போட்டுக்கொள்ளா விட்டால் ஊக்கம் குறையுமென்று கருதியே கொடுத்தேன்” என்றார்.

சிற்பி: தாங்கள் வந்ததை நான் தெரிந்து கொள்ளவில்லை. அடைப்பைக்காரன்தான் தருகிறானென்று நினைத்தேன். தாம்பூலத்தின் உயர்ந்த பரிமளம் என்னைக் கீழே பார்க்கச் செய்தது. எவ்வளவோ அடியார்களுக்கும் வறியாருக்கும் அள்ளி

அள்ளிக் கொடுக்கும் தங்கள் திருக்கரம் இந்த வேலையையா செய்வது! நான் இடக்கையை அல்லவா நீட்டிவிட்டேன்!

அண்ணாமலை ரெட்டியார்: குற்றமுள்ள வேலையொன்றும் செய்யவில்லையே. உம்முடைய கைகள் புண்ணியம் பண்ணிய கைகளல்லவா? சிவபெருமானுக்கு ஆலயம் நிருமிக்கும் புண்ணியத் தொழிலை அவை பலமுறை செய்து பயின்ற பெருமையை உடையன என்பதை நான் அறியாதவனா? அக்கைகளால் அமைக்கப்படும் சிற்பம் நெடுங்காலம் மறையாமல் நிற்பதாயிற்றே! அந்தக் கைக்கு நான் தாம்பூலம் கொடுப்பதனால் ஒரு குற்றமும் உண்டாகாது. உம்முடைய ஊக்கம் இடையிலே தடைப்படக் கூடாதென்றுதான் அங்ஙனம் செய்தேன்.

டாக்டர் உ.வே. சாமிநாதையர்

சிற்பி: பஞ்சத்தினால் வருந்தி வந்த எங்களை அருஞ் சுரத்தில் தனி மரம்போல் ஆதரித்த தங்களுடைய உபகாரம் மிகவும் பெரியது. அதனோடு தாங்கள் செய்த இந்தச் செயலானது தங்கள்பால் என்னை ஒரு பெரிய கடனாளியாக ஆக்கிவிட்டது. தங்களையும் தங்கள் அருஞ்செயலையும் ஏழு பிறப்பிலும் மறவேன். தங்களுக்கு நான் என்ன செய்யப்போகிறேன்! என்னுடைய முழு ஆற்றலையும் கொண்டு எனக்குத் தெரிந்த சிற்பவகைகளை யெல்லாம் காட்டி இந்தக் கருப்பக்கிருகம் முதலியவற்றை அமைப்பேன். எனக்குத் தெரிந்தவற்றைத் தங்களுக்குரிய இந்த இடத்தில் அமைக்க நான் எவ்வளவோ புண்ணியம் பண்ணி இருக்க வேண்டும். எங்களுக்கு ஆகாரத்தையும் உடையையும் அளித்தலே போதும். இனிமேல் கூலியே வாங்கமாட்டோம்.

பிறகு அவன் ரெட்டியாருடைய அனுமதி பெற்றுக் கருப்பக்கிருகம் முதலியவற்றைப் பிரித்து விட்டு மீண்டும் சிறப்பாக மிகவும் அரிய பல சிற்பங்களோடு அமைத்தான். வெறுங் கூலிக்குச் செய்யாமல் அன்புக்குச் செய்த பணியாதலின் அவை மிக அழகாக அமைந்திருக்கின்றன. ஆலயம் கட்டி முடித்தவுடன் *கும்பாபிஷேகம் சிறப்பாக நடைபெற்றது. அண்ணாமலை ரெட்டியார் பலமுறை வற்புறுத்தியும் சிற்பி கூலிபெற மறுத்துவிட்டான். ஆயினும், தக்க பரிசுகளை அவனுக்கும் மற்றச் சிற்பிகளுக்கும் ரெட்டியார் அளித்து அவர்களை மிகவும் பாராட்டினார்.

காவியப் புலவர்களை ஆதரித்துக் காத்த பெருந்தகைமையுடைய †அண்ணாலை ரெட்டியார் ஓவியப் புலவர்களையும் ஆதரிக்கும் இயல்பை இவ் வரலாறு நன்கு விளக்குவதோடு யாரிடத்தும் எளியரா யிருக்கும் அவருடைய உயர்ந்த ஸௌலப்யத்தையும் தெரிவிக்கின்றது. அவருடைய அன்பின் பயனாகவே சிவப்பிரகாசருடைய சொற் சிற்பங்களும் வெங்கனூர்க் கோயிற் கற்சிற்பங்களும் நின்று நிலவுகின்றன.

கலைமகள், **தொகுதி 6, பகுதி 31 – 36, 1934**

---

* கும்பாபிஷேகம் நடைபெற்ற காலம் சாலிவாகன சகாப்தம் 1545 (கி.பி. 1622) ஆம் வருஷமென்று தெரிகிறது.

† இவருடைய பரம்பரையோர் வெங்கனூரில் மேற்கூறிய ஆலயப் பணியைச் செய்துகொண்டும் நித்திய நைமித்திகங்களைச் செவ்வனே நடத்திக்கொண்டும் வாழ்ந்து வருகிறார்களென்று கேள்வியுற்றிருக்கிறேன்.

42

கல்யாணப் படித்துறை

சற்றேறக்குறைய 60 வருஷங்களுக்கு முன்பு திருவாவடுதுறையில் சுப்பராயக் குருக்கள் என்று ஓர் ஆதிசைவர் இருந்தார். விவாகமான சில வருஷங்களுக்குபின் இவருடைய மனைவி இறந்துவிட்டாள். அதுமுதல் சுப்பராயக் குருக்கள் தனியாகவே இருந்து வந்தார். இவர் திருவாவடுதுறை ஸ்ரீ கோமுத்தீசுவரர் திருக்கோயிலிற் பூஜை செய்பவர். இவருக்கு நாள்தோறும் பிரசாத வரும்படி உண்டு.

திருவாவடுதுறை யாதீனத் தலைவர்கள் ஆலயம் வந்து ஸ்வாமி தரிசனம் செய்யும்பொழுதெல்லாம் ஸ்வர்ண புஷ்பமாக அரைக்கால் ரூபாய் முதல் ஒரு ரூபாய் வரையில் சமயத்திற்கு ஏற்றபடி அளிப்பது வழக்கம். திருவிழாக் காலங்களில் இவருக்கு அதிகமான வரும்படி கிடைக்கும். இப்படியே அவ்வப்போது கிடைத்துவந்த பணத்தைச் சுப்பராயக் குருக்கள் சேர்த்து வைத்தார். கோயிற் பிரசாதத்தை எடுத்துக்கொண்டு வந்து தாமே ஏதாவது வியஞ்சனம் செய்தாவது பிறர் வீட்டில் வாங்கியாவது உண்டு சுகமாக வாழ்ந்து வந்தார்; ஆதலின் இவருக்குப் பணச்செலவே இல்லை. இவரிடத்திலிருந்த பணம் ஒன்று பத்தாகவும் பத்து நூறாகவும் வளர்ந்தது. எல்லாரும், "சுப்பராயக் குருக்களுடைய பணம் குட்டி போட்டுக் கொண்டிருக்கிறது" என்று சொல்லிக் கொள்வார்கள்.

கோயிலிலே பூஜை செய்வதும் பிரசாதத்தை உண்பதும் ஒழிந்த நேரங்களில் சீட்டாடுவதுமே அவருடைய பொழுதுபோக்காக இருந்தன.

டாக்டர் உ.வே. சாமிநாதையர்

இப்படியே பல வருஷங்கள் இன்பமாகக் கழிந்தன. ஆயிரம் ரூபாய்க்குமேல் அவரிடம் பொருள் சேர்ந்தது.

இவருக்கு 58 பிராயம் ஆயிற்று. நெடுங்காலமாக உழைத்தவராதலின் அப்போது இவருக்கு உடலில் தளர்ச்சி உண்டாயிற்று. அடிவயிற்றில் வீக்கம், காலில் வீக்கம் முதலியனவும் இருந்தன. அக்காலத்தில் இவருடைய உறவினர்களிற் சில முதிய கிழவிகள் இவரைக் கண்டு, "இப்படியே இருந்து நீ செத்துப் போனால் உன் பேரைச் சொல்ல யார் இருக்கிறார்கள்? பெண்டாட்டியா பிள்ளையா? உனக்கு ஒருவரும் இல்லையே! பொன்காத்த பூதமாக இருக்கிறாயே. நாளைக்கு எவனாவது கொள்ளிவைத்து விட்டு எவ்வளவோ சிரமப்பட்டு நீ சேர்த்த பணத்தைக் கொள்ளைக் கொண்டு போகப் போகிறான்! இப்படி வீணாக நீ பணம் சேர்ப்பதில் என்ன பிரயோசனம்?" என்றார்கள். வேறு சிலர், "உன்னைப் போல ஒரு பைத்தியக்காரனை நாங்கள் பார்த்ததே இல்லை. கைநிறையப் பணம் வைத்துக்கொண்டு தனிமரம்போல நிற்கிறாயே, வீடு நிறையப் பெண்டு பிள்ளைகளோடு இருக்க வேண்டாமா; பிள்ளைகள் இல்லாவிட்டால் பாதகமில்லை. ஒரு பெண்டாட்டியாவது இருக்கக்கூடாதா? எவ்வளவோ பெண்கள் கிடைப்பார்களே. பேசாமல் ஒரு பெண்ணைப் பார்த்துக் கல்யாணம் பண்ணிக்கொள். எத்தனை நாளைக்கு இந்தக் கோயிற் சோற்றைத் தின்பாய்? வாய்க்கு ருசியாக ஒரு குழம்பு, கறி இவைகளோடு பெண்டாட்டி ஒருத்தி சமைத்துப்போட்டால் எவ்வளவு நன்றாக இருக்கும்? உனக்கென்ன, பணம் இல்லையா? வீடு இல்லையா? என்றார்கள்.

அதுவரையில் கல்யாணத்தைப் பற்றிக் கனவிலும் நினைத்தறியாத குருக்களுக்கு அவர்களுடைய உபதேசத்தால் சிறிது சபலம் உண்டாயிற்று. "எனக்கு யார் பெண் கொடுப்பார்கள்?" என்று கேட்டார் இவர். "நன்றாயிருக்கிறது! உனக்கா பெண் அகப்படமாட்டாள்! அன்றாடங்காய்ச்சிக ளெல்லாம் பெண்டாட்டியோடு வாழ்கிறார்களே! உனக்கென்ன குறைச்சல்! இந்த நிமிஷத்திலே நூறு பெண்கள் உன் காலில் வந்து விழுவார்கள். நீ தான் சம்மதிக்க வேண்டும்" என்று சொன்னார்கள் அவர்கள்.

"இவ்வளவு வயஸுக்குமேல் எனக்குக் கல்யாணம் எதற்கு?"

"எதற்கா? நீ கீழே படுத்துக்கொண்டால் உனக்கு யார் கஞ்சி வைத்துக் கொடுப்பார்கள்? கையும் காலும் திடமாக இருக்கிற வரையில் மாமா, சிற்றப்பா, பெரியப்பா என்று எல்லோரும் வருவார்கள்; பணம் கொடுத்தால் வாங்கிக் கொள்வார்கள்.

கொஞ்சம் தலையிலே பற்றுப் போட்டால் வெந்நீர் கூட ஒருவரும் வைத்துக் கொடுக்கமாட்டார்களே. தெரியாமலா 'தாய்க்குப்பின் தாரம்' என்று சொல்லுகிறார்கள்? ஒரு பெண்கட்டை யிருந்தால் சமைத்துப் போடவும், கால்பிடிக்கவும், வீட்டைப் பார்த்துக் கொள்ளவும் எவ்வளவு அனுகூலமாக இருக்கும்? வீட்டுக்கு லக்ஷ்மீகரம் உண்டாக்குகிறவள் பெண்டாட்டி யல்லாமல் வேறு யார்?"

"நான் இப்போது கல்யாணம் பண்ணிக்கொண்டால் பணம் அதிகமாகக் கேட்பார்களே?"

"அதனால் என்ன? பணத்தை யாருக்காக நீ சேர்த்து வைக்கிறாய்? நாளைக்கு யாரேனும் ஒருவன் கொண்டுபோவதை விட ஒரு பெண்ணை உத்தேசித்து நீயாக ஒருவனுக்குக் கொடுப்பது குறைவா?"

இப்படியே பலர் பலவிதமாகப் பேசிக் குருக்களுக்குக் கல்யாண ஆசையை மூட்டிவிட்டார்கள். இவருக்கு அந்த ஆசையிருப்பதை அறிந்த சில ஆதிசைவர்கள் தங்கள் தங்கள் பெண்களை மணம் செய்து கொடுக்க முன்வந்தார்கள்; ஒருவரையொருவர் முந்திக் கொண்டனர். அவர்களுள் ஒருவர் ஒரு பெருந்தொகையைக் குறிப்பிட்டு அதனைக் கொடுத்தால் தம் பெண்ணைக் கல்யாணம் செய்து தருவதாக உறுதி கூறினார். குருக்களும் இசைந்தார். நிச்சயதாம்பூலத்தைத் தம்முடைய வீட்டிலே சிறப்பாக நடத்த வேண்டுமென்று குருக்கள் எண்ணினார். கல்யாணத்தையும் தம் வீட்டிலேயே நடத்தவேண்டுமென்று சொல்லிப் பெண் வீட்டாரது உடம்பாட்டைப் பெற்றார்.

ஒருநாள் விடியற்காலத்தில் நிச்சயதாம்பூல முகூர்த்தமும், பிறகு கல்யாண முகூர்த்தமும் நடத்த ஏற்பாடாயிற்று. அன்று கோயில் வாத்தியக்காரர்கள் குருக்களின் விருப்பத்தின்படி வந்து வாசித்தார்கள். சில உறவினர்கள் வந்திருந்தனர். *கஞ்சனூரிலிருந்து புரோகிதரும் வந்து சேர்ந்தார். குருக்கள் தம் வீட்டுத் திண்ணையில் உட்கார்ந்தபடியே வருவோரை முகமலர்ச்சியுடன் வரவேற்று உபசரித்து உள்ளே போகும்படி சொல்லிக்கொண்டிருந்தார். நின்றும் நடந்தும் உபசரிக்கும் சக்தி இவரிடம் இல்லை; உடல் அவ்வளவு தளர்ந்திருந்தது; காலில் சிறிது வீக்கம் இருந்தது; கடைவாய் வெந்திருந்தது; தலைமயிர் நரைத்து இவருடைய முதுமையை விளக்கிக்கொண்டிருந்தது.

அப்பொழுது கோட்டூர்ச் சுப்பிரமணிய ஐயரென்ற ஒரு கனவான் இவர் வீட்டு வழியே மடத்திற்குச் சென்று

* இது திருவாவடுதுறைக்கு அருகேயுள்ள ஒரு சிவஸ்தலம்.

கொண்டிருந்தார். அவர் திருவாவடுதுறை மடத்திற் பழக்கமுடைய செல்வர்; திருவாவடுதுறையி லுள்ளார் யாவராலும் நன்கு மதிக்கப் பெற்றவர். அவர் வீதி வழியே செல்லும்போது சுப்பராயக் குருக்கள் வீட்டில் ஒருநாளும் இல்லாத வாத்திய கோஷமும் ஜனக்கூட்டமும் இருப்பதைக் கவனித்தார்; 'இவர் வீட்டில் என்ன விசேஷம் நடக்கிறது?' என்று எண்ணிக்கொண்டே அவ்வீட்டில் நுழைந்தார். அவர் வந்ததைக் கண்ட குருக்கள் இருந்தபடியே, "வரவேண்டும்; வரவேண்டும்; உள்ளே போய்ச் சந்தன தாம்பூலம் பெற்றுக் கொள்ளுங்கள்" என்று சொல்லி உபசரித்தார்.

சுப்பிர: இங்கே என்ன விசேஷம்?

குருக்கள்: இன்றைக்கு நிச்சயதாம்பூல முகூர்த்தம். தாங்கள் இருந்து போக வேண்டும்; கல்யாணத்தையும் நடத்தி வைக்க வேண்டும்.

சுப்பிர: யாருக்குக் கல்யாணம்?

குருக்கள்: எனக்குத்தான்; தாங்கள் நடத்தி வைக்கவேண்டும்.

சுப்பிரமணிய ஐயர் குருக்கள் கூறியதை நம்பத் துணியாமல், "உமக்கா?" என்று கேட்டார்.

"ஆமாம்" என்றார் குருக்கள்.

சுப்பிரமணிய ஐயருக்கு முதலில் மிக்க ஆச்சரியம் உண்டாயிற்று; அடுத்த நிமிஷத்தில் அது பெருங்கோபமாக மாறியது; அவரை அறியாமலேயே அவர் கை சுப்பராயக் குருக்கள் கன்னத்தில் அறைந்தது: "சீ! கிழட்டுப் பிணமே! உனக்குக் கல்யாணம் வேண்டியிருக்கிறதா? எழுந்திருந்து நடக்கக்கூடச் சக்தியில்லையே! நீ கல்யாணம் செய்துகொண்டு என்ன செய்யப் போகிறாய்? அநியாயமாக ஒரு பெண்ணைக் கெடுக்கத் துணிந்தாயே! எந்தப் பைத்தியக்காரன் உனக்குப் பெண்ணைக் கொடுக்கத் துணிந்தான். அந்தப் பேராசைக்காரனுக்குப் பணம் பெரியதாகப் போய்விட்டது போலிருக்கிறது. உனக்குக் கொடுப்பதைவிட எங்கேயாவது ஒரு பாழுங் கிணற்றில் அந்தப் பெண்ணைத் தள்ளிவிடலாமே; கல்யாணம் பண்ணிக்கொள்ளுகிறே னென்று சொல்ல உனக்கு வெட்கம் சிறிதும் இல்லையா? உனக்கு இனிமேல் பெண்டாட்டி எதற்கு?" என்று மேலும் மேலும் கோபத்தோடு பேசினார், குருக்கள் நடுங்கிப் போய்விட்டார். சுப்பிரமணிய ஐயர் உள்ளே நுழைந்து, "யார் இவனுக்குப் பெண்ணைக் கொடுக்க வந்தவன்? இந்த அக்கிரமம் தெய்வத்துக்கு அடுக்குமா? அவன் இன்றைக்கே

இங்கிருந்து ஓடிப்போக வேண்டும். இல்லையானால் தக்கபடி தண்டனை கிடைக்கும்" என்று கர்ஜனை செய்தார். புரோகிதரைப் பார்த்து, "இதுதான் வேதாத்தியயனத்தின் பலனோ! இங்கே இருந்தால் இனிமேல் உம்மை யாரும் எதற்கும் கூப்பிடாதபடி செய்து விடுவேன்; ஜாக்கிரதை; ஊருக்குப் போய் விடும்" என்று அதட்டினார்; வாத்தியக்காரர்களை நோக்கி, "இப்போதே ஓடிவிடுங்கள்; ஒரு நிமிஷமாவது இங்கே தாமதித்தால் பண்டார சந்நிதிகளிடம் தெரிவித்து உங்கள் வாயில் மண்ணைப் போட்டு விடுவேன்" என்று வைது துரத்தினார். அதோடு நில்லாமல் வெளியில் வந்து நடுவீதியில் நின்றுகொண்டு, "கூகூ! அக்ரமம்! அக்ரமம்! பழி! பழி!" என்று கைகளைத் தூக்கிக்கொண்டும் மேலாடையை எடுத்தெறிந்து கொண்டும் குதித்துக் குதித்துக் கூவினார். அவருடைய சப்தத்தைக் கேட்டுப் பலர் அங்கே வந்து கூடி விட்டனர்; "என்ன? என்ன? யாரேனும் கிணற்றில் விழுந்து விட்டார்களா? தீப்பிடித்துக் கொண்டதா?" என்று ஆளுக்கொரு கேள்வியாகக் கேட்க ஆரம்பித்துவிட்டார்கள்.

"சுப்பராயக் குருக்கள் கல்யாணம் செய்து கொள்ளப் போகிறாராம். அநியாயமாக ஒரு பெண்ணினுடைய வாழ்க்கை பாழாகப்போகிறது, அக்கிரமம்! அக்கிரமம்!" என்று சுப்பிரமணிய ஐயர் பெருங் கூப்பாடு போட்டார்.

"இந்தக் கலவரத்தில் நிச்சயதாம்பூல முகூர்த்தத்திற்கு வந்த உறவினர்களும், பெண்ணைக் கொடுக்க வந்தவரும் பிறரும், "பெற்றோம், பிழைத்தோம்" என்று தங்கள் தங்கள் ஊருக்குப் போய்விட்டார்கள். குருக்கள் கல்யாணமும் நின்றது; ஓர் இளம் பெண்ணுக்கு நேர இருந்த விபத்தும் நீங்கியது.

இந்த நிகழ்ச்சிக்குப் பின் சில காலம் வரையில் குருக்களுக்கு மனவருத்தம் சிறிது இருந்தது. பிறகு யோசிக்க யோசிக்க தாம் கல்யாணம் செய்து கொள்ளாமல் இருந்ததே நன்மை யென்பதை இவர் உணர்ந்தார். அயலிடங்களில் முதிர்ந்த பிராயத்தினர் கல்யாணம் செய்துகொண்டு படும்பாடுகளும், தம்முடைய இளைய மனைவிக்கு அடிமையாகித் தமக்கு யாதோர் உரிமையு மின்றிச் சிறைப்பட்டு இருக்கும் பல கணவர்களுடைய துன்பங்களும் இவருடைய நினைவுக்கு வந்து இவரது சபலத்தை அடியோடு மாற்றிவிட்டன. அப்பால் ஒருமுறை நான் இவரைக் கண்ட காலத்தில் தெளிவடைந்த அறிவோடு இவர் என்னை நோக்கி, "சுப்பிரமணிய ஐயர், கல்யாணத்தைத் தடுத்தது மிகவும் நன்மை யாயிற்று! வரவரத்தான் எனக்கு அது தெரிகிறது" என்று சொன்னார். தாம் எவ்வளவோ நாட்கள் சிந்தித்து முடிவுகண்ட அந்த உண்மையை இவர் அப்பொழுது வெளியிட்டார்.

அவருடைய வார்த்தைகள் பிறர் மதியீனத்தால் அகாலத்தில் மணஞ் செய்துகொண்டு படும் துன்பங்களை அறிந்ததனால் எழுந்தவை யென்றே நான் உணர்ந்தேன்.

பிறகு சுப்பராயக் குருக்கள் தம்மிடமிருந்த பொருளைச் சில அன்பர்களுடைய அறிவுரையின்படி திருவாவடுதுறையில் காவிரி நதியில் ஸ்நானம் செய்யும் கட்டத்தில் ஒரு படித்துறை கட்டுவதற்கு உதவினார்; வேறு சிலரிடம் பெற்ற தொகையையும் கொண்டு அப்படித்துறை அக்கிரகாரத்தாரால் கட்டப்பட்டது. படித்துறையைச் சார்ந்து ஒரு மண்டபமும் உள்ளது. படித்துறை கட்டப்பட்ட பிறகு குருக்களுக்கு இருந்த மகிழ்ச்சி மிக அதிகம். தம்முடைய வாழ்வில் ஒரு நல்ல காரியத்தைச் செய்தோமென்ற திருப்தியுண்டாகி இவருக்கு இல்லற இன்பத்தைக் காட்டிலும் அது பெரிய மகிழ்ச்சியை விளைவித்தது.

முற்கூறிய நிகழ்ச்சிக்குப் பின்பு நான்கு வருஷங்களே சுப்பராயக் குருக்கள் வாழ்ந்திருந்தார். இச்செய்தியை அறிந்தவர்கள் அப்படித்துறையைப் பற்றிப்பேசும்போது, 'கல்யாணப் படித்துறை' என்று குறிப்பது வழக்கம். சுப்பராயக் குருக்களுடைய பொருளுதவியாற் கட்டப்பட்ட படித்துறை இன்றும் இவருடைய பெயரை நினைவுறுத்திக் கொண்டு பயனளித்து வருகின்றது.

புதியதும் பழையதும், 1936

43

அன்னம் படைத்த வயல்

கும்பகோணத்தில் நான் இருந்த காலத்தில் ஒருமுறை திருவையாற்றில் நடைபெறும் ஸப்தஸ்தான உத்ஸவத்திற்குப் போகவேண்டுமென்ற விருப்பம் எனக்கு உண்டாயிற்று. இற்றைக்குச் சற்றேறக்குறைய 40 வருஷங்களுக்கு முன் நிகழ்ந்த செய்தி இது. ஸப்தஸ்தானம் சித்திரை மாதத்துப் பௌர்ணிமையில் நடைபெறும்.

ஸப்தஸ்தானத்திற்கு முதல்நாள் நான் புறப்பட்டேன். ஐயம்பேட்டை என்னும் ரெயில்வே ஸ்டேஷனில் இறங்கிக் காவிரிக்கரை மார்க்கமாகச் சென்றேன். இடையிலேயுள்ள ஸ்தலங்களில் சிலநேரம் தங்கி அவ்வத் தல சம்பந்தமான விஷயங்களை விசாரித்துத் தெரிந்துகொண்டேன். எந்த ஊருக்குப் போனாலும் அவ்வூரில் இருந்த புலவர்கள், பிரபுக்கள் முதலியவர்கள் வரலாறுகளையும், சரித்திரம் புராணம் என்பவற்றையும், கர்ணபரம்பரைச் செய்திகளையும் விசாரித்துத் தொகுப்பது எனது வழக்கம். இதனால் பலநாளாகத் தெரியாமல் இருந்த பல அரிய விஷயங்கள் மிக எளிதில் விளங்கியதுண்டு.

போகும் வழியில் திருச்சோற்றுத்துறை யென்பதொரு சிவஸ்தலம் உண்டு. திருச்சத்துறை யென்று இப்பொழுது அது வழங்குகிறது. அது தேவாரப் பாடல் பெற்றது. *ஓதனவன மென வடமொழியிற் கூறப்படும். அங்கே

* ஓதனம் – அன்னம்

எழுந்தருளியுள்ள ஸ்வாமியின் திருநாமம் ஸ்ரீ ஓதனவனேசுவர ரென்பது. அம்பிகையின் திருநாமம் அன்னபூர்ணி யென்பது. திருவையாற்றோடு சம்பந்தப்பட்ட ஸப்தஸ்தான க்ஷேத்திரங்களுள் அதுவும் ஒன்று. அத்தலத்தைப்பற்றிய சில வரலாறுகளை நான் முன்பே அறிந்திருந்தேன். கௌதம மகரிஷி அங்கே இருந்து தவம் புரிந்ததாக ஓர் ஐதிஹ்யம் உண்டு. அதனால் அத்தலம் கௌதமாசிரம மென்றும் வழங்கப்படும்.

பஞ்சகாலம் ஒன்றில் அம்பிகை அங்கே பல ஏழைகளுக்கு அன்னம் படைத்ததாகச் சொல்வார்கள். சில வயல்களில் அன்னமே விளைந்ததாம். இது பழைய வரலாறு. இவ் வரலாற்றுக்குரிய அடையாளங்களாகச் சில இடங்கள் அத்தலத்தில் உள்ளன. எல்லாவற்றையும் தெளிவாகத் தெரிந்துகொள்ள வேண்டுமென்பது என்னுடைய அவா.

வழியிலே சந்தித்த சிலபேரை, "ஸ்தல சம்பந்தமாக ஏதாவது தெரியுமா?" என்று கேட்டேன். அவர்களிற் சிலர் என் கேள்விகளுக்கு விடையே சொல்லவில்லை. சிலர், "குருக்களையாவைக் கேளுங்கள்" என்று சொல்லிவிட்டார்கள். கோவிலைப்பற்றித் தெரிந்தவர் குருக்களையன்றி வேறில்லை யென்பது அவர்கள் எண்ணம் போலும்!

நான் அவ்வூர் அக்கிரகாரத்திற்குச் சென்றேன். அங்கே ஓர் ஓட்டுவில்லை வீடு இருந்தது. அவ்விடம் சென்று வெளியில் நின்றபடியே உள்ளே இருப்பவர்களைப் பார்த்தேன். ஸப்தஸ்தான உத்ஸவத்தின் பொருட்டு வருவோர் போவோர்களுக்கு உபசாரம் செய்து உணவளிக்கும் காரியத்தில் அவர்கள் ஈடுபட்டிருந்தார்கள்.

"யார் ஐயா உள்ளே?" என்று நான் கூப்பிட்டேன். யாரோ ஒருவர் வந்தார். வரும்போதே, "தீர்த்தம் வேணுமா?" என்று கேட்டுக்கொண்டு வந்தார். அதைத்தான் நான் கேட்பே னென்பது அவர் நினைவு. நர்ன், "அதுவுந்தான் வேணும்" என்றேன்.

அவர் தீர்த்தம் கொணர்ந்து கொடுத்துவிட்டு, "வேறு என்ன வேணும்?" என்று கேட்டார்.

"ஒன்றும் இல்லை. இந்த ஸ்தலத்தைப் பற்றிச் சில சமாசாரங்கள் தெரியவேண்டும். இங்கே அம்பிகை ஒரு சமயம் எல்லோருக்கும் அன்னம் அளித்ததுண்டாம். அதைப் பற்றி ஏதாவது தெரிந்தால் சொல்லவேண்டும்" என்றேன்.

"அதுதான், நீங்களே சொல்லுகிறீர்களே. நான் வேறு என்ன சொல்லவேண்டும்?"

"அது சம்பந்தமான அடையாளம் ஏதாவது இவ்வூரில் இருக்கிறதா? தெரிந்தால் அநுகூலமாக இருக்கும்."

"அதெல்லாம் எனக்குத் தெரியாது" என்று சொல்லிவிட்டு அவர் தம்முடைய வேலையைக் கவனிக்க உள்ளே சென்றார்.

அப்பொழுது, "யாரையா அது?" என்று எங்கிருந்தோ ஒரு குரல் கேட்டது. வெயிலிலே வந்த களைப்பினால் என் கண்கள் சரியானபடி பார்க்கும் சக்தியை இழந்திருந்தன. சற்று நிதானித்தேன்.

"என்ன ஐயா தெரிந்துகொள்ளவேணும்?" என்று மறுபடியும் ஒரு கேள்வி வந்தது. திரும்பிப் பார்த்தேன். எனக்கு அருகில் இருந்த நீளமான திண்ணையின் ஒரு கோடியில் ஒரு கிழவி காலை நீட்டிக்கொண்டு உட்கார்ந்திருந்தாள். அந்தக் கிழவிதான் என்னைக் கேட்டா ளென்பதை உணர்ந்தேன்.

"என்னைத்தான் கேட்கிறீர்களா?" என்று சொல்லிக்கொண்டே அந்தத் திண்ணையின் கோடிக்குச் சென்றேன்.

"ஆமாம்" என்றாள் கிழவி.

அவளுடைய பிராயம் எண்பதுக்கு மேல் இருக்கும். கண்ஒளி இல்லை; ஒரு தடிக்கம்பை அருகிலே வைத்துக்கொண்டு சில கந்தைத் துணிகள், ஒரு கொட்டாங்கச்சியில் ஜபம் செய்வதற்கான கூழாங்கற்கள், ஓர் அழுக்கடைந்த செம்பு, ஏதோ தின்பண்டத்தை மூடிவைத்திருந்த சிறிய தகரப் பாத்திரம் ஒன்று ஆகிய இவற்றோடு அக்கிழவி அங்கே வீற்றிருந்தாள். அவளுக்குத் திரையிட்டது போல ஒரு நிரைச்சல் இருந்தது. அதன்மேல் வெள்ளை அழுக்குப் புடைவை யொன்று காய்வதற்காகக் கட்டப்பட்டிருந்தது. கிழவி எதையோ மென்றுகொண்டே கூழாங்கற்களை ஒவ்வொன்றாக எடுத்து எண்ணி ஜபம் செய்துகொண்டிருந்தாள்.

நான் அருகில் நின்றேன்.

"என்னவோ உள்ளே கேட்டீரே; என்ன கேட்டீர்?" என்று என் காலடி யோசையை அறிந்து கிழவி வினவினாள்.

"இந்த ஊரைப்பற்றித்தான் கேட்டேன். கோவிலைப்பற்றி விசாரித்தேன்" என்றேன்.

"இப்படி உட்காரும். அதெல்லாம் அவர்களுக்குத் தெரியாது; அவர்களுக்குத் தலை பின்னிக்கொள்ளத் தெரியும்; பூ வைத்துக்கொள்ளத் தெரியும். கோவிலாவது! குளமாவது! அதெல்லாம் எனக்குத்தான் தெரியும். உங்களுக்கு அவர்கள் பதில் சொன்னார்களா?"

"தெரியாதென்று சொல்லிவிட்டார்கள்."

"அவர்களுக்குத்தான் தெரியா தென்று சொல்கிறேனே. நீர் அவர்களைப் போய்க் கேட்கப் போனீரே! என்னை யார் லக்ஷியம் பண்ணுகிறார்கள்? ஏதோ பசித்த வேளைக்குச் சோறு போடுவதோடு சரி. என்னைக் கேட்டு என்ன காரியம் நடக்கிறது? பழைய காலமா?"

பாட்டி சிறிதுநேரம் பேசவில்லை. அவளுடைய மனோரதம் பழைய காலத்தில் சஞ்சாரம் செய்ததாகத் தெரிந்தது. மறுபடியும் பாட்டி நிகழ்காலத்துக்கு வந்தாள்.

"குழந்தைக்கு ஜ்வரம் வரட்டும்; அப்பொழுது பாட்டி வேணும்; மருந்து, மாத்திரை, பச்சிலை சொல்ல வேணும். சரி, அது கிடக்கட்டும். உமக்கு எந்த ஊர்?"

"நான் உத்தமதானபுரம்."

"உத்தமதானபுரமா? அங்கே எங்களுக்குக் கூடச் சொந்தக்காரர்கள் இருக்கிறார்களே. நீர் என்ன ஜாதி?"

"நான் அஷ்ட ஸஹஸ்ரம்."

"அடே! எங்கள் ஜாதிதான். நீர் யார் பிள்ளை?"

நான் சொன்னேன். விரைவிலே ஸ்தல வரலாறுகளைக் கேட்டுக்கொண்டு திருவையாறு போகலாமென் றெண்ணிய நான் அந்தக் கிழவியின் பேச்சுக்கும் கேள்விகளுக்கும் ஈடுகொடுக்க வேண்டியதாயிற்று. என்ன செய்வது!

"எங்கள் தகப்பனாருடைய பாட்டியின் மாமியார் இந்த ஊரிலே பிறந்தவள்" என்று நான் சொன்னேன்.

"சரிதான். எல்லாம் பந்துக்களாகத்தான் இருக்கும். கிட்டி முட்டிப் பார்த்தால் சொந்தமாய்விடும். இந்தக் காலத்தில் உறவு, ஒட்டு இதெல்லாம் யார் கவனிக்கிறார்கள்? பழைய காலமா? இப்பொழுது ரயில் போட்டு விட்டான் வெள்ளைக்காரன். பம்பாயாம், கல்கத்தாவாம், அங்கெல்லாம் சம்பந்தம் செய்கிறார்கள். பக்கத்திலே இருக்கிற பந்துக்களை யார் ஐயா கவனிக்கிறார்கள்?"

பாட்டிக்கு உத்ஸாகம் உண்டாகிவிட்டது. அவளோடு யாரும் பேசுவதில்லை! எத்தனையோ நாட்களாகக் கட்டுக் கிடையாக மனத்துக்குள் புதைத்து வைத்திருந்த அபிப்பிராயங்களை யெல்லாம் ஒவ்வொன்றாக எடுத்து விட ஆரம்பித்தாள். பொறுமையோடு கேட்பதற்கு நான் ஒருவன் அகப்பட்டுக் கொண்டேன்.

அன்னம் படைத்த வயல்

பேசாமல் எழுந்துபோய் விடலாம். அப்படிச் செய்ய என் மனம் துணியவில்லை. ‘கல உமி தின்றால் ஓர் அவலாவது கிடைக்காதா?’ என்று எதிர்பார்ப்பவன் நான்; முதியவர்களிடத்திலே பொறுமையோடு விசாரித்தால் பல செய்திகளை அறியலாமென்பது என் அனுபவம். ஆதலால் நான் அந்தக் கிழவியின் கேள்விகளுக்கெல்லாம் தக்கபடி பதில் சொல்லி வந்தேன்.

ஊர், சாதி, குலம், கோத்திரம், வேலை, சம்பளம், குழந்தை, கல்யாணம், குடும்ப சமாசாரம் முதலிய பல விஷயங்களை அந்தக் கிழவியிடம் நான் சொல்லவேண்டியிருந்தது.

இப்படியே போய்க்கொண்டிருந்தால் இந்தக் கிழவியின் கேள்விகளுக்கும் பிரசங்கத்துக்கும் ஒரு முடிவு இராதென் றெண்ணி, “பாட்டீ, இந்த ஊரைப்பற்றி உங்களுக்குத் தெரிந்ததைச் சொல்லவேண்டும்” என்று ஞாபகப் படுத்தினேன்.

“ஆமாம். ஞாபகம் இருக்கிறது. சொல்லுகிறேன்: இங்கே அம்பிகை ஒரு பஞ்சகாலத்திலே ஏழைகளுக் கெல்லாம் பெரிய வயல் ஒன்றில் அன்னம் போட்டாளாம். அந்த வயல்கூட இருக்கிறது. அதற்கு அன்னம் படைத்த வயல் என்று பேர்.”

நான் எதிர்பார்த்த விஷயம் வெளிவந்தவுடன் எனக்கு, ‘இவ்வளவு நேரம் வீணாகப் பேச்சிலே கழிந்ததே!’ என்றிருந்த வருத்தம் மறைந்துவிட்டது.

“அப்படியா! அந்த வயல் எங்கே இருக்கிறது?” என்று ஆவலுடன் கேட்டேன்.

“எனக்குக் கண் தெரிந்தால் நான் அழைத்துக்கொண்டு போய்க் காட்டிவிடுவேன்” என்று சொல்லிவிட்டு அந்த வயல் உள்ள இடத்திற்குரிய அடையாளங்களை மட்டும் அந்தக் கிழவி சொன்னாள்.

“இந்த ஊரில் சோறுடையான் வாய்க்காலென்று தெற்கே ஒன்று இருக்கிறது. சோறுடையான் என்பது இந்த ஊர் ஸ்வாமி பெயர்” என்று மற்றொரு செய்தியை வெளியிட்டாள் கிழவி. இப்படி அந்தக் கண்ணில்லாத முதியாள் ஒவ்வொன்றாகச் சொல்லச் சொல்ல நான் கேட்டு என் மனத்துள் தொகுத்துக் கொண்டேன். இடையிடையே எனக்கு வேண்டாத சமாசாரங்களும் பாட்டியால் விரிவாகச் சொல்லப்பட்டன. அவற்றை அந்த நிமிஷத்திலேயே மறந்துவிட்டேன்.

“இந்தக் காலத்தில் இப்படிப்பட்ட கர்நாடக சமாசார மெல்லாம் யார் கேட்கிறார்கள்? கேட்டாலும் யார்

சொல்லப்போகிறார்கள்? ஏதாவது பழுத்த கட்டையா யிருந்தால் உளறிக் கொண்டிருக்கும்" என்று கிழவி பெருமூச்சு விட்டுக்கொண்டு சொன்னாள்.

அவளுடைய பேச்சிலே இரக்கத்தொனி இருந்தது. அந்தப் 'பழுத்த கட்டை' உளறிய செய்திகளை நான் அப்பால் குறித்து வைத்துக் கொண்டேன். அவற்றை வேறு வகையால் அறிதல் இயலாத காரியம்.

பிறகு அந்தப் பாட்டி, "இன்னும் ஏதாவது தெரியவேணுமா?" என்று கேட்டாள்.

அவளுக்குச் சலிப்பில்லை. எனக்கோ திருவையாற்று ஞாபகம் வந்துவிட்டது. "நான் போய்வருகிறேன்" என்று விடை பெற்றுக் கொண்டேன். அப்பொழுது என்னை அறியாமலே எனக்கு அந்தக் கிழவியிடத்தில் ஓர் அன்பும், காரணந்தெரியாத துக்கமும் உண்டாயின. அவளைப் போன்ற 'பழுத்த கட்டைகள்' எவ்வளவுபேர், எத்தனை விஷயங்களைக் கேட்பார் இல்லாமல் மனத்துக்குள்ளே புதைத்து வைத்து மறைந்தார்களோ!

●

(குறிப்பு: இத்தலத்தில் இப்பொழுது வழங்கும் செய்திகளைக் குறித்து எழுதிக் கேட்டபோது, திருவையாற்று ராஜா காலேஜில் தமிழாசிரியராகவுள்ள ஸ்ரீமான் வித்துவான் டி.ஜி. சோமசுந்தர தேசிகரவர்கள் தெரிவித்த விஷயங்கள் வருமாறு: *திருவையாற்றுப் புராணத்தில்* இத்தலத்தைப் பற்றிச் சொல்லப்பட்டிருக்கின்றது. அன்னாவதார ஸ்தலம் என்பதும் இதன் பெயர். இங்கே கௌதமர் தவம் புரிந்தனர்; பன்னிரண்டு வருஷம் பஞ்சம் உண்டான காலத்தில் சிவபெருமானைப் பிரார்த்தித்து இத்தலத்திற் சில வயல்களில் அரிசியாகவே விளைய அவர் வேண்டினார். அங்ஙனமே இறைவன் வரமருள, கௌதமர் அவ்வாறு விளைந்த அரிசியினால் அன்னதானம் செய்துவந்தார். கோயிலுக்குத் தென்மேற்கிலுள்ள அல்லிக் குளத்தின் கரையில் இருக்கும் வயலொன்றை அரிசி விளைந்த வயலாகக் கூறுகின்றனர். சோறுடையான் வாய்க்கா லென்பது சோடறான் வாய்க்கா லென்று இப்போது வழங்குகின்றது.)

***கலைமகள்*, தொகுதி 12, பகுதி 67 – 72, 1937**